D1680466

தமிழ்ச் சிறுகதை: வரலாறும் விமர்சனமும்

# தமிழ்ச் சிறுகதை:
# வரலாறும் விமர்சனமும்

தொகுப்பாசிரியர்
**சுப்பிரமணி இரமேஷ்** (பி. 1980)

சென்னை, இந்துக் கல்லூரியில் உதவிப் பேராசிரியராகப் பணியாற்றி வருகிறார். 'எதிர்க்கதையாடல் நிகழ்த்தும் பிரதிகள்', 'தொடக்க காலத் தமிழ் நாவல்கள்', 'தற்காலப் பெண் சிறுகதைகள்' ஆகிய கட்டுரை நூல்களும் 'ஆண் காக்கை' என்ற கவிதைத் தொகுப்பும் வெளிவந்துள்ளன.

# தமிழ்ச் சிறுகதை:
# வரலாறும் விமர்சனமும்

தொகுப்பாசிரியர்
**சுப்பிரமணி இரமேஷ்**

காலச்சுவடு பதிப்பகம்

அன்பார்ந்த வாசகருக்கு,
வணக்கம்.

*காலச்சுவடு நூலை வாங்கியமைக்கு நன்றி.*

*நூலின் உள்ளடக்கம், உருவாக்கம், அட்டைப்படம் இன்ன பிற அம்சங்கள் பற்றிய உங்கள் கருத்துகளையும் ஆலோசனைகளையும் காலச்சுவடு வரவேற்கிறது. தகவல், எழுத்து, வாக்கியப் பிழைகள் தென்பட்டால் கட்டாயம் தெரிவித்து உதவுங்கள். நூல் தயாரிப்பில் கடும் குறைபாடு இருப்பின் மாற்றுப் பிரதி உங்களுக்குக் கிடைக்கக் காலச்சுவடு ஏற்பாடு செய்யும்.*

**மின்னஞ்சல்:** publisher@kalachuvadu.com

*காலச்சுவடு நாகர்கோவில் தலைமையகத்துக்கும் கடிதம் அனுப்பலாம்.*

*தங்கள்*
**எஸ்.ஆர். சுந்தரம் (கண்ணன்)**
*பதிப்பாளர்: நிர்வாக இயக்குநர்*

---

தமிழ்ச் சிறுகதை: வரலாறும் விமர்சனமும் ♦ கட்டுரைகள் ♦ தொகுப்பாசிரியர்: சுப்பிரமணி இரமேஷ் ♦ © கட்டுரையாசிரியர்களுக்கு ♦ முதல் பதிப்பு: டிசம்பர் 2019 ♦ வெளியீடு: காலச்சுவடு பப்ளிகேஷன்ஸ் (பி) லிட்., 669, கே.பி. சாலை, நாகர்கோவில் 629001

காலச்சுவடு பதிப்பக வெளியீடு: 937

**tamize ciRukatai: varalaaRum vimarcanamum** ♦ Essays ♦ Compiler: Subramani Ramesh ♦ © Authors ♦ Language: Tamil ♦ First Edition: December 2019 ♦ Size: Demy 1 x 8 ♦ Paper: 18.6 kg maplitho ♦ Pages: 248

Published by Kalachuvadu Publications Pvt. Ltd., 669, K.P. Road, Nagercoil 629001, India ♦ Phone: 91-4652-278525 ♦ e-mail: publications @kalachuvadu.com ♦ Wrapper printed at Print Specialities, Chennai 600014 ♦ Printed at Mani Offset, Chennai 600077

ISBN: 978-93-89820-02-7

12/2019/S.No.937, kcp 2494, 18.6 (1) 9ss

'கனல் வட்டம்' கல்யாணராமனுக்கு

# பொருளடக்கம்

| | |
|---|---|
| *முன்னுரை:* மாலையில் பொருந்தும் மலர் | 11 |
| *தொகுப்புரை* | 25 |
| 1. தமிழகச் சிறுகதைப் போக்குகள் (1900-1950)<br>ராஜ் கௌதமன் | 29 |
| 2. சிறந்த தமிழ்ச் சிறுகதைகள்:<br>ஒரு தொகுப்புக்கான சில குறிப்புகள்<br>க.நா. சுப்ரமண்யம் | 62 |
| 3. மணிக்கொடியும் சிறுகதையும்<br>கா. சிவத்தம்பி | 73 |
| 4. அக உலகக் கலைஞர்கள்<br>பிரமிள் | 79 |
| 5. தற்காலத் தமிழ் இலக்கியம்<br>நகுலன் | 89 |
| 6. புதிய தமிழ்ச் சிறுகதைகள்<br>அசோகமித்திரன் | 95 |
| 7. 1970 – 1980களில் கதைகள்<br>கோ. கேசவன் | 102 |
| 8. கலைகள், கதைகள், சிறுகதைகள்<br>சுந்தர ராமசாமி | 125 |
| 9. பின் நவீனத்துவச் சிறுகதைகள்<br>எம்.ஜி. சுரேஷ் | 137 |
| 10. தமிழகச் சிறுகதை (1950 – 2000)<br>நாஞ்சில் நாடன் | 148 |

11. இருபதாம் நூற்றாண்டுத் தமிழ்ச் சிறுகதைகள்:
    நெட்டோட்டமான அறிமுகம்
    வீ. அரசு                                                    162

12. சிறுகதையின் வழிகள்: தமிழ்ச் சிறுகதை நூற்றாண்டு
    ஜெயமோகன்                                              171

13. அண்மைக்காலச் சிறுகதைகள்
    இமையம்                                                   185

14. தமிழில் தலித் சிறுகதைகள்
    இரா. கந்தசாமி                                          197

15. தற்காலப் பெண் சிறுகதைகள்
    சுப்பிரமணி இரமேஷ்                                    212

    பெயரடைவு                                                235

    கட்டுரையாளர்களின் குறிப்பு                         242

## முன்னுரை

# மாலையில் பொருந்தும் மலர்

நவீன இலக்கியமாகிய நாவல், சிறுகதை, கவிதை, நாடகம் முதலியவற்றுக்கெனத் தமிழ் இலக்கிய வரலாற்று நூல்களில் மிகச்சில பக்கங்களே ஒதுக்கப்படுகின்றன. தாம் முக்கியமென்று நினைக்கும் ஒரு சிலரைப் பற்றிச் சிறுகுறிப்புகள் எழுதிவிட்டுப் பின்னர் பெரும்பட்டியல் ஒன்றைக் கொடுத்துவிட்டால் போதும் என்னும் மனநிலைதான் இன்றும் நிலவுகிறது. அந்தப் பட்டியலும் எந்த வரையறைக்கும் உட்படாதது. காலம், இலக்கியப் போக்கு, பொருள் என எதுவும் கிடையாது. ஏதோ நினைவுக்கு வந்த பெயர்களின் குவியலாக அப்பட்டியல் அமைந்திருக்கிறது. வெகுஜன எழுத்துக்கும் காத்திர இலக்கியத்துக்குமான வேறுபாடுகள் விவாதிக்கப்பட்ட காலச் சூழலைக்கூட இந்த இலக்கிய வரலாற்று ஆசிரியர்கள் கவனத்தில் கொள்வதில்லை. விமர்சனம் ஏதுமின்றிப் புளிமூட்டை போலப் பெயர்களை அடைத்துவைத்து எழுதுவதே வழக்கமாக உள்ளது.

மிக முக்கியமான தமிழறிஞராகிய தமிழண்ணல் எழுதிய 'புதிய நோக்கில் தமிழ் இலக்கிய வரலாறு' என்னும் நூலில் சிறுகதை வரலாறு எவ்விதம் எழுதப்பட்டுள்ளது என்பதை உதாரணத்திற்காகப் பார்க்கலாம். நாவல், சிறுகதை ஆகிய இரண்டின் வரலாறுகளும் 'கதை இலக்கியம்' என்னும் ஒரே தலைப்பின்கீழ் எழுதப்பட்டுள்ளன. இவ்விரண்டும் பலவித நுட்பங்களையும் தனித்தன்மைகளையும் கொண்ட இலக்கிய வகைமைகள். இரண்டையும

இணைத்துக் குறிப்பிடும் கலைச்சொல் 'புனைகதை' என்பதாகும். அச்சொல்லைப் பயன்படுத்தாமல் மாணவர்கள் தம் தேர்வுத்தாளில் சுயமாக எழுதுவதைக் 'கதை விடுதல்' என்று ஆசிரியர்கள் குறிப்பிடுவார்களே அதுபோலக் 'கதை இலக்கியம்' எனப் பொதுமைப்படுத்துகிறார். அத்தலைப்பில் சிறுகதை பற்றி ஐந்து பக்கமும் நாவல் பற்றி ஏழரைப் பக்கமும் எழுதியுள்ளார். இவ்விலக்கிய வகைமைகளில் நாவலே முதலில் தோன்றியது; அது பத்தொன்பதாம் நூற்றாண்டில் தோற்றம்பெற்ற வகைமை; சிறுகதையோ இருபதாம் நூற்றாண்டு விளைவு. ஆகவே நாவல் வரலாற்றுக்குப் பிறகே சிறுகதை வரலாறு இடம்பெறுவதே கால அடிப்படையில் பொருத்தமானதாகும். இலக்கிய வரலாற்று நூலில் இந்தக் கால உணர்வுகூட இல்லை. இவ்வளவுக்கும் இவ்விலக்கிய வரலாறு வகைமை அடிப்படையில் எழுதப்பட்டது எனக் கூறப்படுகிறது.

நூலைப் பற்றியும் நூலாசிரியர்கள் குறித்தும் தகவல்கள் கிடைக்காத பழந்தமிழ் இலக்கியம் குறித்துப் பக்கம்பக்கமாக எழுதப்பட்டிருக்கும் இவ்விலக்கிய வரலாற்றில் எல்லாவகைத் தகவல்களும் எளிதாகக் கிடைக்கும் நவீன இலக்கியம் பற்றி மிகக்குறைந்த அளவிலேயே எழுதப்பட்டிருக்கிறது. சிறுகதை வரலாற்றுக்கு ஒதுக்கப்பட்டிருக்கும் ஐந்து பக்கத்தில் முக்கால் பக்கம் சிறுகதை இலக்கணத்தை விளக்கியுரைக்கிறது. அடுத்து முன்னோடிகள் பற்றி ஒரு பகுதி. அதில் பாரதியாரின் சிறுகதைகளைப் பற்றி இப்படி எழுதுகிறார்: 'பாரதியார் சிறுகதைகள் எழுதியுள்ளாரெனினும் அவை பாட்டி கதை சொல்லும் போக்கினை இலக்கிய நடைப்படுத்தியுரைப்பன போன்றவையே' (ப.377). தாகூரின் சிறுகதைகள் சிலவற்றைப் பாரதியார் மொழிபெயர்த்துள்ளார். எழுபதுக்கும் மேற்பட்ட கதைகளையும் அவர் எழுதியுள்ளார். அவற்றில் சில சிறுகதை இலக்கணம் முழுமையாகக் கூடிவந்த கதைகள் என ஆய்வாளர்கள் கருதுகின்றனர். சிறுகதை இலக்கியத்துக்கும் அவரே முன்னோடி என்னும் பார்வையும் உள்ளது. 'பாரதியார் எழுதிய சிறிய கதைகள் சம்பவங்களை உள்ளவாறே குறிப்பனவாக இருக்கின்றனவேயன்றிச் சம்பவங்களின் உணர்வுநிலையைக் காட்டுவனவாகவில்லை' ('தமிழில் சிறுகதையின் தோற்றமும் வளர்ச்சியும்', ப.23) எனக் கா.சிவத்தம்பி கூறுகிறார். இவ்விதம் பாரதியாரின் சிறுகதைகளைப் பற்றிப் பல கோணங்கள் இருக்கும்போது ஓர் இலக்கிய வரலாற்று ஆசிரியர் அவரைச் சிறுமைப்படுத்தும் நோக்கில் எழுதுவது மிகுந்த வருத்தத்திற்குரியது.

பின்னர் மணிக்கொடி காலம் பற்றி எழுதிவிட்டுச் சில பெயர்களையும் தருகிறார். அவற்றில் 'ந. பிச்சமூர்த்தி,

எம்.வி. வெங்கட்ராமன், பி.எஸ். இராமையா' ஆகியோரும் இடம் பெற்றுள்ளனர். *மணிக்கொடி* எழுத்தாளர்களில் புதுமைப்பித்தன், கு.ப.ரா. ஆகியோரைப்பற்றி எழுதுகிறார். அடுத்துக் கல்கி, அகிலன், ஜெயகாந்தன். அதன் பின்னர் தி.ஜ. ரங்கநாதன், பி.எஸ். ராமையா, கு. அழகிரிசாமி, 'இராஜாஜி', கி.வா. ஜகந்நாதன் (?), கி. ராஜநாராயணன், சு. சமுத்திரம், அய்க்கண், ஆர். சூடாமணி, திலகவதி ஆகியோர் இடம்பெறுகின்றனர். இவர்களின் கதைகளைப்பற்றி ஓரிரு வரிகள் எழுதியுள்ளார். தொடர்ந்து பட்டியல் ஒன்று. அதில் இடம்பிடித்திருப்பவர்கள் இவர்கள்: மு.வ., விந்தன், தி. ஜானகிராமன், டி.கே. சீனிவாசன், தி.ஜ.ர., லா.ச. ராமாமிர்தம், ஆர். சண்முகசுந்தரம், ரா.கி. ரங்கராஜன், சுந்தர ராமசாமி, பூவை எஸ். ஆறுமுகம், சு. ராதா, பா. செயப்பிரகாசம், நீல. பத்மநாபன், வண்ணநிலவன், வண்ணதாசன்.

இவ்விதம் எழுதப்பட்டுள்ள சிறுகதை வரலாற்றில் கால உணர்வு இல்லை; ஓர் ஆசிரியரின் சாதனைச் சிறுகதை பற்றிய கவனம் இல்லை. சில ஆசிரியர்களின் பெயர்களைக்கூடச் சரியாகக் குறிப்பிடவில்லை. எழுத்தாளர்களை வரிசைப்படுத்துவதில் எந்த முறைமையும் கிடையாது. தமிழறிஞராகிய கி.வா. ஜகந்நாதன் ஆசைக்குச் சில சிறுகதைகள் எழுதியுள்ளார். எனினும் சிறுகதை ஆசிரியராக வரலாற்றில் அவருக்கு இடம்கொடுத்திருப்பது தமிழண்ணலின் பரந்த மனப்பான்மைக்கு அடையாளம். மு.வ., ஆர். சண்முகசுந்தரம் ஆகியோர் சிறுகதை வரலாற்றில் இடம்பெறும் அளவுக்குக் குறிப்பிடத்தக்க கதைகள் எழுதியவர்கள் அல்லர். சு. ராதா, பூவை.எஸ். ஆறுமுகம் ஆகியோர் சிறுகதைகள் எழுதியிருக்கக்கூடும்; அத்துடன் தமிழண்ணலுக்கு வேண்டியவர்களாகவும் இருக்கலாம். தி.ஜ.ர. பெயர் மட்டும் இரண்டுமுறை இடம்பெறுகிறது. தி.ஜ. ரங்கநாதனும் தி.ஜ.ர.வும் வேறுவேறானவர்கள் எனக் கருதிவிட்டார் போலும். ரா.கி. ரங்கராஜன் இப்பட்டியலுக்குள் எப்படிப் புகுந்தார் என்று தெரியவில்லை. வண்ணதாசனோடு சிறுகதை வரலாறு முற்றுப்பெற்று விடுகிறது. அவர் இவ்வரலாற்றை எழுதிய காலகட்டத்துச் சிறுகதை ஆசிரியர்களைப் பற்றி எந்தக் குறிப்பும் கிடையாது.

என்ன வரலாறு இது? இதை அடிப்படையாகக் கொண்டு பாடம் நடத்தப்படுகிறது, பல்கலைக்கழகத் தேர்வுகள் மட்டுமல்ல, ஆட்சிப்பணி உட்படத் தேர்வு வாரிய வினாத்தாள்கள் தயாரிக்கப்படுகின்றன என்பது அதிர்ச்சி தரக்கூடிய செய்தியாகும். என் கைவசமுள்ள நூல் 2012இல் வெளியான இருபத்து ஒன்பதாம் பதிப்பு. கடந்த ஏழு ஆண்டுகளில் இன்னும் சில பதிப்புகள் வெளியிட்டிருக்கக் கூடும். பாடநூலாக இருப்பதால் ஒவ்வொரு

பதிப்பும் குறைந்தபட்சம் 5000 பிரதிகள் அச்சிடப்பட்டிருக்கலாம். அப்படியானால் லட்சக்கணக்கான பிரதிகள் தமிழ்ச் சமூகத்திற்குச் சென்றுசேர்ந்திருக்கும். அதுவும் இளைய சமுதாயத்தினர் கைகளில். லட்சக்கணக்கான பேர்களைச் சென்றடையும் ஒரு நூல் எத்தகைய கவனத்தோடு எழுதப்பட்டிருக்க வேண்டும்! ஆனால் நவீன இலக்கிய வரலாற்றுப் பகுதியை எழுதுவதற்குத் தேவையான குறைந்தபட்ச உழைப்பைக்கூட ஆசிரியர் செலுத்தவில்லை. மணிக்கொடி எழுத்தாளர்களில் மௌனியைப் பற்றி ஒருவரிகூட எழுதவில்லை. ஐந்து பக்கங்கள்தான் ஒதுக்கமுடியும் என்றாலும் சிறுகதை வரலாற்றின் மையப்புள்ளிகளைத் தொட்டுச் சாரத்தை வழங்கும் பார்வை இல்லையென்றால் எதற்கு இலக்கிய வரலாறு எழுத வேண்டும்?

பழந்தமிழ் இலக்கியத்தைப் பயில்வோர் எண்ணிக்கை குறைவு. பள்ளிகளில் அறிமுக நோக்கில் அவை பயிற்றுவிக்கப்படுகின்றன. பின்னர் தமிழ் இலக்கியத்தை முதன்மைப் பாடமாக எடுத்துப் படிப்போர் மூல நூல்களையும் பார்த்துப் பயில்கின்றனர். மற்றபடி கல்வியறிவு பெற்ற பெரும்பான்மையினருக்கும் பழந்தமிழ் இலக்கியத்துக்கும் எந்தத் தொடர்பும் கிடையாது. தமிழின் பெருமை பேசப்படும் மேடைப் பேச்சுக்களில் சில நூல்களின் பெயர்களை அவர்கள் கேட்கக்கூடும். அவ்வளவுதான். ஆனால் இன்றைய மனிதர்கள் நவீன இலக்கியத்தோடு குறைந்தபட்சத் தொடர்பேனும் இல்லாமல் தம் வாழ்நாளைக் கழிக்க முடியாது. ஏதேனும் பத்திரிகையில் ஒரு சிறுகதையைப் படித்திருக்கக்கூடும். தினத்தந்தியில்கூடச் சிறுகதைகள் வெளியிடப்படுகின்றன. சில கதைகளை யாரேனும் சொல்லிக் கேட்டிருக்கலாம். ஏதோ ஒருவிதத்தில் இன்றைய மனிதருக்குத் தம் காலத்தைச் சேர்ந்த நவீன இலக்கியத் தொடர்பு இருக்கும். சமகால வாழ்க்கையைப் பற்றிப் பேசும் இலக்கியத்தோடு இன்றைய மனிதருக்குத் தொடர்பு இல்லாமல் எப்படிப் போகும்? அவ்விதம் தொடர்புள்ள ஒன்றைப் பற்றி எத்தனை கவனத்தோடு இலக்கிய வரலாற்றில் எழுத வேண்டும்? தொடர்புறுத்தும் வகையிலேனும் எழுத வேண்டாமா? தமிழண்ணலின் இலக்கிய வரலாறு மட்டுமல்ல, நூற்றுக்கணக்கில் எழுதப்பட்டுள்ள இலக்கிய வரலாறுகளின் பொதுப்போக்கு இதுதான். என்ன காரணம்?

தமிழகக் கல்வி நிறுவனங்கள் சங்க இலக்கியத்தையும் காப்பியங்களையும் சிற்றிலக்கியங்களையும் ஏற்றுக்கொண்ட அளவில் நவீன இலக்கியத்தை ஏற்றுக்கொள்ளவில்லை. இன்றைக்கு வரைக்கும் கல்விப்புலம் நவீன இலக்கியத்தை அங்கீகரிக்கவே இல்லை. பண்டிதர்கள், பழம்பஞ்சாங்கங்கள்,

புலவர்கள் என்றெல்லாம் எள்ளி நகையாடப்படுவதைத் தவிர்ப்பதற்காக 'இக்கால இலக்கியம்' என்னும் பெயரிட்டு ஒரு தாளை வைத்திருக்கிறார்கள். அதற்கான பாடத்திட்டம் உருவாக்குவதிலும் அக்கறை காட்டுவதில்லை; கற்பிப்பதிலும் ஈடுபாடில்லை. பொதுத்தமிழ்ப் பாடத்திட்டத்தில் வைக்கப்படும் நவீன இலக்கிய நூல்கள் கற்பிக்கப்படுவதேயில்லை. தரம் குறைந்த நோட்ஸ்களைப் படித்தே மாணவர்கள் தேர்வெழுதிவிடுகின்றனர்.

இச்சூழலில் கல்விப் புலத்திலிருந்து நவீன இலக்கிய வரலாறு எழுதப்படுமென்று எதிர்பார்ப்பது வீண். நவீன இலக்கிய வரலாறு என்பது ஏறத்தாழ இரு நூற்றாண்டுத் தமிழகத்தின் வரலாறு; தமிழ் மொழியின் வரலாறு. தமிழக அரசியலுக்கும் இவ்வரலாற்றுக்கும் மிக நெருக்கம் உண்டு. ஆய்வுப் பார்வையுடன் எழுதவில்லை என்றாலும் தகவல் தொகுப்பாகவேனும் எழுதப்படும் என்பதற்கு எந்த அறிகுறியும் இல்லை. கல்விப்புலத்திற்கு வெளியே எழுதப்படும் வரலாறுகளைப் பொருட்படுத்திக் கற்பித்தால்கூடப் போதும். அதற்கும் வழியில்லாத நிலைதான் இங்கிருக்கிறது.

1960, 70களில் மதுரை காமராசர் பல்கலைக்கழகத் தமிழ்த்துறையினர் நவீன இலக்கியத்தை வகைமையாக ஏற்றுக்கொண்டதோடு பாடத்திட்டத்திலும் இடம்பெறச் செய்தனர். அப்பல்கலைக்கழகத்தின் முன்முயற்சியால் 'தமிழ் நாவல்: நூறாண்டு வரலாறும் வளர்ச்சியும்' (1977) என்னும் சிட்டி, சிவபாதசுந்தரம் ஆகியோரின் நூல் உருவாயிற்று. ஆனால் இத்தகு முயற்சிகளை மேலெடுத்துச் செல்லவில்லை. வழக்கம்போலக் கல்வித்துறையின் சமரசம், அதிகாரப் போக்கு ஆகியவற்றின் காரணமாக நவீன இலக்கியத்துடன் பட்டும் படாமலுமான ஓர் உறவே சாத்தியமாயிற்று. பாடத்திட்டத்தில் வைப்பதற்கெனத் தமிழ்ப் பேராசிரியர்களே சிறுகதைத் தொகுப்புகளையும் நாவல்களையும் வெளியிடலாயினர். அது வருமானம் தரும் வாயிலாக அமைந்திருப்பதும் அதற்குக் காரணம். நவீன எழுத்தாளர்களுக்கும் கல்விப் புலத்துக்குமான உறவு சாத்தியமாகாத நிலையே இங்குள்ளது. இந்நிலையில் புறத்திருந்து எழுதப்படும் வரலாறுகளே நமக்குக் கிடைக்கின்றன.

இதுவரைக்கும் 'சிறுகதை வரலாறு' என்னும் நோக்கில் எழுதப்பட்டுள்ள முக்கியமான நூல்கள் மூன்று. கா. சிவத்தம்பியின் 'தமிழில் சிறுகதையின் தோற்றமும் வளர்ச்சியும்' (1967), எம். வேதசகாயகுமாரின் 'தமிழ்ச் சிறுகதை வரலாறு' (1979), சிட்டி, சிவபாதசுந்தரம் ஆகியோரின் 'தமிழில் சிறுகதை: வரலாறும் வளர்ச்சியும்' (1989) ஆகியன அவை. சி.சு. செல்லப்பா, ச. செந்தில்நாதன், இரா. தண்டாயுதம், சாலை இளந்திரையன்,

அ. சிதம்பரநாதன், மா. இராமலிங்கம் ஆகியோரும் இப்பொருளில் நூல்களையும் கட்டுரைகளையும் எழுதியுள்ளனர். இத்துறையில் முன்னோடி கா. சிவத்தம்பி. 1965 வரைக்குமான சிறுகதை வரலாற்றை மையமாகக் கொண்டு எழுதப்பட்டு 1967இல் வெளியான இந்நூலைப் பற்றிக் கா.சிவத்தம்பி 'இந்நூல் தமிழ்ச் சிறுகதையாசிரியர்களின் பட்டியல் அன்று. இது சிறுகதை என்னும் இலக்கிய வகை வளர்ந்த வகையைக் கூறுவது. சிறுகதையின் வளர்ச்சிக்கும் வளத்துக்கும் தொண்டாற்றியவர்களே இத்தகைய வரலாற்றில் இடம்பெறுவர். இலக்கிய வடிவங்களின் வரலாறு தெரிந்தோர் இதனை ஏற்பர்' (ப.5) என்று கூறுகிறார்.

வரலாறு பற்றி 'வரலாறு என்பது வெறும் நிகழ்வுகள் அன்று; அந்நிகழ்வுகள் ஏன் முக்கிய நிகழ்ச்சிகளாகின்றன என்பது பற்றிய ஆய்வே' (ப.9) என அவர் கூறுவதும் மிகவும் முக்கியமானது. இவ்வரலாற்று நூல் ஆய்வுப் பார்வையுடனும் செறிவுடனும் அமைந்ததாகும். இது சிறுகதையின் தோற்றம் முதல் 1965வரைக்குமான காலகட்டச் சிறுகதைகளை ஆய்ந்து எழுதப்பட்ட வரலாற்று நூல். இதன் இரண்டாம் பதிப்பு முன்னுரையில் 'தமிழில் சிறுகதையின் தோற்றமும் 1965ஆம் ஆண்டு வரையிலான அதன் வளர்ச்சியும்' என்று கொண்டால் பொருத்தம் என அவரே கூறியுள்ளார். அடுத்துச் சில பதிப்புகள் வந்தபோதும் 1965க்குப் பிறகான சிறுகதை வரலாற்றைப் பற்றிச் சில குறிப்புகள் மட்டுமே அவரால் கொடுக்க முடிந்தது. நூலை விரித்து எழுதும் அவர் எண்ணம் ஈடேறவில்லை. அது நமக்குப் பெரும் இழப்பே. முன்னோடி வரலாற்று நூலாகிய இதுவே சிறுகதை வரலாற்றில் மணிக்கொடி இதழுக்குரிய பங்களிப்பைத் தனிப்படுத்திக் காட்டியதாகும். அதன் பின்னரே 'மணிக்கொடி காலம்' என்னும் கருத்துருவாக்கம் நிகழ்ந்தது. சிறுகதை இலக்கியம் பொருட்படுத்தி ஆய்வு செய்வதற்குரியது என்னும் பார்வை வளரவும் இந்நூலே காரணமாயிற்று.

எம். வேதசகாயகுமார் எழுதிய நூல் கலை x பிரச்சாரம் என்னும் ரசனை முறையிலான ஒற்றைக் கருத்தை மையமாக வைத்துச் சிறுகதையின் தோற்றம் முதல் மணிக்கொடி எழுத்தாளர்கள் வரை மட்டும் மதிப்பிடும் வகையில் எழுதப்பட்ட தாகும். இதே கருத்தை அடிப்படையாகக் கொண்டு அடுத்தடுத்த காலகட்ட எழுத்தாளர்களையும் மதிப்பிட்டு இரண்டாம் பாகத்தை எழுதியிருப்பின் சிறுகதை வரலாற்றுக்கு இன்னொரு கோணம் கிடைத்திருக்கும். அதுவும் நடக்கவில்லை. 'நாகரிகத்தின் உன்னத பீடத்தை அடையக் கலைஞனுக்கே தகுதியுண்டு. பிரச்சாரகனுக்கு அது இல்லை' (ப.13) எனத் தன் பார்வையைத் தீவிரமாக வேதசகாயகுமார் மொழிகிறார். 'இந்நூல் சரித்திரம்,

இலக்கிய ரசனை இரண்டும் கலந்துறவாடும் ஒரு படைப்பு' என்பது அணிந்துரை எழுதியுள்ள செ. ஜேசுதாசனின் மதிப்பீடு.

தமிழ் நாவலின் நூற்றாண்டையொட்டி 'தமிழ் நாவல்: நூறாண்டு வரலாறும் வளர்ச்சியும்' என்னும் நூலை உருவாக்கிய சிட்டி, சிவபாதசுந்தரம் ஆகியோர் அதே முறையைப் பின்பற்றித் 'தமிழில் சிறுகதை: வரலாறும் வளர்ச்சியும்' என்னும் நூலை எழுதினர். இதுவும் மதுரை காமராசர் பல்கலைக்கழகத்தில் ஆற்றிய சொற்பொழிவுகளின் விரிவாக்கம்தான். 1978ஆம் ஆண்டில் ஆற்றிய சொற்பொழிவுகள் என்பதால் அதுவரைக்குமான சிறுகதைகள் பற்றியே நூல் பேசுகிறது. புதுமைப்பித்தன் எழுதிய தழுவல் கதைகள் பற்றிய சில சர்ச்சைக் கருத்துக்கள் இடம்பெற்ற நூல் இது. எனினும் சிறுகதை எழுத்தாளர்களைக் காலவரிசையில் அமைத்து அவர்களைக் குறித்த அடிப்படைத் தகவல்களுடன் எழுதப்பட்ட முக்கியமான நூலாக இது விளங்குகிறது. சிறுகதை வரலாற்றுக்குத் தகவல்களை வழங்குவதோடு மதிப்பிடும் நோக்கிலும் இந்நூல் எழுதப்பட்டுள்ளது. இந்நூலும் எழுதப் பட்ட காலத்திற்குப் பிறகான எழுத்தாளர்களைச் சேர்த்து விரிவுபடுத்தப்படவில்லை.

தமிழ்ச் சிறுகதையின் நூற்றாண்டைக் கொண்டாடும் தருணத்தில், 'சிறுகதை வரலாறு' தொடர்பான நூல்களைக் கணக்கிட்டுப் பார்க்கையில் ஏமாற்றமே மிஞ்சுகிறது. வெவ்வேறு கோணங்களில் எழுதப்பட்ட பத்து நூல்களாவது குறிப்பிடத்தக்க வகையில் வந்திருக்க வேண்டும். முழுமையற்ற மிகச் சில நூல்களையே இப்போது காட்ட முடிகிறது. சமகாலம் பற்றிய உணர்வு நம் சூழலில் இல்லாமையை இது காட்டுகிறது. எனினும் இன்றைய காலம் நம்மை முற்றிலுமாகக் கைவிட்டுவிடவில்லை. இதழ்கள், கருத்தரங்குகள், சமூக வலைத்தளங்கள் எனப் பல்வேறு வெளியீட்டுத் தளங்கள் செயல்படும் தகவல் தொடர்புக் காலம் இது. அவ்வப்போதைய தேவைக்கேற்ப எழுத்தாளர்கள், ஆய்வாளர்கள் வெவ்வேறு தளங்களில் சிறுகதை தொடர்பான கட்டுரைகளை எழுதியுள்ளனர். அவற்றை ஒருசேரத் தொகுத்துப் பார்க்கும் வழி நம்மிடம் இல்லை. இத்தனைக்கும் சங்க காலத்தி லிருந்து தொகுப்பை ஒரு கலையாகப் பேணும் மரபு நம்முடையது என மார்தட்டிக் கொண்டிருக்கிறோம். ஒவ்வோர் ஆண்டும் ஒரு பொருள் தொடர்பாக வெளியான கட்டுரைகளைக் காட்டும் பட்டியல்கூட நம்மிடம் இல்லை. இத்தகைய இல்லாமைகளை உணர்ந்து அவற்றை நிறைவு செய்ய முனையும் தனிமனித ஆர்வங்கள் அவ்வப்போது தோன்றிச் சில நற்செயல்களை நிகழ்த்திவிடுவதுண்டு. அவ்வகையான நற்செயலாக நண்பர் சுப்பிரமணி இரமேஷின் சிறுகதை வரலாறு தொடர்பான

இத்தொகுப்புக் கட்டுரைகள் அமைந்திருக்கின்றன. 'தமிழ்ச் சிறுகதை: வரலாறும் விமர்சனமும்' என்பது இத்தொகுப்பு நூலின் தலைப்பு. வரலாற்றுக் கோணத்தில் எழுதப்பட்டவையும் விமர்சன நோக்கில் எழுதப்பட்டவையுமான கட்டுரைகள் கலந்த தொகுப்பு.

இந்நூலில் பதினைந்து கட்டுரைகள் உள்ளன. நூல்கள், தொகுப்புகள், இதழ்கள் ஆகியவற்றிலிருந்து தேர்ந்தெடுக்கப்பட்ட கட்டுரைகள் இவை. சிறுகதையின் தொடக்கம் முதல் இன்றைக்கு வரைக்குமான காலத்தை அளாவும் வகையிலானவை. மிகுந்த தகவல்களோடு சிறுகதையின் போக்குகளையும் இணைத்து எழுதப்பட்டவை. சில கட்டுரைகள் சிறுகதை வரலாற்று நோக்கிலேயே எழுதப்பட்டிருக்கின்றன. சில கட்டுரைகள் கோட்பாட்டு நோக்கில் உருவாக்கப்பட்டுள்ளன. தேர்ந்தெடுக்கப்பட்ட கதைகளைக் கொண்ட தொகுப்புக்காக எழுதப்பட்ட முன்னுரைகளும் உள்ளன. இவ்வாறு வெவ்வேறு நோக்கத்திற்காக எழுதப்பட்டவை எனினும், வரலாற்று நூலொன்றில் வைக்கத்தக்க தகுதியைப் பெற்றிருக்கின்றன. ஒவ்வொன்றையும் பொருத்தமான இடத்தில் வைக்கும்போது மாலையில் பொருந்தும் மலரென மாறிவிடுகின்றது. வெவ்வேறு காரணங்களுக்காக வெவ்வேறு கோணத்தில் எழுதப்பட்டவை என்பதால் நூலின் வாசிப்புத்தன்மையும் கூடுகிறது. குறிப்பிட்ட காலத்தைப் பற்றி ஒரு கட்டுரை சொல்வதற்கும் இன்னொரு கட்டுரை சொல்வதற்குமான வேறுபாடுகள் சுவாரசியத்தைச் சேர்க்கின்றன. விடுபாடுகள் நிரம்புவதற்கும் வேறுபாடுகள் பயன்படுகின்றன. மேலும் இது வரலாற்று நோக்கு மட்டுமல்லாமல் விமர்சனப் பார்வையும் இணைந்த கட்டுரைகளைக் கொண்ட நூலாதலால் சிறுகதையை அணுக என்னென்ன வகையான விமர்சனப் பார்வைகள் இருந்திருக்கின்றன என்பதையும் அறிய வாய்க்கிறது.

ஒவ்வொரு கட்டுரையும் ஒவ்வொரு பார்வையை முன்வைத்து எழுதப்பட்டிருப்பதால் வரலாறு, திறனாய்வு ஆகியவற்றில் முரண்பட்ட பார்வைகளைக் கொண்ட ஆளுமைகளின் கட்டுரைகள் ஒருசேர இடம்பெற்றிருக்கின்றன. கா. சிவத்தம்பி, ராஜ் கௌதமன் ஆகியோரின் கட்டுரைகளும் க.நா.சு., நகுலன் ஆகியோரின் கட்டுரைகளும் இதில் இடம்பெற்றுள்ளமையைச் சுட்டலாம். கா. சிவத்தம்பியும் ராஜ் கௌதமனும் எழுதும் வரலாற்றில் 'கல்கி'க்கு இடம் இருக்கிறது. க.நா.சு., நகுலன் ஆகியோரின் வரலாற்றில் 'கல்கி'க்கு இடமில்லை. கதைக்கும் சிறுகதைக்கும் இருக்கும் வேறுபாட்டை அடிப்படையாகக்

கொண்டு 'உருவப் பிரக்ஞை' என்னும் கருத்தின் கோணத்தில் காணும் க.நா.சு.வுக்குக் கல்கி பொருட்டில்லை. புதுமைப்பித்தன், கு.ப.ரா., மௌனி ஆகியோர் இடம்பெறும் வரலாற்றில் கல்கியும் அகிலனும் எப்படி இடம்பெற முடியும் என்பது அவர் கேள்வி. 'சிறந்த தமிழ்ச் சிறுகதைகள்' என்று ஒரு தொகுப்பு வெளியிடப்படுமானால் அதில் எத்தகைய கதைகள் இடம்பெற வேண்டும் என்னும் கோணத்தில் எழுதப்பட்ட கட்டுரை க.நா.சு. வினுடையது. அத்தகைய தொகுப்பில் கல்கிக்கு இடமளிக்காத அவர், வரலாற்றிலும் இடம் தரமாட்டார். கொடுத்தாலும் பெயரளவுக்கும் எதிர்மறையாகவுமே அது இருக்கும்.

நகுலன் தன் கட்டுரையின் தொடக்கத்தில், 'இந்தக் கட்டுரை ஒரு வரலாற்றுக் கட்டுரை அன்று. நான் படித்து அனுபவித்த சில தரமான தமிழ் இலக்கிய நூல்களிலிருந்து நான் பெற்ற அனுபவத்தையும் பாதிப்பையும் விளக்கும் நோக்கமே இதன் அடிப்படை. இங்கு இலக்கியப் பகுதியில் சேராத ஆனால் ஜனரஞ்சகமான ஆசிரியர்களைப் பற்றிப் பேச்சில்லை' எனத் தெளிவாகச் சொல்லிவிடுகிறார். வரலாற்றுக் கட்டுரையாக இருக்கும் பட்சத்தில் 'ஜனரஞ்சக ஆசிரியர்கள்' பகுதியில் கல்கிக்கு அவர் இடம் கொடுக்கக் கூடும்; அதுவும் புறக்கணிப்பாகவே அமையலாம். அல்லது அப்படி ஒரு பகுதியே இல்லாமலும் போகலாம். ஆனால் ராஜ் கௌதமனும் கா. சிவத்தம்பியும் வரலாற்றுக்கும் திறனாய்வுக்கும் முன்வைக்கும் கோட்பாடுகளில் வெகுஜன எழுத்துக்களும் பொருட்படுத்தத் தக்கவையே. அவற்றைச் சிறந்த இலக்கியம் என அவர்கள் வகைப்படுத்தவில்லை எனினும், சமூக அசைவியக்கத்தில் வெகுஜன எழுத்துக்களுக்குரிய இடம் புறக்கணிக்க முடியாதது என்பதை உணர்ந்திருக்கிறார்கள்.

மணிக்கொடி காலத்தின் உன்னதக் கதைகளைப் பேசும்போதே, கல்கி போன்றோரின் வெகுஜன வாசிப்புக்குத் துணைசெய்த கதைகளையும் பேசவேண்டும் என்பதே அவர்கள் பார்வை. இரண்டும் இணையாது எனினும் இணையாகச் செல்பவை என்பதில் அவர்களுக்குச் சந்தேகமில்லை. ஆகவேதான் 'கல்கி ரா. கிருஷ்ணமூர்த்தி (1899-1954) தமிழ்ச் சிறுகதை வளர்ச்சியில் ஒரு முக்கியத் திருப்பத்தை ஏற்படுத்தியவர்' என ராஜ் கௌதமன் எழுதுகிறார். 'கல்கிதான் சிறுகதையைத் தமிழ் மண்ணில் இரண்டறக் கலக்கச் செய்தார். அவரால்தான் சிறுகதை ஜனரஞ்சக இலக்கியமாயிற்று' என்பது சிவத்தம்பியின் பார்வை. கல்கியால் நேர்ந்த முக்கியத் திருப்பம் என்ன, அதன் விளைவுகள் எவை என்பதையும் அவர்கள் விளக்குவார்கள். 'ஜனரஞ்சக இலக்கியம்'

என்பதை ஒரு வகையாகவும் அவர்களால் ஏற்றுக்கொள்ள முடியும். இவ்விதம் வரலாற்றுப் பார்வையிலான கட்டுரைகளும் ரசனைப் பார்வையிலான கட்டுரைகளும் இந்நூலில் இருப்பது தொகுப்பின் பலம். வரலாற்றை அறிவதோடு எத்தகைய கதைகளை எல்லாம் வாசிக்கலாம் என்பதற்கான தேர்ந்த பார்வை ஒன்றை வாசகர் உருவாக்கிக்கொள்வதற்கும் துணை செய்யும் பலம் அது.

இத்தொகுப்பின் பின்பகுதியில் உள்ளவற்றில் ஜெயமோகன் கட்டுரை மட்டும் ரசனைப் பார்வையின் தொடர்ச்சியாக அமைந்திருக்கிறது. இமையம், கந்தசாமி, சுப்பிரமணி இரமேஷ் ஆகியோரின் கட்டுரைகள் தாம் எடுத்துக்கொண்ட பொருளுக்கேற்ப அனைவரையும் பொருட்படுத்தி எழுதப்பட்டுள்ளன. மார்க்சிய விமர்சகர்கள் சமூக அசைவியக்கத்தை விளக்கும் நோக்கில் வெகுஜன எழுத்து உட்பட அனைத்தையும் பொருட்படுத்தினர் எனினும் அவர்களும் தரம், தகுதி ஆகிய அளவுகோல்களின் அடிப்படையிலேயே மதிப்பீடுகளை முன்வைத்தனர். ஆனால் இன்றைக்குக் காலம் வேறுவித வளர்ச்சியில் செல்கிறது. அச்சுப் பண்பாடு முடிவடையும் தறுவாயில் இருக்கிறது. எழுத்தாளராக ஒருவர் தம்மை வெளிப்படுத்திக்கொள்ள ஒருகாலத்தில் மேற்கொண்ட போராட்டங்கள் எல்லாம் இன்றைக்கு அர்த்தமிழந்து போயின. எப்படிப்பட்ட எழுத்துக்கும் இன்றைக்கோர் வெளிப்பாட்டுக் களம் எளிதில் சாத்தியமாகி உள்ளது. தீவிர இலக்கியம், சராசரி இலக்கியம், வெகுஜன இலக்கியம் என்னும் பாகுபாடுகள் அழிந்துகொண்டிருக்கின்றன.

குறைவான வாசகர்களையே சென்றடைகிறது என்னும் ஏமாற்றத்தைப் போக்கிக்கொள்ளக் 'காலத்தை வென்று நிற்பது தீவிர இலக்கியம்' என்னும் சமாதானத்தைச் சொல்லிக் கொண்டிருந்த காலமல்ல இது. கல்கியின் எழுத்துக்கள் இன்றைக்கும் பெருவிற்பனையில் இருக்கின்றன; லட்சுமி, ரமணிசந்திரன் ஆகியோரின் எழுத்துக்களுக்கும் முடிவு வரவில்லை. சாண்டில்யனும் பாலகுமாரனும் மிகுவிருப்ப எழுத்தாளர்களாக இருக்கின்றனர். அவர்களின் ஒவ்வொரு நூலின் பதிப்பு எண்ணிக்கையைப் பார்த்தால் 'தமிழ்ச் சமூகம் வாசிப்பில் சுணங்கியிருக்கிறது' என்னும் அழுகுணிக் குரலுக்குப் பொருளேயில்லை என்று தோன்றுகிறது. சுஜாதா இப்போதும் பலருக்கு விருப்பமான எழுத்தாளர்தான். ஆனால் தீவிர இலக்கியம் படைத்த பல எழுத்தாளர்களின் படைப்புகள் வெளியீட்டு வாய்ப்புகள் பெருகிவிட்ட இக்காலத்திலும் விற்பனையிலேயே இல்லை; இருப்பினும் ஒரு பதிப்பு விற்பனையாவதே சாதனையாக இருக்கிறது.

வெகுஜனச் சிறுகதைகள் என்னும் வகைமையே வலுவிழந்து விட்டது. பிரிகோடுகள் அழிபட்டு மங்கலாகத் தெரிகின்றன.

கலைக்கும் பிரச்சாரத்துக்கும் உள்ள வேறுபாட்டைப் பற்றிப் பேசும்போது எம். வேதசகாயகுமார் 'சிலப்பதிகாரமும் கம்பராமாயணமும் வாழ்கின்றன. நாலடியாரும் நான்மணிக் கடிகையும் எங்கே?' (ப.13) என்றொரு கேள்வியை எழுப்புகிறார். நாலடியாரும் நான்மணிக்கடிகையும் என்னவாகிவிட்டன? சிலப்பதிகாரத்திற்கும் கம்பராமாயணத்திற்கும் விரல் விட்டு எண்ணத்தக்க பதிப்புகளே வந்திருக்கின்றன. நாலடியாருக்கும் நான்மணிக்கடிகைக்கும் எண்ணற்ற பதிப்புகள் வந்திருக்கின்றன. பத்தொன்பதாம் நூற்றாண்டு தொடங்கிக் கணக்கிட்டால் நாலடியாரின் பதிப்புகளும் உரைகளும் நூற்றுக்கணக்கில் நீளும். வெகுஜன இலக்கியம் தொடர்பாகவும் இதே நிலைதான். தீவிர இலக்கியப் பூனைகள் கண்களை மூடிக்கொண்டு எல்லாம் இருட்டு என்றால் என்னதான் செய்வது? ஆக, இப்படிப்பட்ட எதார்த்த நிலைகளை அறிந்து, நம் வரையறைகளை எல்லாம் மறுபரிசீலனைக்கு உட்படுத்த வேண்டிய சூழலில் இன்று இருக்கிறோம்.

புறக்கணித்து ஒதுக்குதல் பழைய காலத்து மனநிலை; உள்ளடக்கி விமர்சித்தல் இன்றைய காலத்துக் களநிலை. கறாரான மதிப்பீடுகளை முன்வைத்துப் பலரை ஒதுக்கியும் சிலரை உயர்த்தியும் ஆவேசமாக எழுதப்பட்ட விமர்சனக் காலம் முடிவுக்கு வந்துவிட்டது. மதிப்புரை, விமர்சனம், திறனாய்வு ஆகியவை இப்போது கட்டுரைகளாக எழுதப்படுவதில்லை. சிறுசிறு குறிப்புகளாக, முகநூல் பதிவுகளாக வெளிப்படுகின்றன. ஆனால் அவற்றில் எல்லாவற்றையும் உள்ளடக்கி விமர்சிக்கும் மனப்பாங்கும் செயல்பாடும் உருவாகியிருப்பதைப் பார்க்க முடிகிறது. எந்தப் புனித அளவுகோலையும் நீட்டிக்கொண்டு வந்து ஒன்றைப் புறக்கணித்து ஒதுக்கிவிட முடியாது; கூடாது என்னும் மனோபாவம் பெருகியுள்ளது. இதுதான் இன்றைய விமர்சகர்களின் கட்டுரைகளில் வெளிப்படும் இயல்பு.

தம்மை முன்னிறுத்திக் காட்டிக்கொள்ள விழைவோர் தஞ்சமடையும் புகலிடம் பழைய மதிப்பீடுகள். அத்தகையோர் 'சிறுகதைக்கு இதுதான் வரையறை', 'சிறுகதை இப்படித்தான் இருக்க வேண்டும்', 'இவர் எழுத்தாளரே அல்லர்', 'இது சிறுகதையே அல்ல' என்பதுபோல ஏதேனும் ஒற்றை வாக்கியத்தை உதிர்த்துவிட்டு அதைப்பற்றிச் சில நாட்கள் நடக்கும் வாதப் பிரதிவாதங்களில் திருப்தி அடைந்துகொண்டிருக்கின்றனர். ஆனால் அவற்றை எல்லாம் எள்ளல் சிரிப்போடு கடந்துவிட்டு

இன்றைய காலத்தின் கை, விரிவுகொண்டு எல்லாவற்றையும் அணைக்கிறது. சிலவற்றின் தலையில் கொட்டியும் சிலவற்றின் காதைத் திருகியும் சிலவற்றைச் செல்லமாக அதட்டியும் கொஞ்சும் குரல்களை ஆர்வமாகக் கேட்க முடிகிறது. இந்தத் தொகுப்புக் கட்டுரைகளின் பிற்பகுதியில் இத்தகைய குரல்கள் வலிமையாக வெளிப்பட்டிருக்கின்றன. இந்நூல் கொடுக்கும் உந்துதலில் சிறுகதை வரலாற்றை 'உள்ளடக்கி விமர்சித்தல்' என்னும் நோக்கில் ஒருவரோ குழுவோ புதிதாக எழுத வேண்டிய அவசியம் இருக்கிறது. அவ்வாறு எழுதப்படும் பட்சத்தில் மகாகவி பாரதியாருக்கும் சிறுகதை வரலாற்றில் தவிர்க்க இயலாத இடம் உருவாகும் என்பது என் எதிர்பார்ப்பு.

சிறுகதை வரலாறு தொடர்பாக இவ்விதம் பல சிந்தனைகளை எழுப்பும்விதமான கட்டுரைகளைக் கொண்ட இந்நூலைத் தொகுத்து உருவாக்கியிருப்பவர் நண்பர் சுப்பிரமணி இரமேஷ். நவீன இலக்கிய ஆர்வமும் வாசிப்பும் கொண்ட தமிழ்ப் பேராசிரியர். நவீன இலக்கியத்தின் பல்வேறு களங்களில் தொடர்ந்து இயங்கிக்கொண்டிருப்பவர். தம் மாணவர்களையும் வாசிப்பை நோக்கித் திருப்புவதில் மிகுந்த கவனம் உடையவர். அவரது உழைப்பைக் கண்டு நான் வியந்த சந்தர்ப்பங்கள் உண்டு. 'மாதொருபாகன்' நாவல் பிரச்சினை நடந்தபோது, அந்நாவல் குறித்தும் அப்பிரச்சினை பற்றியும் தமிழில் எழுதப்பட்ட கட்டுரைகளை அவர் தொகுத்தார். கிட்டத்தட்ட ஆயிரம் பக்கங்களைத் தாண்டிய அளவில் பெரிய தொகுப்பு அது. மிக முக்கிய ஆவணமாகத் திகழத்தக்க அதை உருவாக்க அவர் எடுத்துக்கொண்ட கால அளவு சில மாதங்களே. இப்போது சிறுகதை தொடர்பான பல நூல்களையும் கட்டுரைகளையும் வாசித்து இந்நூலை உருவாக்கியுள்ளார். அதற்கு அவர் செலுத்தியுள்ள உழைப்பும் காலமும் பொருள் பொதிந்தது. சிறுகதை வரலாற்றை அறிவதற்கோர் கருவியாக விளங்கும் தன்மை பெற்றுள்ளதோடு அவ்வரலாற்றை அடுத்த கட்டத்துக்கு நகர்த்தும் உந்துதலையும் இந்நூல் வழங்கும் என நம்புகிறேன். சுப்பிரமணி இரமேஷ் அவரது உழைப்புக்கேற்ற புகழையும் பலனையும் அடைய வேண்டும் எனவும் விரும்புகிறேன்.

## பயன்பட்ட நூல்கள்

1. தமிழண்ணல், புதிய நோக்கில் தமிழ் இலக்கிய வரலாறு, 2012, இருபத்து ஒன்பதாம் பதிப்பு, மதுரை, மீனாட்சி புத்தக நிலையம்.

2. கா. சிவத்தம்பி, தமிழில் சிறுகதையின் தோற்றமும் வளர்ச்சியும், 1967, மூன்றாம் பதிப்பு, சென்னை, தமிழ்ப் புத்தகாலயம்.
3. எம். வேதசகாயகுமார், தமிழ்ச் சிறுகதை வரலாறு முதற்பகுதி, 1979, நாகர்கோவில், ரத்னா பிரிண்டிங் ஹவுஸ்.
4. பெ.கோ. சுந்தரராஜன் (சிட்டி), சோ. சிவபாதசுந்தரம், தமிழில் சிறுகதை: வரலாறும் வளர்ச்சியும், 1989, க்ரியா, சென்னை.

பெருமாள்முருகன்

# தொகுப்புரை

வரலாறு எப்போதும் சார்புத் தன்மையுடையது. எழுதுபவரின் பின்புலமும் அரசியலும் வரலாற்றின்மீது ஆதிக்கம் செலுத்துகின்றன. இதனைத் தவிர்க்க இயலாதென்பதுதான் நிதர்சனம். இந்தச் சார்புத் தன்மையைக் கூர்ந்து அவதானித்தால் அதற்குள் புனைவுத்தன்மைகள் இருப்பதை உணரலாம். இது புனைவு வரலாற்றில் கொஞ்சம் கூடுதலாக இருக்கும்.

நவீன இலக்கிய வடிவங்களாகக் கவிதை, சிறுகதை, நாவல், நாடகம் முதலியன இருந்தாலும் கவிதைக்கு அடுத்து அனைவரும் எழுதிப் பழகக்கூடிய வடிவமாக இப்போதும் சிறுகதைதான் உகந்ததாக இருக்கிறது. நாவல் எழுதுவதைவிட நல்லதொரு சிறுகதையை எழுதுவதுதான் கடினம் என்ற பேச்சும் தொடர்ந்து நீடித்து வருகிறது. சிறந்த சிறுகதையொன்று பெரிய நாவல் ஏற்படுத்தக்கூடிய தாக்கத்தை உண்டாக்கிவிடுகிறது. இதற்கு மேலதிக உதாரணங்களைச் சொல்ல முடியும்.

ஒரு சிறுகதையைக்கூட எழுதாமல் நேரடியாக நாவல் எழுதியவர்களின் எண்ணிக்கை குறைவாகத்தான் இருக்கும். நாவல் இலக்கியத்தின் மூலம் அடையாளப்பட்டவர்கள் பின்னாட்களில் சிறுகதைகளையும் எழுதியிருக்கிறார்கள்; ஆனால் நாவல் எழுதாத பல சிறுகதை ஆசிரியர்கள் தமிழில் உண்டு. இதுதான் சிறுகதையின் சிறப்பு.

புனைவிலக்கியம் பற்றிய வரலாற்று நூல்கள் தமிழில் குறைவு. வல்லிக்கண்ணன், ராஜமார்த்தாண்டன் ஆகிய இருவர் மட்டும்தான் புதுக்கவிதை குறித்த வரலாற்று நூல்களை எழுதியிருக்கின்றனர். வேறு பலர் கட்டுரைகளாக எழுதியிருக்கின்றனர். நாவலுக்கும் சிறுகதைக்கும் பெ.கோ. சுந்தரராஜன் (சிட்டி), சோ. சிவபாதசுந்தரம் ஆகிய இருவரும் சேர்ந்து எழுதிய நூல்களை விட்டால் சிரத்தையான வரலாற்று நூல்கள் தமிழில் இல்லை. அதுவும் எண்பதுகள் வரையான வரலாறுதான்.

கா. சிவத்தம்பி, ச. செந்தில்நாதன், எம். வேதசகாயகுமார் போன்றோர் எழுதிய சிறுகதை வரலாறுகளின் நிலையும் இதுதான். இந்த நூல்களெல்லாம் மறுபதிப்புகள்கூட வருவதில்லை. புதுப்பித்துக்கொள்ளாததால் அவற்றின் இடமும் இடைவெளிகளுடன் இருக்கிறது. நிலம், பொருண்மை, உருவம், இயக்கம் சார்ந்து பல வகைகளாகச் சிறுகதையைப் பிரித்துப் பார்க்கும் தன்மை எண்பதுகளுக்குப் பின் உருவாகியிருக்கிறது. தொண்ணூறுகளுக்குப் பிறகு தலித் இலக்கியமும் பெண்ணிய இலக்கியமும் வளர்ச்சி கண்டுள்ளன.

சிறுகதை எழுதுபவர்களுக்கு அது தொடர்பான வரலாற்று நூல்கள் ஓர் அங்கீகாரம். ஆனால் சிறுகதைகள் குறித்து உதிரி உதிரியான கட்டுரைகள் மட்டுமே தொடர்ந்து எழுதப்பட்டு வருகின்றன. எஸ். ராமகிருஷ்ணன், ஜெயமோகன், அ. ராமசாமி, ச. தமிழ்ச்செல்வன், கீரனூர் ஜாகிர்ராஜா, சு. வேணுகோபால் உள்ளிட்டோர் அவ்வப்போது சிறுகதைகள் குறித்த திறனாய்வு நூல்களை எழுதியிருக்கின்றனர். இவை எதுவும் தொடர்ச்சியாகச் சிறுகதையின் வரலாற்றை முன்னிறுத்தும் நூல்கள் இல்லை.

சிறுகதை வரலாறு சார்ந்த நூல்களுக்கு இப்போதும் தேவை இருக்கிறது. சிட்டியும் சிவபாதசுந்தரமும் சேர்ந்தெழுதிய நூல்தான் சிறுகதை வரலாற்றையும் போக்குகளையும் அறிந்து கொள்ளும் கருவி நூலாக இன்றுவரை இருக்கிறது. இந்நூல் விட்ட இடத்திலிருந்தாவது சிறுகதையின் வரலாறு மீளவும் எழுதப்பட வேண்டும். அதற்குரிய ஒரு சிறிய அடிவைப்பாகத்தான் இந்நூலைப் பார்க்க வேண்டும்.

எனக்குச் சிறுகதை படிப்பதிலுள்ள ஆர்வம் அதன் வரலாற்றைப் படிப்பதிலும் இருக்கிறது. இந்த ஆர்வம்தான் இத்தொகை நூலைச் சாத்தியப்படுத்தியிருக்கிறது. ஒரு கட்டுரையின் நகலை வாங்குவதற்காக வாரக்கணக்கில் அலைந்திருக்கிறேன். ஆனால் அக்கட்டுரை இந்நூலில் இடம்பெறவில்லை.

இந்நூலுக்காக வெவ்வேறு ஆளுமைகள் எழுதிய ஐம்பதுக்கும் மேற்பட்ட கட்டுரைகளைச் சேகரித்தேன். அதிலிருந்து பதினைந்து கட்டுரைகள் மட்டுமே இந்நூலில் இடம் பெற்றுள்ளன. இக்கட்டுரைகள் அனைத்தும் அவ்வவற்றின் தன்மையில் முக்கியமானவை எனக் கருதுகிறேன். இந்நூலின் தேவையைப் பொறுத்து அடுத்தடுத்த கட்டுரைகளையும் நூலாகத் தொகுக்க வேண்டும் என்ற விருப்பம் இருக்கிறது.

இந்நூலின் பெரும்பான்மைக் கட்டுரைகள் என்னுடைய பேராசிரியர் வீ. அரசுவின் நூலகத்திலிருந்து எடுக்கப்பட்டவை. நவீன இலக்கியம் சார்ந்த மிகச்சிறந்த நூலகம் அது. சென்னைப் பல்கலைக்கழகத்தில் அவர் எனக்குப் புனைவிலக்கியத்தைக் கற்பித்த நாள்கள் என்றும் என்னால் மறக்க இயலாதவை. அவர் தந்த ஊக்கமும் தேடல் உணர்வுமே என்னை இன்றுவரை இயக்கி வருகிறது. இந்நூற்கட்டுரைகளின் முதற்கட்டத் தேர்விலும் கட்டுரையாளர் சிலரிடம் அனுமதி பெறுவதிலும் அவருடைய பங்களிப்புப் பெரிது.

என் பேராசிரியரைச் சந்திக்க ஒருநாள் அவர் வீட்டுக்குச் சென்றபோது பேரா.அ. மங்கை மூலமாக எனக்கு ஒரு பெரிய வாய்ப்புக் கிடைத்தது. பாரதி புத்தகாலயம் இரண்டு நாள் பெண் படைப்புகள் குறித்த கூட்டத்தை ஒழுங்கு செய்திருந்தது. இக்கூட்டத்தில் 'தற்காலப் பெண் சிறுகதைகள்' பற்றிய கட்டுரையை வாசிப்பதற்கு அவர் எனக்கு இடமளித்தார். அக்கட்டுரை இந்நூலில் இடம்பெற்றுள்ளது.

கடந்த இரு வருட காலமாக இந்நூல் குறித்து எழுத்தாளர் பெருமாள்முருகனிடம் உரையாடியிருக்கிறேன். இத்தொகை நூலுக்கு நியாயம் சேர்க்கக்கூடிய விரிவான ஒரு சிறந்த முன்னுரையை அவர் எழுதிக் கொடுத்திருக்கிறார். இந்நூலின் பதினாறாவது கட்டுரையாக அவரின் முன்னுரை அமைந்திருக் கிறது. அவரின் பல வருட வாசகன் நான். நான் வாசித்த முதல் நாவல் 'ஏறுவெயில்'தான் என்பதையும் இங்கு பதிவுசெய்கிறேன்.

கவிஞர் சுகுமாரன், பேரா. கால. சுப்ரமணியன், நண்பர்கள் துரை. இலட்சுமிபதி, சிவ. செந்தில்நாதன், தில்லைமுரளி ஆகியோர் சில கட்டுரைகளைக் கொடுத்துதவினர். இன்றியமை யாத பல நூல்களை எனக்கு வாங்கிக் கொடுத்தவர் தோழி இரெ. மிதிலா. நூல் உருவாக்கத்திலும் அவர் பங்களித்திருக்கிறார். நண்பர் த.குணாநிதி மெய்ப்புத் திருத்துவதிலும் பெயரடைவை உருவாக்குவதிலும் உதவினார்.

கடந்த ஐந்து வருடங்களுக்கு மேலாக என் வீட்டைத் தவிர்த்து அதிகம் கழித்தது நண்பர் கல்யாணராமனின் வீட்டில்தான். இந்நூல் அவர் வீட்டில்தான் முழுமை பெற்றது. என் ஒவ்வொரு நகர்வுக்குப் பின்னும் அவரது வழிகாட்டலும் அரவணைப்பும் உள்ளன. பேரா.மு. சுதந்திரமுத்து, எழுத்தாளர் இந்து செல்லா, ஆய்வாளர் ப. சரவணன், பேரா.கு. பத்மநாபன், நண்பர் கிருஷ்ண பிரபு ஆகியோர் கட்டுரையாளர்களிடம் அனுமதி பெறுவதில் உதவினர்.

இந்நூற்கட்டுரைகளைத் தட்டச்சு செய்தவர் என் மாணவி அ. ஹேகேஸ்வரி. நான் அவ்வப்போது கேட்கும் நூல்களைத் தயங்காமல் வாங்கிக் கொடுப்பவர் தம்பி சோலை மாயவன். இந்நூலுக்காக ரோஜா முத்தையா ஆராய்ச்சி நூலகத்தையும் கன்னிமரா நூலகத்தையும் பயன்படுத்தியிருக்கிறேன். இந்நூலுக்கு இவ்வளவுபேர் உதவியுள்ளனர். இவர்களுக்கு என் நன்றியைத் தெரிவித்துக்கொள்கிறேன். இக்கட்டுரைகளைப் பயன்படுத்திக்கொள்ள அனுமதியளித்தவர்களுக்கும், இந்நூலை நேர்த்தியாக வெளியிட்டிருக்கும் காலச்சுவடு பதிப்பகத்திற்கும் நன்றி.

சென்னை 40 சுப்பிரமணி இரமேஷ்
30.7.2019

# தமிழகச் சிறுகதைப் போக்குகள்
(1900-1950)

### ராஜ் கௌதமன்

தமிழ் வசனத்தில் எழுதப்பட்ட முதல் கதையாக வீரமாமுனிவரின் *(1680-1749)* 'அவிவேக பரமார்த்த குரு கதை'யைக் குறிப்பிடுவது வழக்கம். ஆனால் மேற்கத்திய நாடுகளிலிருந்து இறக்குமதியான யதார்த்தமான நவீன சிறுகதை என்ற தனி வசன இலக்கிய வகையை வ.வே. சுப்பிரமணிய ஐயரின் *(1881-1925)* 'மங்கையர்க்கரசியின் காதல் முதலிய கதைகள்' *(1917; இரண்டாம் பதிப்பு 1927)* என்ற சிறுகதைத் தொகுதியிலிருந்து தொடங்குவது வழக்கம். வ.வே.சு.ஐயர் காலமானது முதல் 1940களின் பிற்பகுதி வரையுள்ள காலகட்டத்தைச் சிறுகதைகளின் காலம் என்று கூறும் அளவிற்கு அவை ஏராளமாக எழுதப்பட்ட காலமாகக் குறிப்பிடலாம். இந்தக் காலகட்டத்தில் குறிப்பிட்ட பத்திரிகைகளை ஒட்டிச் சிறுகதைகளில் கலைத்தரம் வாய்ந்தவை, கலைத்தரம் வாய்க்காத ஜனரஞ்சகக் கதைகள் என இரண்டு வகைகளைச் சேர்ந்த கதைகள் எழுதப்பட்டு இன்றுவரை அந்நிலை தொடர்கிறது.

### 1

1900 முதல் 1950 வரையுள்ள அரை நூற்றாண்டில் வெளியான அத்தனை கதைகள், நெடுங்கதைகள், சிறுகதைகள் ஆகியவற்றை வாசித்து இக்கட்டுரை எழுதப்படவில்லை. இக்காலகட்டத்தில் ஏற்பட்ட சிறுகதைகளின் வளர்ச்சி பற்றி ஏற்கெனவே விமர்சகர்கள், இலக்கியவாதிகள்,

ஆய்வாளர்கள் எழுதியுள்ளவை கட்டுரைக்குப் போதுமான ஆதாரமாக உள்ளன. அந்த ஆதாரங்களை வழங்கிய புதுமைப்பித்தன் (1906–1948), ச. செந்தில்நாதன், கா. சிவத்தம்பி, சி.சு. செல்லப்பா, பெ.கோ.சுந்தரராஜன் – சோ. சிவபாதசுந்தரம், தொ.மு.சி. ரகுநாதன் ஆகியோரின் கருத்துக்களை முதலில் தொகுத்துக் காணலாம்.

1. **புதுமைப்பித்தன்**: மணிக்கொடி இதழ்களில் (1935, அக்டோபர் – டிசம்பர் 1936 ஜனவரி) சிறுகதைகள் பற்றி எழுதிய கட்டுரை ஒன்றில், தமிழ்ச் சிறுகதைகளின் வரலாற்றை அன்றைக்கு 50 ஆண்டுகளுக்கு முன்னிருந்து தொடங்கி மூன்று கட்டங்களாகப் பார்த்துள்ளார். (புதுமைப்பித்தன், 1988: 33–36)

    i) **செல்வக்கேசவராய முதலியார் (1864–1921) முதல் வ.வே.சு. ஐயர் வரை**: குறிப்பாக முதலியாரின் அபிநவக் கதைகள் (1886?) வசன கதையின் தொடக்கம் எனலாம். இக்காலகட்டத்தில் தோன்றிய அயல்நாட்டுக் கதைகள், வாய்மொழிக் கதைகள் ஆகியவை சோதனை முயற்சிகளாக அமைந்தன. இவற்றில் கதைதான் லட்சியம்; கதாபாத்திரங்களுக்கு உயிர் இருக்காது.

    ii) **வ.வே.சு. ஐயர் யுகம்**: இவர் தமிழில் சிறுகதைக்கு உருவும் உயிரும் கொடுத்தவர்; சிறுகதையின் பிதா (புதுமைப்பித்தன், 1988: 34). இந்த யுகத்தில் சுப்பிரமணிய பாரதியார், மாதவையா, ராமானுஜலு நாயுடு ஆகியோர் சிறுகதை எழுதினார்கள்.

    iii) **1930–உப்புச் சத்தியாகிரஹத்தின் இலக்கிய அலை**: கல்கியைத் தலைமையாகக் கொண்ட 'ஹாஸ்யக் கதைகள்', மொழிபெயர்ப்புகள், தழுவல்கள் ஆகியவற்றின் வேகம் ஒடுங்கிய நிலையில் மணிக்கொடி பத்திரிகை தோன்றியது. இதில்தான் சிறுகதை பூரண வடிவம் பெற்று இலக்கிய அந்தஸ்து பெற்றது. இதில் எழுதியவர்கள் பிச்சமூர்த்தி, கு.ப. ராஜகோபாலன், பி.எஸ். ராமையா, சிதம்பர சுப்ரமணியன், புதுமைப்பித்தன். இந்தக் காலத்தில் கலைமகள் பத்திரிகையில் பிரமாதமான சிறுகதைகள் வெளிவந்தன.

2. **ச. செந்தில்நாதன்** (1967) சிறுகதையின் வரலாற்றை மூன்று கட்டமாகக் கண்டுள்ளார்.

    i) வ.வே.சு. ஐயர் காலம்.

    ii) சட்ட மறுப்புக் காலம்.

iii) *1942, ஆகஸ்டு புரட்சிக் காலம். இக்காலத்தில் எழுதத் தொடங்கியவர்கள் விந்தன், தி. ஜானகிராமன், அகிலன், கு. அழகிரிசாமி.*

3. **கா. சிவத்தம்பி** *(1967) வசன இலக்கியத்தின் தோற்றம், வளர்ச்சியை இரு கட்டங்களாகப் பிரித்துள்ளார்.*

   i) *வசன இலக்கியத் தோற்றம் 18–19ஆம் நூற்றாண்டு.*

   ii) *பாரதியார், மாதவையா, வ.வே.சு. ஐயர் – மணிக்கொடி, கலைமகள் காலகட்டம்.*

4. **சி.சு. செல்லப்பா (1974):** *இவர் குறிப்பிட்ட எழுத்தாளர்களின் தனித்தனிக் கதைகளை அலகாகக் கொண்டு சிறுகதையின் வளர்ச்சியை உருவரீதியிலும் உள்ளடக்க ரீதியிலும் விளக்கியுள்ளார். அதோடு 1920–லிருந்து 1949 வரையுள்ள சிறுகதை வளர்ச்சிக் காலத்தை அன்று தோன்றிய பத்திரிகைகளின் அடியொற்றி மூன்று கட்டங்களாகப் பார்த்துள்ளார்.*

   i) **1920கள்:** *பாரதியார், மாதவைய்யா, வ.வே.சு.ஐயர் ஆகியோர் கதைகள் எழுதினார்கள். எழுதிய பத்திரிகைகள்: சுதேசமித்திரன், பாலபாரதி, பஞ்சாமிர்தம். இவருள், சிறுகதை உருவத்திற்கு வித்திட்டவர் வ.வே.சு. ஐயர், உள்ளடக்கத்திற்கு வித்திட்டவர் மாதவையா.*

   ii) **1930கள்:** *1925 முதல் 1932 வரை குறிப்பிடத்தக்க கதைகள் வரவில்லை. காந்தி, சுதந்திரச் சங்கு பத்திரிகைகளும் 1933 ஜனவரியில் ஆனந்த விகடன் நடத்திய சிறுகதைப் போட்டியும் 1933 செப்டம்பரில் தோன்றிய மணிக்கொடி பத்திரிகையும் சிறந்த சிறுகதைகள் பிறக்கக் காரணங்களாயின. இக்காலத்தில் மணிக்கொடியில் தீவிரமான சிறுகதைகளும், ஆனந்த விகடனில் அப்படியல்லாத சிறுகதைகளும் (கல்கி, நாலி, தேவன், துமிலன்) வெளிவந்தன.*

   iii) **1940–1949 காலகட்டம்:** *1930களில் வந்த மணிக்கொடி, சுதந்திரச் சங்கு, காந்தி, சூறாவளி, குமார விகடன், பாரத தேவி, ஹனுமான் முதலிய பத்திரிகைகள் மறைந்தன. கல்கி, கிராம ஊழியன், கலா மோஹினி, தேனீ, தினமணிக் கதிர், அமுதசுரபி, சக்தி, கதாமணி ஆகிய பத்திரிகைகள் தோன்றின. பழைய ஆனந்த விகடன், கலைமகள் தொடர்ந்தன. இவற்றில் புதிய தலைமுறை எழுத்தாளர்கள் எழுதத் தொடங்கினார்கள்.*

5. **சுந்தரராஜன்–சிவபாதசுந்தரம் (1989)** இவர்கள் இருவரும் தமிழ்ச் சிறுகதையின் வரலாறு, வளர்ச்சி பற்றி மிக முக்கியமான ஆய்வினை மேற்கொண்டு புதிய தகவல்களைச் சேகரித்து நூல்வடிவில் தந்துள்ளார்கள். சற்று விரிவாக ஆராய்ந்து, சிறுகதையின் வளர்ச்சிக் கட்டத்தை நான்காகப் பகுத்துள்ளார்கள்.

   i) *பத்தொன்பதாம் நூற்றாண்டு*: வசன சம்பிரதாயமான கதைகள், நீதிநெறிக் கதைகள், மரபு வழிக்கதைகள் தோன்றின. அவற்றில் சில: தாண்டவராய முதலியாரின் *'பஞ்சதந்திரக் கதைகள்' (1826),* *'வீராச்சாமி செட்டியாரின் விநோதரச மஞ்சரி' (1876)* மற்றும் *'மதன காமராஜன் கதை' (1855),* *'மயில் ராவணன் கதை' (1868),* *'முப்பத்திரண்டு பதுமை கதை' (1869).* (இவை பெரிதும் ஆங்கில அதிகாரிகள் தமிழ் கற்பதற்காகவும் ஆங்கிலக் கல்வியின் பாடநூல் தேவைக்காகவும் எழுதப்பட்டன). இந்நூற்றாண்டில், தமிழில் வசனநடையில் கதைகளை எழுதியது புதிய முயற்சி. அதுவரை செய்யுளில்தான் கதைகள் யாக்கப்பட்டு வந்தன. 19ஆம் நூற்றாண்டின் இறுதிக் கட்டத்தில் (1892?) தோன்றிய சாமிநாதையரின் *விவேக சிந்தாமணி* பத்திரிகையில் சிறுகதை முளைவிட்டது. 1908இல் அல்லயன்ஸ் வி.குப்புசாமி ஐயர் தொடங்கிய *விவேக போதினி* யில் தழுவல், மொழிபெயர்ப்பு, புராண இதிகாச, நீதிநெறிக் கதைகள் வந்தன. இவை அறிவூட்டல், நன்னெறி புகட்டல் நோக்கங்களில் எழுதப்பட்டன. வ.வே.சு. ஐயரின் *'குளத்தங்கரை அரசமரம்'* என்ற புகழ்பெற்ற சிறுகதை இந்தப் பத்திரிகையில் 1913இல் வெளிவந்தது. செல்வக் கேசவராய முதலியாரின் *அபிநவக் கதைகள்* தொகுதி வெளிவந்தது (1886?). *லோகோபகாரி*யில் பாரதியின் *'ஆறிலொரு பங்கு'* 1913இல் வெளிவந்தது.

   ii) *பாரதியார், மாதவையா, வ.வே.சு.ஐயர் காலம்*: இவர்கள், பத்தொன்பதாம் நூற்றாண்டில் முளைவிட்ட கதையைச் சிறுகதையாக மலரச் செய்தார்கள்.

   iii) *1925 முதல் மணிக்கொடி தோன்றும் வரை (1933)*: இக்காலத்தில் வந்த சிறுகதைகள் காந்திய, சமூகச் சீர்திருத்தக் கருத்துக்களை உள்ளடக்கமாகக் கொண்டிருந்தன. கல்கி ரா. கிருஷ்ணமூர்த்தி *நவசக்தி, விமோசனம்* முதலிய காந்திய, தேச இயக்கப் பத்திரிகைகளில் விகடமாக எழுதிப் பிரபலமடைந்து

கொண்டிருந்தார். இக்காலத்தில் ஆனந்த விகடன், பிரசண்ட விகடன், சுதந்திரச் சங்கு, லோகோபகாரி, சுதந்திரன், காந்தி, நவசக்தி, லக்ஷ்மி, பிரபஞ்சமித்ரன், சமரச போதினி, தமிழ்நாடு, ஊழியன் முதலிய பத்திரிகைகளில் சிறுகதைகள் வெளிவந்தன.

iv) **மணிக்கொடி, கலைமகள் காலம்:**

6. தொ.மு.சி. ரகுநாதன் (1999) சிறுகதை வரலாற்றில் மணிக்கொடி பத்திரிகையின் மூன்று கட்டங்கள், அந்தப் பத்திரிகைக்குப் பிறகு 1939 முதல் 1949 வரை வந்த பத்திரிகைகள் பற்றி விளக்கியுள்ளார். மணிக்கொடி தோன்றுவதற்கு முன்பே ஆனந்த விகடன், கலைமகள், காந்தி, ஊழியன் முதலிய பத்திரிகைகளில் ந. பிச்சமூர்த்தி, பி.எஸ்.ராமையா, புதுமைப்பித்தன் முதலியவர்கள் தரமான சிறுகதைகள் பல எழுதியுள்ளார்கள்.

i) **முதற்கட்ட மணிக்கொடி (1933 செப்டம்பர் முதல் 1935 வரை):** ஒன்றரை ஆண்டுக்காலம் வெளிவந்தது. டி.எஸ். சொக்கலிங்கம், சீனிவாசன், வ. ராமசாமி (வ.ரா.) ஆகிய மூன்று பழுத்த பத்திரிகையாளர்கள் – தேசியவாதிகள் இணைந்து தொடங்கிய தேசிய அரசியல் மற்றும் புத்திலக்கியப் பத்திரிகைதான் மணிக்கொடி. இதில் ராமையா, பிச்சமூர்த்தி, கு.ப.ரா., சி.சு. செல்லப்பா, சிட்டி, புதுமைப்பித்தன் ஆகியோர் சிறுகதைகள் எழுதினார்கள்.

ii) **இரண்டாம் கட்ட மணிக்கொடி (1935 மார்ச் முதல் 1938 வரை):** இரண்டரை ஆண்டுகள் வெளிவந்தது. அரசியல் கலப்பற்றுச் சிறுகதைகளுக்காக மட்டுமே இது நடத்தப்பட்டது. பி.எஸ். ராமையா பொறுப்பாசிரியர். முதற்கட்ட மணிக்கொடியில் எழுதியவர்களோடு இதில் புதிதாக எழுதியவர்கள் கி.ரா., ந.சிதம்பர சுப்ரமணியன், க.நா. சுப்ரமணியம், மௌனி, எம்.வி. வெங்கட்ராம்.

iii) **மூன்றாம் கட்ட மணிக்கொடி (1938):** ஓராண்டுக் காலம் வெளிவந்தது. ப.ராமசாமி பொறுப்பில் மீண்டும் தேசிய – உலக அரசியல் பற்றிய கட்டுரைகளோடு வெளிவந்தது. இதில் புதிதாக எழுத வந்தவர் லா.ச. ராமாமிர்தம் (லா.ச.ரா.)

iv) **மணிக்கொடி நின்றபின் 1939 முதல் 1949 வரை:** க.நா.சு.வின் சூறாவளி, சந்திரோதயம், சாலிவாகனனின் கலா மோஹினி (1942), கிராம ஊழியன் (1943) (இந்தப் பத்திரிகை மூலம் தி. ஜானகிராமன் அறிமுகம்),

முல்லை (ஆசிரியர் ரகுநாதன்), எம்.வி. வெங்கட்ராமின் தேனீ, கலைமகள் (தொடர்ந்து 1941–46 வரை, புதுமைப்பித்தனின் மிகச்சிறந்த கதைகளைப் பிரசுரித்தது) ஆகிய பத்திரிகைகள் வெளிவந்தன.

1940களில் திராவிட இயக்கத்தைச் சேர்ந்தவர்களின் சிறுகதைகள் வெளிவந்தன. சி.என். அண்ணாதுரை 1942இல் தொடங்கிய திராவிட நாடு பத்திரிகையில் இயக்கக் கொள்கை களை வலியுறுத்திக் கதைகள் எழுதினார். 1946இல் தொடங்கப் பட்ட திராவிட இயக்கப் பத்திரிகை பொன்னியிலும் முத்தாரம் இதழிலும் டி.கே. சீனிவாசன் வடிவமுள்ள திராவிட இயக்கச் சிறுகதைகளை எழுதினார்.

வ.வே.சு. ஐயருக்கு முன்னும் அவர் காலத்திலும் ஏனையோர் எழுதிய கதைகளின் தன்மை இலட்சியம் பற்றிச் சுருக்கமாகக் காணலாம். பத்தொன்பதாம் நூற்றாண்டில் வெளிவந்த மொழிபெயர்ப்புக் கதைகள், கட்டுக் கதைகள், பௌராணிகக் கதைகள், நீதி நெறிக்கதைகள், பூர்வகாலக் கதைகள், ராஜா ராணிக் கதைகள் எல்லாம் கா. சிவத்தம்பி கருதிய மாதிரி வசன இலக்கியத்துறையின் வளர்ச்சிக்கு உதவின. குறிப்பாக இவை இருபதாம் நூற்றாண்டின் தொடக்கத்தில் சிறுகதை தோன்றுவதற்கேற்ற சாதகமான சூழலை ஏற்படுத்திக் கொடுத்தன (சிவத்தம்பி, 1967:18). ஒரு கதையைப் புதிதாக வசன நடையில் எழுதுவதற்குரிய பயிற்சிகளாக இவற்றைக் கருதலாம். இக்கதைகளின் தாக்கத்தினைத் தமிழின் முதல் நாவலான பிரதாப முதலியார் சரித்திரத்தில் (1879) தெளிவாகக் காணலாம். இக்காலகட்டத்தில்தான் ராஜமையரும் (1892), மாதவையாவும் (1898) தங்கள் முதல் யதார்த்த வகை நாவல்களை வெளியிட்டார்கள் என்பது முக்கியமானது. பெரிய அளவில் நீண்ட கதையை, நாவலாக எழுதும் ஓர்மையோடு இவர்கள் வசன நடையைப் பயன்படுத்தினார்கள். உள்ளதை உள்ளபடி எழுதும் நவீன யதார்த்த நோக்கில் எழுதினார்கள். நவீன இலக்கியத்திற்கும் அதில் யதார்த்த வாழ்க்கையைப் பிரதிபலிப்பதற்கும் வசன நடைக்கும் உள்ள உறவினைப் புரிந்து எழுதினார்கள் என்று சொல்லலாம். அவர்களுக்குக் கண்ணாடிபோல் பிரதிபலிப்பதற்கு உரிய யதார்த்தம் என்பது அவர்கள் நன்கறிந்த புதிய நகர்ப்புற நடுத்தர வர்க்கத்தைச் சேர்ந்த தனி மனிதர்களின் வாழ்க்கையாக இருந்தது. படித்துப் பட்டம் பெற்று, உத்தியோகம் பார்த்து, மாதச்சம்பளம் பெற்றுப் புதிய மதிப்பீடுகளை அறிந்து, அவற்றிற்கும் மரபான வாழ்வின் மதிப்பீடுகளுக்கும் இடையில் ஏற்பட்ட உரசல் விரிசல்களை நாவலின் உள்ளடக்கமாக்கினார்கள். அந்த உள்ளடக்கத்தை எளிய வசன நடையில் (நன்னடை) எழுதினார்கள்.

நாவலின் இலட்சியங்களாக மகிழ்வூட்டல், அறிவூட்டல் ஆகியவற்றைக் கருதினார்கள்.

மகிழ்வூட்டல், அறிவூட்டல் என்பது பொதுவாகத் தமிழில் பத்தொன்பதாம் நூற்றாண்டில் எழுதப்பட்ட பலரகமான வசன கதைகளுக்கும் பொருந்தக் கூடியவையே. ஆனால் இவை நாவலைப் போல யதார்த்த வாழ்வைப் பிரதிபலிக்கவில்லை – சில விதிவிலக்கான கதைகள் – இயற்கை இகந்த கதைகளால் மகிழ்வூட்டின. மரபான நீதி நெறிகளைப் பெய்து அறிவூட்டின. ஆனால் பத்தொன்பதாம் நூற்றாண்டின் இறுதியில் யதார்த்தமான வாழ்க்கையைக் கதையாக எழுதி மகிழ்வூட்ட முயன்றபோது அறிவூட்டல் என்பது நடுத்தர வர்க்க வாழ்க்கைச் சிக்கலைத் தீர்க்கும் நோக்குள்ள ஆசார சீர்திருத்தக் கருத்துக்கள், சமூக விடுதலைக்கான தீர்வுகள் ஆகியனவாக மாறியது. இது தமிழ்ப் புனைகதை வரலாற்றில் ஏற்பட்ட முக்கியமான மாற்றமாகும். நவீனக் கதை இலக்கியமும் ஆசார சீர்திருத்தக் கருத்துக்களும் அடுத்த கட்டத்தில் தேச விடுதலை இயக்கக் கருத்துக்களும் காந்திய எண்ணங்களும் பிரிக்க முடியாதபடி இணைந்தன. பாரதியாரிடமும் மாதவையாவிடமும் இந்த இணைப்பைத் தெளிவாகக் காணலாம். மகிழ்வூட்டலைக் காட்டிலும் அறிவூட்டல் என்பது சமூகத்திற்கும் தேசத்திற்கும் அவசரத்தேவை என்று அவர்களைப் போன்ற நடுத்தரவர்க்க அறிவாளிகள் கருதியதால் தமிழின் தொடக்க நிலை நாவல்களிலும் சிறுகதைகளிலும் சீர்திருத்தப் பிரச்சாரம் ஓங்கி ஒலித்தது. இலக்கியம் பயன்பட வேண்டும்; இலக்கியவாதிக்கும் இலக்கியத்திற்கும் சமூகப் பொறுப்பு உண்டு என்ற உணர்வு அன்று தீவிரமாக இருந்தது. அத்தகைய உணர்விற்கு மரபான இலக்கியத்தின் பங்கினைக் குறைத்து மதிப்பிட முடியாது. குறிப்பிட்ட கொள்கைக்காக, மாற்றத்திற்காக, படிப்பினைக்காக எழுதும் போக்கு நமது மரபில் புரையோடியுள்ளது. இந்த மரபு புனைகதை வசன இலக்கியத்தையும் பிடித்ததில் வியப்பில்லை. மாதவையா, பாரதியிடம் தொடங்கிய இந்தப் போக்கு கல்கி, ராஜாஜி வழியாக வளர்ந்தது. இதுவே, திராவிட, பொதுவுடைமை இலக்கியவாதிகளிடம் தொடர்ந்து 'கலை மக்களுக்கே' என்கிற கோஷத்திற்கு வித்திட்டது. இப்படிப்பட்ட சீர்திருத்த – கொள்கை சார்ந்த கதை கல்கி வழியாகவும் ஆனந்த விகடன் எழுத்தாளர்கள் ஊடாகவும் ஜனரஞ்சகமான, பொழுதுபோக்கான, இலாபகரமான கதைப் பண்டங்களாக உருமாற்றப்பட்டது தனி வரலாறு. இதனை உரிய இடத்தில் வைத்துக் காணலாம்.

இந்த நீண்ட பீடிகையோடு, தமிழ்ச் சிறுகதை வரலாற்றினை அவ்வக் காலங்களைச் சேர்ந்த முக்கியமான எழுத்தாளர்களின்

படைப்புகளினூடாக அறிய முயலலாம். பாரதியார், மாதவையா போன்ற முன்னோடிகள் வடிவ நேர்த்தியான சிறுகதைகளையும், உயிரோட்டமான பாத்திரங்களையும் படைக்கவில்லை என்று 1930களில் மணிக்கொடி ரக எழுத்தாளர்கள் விமர்சித்தது சரிதான் என்றாலும் சமூக, நாட்டு விடுதலை, ஆசார சீர்திருத்தம் பற்றிய புதிய கருத்துக்களைப் பெரும்பாலான வாசகர்களிடம் பரப்ப வேண்டும் என்ற இலட்சிய வேட்கை அவர்களைச் சிறுகதையில் தரம் பார்க்கத் தூண்டவில்லை என்பதை ஏற்றுக்கொள்ள வேண்டும்.

சுப்பிரமணிய பாரதியாருக்குக் (1882–1921) கதை என்றால், '...வெறுமனே கற்பனை நயத்தைக் கருதி எழுதுவது...' என்றும் அதில் '...ஏதேனும் ஒரு தர்மத்தைப் போதிக்க வேண்டுமென்ற நோக்கத்துடன்...' எழுதுவதில்லை என்றும் 'கதை என்று எடுத்தால் கற்பனைப் புனைவையே அதில் நான் முக்கியமாகக் கருதுவேன்' என்றும் பொருள்பட்டிருக்கிறது (பாரதியார், 1977:183) 'எனினும் என்னை மீறியே கதைகளிலும் பெரும்பாலும் தர்ம போதனைகள் வந்து நுழைந்துவிடுகின்றன' (1977:183) என்று அடுத்த வரியில் தமது இயலாமையை ஒப்புக்கொள்கிறார். கதையில் கற்பனை நயம், புனைவு இருக்க வேண்டும். பிரச்சாரம் கூடாது என்பதை அறிந்தவர்தான் பாரதியார். அதோடு '...மனதிலிருந்த ஆயாசத்தை மாற்றி... ஆறுதல் உண்டாக்கும் பொருட்டாகக் கதை இருக்க வேண்டும்...' என்று பாரதி (1977:156) எழுதியுள்ளார். இவர் மேலே கதைக்குத் தந்துள்ள 'இலக்கண'த்திற்குப் பொருத்தமாகப் பஞ்சதந்திரக் கதைகள் பாணியில் அவர் இட்டுக்கட்டி எழுதிய நவதந்திரக் கதைகளைக் குறிப்பிடலாம். சீர்திருத்தம், தேச விடுதலை இயக்கம் ஆகியவற்றை உள்ளடக்கமாகக் கொண்ட அவரது 'சந்திரிகை'யின் கதையும், 'ஆறிலொரு பங்கு' கதையும் வெறும் கற்பனைப் புனைவல்ல. பாரதியாரின் 'ஆறிலொரு பங்கு' கதையை, அவர் தாகூர் கதைகளை மொழிபெயர்த்த தாக்கத்தில் 1913இல் எழுதியதாகவும் அது 'தமிழில் பிறந்த முதல் புது உருவ, நல்ல சிறுகதை ஆகும்' என்றும், தற்காலத் தமிழ்ச் சிறுகதை வடிவம் அதிலிருந்தே பிறக்கிறது என்றும், உருவம், உள்ளடக்கம் இரண்டிலும் இது புதுமையானது என்றும் சி.சு. செல்லப்பா, ஒரேயடியாகப் புகழ்ந்துள்ளார் (செல்லப்பா, 1988:12). இதேபோலப் பாரதியாரின் 'ரெயில்வே ஸ்தானம்' என்ற சம்பவ விவரிப்புக் கட்டுரையை, வடிவத்தில் நல்லதொரு கதை என்று சுந்தரராஜன் – சிவபாத சுந்தரம் செயல் விளக்கம் செய்து காட்டியுள்ளார்கள். விமர்சகர்கள் என்னதான் பாரதியாரின் எழுத்துக்களில் சிறுகதையின் உருவத்தைத் தேட முயன்றாலும் நவீனச் சிறுகதையை அவர் செம்மையாகப் படைக்கவில்லை என்பதை ஒப்புக் கொண்டாக வேண்டும். வசன கவிதையை அவர்

முயன்று பார்த்த மாதிரி சிறுகதையை முயன்று பார்த்துள்ளார் என்றுதான் சொல்ல வேண்டும்.

அ. மாதவையா (1872–1925) பத்தொன்பதாம் நூற்றாண்டின் இறுதியில் யதார்த்தவகை நாவல் இலக்கியம் படைத்து வெற்றி கண்டவர். நடுத்தர வர்க்கமாக மாறிக்கொண்டிருந்த பிராமணக் குடும்பங்களை நாவலில் 'பிரதிபலித்தவர்.' அவருக்கிருந்த இந்து ஆசார சீர்திருத்த ஆர்வத்தால் தேவைக்கும் அதிகமாகத் தமது நாவல்களில் பிரச்சாரம் என்று விமர்சகர்கள் சொல்லும் அளவுக்குப் பெண்கல்வி, கல்வியின் பெருமை, ஆசிரியர், மருத்துவரின் மேன்மை, விதவை மறுமணம் முதலியவை பற்றி விவரித்துப் பேசியுள்ளார். இதே ஆர்வத்தில் அவர் 1910களில் குட்டிக்கதைகள் எழுதினார். 'குசிகர் குட்டிக்கதைகள்' முதல் எட்டு, இரண்டாம் எட்டு என்று இரு தொகுதிகளாகப் பதினாறு சிறுகதைகளைத் தமது ஆசிரியர் அச்சுப் பிரசுராலய வெளியீடாக 1924இல் வெளியிட்டார். 'நமது ஜன சமுதாய முன்னேற்றத்திற்கு...' அவசியம் என்றும், 'இவ்வழக்கங்களைப் பற்றி ஆழ்ந்து ஆலோசனை ...' செய்வதற்கென்றும் 'நமது வழக்கங்களில் சீர்கேடானவற்றை நயமாய்... எடுத்துக்காட்டிக் கண்டிக்கும்...' என்றும் தமது 'குசிகர் குட்டிக் கதைகள்' பற்றிய முகவுரையில் மாதவையா குறிப்பிட்டுள்ளார் (மாதவையா, 1924: முகவுரை). சிறுகதை இலக்கியத்தைச் சமூக சீர்திருத்த நோக்கத்திற்காகப் பயன்படுத்தியுள்ளார் என்பது தெளிவாகிறது. அவரது குட்டிக்கதைகளில் புதுமைப்பித்தன் எழுதிய மாதிரி உருவும் உயிரும் இல்லை என்பதால் அவற்றில் ஒன்றுமில்லை என ஒதுக்கிவிட முடியாது. பின் வந்த மணிக்கொடிக்காரர்களைப்போல மாதவையா தமது காலத்து வியாபார எழுத்துக்களை, தழுவல் வியாபாரத்தை எதிர்த்துக் கலைத் தரத்திற்காக அடைகாக்கவில்லை. அந்தச் சூழல் அவர் காலத்தில் இல்லை. இந்து சமுதாயத்தின் சீர்கேடான வழக்கங்களை எடுத்துக்காட்டிக் கண்டிக்கும் சூழலில் வாழ்ந்து எழுதியவர். சில கதைகளை வ.வே.சு. ஐயர் கூறியவாறு புதிய ரீதியில் தொடங்கிவிட்டு நடுவழியில் தம்முடைய நோக்கத்தை நிறைவேற்றச்சென்றுவிடுகிறார். இதற்காகக் கதாபாத்திரங்களை எந்திரங்களாகப் படைத்துவிடுகிறார். அவருக்குச் சிறுகதையைக் கற்பனையாக நடத்திச் சென்று உணர்ச்சி வெளிப்பாடுகளைப் பாத்திரங்களின் மூலமாக வெளிப்படுத்துவதைவிட அவசரமாகச் சொல்ல வேண்டிய கருத்துக்கள் நிறைய இருந்துள்ளன. கருத்துக்களைச் சொல்வதற்காகக் கதைகளை என்ன வேண்டு மானாலும் செய்ய அவர் தயங்கவில்லை. சில கதைகளில் அவருக்குத் தாம் ஒரு நாவலாசிரியர் என்ற ஞாபகம் மறையவில்லை என்பது தெரிகிறது. இரண்டு கதைகள் சற்று வித்தியாசமானவை. தந்தை வழிச் சமுதாயத்தில் நிலவும் ஆண் பெண் குடும்ப உறவுமுறையைத்

தலைகீழாக்கிப் பகடி செய்யும் கனவுதான் 'திரௌபதி கனவு.' 'ஏட்டுச் சுரைக்காய்' என்ற கதையின் முடிவை வாசகரிடமே விட்டுவிடுகிறார். 'குசிகர் குட்டிக்கதைகள்' தொகுப்பிற்குள் வர ஒவ்வாத ஒரு கதை 'கண்ணன் பெருந்தூது.' இது அவரது அகால மரணத்திற்குப் பின் நவம்பர் 1925இல் வெளிவந்த அவருடைய பஞ்சாமிர்தம் இறுதி இதழில் அவர் பெயர் போடாமல் பிரசுர மானது. இதனைப் புதுமைப்பித்தனும் பெ.கோ. சுந்தரராஜனும் சிறுகதை வடிவச் சிறப்புமிக்க கதை என்று வெகுவாகப் பாராட்டினார்கள். இக்கதையில் தீண்டாமை பாராட்டுதல், அதனை எதிர்த்தல், பெண்களின் அந்தரங்கக் கேலி ஆகியவை மிக மென்மையாக, போகிற போக்கில் உணர்த்தப்படுகின்றன. சொல்லும் விசயங்கள் அப்படியே கதையில் ஓங்கி ஓசையிடாமல் ரம்மியமாக ரசிக்குமாறு வெளிப்படுகின்றன. பாத்திரங்கள் இயங்க அவற்றோடு கதையும் கதைப் பொருளும் கற்பனையும் இயங்குகின்றன.

தொடக்ககால நாவலாசிரியர்களைப் பற்றிக் குறிப்பிடுகையில் க. கைலாசபதி, அவர்கள் தம்மைக் கலைஞர்கள் என்றும் பிறரினின்று சற்று வேறுபட்டவர்கள் என்றும் கருதவில்லை என எழுதியுள்ளார். மாறாகத் தம்மைச் சமூக முன்னேற்றம் விரும்பிய சீர்திருத்தவாதிகளாக நினைத்து எழுதினார்கள் (கைலாசபதி, 1977:207). மேலும் தாம் படைத்த நாவல்களைத் தூய கலையாகக் கருதியதில்லை (கைலாசபதி, 1977:202). மாதவையா இதற்கு நல்ல உதாரணம். தன்னைக் கலைஞனாக, வித்தியாசமானவனாக மணிக்கொடி எழுத்தாளனினும் தன்னைப் பிரபலமானவனாக, பல்லாயிரக்கணக்கான வாசகர் களைக் கொண்ட எழுத்தாளனாகக் கல்கியின் ஆனந்த விகடன் எழுத்தாளனும் பாவித்துக் கொண்டது 1930–1940 களிலாகும்.

சி.சு. செல்லப்பா கருத்துப்படி மாதவையா, சிறுகதையின் கரு, கதைக்கான விசயம் ஆகியவற்றில் வழிகாட்டியாகவும் (சி.சு. செல்லப்பா, 1988:72–73), எதிர்காலத் தமிழ்ச் சிறுகதையின் உள்ளடக்கத்திற்கு வித்திட்டவராகவும் (1988:6) தெரிகிறார். தமிழ்ச் சிறுகதையின் உருவத்திற்கு வித்திட்டவர் வ.வே.சு. ஐயர் என்பது செல்லப்பாவின் கருத்து. 'சிறுகதையின் பிதா' என்று புதுமைப்பித்தனால் போற்றப்பட்ட வ.வே.சு. ஐயர் பௌராணிகக் கதை மரபிலிருந்து விலகி, நவீன மேற்கத்திய சிறுகதை இலக்கிய வகையைப் புதிய ரீதியில் ரச பாவ பேதங்கள் கொண்டதாகப் படைத்துக்காட்டினார். வாசகர்கள் இதனை உணரவேண்டும் என்று தமது இரண்டு கதைகளுக்குச் சூசிகை என்னும் முன்னுரையை எழுதியுள்ளார். புதுச்சேரியில் இவர் வாழ்ந்த காலத்தில் தாகூரின் சிறுகதைகளில் ஈடுபாடு கொண்டவர்;

தாக்கம் பெற்றவர். மேற்கத்திய சிறுகதைகளைப் படித்தறிந்தவர். 1917இல் இவரது 'மங்கையர்க்கரசியின் காதல் முதலிய கதைகள்' என்ற சிறுகதைத் தொகுதி வெளிவந்தது. இத்தொகுப்பிலுள்ள 'குளத்தங்கரை அரசமரம்' என்ற கதையைப் பாராட்டாதவர்களே கிடையாது. இந்தக் கதை தாகூரின் 'காடேர் கதா' என்ற கதையின் ஆங்கில மொழிபெயர்ப்பான 'ஸ்டோரி ஆப் தி ரிவர் ஸ்டேர்' என்பதன் தாக்கத்தில் தோன்றியதாகப் பெ.கோ. சுந்தரராஜன், சிவபாத சுந்தரம் குறிப்பிட்டு அதனைத் தங்கள் நூலில் நிறுவியுள்ளார்கள் (1989:54–55).

தமிழ்ச் சிறுகதையின் தந்தை என மதிப்பிட்ட வ.வே.சு. ஐயர் தம்மை ஒரு கலைஞன் என்று கருதவில்லை என்று எழுதியுள்ளார் கைலாசபதி. மாறாக, சிவத்தம்பி குறிப்பிட்ட மாதிரி அவர், இந்தியச் சுதந்திரப் போராட்டத்திலும் சமூக சீர்திருத்தங்களிலும் மக்களை ஊக்குவிப்பதற்குக் கற்றவர்கள் இலக்கியம் படைக்க வேண்டும் என்ற கருத்துடையவர் (சிவத்தம்பி, 1967:23). அவர் கதைகளில் தனி மனித சோகம் மட்டுமில்லை; வீரம், தியாகம், காதல், தீவிரமான நாட்டுப்பற்று, தத்துவம் ஆகிய பெருமிதங்களும் உள்ளன. சிறுகதையைத் தனிமனித உளவியல் விகாரங்களைப் பற்றியதோர் வடிவமாக மட்டும் வ.வே.சு. ஐயர் கருதி முடக்க வில்லை. குழந்தைப் பருவத்தில் ஏற்பட்டுவிட்ட ஒரு பிடிப்பு, வைராக்கியம் மாறாமல் யௌவனம் வரை தொடர்வது பற்றியது அவருடைய 'கமல விஜயம்.' இப்படிப்பட்ட குழந்தைப் பருவ வைராக்கியம் பின்னர் கு.ப.ரா., மௌனி ஆகியோர் கதைகளில் வெவ்வேறு விதங்களில் கையாளப்பட்டுள்ளது. ஐயரின் 'எதிரொலியாள்' கதையில், தன்னை ஒருவன் முற்ற உணர்ந்த பிறகு, இவ்வுலகத்தில் மேற்கொண்டும் வாழ்வதில் அர்த்தமோ, பயனோ இல்லை என்கிற அகவயமான தத்துவம் இழையோடுகிறது. ஐயரின் சிறுகதைகள் பின்வந்த மணிக்கொடிக்காரர்களுக்கு ஆதர்சம் என்றால், நாட்டுக்காக உயிரைத் தியாகம் செய்யத் தயாராக இருந்த அந்த அசாதாரண பிரெஞ்சு மதுவியாபாரியின் உணர்வு (அழேன் ழக்கே) ஏதும் அவர்களின் கதைகளில் இடம் பெற்றிருக்க வேண்டும். ஆனால் இல்லை. இருந்தாலும் வ.வே.சு. ஐயர் போட்ட பாதையில் மணிக்கொடி பயணம் செய்தது என்பதை மறுக்கவில்லை. இந்தப் பாதையைக் காணும் முன்பாகச் சீர்திருத்தக் கதைகள் எவ்வாறு கல்கி வழியாக வெகுசன ஜனரஞ்சகக் கதைகளாக விற்பனைப் பொருட்களாகப் பரிணாம வளர்ச்சி பெற்றன என்பதை அறியலாம்.

கல்கி ரா. கிருஷ்ணமூர்த்தி (1899–1954) தமிழ்ச் சிறுகதை வளர்ச்சியில் ஒரு முக்கியத் திருப்பத்தை ஏற்படுத்தியவர். சமூக சீர்திருத்தம் பற்றிப் பேசிய மாதவையா, பாரதியார் பாணிக்

கதைகள், கல்கியிடம், காந்தியத்தை இணைத்துக்கொண்டு, காந்தியம்போலப் பிரபலமடைந்தன. மணிக்கொடி தோன்றுவதற்கு முன்பே, (1933) ஏழெட்டு ஆண்டுகளாக 'ஹாஸ்ய'மாக எழுதிப் பிரபலம் பெற்றவர் கல்கி. 1925 முதல் 1931இல் வாசனின் ஆனந்த விகடனில் சேரும்வரை அவர், திரு.வி.க.வின் நவசக்தியிலும் ராஜாஜியின் விமோசனம் பத்திரிகையிலும் 'ஹாஸ்ய'க் கட்டுரைகள், செய்திக் குறிப்புகள், கதைகள், சிறுகதைகள், கட்டுரைகள், மொழிபெயர்ப்பு, தழுவல் என்று பல ரகங்களில் எழுதினார். இவற்றில் வெளிவந்த கதை போன்ற கட்டுரைகளின் தொகுப்பு'ஏட்டிக்குப்போட்டி'என வாசனால் வெளியிடப்பட்டது. சிறுகதைகள், 'சாரதையின் தந்திரம்' (1927) என்றும், 'ஒற்றை ரோஜா' என்றும் இரு தொகுதிகளாக வந்தன.

'ஏட்டிக்குப் போட்டி' தொகுப்பிலுள்ளவை அவர் அவ்வப்போது பத்திரிகையின் தேவை கருதிச் சொந்தமாகவும் தழுவலாகவும் எழுதிய கதை போன்ற விகடக் கட்டுரைகளாகும். நாட்டு நடப்புக்களை ஒரு பத்திரிகையாளன், காங்கிரஸ்காரர், காந்தியவாதி, தேசியவாதி என்ற கோதாக்களில் பத்திரிகை நடையில் கற்பனை கலந்து ஜனரஞ்சகமாக எழுதினார். நவீனச் சிறுகதை பற்றிக் கல்கி அறிந்தவர்தான் என்பது நவீனக் கதை எழுதுவது பற்றிக் கிண்டல் செய்துகொண்டே அப்படியொரு கதையை அவர் எழுதுவதிலிருந்து தெரிகிறது (வாக்கு வேட்டை). பல கதைகள், ஒரு சம்பவத்தைத் திரும்பச் சொல்லும் பாணியில் உள்ளன. அவரிடமுள்ள நகைச்சுவையும் பத்திரிகை நடையும் சிறுகதை யாப்புக்கு உதவவில்லை. அவரைப் பொறுத்தவரை சம்பவங்களைச் சுவாரஸ்யமாகப் பலரும் படிக்கிற மாதிரி இலகுவாகச் சொல்ல வேண்டும் என்பதே நோக்கம். அவருடைய சிறுகதைகள் அவியலைப்போல, நாட்டுப்பற்று, சீர்திருத்தம், காதல், நகைச்சுவை ஆகிய எல்லாம் ஒரே கதையில் சேர்வதால் எதுவும் முழுமை பெற முடியவில்லை என்று செந்தில்நாதன் கூறுவது சரிதான் (செந்தில்நாதன், 1967:67).

மாதவையா வழியில் கல்கி, உள்ளடக்கத்திற்கு முக்கியத்துவம் தந்து எழுதியவர் என்றாலும் அவர் ஜனரஞ்சகமான எழுத்தாளர் என்ற புதிய மகுடத்தைச் சூடியவர். ஒரு பத்திரிகையாளராக அதிகபட்சமான வாசகர்களை எட்ட வேண்டும் என்பதற்காகவே எழுதியவர் என்று சிவத்தம்பி கூறுவது (1967:30) மாதவையாவிடம் இருந்து கல்கி வேறுபடும் இடத்தைத் தெளிவாக்குகிறது. மேலும் கல்கியின் கதைகள் 'ஆசிரியர் கூற்றிடையிட்ட சம்பவக் கோவைகள்' என்றும் (1967:32) அவை கருத்துப் பிரச்சாரத்திற்காக எழுதப்பட்டவை என்றும் அவற்றில் பாத்திரங்களின் மனநிலை பற்றிய சித்தரிப்பும் இல்லை, அதற்கான முயற்சியில் வெற்றியும்

இல்லை என்றும் ஒரு சம்பவத்தைப் பாத்திர மனநிலையுள் தொடர்புபடுத்தி மற்ற விசயங்களை அடக்கி ஓர் ஒருமைப்பாட்டை ஏற்படுத்தத் தவறுகின்றன என்றும் சிவத்தம்பி சரியாகக் கணித்துள்ளார் (1967:34–35). கல்கிதான் சிறுகதையைத் தமிழ் மண்ணில் இரண்டறக் கலக்கச் செய்தார். அவரால்தான் சிறுகதை ஜனரஞ்சக இலக்கியமாயிற்று என்று சிவத்தம்பி கூறுவது ஏற்கத்தக்கது (1967:36–37).

கல்கியினால், சிறுகதையானது ஜனரஞ்சக இலக்கியம் என்ற புதிய பரிமாணத்தைப் பெற்றது அல்லது, பரிணாமத்தை அடைந்தது என்பது சிறுகதை வரலாற்றில் முக்கியத்துவம் வாய்ந்தது. கல்கி காலத்தில் வாழ்ந்த ராமையாவும், பின்னர் கைலாசபதியும் இந்த விசயத்தைக் குறிப்பிட்டுள்ளார்கள். ராமையா இது பற்றி எழுதுகையில், 'காந்தியக் கருத்துக்களிலும் கிளர்ச்சிகளிலும் அன்று மக்கள் பெரிதும் வசீகரிக்கப்பட்டார்கள். பத்திரிகையாளரான கல்கி இதனை நன்கு புரிந்துகொண்டு தமது எழுத்துக்களில் பயன்படுத்திக்கொண்டார் என்றும் இலக்கியம் என்பது பெருவாரியான மக்களுக்குப் புரியும் தரத்தில்தான் இருக்க வேண்டும் என்ற கருத்தை அவர் ஒரு கொள்கைபோலப் பரப்பினார்' என்றும் குறிப்பிட்டார் (ராமையா, 1980:200). எல்லாப் பொருள் பற்றியும் ஜனரஞ்சகமாக எழுதினார் கல்கி. இசை, நாட்டியம் போன்ற கவின் கலைகள் உட்பட. கனமான கருத்துக்களை வெளியிடுவதைவிட, இலாபகரமாகப் பத்திரிகை நடத்துவதே சரியானது என்ற நிலையை மேற்கொண்ட வாசனின் கூட்டுறவு கல்கிக்கு மிகவும் வாய்ப்பாக அமைந்தது. கல்கியின் ஜனரஞ்சகமான எழுத்தாற்றல் வாசனின் ஆனந்த விகடன் பத்திரிகை வியாபாரத்திற்குச் சாதகமாக அமைந்தது. கல்கி, வாசன் இருவருமே இலாபமடைந்தார்கள். பெருவாரியான மக்கள் படிக்கும் தரத்தில் எழுதுவது கல்கி பணியாற்றிய ஆனந்தவிகடனின் இலட்சியமாயிற்று. அப்படி எழுதக்கூடிய றாலி, துமிலன், தேவன் போன்றோரைக் கல்கி தம்மோடு சேர்த்துக்கொண்டார். 'சிக்கல்களை வெகு லேசாக ஒதுக்கிவிட்டு முகம் கோணாதபடி வாழ்க்கையின் சௌகர்யமான அம்சங்களை மிகைப்படுத்திச் சித்திரிப்பது, மகத்தான சேவைகளைக் கண்டு கண்மூடிக் கொண்டு விடுவதுதான் ஆனந்த விகடன் மனப்பான்மையின் சாரம். கல்கி இந்த மனப்பான்மையின் முதன்மையான எழுத்தாளர்' என்று கு.ப.ரா. இதனை உணர்ந்து எழுதினார் (கு.ப.ரா. எழுத்து –12 மேற்கோள்: சிவத்தம்பி, 1967:36).

கல்கி, 1925 முதல் 1931இல் ஆனந்த விகடனில் சேரும் வரை எழுதிய கதைகளில் கதர் இயக்கம், தீண்டாமை ஒழிப்பு, புலால் உணவு தவிர்ப்பு, விதவை மறுமணம், பால்ய விவாகக்

கொடுமை, மதுவிலக்கு பற்றிய பிரச்சாரங்கள் நகைச்சுவைப்படச் சொல்லப்பட்டன. ஆனந்த விகடனில் சொந்த மற்றும் தழுவல் கதைகளோடு சுவையான அரசியல் கட்டுரைகள், இசை, நடனம் பற்றிய விமர்சனக் கட்டுரைகள் எழுதினார். அவருடைய கதைகளில் 'கணையாழியின் கனவு', 'திருவழுந்தூர் சிவக்கொழுந்து', 'போலீஸ் விருந்து', 'இடிந்த கோட்டை' ஆகியவற்றை முக்கியமானவையாக சுந்தரராஜன் – சிவபாதசுந்தரம் கருதி உள்ளார்கள். 1941இல் விகடனைவிட்டு விலகிச் சொந்தமாகக் கல்கி பத்திரிகை நடத்தியபோது அவருடைய கதைகளில் மாறுபாடு ஏற்பட்டது. அடிக்கடி சிறுகதை எழுதுவதில்லை. தீபாவளி மலர்களில் நீண்ட கதைகளை எழுதினார். இவை நாடகமாகப் பின்னர் அரங்கேறின. பொதுவாகக் கல்கியின் கதைகள் நீண்டவை. ஒரு நாவலாசிரியனின் சிறுகதைகள் என்றே அவரது கதைகளைச் சொல்லலாம் என்று சிவத்தம்பி குறிப்பிட்டுள்ளார் (1967:32–33). திரைப்படமாக எடுக்கப்பட்ட 'தியாகபூமி' நாவலுக்குப் பிறகு கல்கி, நாவல்களைத் தொடர் கதையாக எழுதுவதில் கவனம் வைத்தார். அவர் எழுதிய சில நாவல்கள் திரைப்படத்திற்கென்றே முதலில் எழுதப்பட்டவை (எ–டு, சிவகாமியின் சபதம்) என்பதால், அவர் எப்போதும் பிரபலமான, விரிந்த தளத்தை எட்டக்கூடிய ஊடகத்தைக் கவனத்தில் கொண்டு எழுதியவர் என்பது தெரிகிறது.

கல்கியை அக்காலத்தில் சிறுபான்மை மணிக்கொடிக்காரர்கள் இலக்கியத் திருட்டுச் செய்பவர் என்று வசைபாடினாலும், ஒருவிதத்தில் அவரை அவர்கள் பாராட்ட வேண்டும். பலவிதமான போட்டி, பரிசு வழக்கத்தை ஒருவிதச் சூதாட்டம்போல விளம்பரம் செய்து நடத்திவந்த ஆனந்த விகடன், கல்கி ஆசிரியராக வந்த பிறகு, 1933 ஜனவரியில் சிறுகதைப்போட்டி ரூ. 100 பரிசு என்ற திட்டத்தைக் கொண்டு வந்தது. போட்டிக்குச் சுமார் முந்நூறு சிறுகதைகள் வந்ததாகக் குறிப்பிடுவார்கள். இதனால் சிறுகதை எழுதும் ஆர்வம் தூண்டிவிடப்பட்டது. இப்போட்டியில் கல்கி விரும்பும் தரத்திலிருந்த றாலியின் கதைக்கு முதற்பரிசும் அப்படியல்லாத தரத்தில் இருந்த ராமையாவின் 'மலரும் மணமும்' கதைக்கு மற்றொருவருடன் பகிர்ந்துகொள்ளும் இரண்டாம் பரிசும் வழங்கிய செயல், 1935இல் ராமையா மூர்க்கமாக இறங்கி சிறுகதைக்காக மட்டுமே மணிக்கொடி இதழை மாற்றித் தொடர்ந்து நடத்தக் காரணமாகியது எனச் சி.சு. செல்லப்பா எழுதியுள்ளார் (1988:17–18). மணிக்கொடி சிறுகதைப் பதிப்பின் தோற்றத்திற்குத் தனியொரு மனிதரின் ஆவேசத்தைக் காரணமாகக் கருதியுள்ளார் செல்லப்பா. அதுவும் ஒரு காரணம்தான். இவ்விடத்தில் 1930களின் தொடக்க ஆண்டுகளில் ஏற்பட்ட சில மாற்றங்களைக் காணவேண்டும். இக்காலப் பகுதியில்,

தேசவிடுதலை இயக்கத்தில் காந்தி தலைமையேற்று நடத்திய உப்புச் சத்தியாகிரகப் போராட்டம் மக்களிடம் பெரும் கிளர்ச்சியை உண்டாக்கியது. செய்திப் பத்திரிகை படிக்கும் பழக்கம் பெருகியது. அரசியல் கிளர்ச்சி குறித்த செய்திகளைத் தாங்கிவந்த காலணா பத்திரிகைகளைத் தெருவில் நின்று கூவி விற்கும் வழக்கம் ஏற்பட்டது (ராமையா 1980;200). பத்திரிகைகளில் அரசியல் செய்திகள் அளவிற்கு விளம்பரங்களும் பெருகின. விளம்பரத்தின் வலிமையை நன்றாக உணர்ந்த வியாபாரி எஸ்.எஸ்.வாசன்.

1920 வாக்கில், பத்திரிகைகள் மூலமாக அஞ்சல்வழி வியாபாரம் செய்யும் முறை சென்னையில் பிரபலமாகியது. நூதனமான பொருட்கள் பற்றிய பட்டியலைப் பத்திரிகைகளில் விளம்பரம் செய்து வி.பி.பி. ஆர்டரின் பேரில் வியாபாரம் மும்முரமாக நடைபெற்றது. அக்காலத்தில் *ஆனந்தபோதினி* என்ற பத்திரிகையில் கதை, கட்டுரைகளைவிட, இந்தப் பட்டியல் விளம்பரங்களே சிறப்பிடம் பெற்றன. குறுக்கெழுத்துப் போட்டி, அஞ்சல்வழி வியாபாரம் ஆகியவற்றிற்கென்றே *ஆனந்த குணபோதினி* (பிறகு *குணபோதினி* எனப் பெயர் மாற்றப்பட்டது) என்ற பத்திரிகை தொடங்கப்பட்டது. (ராமையா, 1980:197–98).

அஞ்சல்வழி வியாபாரத்திற்கென்றே அப்போது நொடித்துப் போயிருந்த *ஆனந்த விகடன்* பத்திரிகையை வாசன் வாங்கி, பத்திரிகைப் பிரசுரத்தையே ஒரு பரந்த வியாபாரத் தொழிலாக வளரச் செய்யமுடியும் என்பதை நிரூபித்தார் (ராமையா, 1980:201). மேலும், காந்தியின் அரசியல் இயக்கத்தின் வளர்ச்சி, காங்கிரஸ் தேர்தல் பிரச்சாரம் காரணமாகப் பத்திரிகை படிக்கும் பழக்கம் மக்களிடம் வளர்ந்தது. பத்திரிகைகள் சந்தாதாரரைத் தேடிய நிலை மாறி, மக்கள் பத்திரிகைகளைத் தேடும் நிலை ஏற்பட்டது. இதைப் பயன்படுத்தி, பத்திரிகையையே ஒரு விற்பனைப் பொருளாக்குவதற்காக வாசன் அன்று சுவையாக எழுதிவந்த கல்கி, துமிலன் ஆகியோரை விகடன் ஆசிரியர் குழுவில் சேர்த்துக்கொண்டார். பத்திரிகையில் பல போட்டிப் பந்தயங்களை நடத்தினார் (ராமையா, 1980:199–200). *ஆனந்த விகடன்* நடத்திய சிறுகதைப் போட்டியை இந்தச் சூழலில் வைத்துப் பார்க்க வேண்டும்.

விளம்பரம், போட்டி, பந்தயம் ஆகியவை வளர்ந்து வந்த தேசிய பூர்ஷ்வாக்களின் புதுவகையான வியாபாரத்தொழிலுக்குரிய முக்கிய முகவர்களாகச் செயல்பட்டன. சகல தரப்பாரும் வாங்கத்தக்க பண்டங்களைத் துரிதமாக உற்பத்தி செய்வது, அவற்றை விளம்பரப்படுத்துவது, போட்டி, பரிசு அறிவித்து வாங்கச் செய்வது என்ற வர்த்தக நடவடிக்கையில் பத்திரிகைகளும் எழுத்தாளர்களும் அவர்களது ஜனரஞ்சகமான எழுத்துக்களும்

பங்கு பெற்றன. இந்த வர்த்தகச் சூழலில் உருவான விகடன் தரத்துச் சிறுகதைகள் பெரிதும் இரவல் கற்பனை கொண்ட தழுவல்களாகவும் அதே வேளையில் காந்தியம், தேசியம், சீர்திருத்தம், காதல் முதலிய அரிதாரத்தைப் பூசிக்கொண்டவை யாகவும் இருந்தன. 1933 செப்டம்பரில் வந்த முதல் மணிக்கொடி இதழில் கண்ட 'கற்பனை விற்பனைப் பொருள் அன்று' என்ற பிரகடனத்திற்கு நேர் எதிராக வெளிவந்தன.

பிரச்சாரமாக அமைத்துச் சிறுகதைகளை எழுதியவர்களில் முக்கியமானவர் ராஜாஜி (1878–1973); அரசியல் துறையில் அன்று மிகவும் பிரபலமானவர். காந்தியின் பேரிலும், காந்தியத்திலும் பக்தி கொண்டவர். காந்தியக் கருத்துக்களை மக்களிடம் கதைகளின் மூலம் எளிதாகச் சொல்லுவதற்காகச் சிறுகதைகள் எழுதியவர். இவருடைய கதைகள் 'ராஜாஜி குட்டிக் கதைகள்' என்ற பெயரில் அல்லயன்ஸ் கம்பெனி வெளியீடாக 1937இல் வந்தபோது அவற்றுக்குப் புதுமைப்பித்தன் தினமணியில் பாராட்டி மதிப்புரை எழுதினார். "ராஜாஜி கதைகளில் பிரச்சாரம் இருந்தாலும் அவற்றின் நயம் ஒரு சிறிதும் குறைந்துவிடவில்லை, கதை நயத்தின் சுவை குறைந்துவிடவில்லை" என்றெழுதினார் (புதுமைப்பித்தன், 1998:145). ராஜாஜியின் தொடக்க காலச் சிறுகதைகள் உருவ அமைதிச் சிறப்புடையவை என்றும், மற்ற சில கதைகள் 'பாரபிள்ஸ்' என்ற உவமைக் கதைகள் வகையைச் சேர்ந்தவை என்றும் சிவத்தம்பி குறிப்பிட்டுள்ளார் (1967:65).

இலக்கியத்தில் பயன் வேண்டும் என்கிற கொள்கையை உடைய ராஜாஜி, சமூகத் தீமைகளான தீண்டாமை, குடியின் கேடு ஆகியவற்றைப் பொருளாகக் கொண்ட பிரச்சாரக் கதைகளை எழுதினார் என்பது சுந்தரராஜன், சிவபாதசுந்தரம் ஆகியோரின் விமர்சனம்.

ராஜாஜி, கல்கியைத் தமது விமோசனம் பத்திரிகையில் சேர்த்து எழுத வைத்தார். இவருடைய கதைப் பொருள்களும் பொதுவானவைதாம். ஆனால் கல்கியைவிட ராஜாஜி அக்கறையோடு சிறுகதையை எழுத முயன்றார். கல்கி போலன்றி ராஜாஜிக்குக் கதை எழுதித்தான் பிரபலமாக வேண்டுமென்ற நிலைமை இல்லை. காந்திய, தேச இயக்கக் கருத்துக்களைச் சத்தான கதையில் உயிரோட்டமான பாத்திரங்கள் வழியே சொல்லவேண்டும் என்ற கவனம் ராஜாஜிக்கு உண்டு. தீண்டாமை ஒரு குற்றம், கலப்பு மணத்தின் சாத்தியம், மதுவிலக்கு, குற்றங் களுக்கு வறுமை காரணம், குடியின் கேடு, அன்னியப் பொருள் மோகம், சூதின் கேடு, கைராட்டை நூலால் நெய்யப்பட்ட கைத்தறி (கதர்) ஆடையின் பெருமை முதலிய கருத்துக்களைப்

படிப்போர் மனத்தில் பதிய வைக்க ராஜாஜி குட்டிக் கதைகள் எழுதினார். இந்த வகையில், இவரது முன்னோடிகளான பாரதியார், மாதவையா மற்றும் இவர் சீடர் கல்கி ஆகியோரோடு ஒப்புமை கொண்டிருந்தாலும் சிறுகதை வடிவ முயற்சியில் தனித்து நிற்கிறார். சிறுகதைகளை ஏனோதானோ என்று நினைக்கவில்லை. கதைகளை விதவிதமாக எழுதுவதில் அவருக்கு ஆர்வம் இருந்தது. 'அறியாக் குழந்தை' கதை தாயின் வழியே குழந்தைக்கு மிக இயல்பாகத் தீண்டாமை பாராட்டும் நினைப்பு ஊன்றப்படுவதை உரையாடல் மூலம் சொல்கிறது. 'ஓர் எலெக்ஷன்' கதை முனிசிபல் சேர்மன் தேர்தலை முன்னிட்டு ஐயர், பிள்ளை, முதலி, செட்டி என்ற 'உயர்' சாதிப் பெரியவர்களின் அவலட்சணங்களை ஒரு தலித் (சீரங்கன்) பாத்திரத்தை வைத்து அம்பலப்படுத்தும் விறுவிறுப்பான கதை. கதையில் ஒரு சந்தர்ப்பத்தில், சீரங்கனோடு சீநிவாசய்யர் ஒரே வண்டியில் உட்கார்ந்து செல்லத் தயங்கித்தயங்கி ஏறியபோது, 'தீண்டாமை கீண்டாமை எல்லாம் மறந்து போய்விட்டது. தேர்தலில் அதெல்லாம் பார்த்தால் ஆகுமா? வண்டியில் எல்லோரும் ஏறினார்கள்' என்று ராஜாஜி சற்றுக் கிண்டல் செய்கிறார் (ராஜாஜி, 1971:215). 'பச்சாதாபம்' என்ற கதை ராமாயணத்தின் சுந்தர காண்டத்தைக் கொண்டு மறுபடைப்பாகச் செய்யப்பட்ட பரிசோதனைக் கதை. ராஜாஜி கொஞ்சமாகச் சிறுகதைகள் எழுதியிருந்தாலும் அவர் புரிந்து கொண்டவரைக்கும் செம்மையாகவே செய்துள்ளார். (தலித்துக்களைப் பற்றிய அவரது கதைகள் தனி விமர்சனத்திற்குரியவை).

## 2

1930களின் தொடக்கத்தில் ஆனந்த விகடனை மையமாகக்கொண்டு விற்பனை நோக்குடன் ஜனரஞ்சகமான கதைகள் உற்பத்தி செய்யப்பட்டதன் 'எதிர் விளைவாக' இலக்கியத் தரமான சிறுகதைகளை எழுதும் நோக்குடன் *மணிக்கொடி* பத்திரிகை தோன்றியது என்பதை ஏற்கனவே குறிப்பிட்டோம். இலக்கியம் என்பது மேதையின் வெள்ளப்பெருக்கு என்றும் கற்பனை விற்பனைப்பொருள் அன்று என்றும் *மணிக்கொடி* (1933) பிரகடனம் செய்தது. சிறுகதை என்பது ஒரு கலைப்படைப்பு. கவிதைச் சுவை கொண்டது. வடிவச் சிறப்பும் கற்பனை வளமும் உணர்ச்சி வெளிப்பாடும் உயிரோட்டமான பாத்திரமும் சூசனைகளும் குறிப்பு முரண்களும் சிறுகதைக்கு வேண்டிய இலட்சணங்கள். இங்கே கொள்கைப் பிரச்சாரத்திற்கு இடமில்லை. புறவிசயங்கள் தேவைதான். ஆனால் அவையே சிறுகதையாவதில்லை. புறவிசயங்கள் இல்லாமல் சுத்தமான கற்பனையால்கூடச் சிறுகதை சாத்தியமே என்ற புதிய விளக்கங்கள் கொடுக்கப்பட்டன.

படிப்போர் உள்ளத்தில் கிளர்ச்சி செய்து அவருடைய சிந்தனையைத் தூண்டி முடுக்கும் தரத்தில் உள்ளதுதான் உண்மையான இலக்கியம் (சிறுகதை) என்று ராமையா விளக்கம் தந்தார் (1980:203). சி.சு. செல்லப்பா பின்னாளில் எழுதுகையில், கலைத் தரமானவற்றில் கலை மதிப்புக்குத்தான் முதலிடம், மற்ற மதிப்புகளுக்கு இங்கே இரண்டாம் இடம்தான் உண்டு என்றார். மேலும், சிறுகதை அழகாக, கலைத் தன்மையோடு, அழகியல் ரீதியில் இன்ப மதிப்புடையதாக இருக்க வேண்டும் என்றார். சிறுகதைகள் 'வாழ்க்கையைச் சித்திரித்துக் காட்டுவது, சமூகத்தின் நிலையைப் படம் பிடித்துக் காட்டுவது, பொருளாதார ஏற்றத்தாழ்வை விண்டு காட்டுவது, மன உளச்சலை வெளியிடுவது, தத்துவத்தை விளக்குவது இப்படி மதிப்பிடப்படுகிறதே தவிர முதலில் இவை சிறுகதைகளாக இடம் பெற்றனவா, தரமான சிறுகதைகளா, கலையம்சம் காண்கிறதா, அழகாகச் சொல்லப்பட்டு இருக்கிறதா, அனுபவம் சிலாக்கியமானதா, வெளியீடு திறன்பட உள்ளதா, கற்பனா சக்தி எந்த அளவு காட்டப்பட்டிருக்கிறது, கையாண்ட மொழியானது வேகம், பொருத்தம், சக்தி, புதுமை கொண்டிருக்கிறதா என்றெல்லாம் பார்க்கப்படுகிறதே இல்லை' என்று செல்லப்பா எழுதியது மணிக்கொடி கதைகளின் பண்புகளை எதிர்மறையாக நின்று விளக்குகிறது (செல்லப்பா, 1988:44–45).

தேர்ந்த எழுத்தாளர்களும் விமர்சகர்களும் வாசகர்களும் பங்குபெற்ற மணிக்கொடி சிறுபான்மையான ஒரு பகுதியினர் படித்த பத்திரிகை என்பது விளங்கும். தரமான விசயங்களையும் கதைகளையும் வெளியிட்ட எந்த ஒரு பத்திரிகையும் வியாபார ரீதியில் நின்று நிலைக்க முடியாதென்பது வரலாற்றுண்மை. முதற்கட்ட மணிக்கொடி (1933–1935) பற்றி, 1947இல் எழுதிய புதுமைப்பித்தன் அது, '...பொருளாதார நிர்ப்பந்தம் என்ற நபரால் சிசுஹத்தி செய்யப்பட்டு அசிரத்தை என்ற முனிசிபல் குப்பைத் தொட்டியில் எறியப்பட்டது' என்று எழுதியுள்ளார். தொடர்ந்து இரண்டாம்கட்ட மணிக்கொடி பற்றிக் குறிப்பிடும்போது, 'மூச்சுப் பேச்சற்றுக் கிடந்த அந்தக் குழந்தையை எடுத்து வந்து ஆசை என்ற ஒரே அமுதூட்டி வளர்ப்பதற்காக நானும் பி.எஸ். ராமையா என்ற நண்பரும் எங்களைப் போலவே உற்சாகத்தை மட்டும் மூலதனமாகக் கொண்ட இன்னும் சக எழுத்தாளர்களும் சேர்ந்து நடத்தி வந்தோம்' என்று தமக்கேயுரிய பாணியில் கிண்டல் செய்துள்ளார் (புதுமைப்பித்தன், 1968:5). நண்பர்களாக இருந்த சில எழுத்தாளர்களின் இலட்சிய வேகத்தில் வெளிவந்ததுதான் மணிக்கொடி.

மூன்று கட்டங்களாக வெளிவந்த மணிக்கொடியில் சிறுகதை எழுதியவர்கள் ந.பிச்சமூர்த்தி, சிட்டி, புதுமைப்பித்தன்,

பி.எஸ்.ராமையா, கு.ப.ரா., சி.சு.செல்லப்பா, கி.ரா.(கி.ராமச்சந்திரன்), ந. சிதம்பர சுப்ரமணியன், க.நா. சுப்ரமணியம், மௌனி, எம்.வி.வெங்கட்ராம், லா.ச.ரா. இவர்கள் எல்லாருமே மேற்கத்திய கலைத்தரமிக்க சிறுகதைகளில் ஆழ்ந்த பயிற்சி பெற்றவர்கள். இவருள் சிலர் அவற்றை மொழிபெயர்த்து வெளியிட்டார்கள். *மணிக்கொடியில்* மொழிபெயர்ப்புக் கதைகள் மிகுதியாக வந்துள்ளன. சிலர் தொடக்கக் காலத்தில் தழுவி எழுதியதுண்டு. வங்காள, இந்திக் கதைகளின் தாக்கமும் உண்டு. இவர்கள் *மணிக்கொடியில்* மட்டுமின்றிக் *கலைமகள், காந்தி, சுதந்திரச் சங்கு* முதலிய பத்திரிகைகளிலும் கதைகள் எழுதினார்கள்.

பி.எஸ். ராமையாவின் *(1905–1983)* பணி *மணிக்கொடியை* நடத்தியதிலும், எழுதியதிலும், பிறரை எழுத வைத்ததிலும் குறிப்பிடத்தக்கது. 'சிறுகதையின் வளர்ச்சிக்கு நிறுவன முறையில் இவர் ஆற்றிய சேவையளவு சிறப்பினைச் சிறுகதை இலக்கியத்திற்கு இவர் எழுதிய சிறுகதைகள் அளிக்கவில்லையென்பது உண்மையே' என்று சிவத்தம்பி *(1967:68–69)* எழுதியதில் மேற்சொன்ன கருத்து விளம்பப்பட்டுள்ளது. ராமையாவின் கதைகள் வெளிவந்த போதே *மணிக்கொடி* எழுத்தாளர்களால் பாராட்டப்பட்டன. அவரது 'பூச்சூட்டல்', 'நட்சத்திரக் குழந்தை' கதைகளைப் புதுமைப்பித்தன் மனந்திறந்து பாராட்டியுள்ளார். *ஆனந்த விகடன்* சிறுகதைப் போட்டியில் இரண்டாம் பரிசைப் பெற்ற ராமையாவின் 'மலரும் மணமும்' கதையைச் சி.சு. செல்லப்பா விரிவாக அலசி, சிறுகதையின் வரலாற்றில் அதற்கு முக்கிய இடத்தைத் தந்துள்ளார். ச. செந்தில்நாதன் பார்வையில், ராமையாவின் கதைகளில் எப்போதும் சத்தான கருப்பொருள் இருந்தாலும் அவை சுரீர் என்று தார்க்குச்சியால் குத்துவது போல இருக்காது என்றும் கருத்தை அல்லது மன அவசத்தைவிட நிகழ்ச்சியை மையமாக வைத்துக் கதை எழுதுபவர் என்றும் விமர்சனம் வைக்கப்பட்டுள்ளது *(1967: 61–62).*

ராமையாவின் *மணிக்கொடி* கதைகள் பற்றிப் பின்வருமாறு எழுதியுள்ளார் சி.சு.செல்லப்பா: 'ராமையா தனிமனிதப் பாங்காக உளவியல் ரீதியில் கதை சொல்பவர். இவருடைய கதைகளில் மனோதத்துவப் போக்கில் நுட்பமாகப் பாத்திர உணர்ச்சிகளைச் சித்திரிக்கும் பண்பு உண்டு. பாத்திர மனநிலை உட்புகுந்து ஆராயப்படுகிறது. மனவோட்டத்தை மிகவும் சூட்சுமமாகச் சொல்லவல்லவர் ராமையா. மாதவையாபோலச் சமூக சீர்திருத்தப் பிரச்சனையை இவர் தேர்ந்தெடுத்தாலும் சீர்திருத்தக் குரலிடாமல் ஒரு கலைஞனாகப் பேசுகிறார்' *(சி.சு. செல்லப்பா, 1988:83,85,88).* முந்நூறுக்கும் மேற்பட்ட ராமையாவின் சிறுகதைகளில் 'போட்டிக்கதை' ஒன்றே, சுந்தரராஜன் – சிவபாதசுந்தரத்திற்கு

உருவம், உள்ளடக்கம், உத்தி ஆகிய எல்லா அம்சங்களிலும் தலைசிறந்ததாகப் படுகிறது. *(சுந்தரராஜன் – சிவபாத சுந்தரம், 1989:102)*. தேசிய இயக்கத்தில் பங்குகொண்டு சிறைசென்று மீண்ட ராமையா, தாம் நடத்திய சிறுகதை மணிக்கொடியில் தேசிய இயக்கப் பின்னணியில் ஒரு கதைகூட எழுதவில்லை என்பது ரகுநாதனின் வருத்தம் (1999:332). மணிக்கொடியிலிருந்து ப.ரா.வால் வெளியேற்றப்பட்ட ராமையா, அதன்பிறகு அதில் எழுதவில்லை. சினிமாவுக்குக் கதை வசனம் எழுதப் போய்விட்டார். பிறகு 1950களில் ஆனந்த விகடனில் தொடர்ந்து எழுதினார். இளமையும் இலட்சிய வேகமும் நிலையில்லாதவை. ஆயினும், ஒரு குறிப்பிட்ட குறுகிய காலத்தில் எதையும் எதிர்பார்க்காமல் தாம் மேற்கொண்ட லட்சியத்தை முடிந்த அளவில் நிறைவேற்றியவர் என்ற பெருமை அவருக்குண்டு.

ந. பிச்சமூர்த்தி (1900–1976) மணிக்கொடியில் எழுதும் முன்பே, கலைமகளில் சில கதைகள் எழுதியுள்ளார். கலைமகள் நடத்திய சிறுகதைப் போட்டியில் (1934) அவரது 'முள்ளும் ரோஜாவும்' முதற்பரிசு பெற்றது. *கலைமகளிலும், பிறகு, மணிக்கொடியிலும்* அவர் எழுதிய கதைகள் 'பதினெட்டாம் பெருக்கு' (1944), 'மோகினி' (1951) என்ற தொகுப்புக்களில் வெளியிடப்பட்டன. கு.ப.ரா.வையும் இவரையும் இணைத்து அன்று இலக்கிய இரட்டையர் என்று அழைப்பது வழக்கம். கு.ப.ரா.வுடன் பிச்சமூர்த்தியை இணைத்து இவர்களுடைய கற்பனைக்கும் வளர்ச்சியடைந்த மேனாட்டு இலக்கிய கர்த்தாக்களின் கற்பனைக்கும் இடையில் எவ்வித ஏற்றத்தாழ்வையும் புதுமைப்பித்தனால் பார்க்க முடியவில்லை *(புதுமைப்பித்தன், 1988:42)*.

1942க்கு முன், பிச்சமூர்த்தி எழுதிய கதைகளில் பெரும்பாலும் பாலுணர்வு அடிப்படையாக இருந்தது. அது சம்பந்தமான சபலம், சஞ்சலம் அவர் கதைகளில் இடம்பெற்றன. மன அவசங்களைச் சித்திரிப்பதில் அதிக கவனம் எடுத்துக்கொண்டார் என்பது செந்தில்நாதனின் மதிப்பீடு (1967:62–63).

கு.ப.ரா.வின் கதைகளில் உள்ளது போலவே பிச்சமூர்த்தியின் ஆரம்பக் கட்டக் கதைகளில் உணர்வு நிலை வெளிப்பாடே முக்கியமாகக் காணப்பட்டது என்று சிவத்தம்பியும் குறிப்பிடு கிறார் (1967:106). செந்தில்நாதன், சிவத்தம்பி ஆகியோரின் விமர்சனங்கள் ஒத்துப்போகின்றன. கைலாசபதியும் இதே போலத்தான் எழுதியிருப்பார். மனித மன ஆழத்தை அளந்து பார்த்தவராகவும் தத்துவ நோக்கில் எழுதியவராகவும் பிச்சமூர்த்தி பற்றிச் சுந்தரராஜன் – சிவபாதசுந்தரம் குறிப்பிட்டுள்ளார்கள். மணிக்கொடியில் எழுதியவர்களில் புதுமைப்பித்தனைத் தவிர்த்து மற்ற எழுத்தாளர்கள், குறிப்பாகப் பிச்சமூர்த்தி, கு.ப.ரா., மௌனி,

ராமையா, லா.ச.ரா., ந. சிதம்பர சுப்ரமணியன் ஆகியவர்கள் புற விசயங்களைவிடத் தனிமனித மனவிவகாரங்களில் மிகுந்த ஈடுபாடு காட்டிக் கதைகள் எழுதினார்கள் என்பது கவனத்திற்கு உரியது. இவர்கள் அனைவரும் பிராமண சமூகத்தைச் சேர்ந்தவர்கள் என்பது ஒரு தகவல். தரமான சிறுகதை என்றாலே அது தனிமனித உளவியல் சிக்கல்களைப் பற்றியதாக இருக்க வேண்டும் என்றொரு பிரமையை இவர்களுடைய கதைகள் தோற்றுவித்துள்ளன.

இரண்டாம்கட்ட மணிக்கொடியில் எழுதத் தொடங்கியவர் மௌனி (1907–1985). தனிமனித அவசங்களைப் பற்றியே இவரும் கதைகள் படைத்தார். இத்தகைய சிறுகதைகளைத் தொடங்கி வைத்தவர்களில் பிச்சமூர்த்தியை மூலவராகக் கருத வேண்டும். மௌனியின் புதுமையான மொழிநடையில் பிரமித்துப்போன புதுமைப்பித்தன், 'கற்பனையின் எல்லைக்கோட்டில் நின்று வார்த்தைக்குள் அடைபட மறுக்கும் கருத்துக்களையும் மடக்கிக் கொண்டுவரக்கூடியவர் அவர் ஒருவரே' என்று பாராட்டினார் (1988:37). இதேபோல் மௌனியின் மொழிநடையைக் கண்டு வியந்த க.நா.சு., மௌனியின் 'அழியாச்சுடர்' தொகுப்பிற்கு எழுதிய முன்னுரையில், 'கனமான விஷயத்தை ஏற்க மறுக்கிற மெலிந்த வார்த்தைகளில் சொல்லிவிடுகிற காரியத்தை மௌனி சாதித்திருக்கிறார்' என்று குறிப்பிட்டுள்ளார். இங்கே 'கனமான விஷயம்' என்று குறிக்கப்படுவது தனிமனிதனின் அசாதாரணமான மன வியாகூலமாகும். இடதுசாரி விமர்சகர்களுக்குப் பொதுவாக மணிக்கொடி எழுத்துக்கள் பிற்போக்கான அரசியல் மற்றும் கருத்து முதல்வாதத்தைப் பற்றிச் சொல்லுபவையாகப் பட்டதில் வியப்பில்லை. 'வாழ்க்கைப் பின்னணி, சமூகத்தளம் குறித்துச் சிறிதும் அக்கறை கொள்ளாது, உணர்ச்சி அலைகளுக்கே முக்கியத்துவம் கொடுத்தார்' என்கிறார் சிவத்தம்பி (1967:77). லா.ச.ரா., மௌனி போன்றவர்களின் சிறுகதையின் உள்ளியல்பே தனிமனிதனின் சோக கீதத்தை இசைத்ததுதான். இது மனிதனை விடுத்து வெறும் கருத்து வடிவமாகிவிடுகிறது. இந்த வகையில் மௌனி தீவிரவாதி. புறவிசயங்களைத் தம் கதைகளிலிருந்து ஒழித்துவிடுவதற்காகவே அவர் சில கதைகளில் பாத்திரங் களுக்குப் பெயர் சூட்டவில்லை என்று தோன்றுகிறது என்று கைலாசபதி தமது பொருள்முதல்வாத நோக்கு நிலை யிலிருந்து விமர்சித்துள்ளார். 'புற உலகையே தமது எழுத்தில் 'இல்லாமல்' செய்ய முனைபவர் அவர்' என்று மௌனியிடம் இழையோடுகிற கருத்து முதல் சார்பை எடுத்துக்காட்டியுள்ளார் கைலாசபதி (1977:215). வெளியுலகக் கலப்பே இல்லாமல் உளவியல் பார்வையினைத் தமிழ்ச் சிறுகதைக்கு முதலில் கொண்டு வந்தவர் என்று மௌனியைச் சி.சு. செல்லப்பா பாராட்டியுள்ளார் (இடதுசாரி நோக்கில் இதனை வலதுசாரி எனலாம்). ஒரு

மனப்பிராந்தியாகத் தனக்குள் உழன்று சித்திரவதைப்பட்டுக் கொள்ளும் ஒரு புதுவித சுபாவ சித்திரிப்பை மௌனியின் 'ஏன்' கதையில் கண்டு சிலாகித்துள்ளார் செல்லப்பா (1988:183).

மௌனியின் படைப்புக் குறித்துப் பெ.கோ. சுந்தரராஜன் – சிவபாதசுந்தரம் ஆகியோரின் மதிப்பீடு ஏறத்தாழ ஒப்புக்கொள்ளத் தக்கது. அதன் சுருக்கம் பின்வருமாறு:

மௌனியின் சில கதைகளில் அவர் சொல்ல வந்தது என்ன என்பது வெளிப்படவில்லை. அவர் கதைகளில் வரும் வசனத் தொடர்கள், சொற்சேர்க்கைகள் எல்லாம் ஆங்கில வாக்கியச் சாயலில் உள்ளன. அவர் ஆங்கிலத்தில் உருவாக்கிய வாக்கியங்களைத் தமிழில் சொல்ல இடர்ப்படுகிறார். அவர் படைப்புக்களில் வடிவத்தையும் உத்தியையும் தவிரக் கதையம்சம் என்பதே இல்லை. தேவைக்கு அதிகமான குறியீடுகள் அவர் கதைகளில் உள்ளன. அவர் கதைகளில் வாசகரைவிட எழுத்தாளர்களே அதிகம் ஈடுபட்டார்கள். அவர் கதைகளில் ஒரே செயல்தான் திரும்பத் திரும்பத் தொடரும். தமிழ் மொழியை அவரால் கதை சொல்லும் சாதனமாக உபயோகிக்க முடிய வில்லை. அதற்கான பயிற்சியும் பழக்கமும் அவர் பெற்றிருக்கவில்லை (சுந்தரராஜன் – சிவபாதசுந்தரம், 1989:139 – 42).

வார்த்தைக்குள் அடைபட மறுக்கும் கருத்துக்களையும் மடக்கிக்கொண்டுவரும் ஒரே நபர் மௌனி என்று புதுமைப்பித்தனும், மெலிந்த சொற்களில் கனமான விசயங்களைத் தருபவர் என்று க.நா.சு.வும் என்னதான் பாராட்டினாலும் மௌனி கையாண்ட குறையுடைய மொழிக்கு அவரது உத்தேசங் களைச் சொல்லும் ஆற்றல் இருப்பதாகத் தெரியவில்லை. அவை பெரிதும் ஆண் – பெண் உறவு பற்றியவை. இந்த உறவு நடைமுறையில் பார்க்கிற உறவாக இல்லை. இருவரில் ஒருவர் பெரும்பாலும் செத்துப்போகிறார். விதிவிலக்கான நல்ல கதைகளாகக் 'குடும்பத்தேர்', 'சாவில் பிறந்த சிருஷ்டி', 'இந்நேரம் இந்நேரம்' ஆகியவற்றைக் குறிப்பிடலாம். இவையும்கூடத் தனிமனித மனவிகாரம் பற்றியவைதாம். ஆனால் இவை பலருக்கும் பொதுவான, பலரும் புரிந்துகொள்ளக்கூடிய உணர்வுநிலைகளாகும்.

அவரது பெரும்பாலான கதைகள் மனித மனத்தின் ஏக்கம், தவிப்பு, பரிதவிப்பு, வேதனை, எதிர்பார்ப்பு பற்றிய நுட்பமான விவரிப்புக்களே. கதாபாத்திரங்கள் தங்கள் உணர்ச்சிகளையே உண்டு உயிர்வாழ்ந்து இறுதியில் தேய்ந்து போகின்றன. கதை அம்சம் மௌனிக்கு ஒரு பொருட்டல்ல.

மௌனியின் தமிழ்ச்சொல்தொகுதி மிகவும் குறைவானது. அவரது தமிழ் வாக்கிய அமைப்பில் விதேசித்தனம் தெரிகிறது.

இப்படிப்பட்ட பலவீனங்களைக் கொண்ட மௌனியால் உணர்வைத் தீண்டி அறிவை உசுப்பக்கூடிய கதைகள் ஒரு சிலவற்றைப் படைக்க முடிந்தது வியப்பளிக்கிறது. தங்கு தடையற்ற ஒரு இயல்பு, இயல்பாக விசயத்தைச் சரளமாக எழுதக்கூடிய ஒருவித அனிச்சையான போக்கு மௌனியிடம் இல்லை. வலிந்து கட்டிய ஒருவித செயற்கைத்தனமும் அசதியும் அவர் கதைகளில் உள்ளன. புதுமைப்பித்தன் அதிகம் உழைக்காமலேயே எழுதக்கூடிய மேதை என்றும் மௌனி உழைப்பவர் என்றும் க.நா.சு. 1967இல் எழுதியது (மௌனி, 1991:317) மேலே சொன்ன விமர்சனத்தை ஆமோதிக்கிறது. மௌனியின் உழைப்பு அந்தச் செயற்கைத்தனத்துக்குக் காரணம்.

மணிக்கொடியில் சிறுகதைகள் எழுதி அது நின்ற பிறகு நாவல் எழுதிப் புகழ்பெற்றவர் ந. சிதம்பர சுப்ரமணியன் (1912–1978). இலக்கியம் பற்றி இவர் எழுதியவை கவனத்திற்குரியவை. 'எழுத்து என்பதே சத்தியம், சிவம், சுந்தரம் இவற்றைக் கொண்டதாக இருக்க வேண்டும். இவையே உலகை இயக்குபவை. இவற்றை எழுத்தில் பிரதிபலிக்க வைக்கவேண்டும். தவிர, ஓர் அடிப்படையான லட்சியத்துடன் எழுதப்படும் எதிலுமே இவை மூன்றும் பிரதிபலிக்காமல் இராது என்பது என் கருத்து' (சுந்தரராஜன் – சிவபாதசுந்தரம், 1989:168).

இவருடைய கதைகளில் அழகு விருப்பம் மேலோங்கியிருக்கும் என்று ராமையா குறிப்பிட்டது மேற்படி கூற்றுக்குப் பொருத்தமாக உள்ளது. சி.சு. செல்லப்பாவின் 'சரசாவின் பொம்மை' தொகுப்புக்குச் சிதம்பர சுப்ரமணியன் எழுதிய முகவுரையில், 'ஒரு சிறு ஞாபகம் எழுப்பும் சிந்தனை அலைகள், ஒரு நொடிப் பொழுதில் உதயமாகும் எண்ணம் ஆகியவைதாம் கதைகளுக்கான அஸ்திவாரங்கள் என்றும் நிமிஷத்தை நித்தியமாக்குவதுதான் சிறுகதையின் வேலை' என்றும் குறிப்பிட்டுள்ளார். அவர் தமது கதைகளில் இவற்றைச் சாதித்தாரோ என்னவோ, 'நிமிஷத்தை நித்தியமாக்கும் வேலையைச் செய்வதுதான் சிறுகதை' என்ற விளக்கம் கவனத்திற்குரியது. மணிக்கொடி பிராமண எழுத்தாளர்களின் சிறுகதைகள் இந்த விளக்கத்திற்கு இசைவாக இருப்பது எதேச்சையாக நடந்துவிட்டதாகக் கருதவியலாது. இப்படி எழுதப்படும் சிறுகதைகளில் குறிப்பாகச் சிதம்பர சுப்ரமணியனின் கதைகளில் ரகுநாதன் எழுதியபடி தேசவிடுதலை இயக்கம், சமுதாய விடுதலை இயக்கம், பொருளாதார விடுதலை இயக்கம் ஆகிய புறவிசயங்களைக் காணமுடிவதில்லை. இவர் கதையில் மனைவியை இழந்த ஒருவனின் மனவேதனை, தன் துணையைப் பறிகொடுத்த ஒரு சக்ரவாகப் பறவையின் சோகத்தால் சோககீதமாக உருவெடுத்து அதன் உச்சமாகச் சக்ரவாகம் எனும் ஆனந்த ராகமாகப் பிறக்கிறது.

அவருடைய 'வேலையும் விவாகமும்' கதை, 'மிஸ் குஞ்சிதபாதம் மிஸஸ் பாஸ்கரன் ஆகவில்லை' என்று தொடங்கி, 'மிஸ் குஞ்சிதபாதம் மிஸஸ் பாஸ்கரனாகிவிட்டாள்' என்று முடிகிறது. இடையில் நடப்பன ஆண் ஆதிக்க நோக்கிலான கதைச் சம்பவங்கள். இதில் ஆணாதிக்கக் கருத்துப் பிரச்சாரம் நடக்கவில்லை என்றாலும் ஆசிரியரின் ஆண் சார்பு நிலை, பிரச்சாரத்தைவிட மிக மோசமாகக் கதையைப் பாழடித்திருக்கிறது. கொஞ்சம் விழிப்புணர்வு பெற்ற எந்த ஒரு பெண்ணாலும் இந்தக் கதையைச் சகித்துக்கொள்ள முடியாது. கலையம்சத்தைப் பலி கொடுத்துக்கருத்துக்களை வலியுறுத்திக் கதை எழுதுவது சரியாகாது என்பது மணிக்கொடி எழுத்தாளர்களின் ஏகோபித்த கொள்கை. ஆனால், கலையம்சம் கெடாமல் குறிப்பிட்டதொரு கருத்தியலுக்கு ஆசிரியர் மிக நுட்பமாகக் கதையை, கதாபாத்திரங்களை நகர்த்திச் செல்வது வன்மமிக்க அரசியல் நோக்குடைய செயலல்லவா?

மணிக்கொடியின் இறுதிக்கட்டத்தில் வந்து எழுதியவர் லா.ச.ரா. 'நெருப்பு என்றால் வாய் வேக வேண்டும்' என்று சொல்லுக்கும் பொருளுக்கும் உள்ள இடைவெளியைக் குறைக்கும் முயற்சியில் ஈடுபட்டவர் இவர். 'நித்தியத்துவம் என்மேல் படும்போது அதைச் சொல்லில் பிடித்து அந்த நிமிஷத்தை நித்தியமாக்கிவிடவே என் தேடல், என் கனவு' (சுந்தரராஜன் – சிவபாத சுந்தரம், 1989:149) என்று எழுதிய லா.ச.ரா.(நான் எழுத்து–4), சிதம்பர சுப்ரமணியத்தின் கருத்தைப் பிரதிபலித்துள்ளார். லா.ச.ரா.வின் தத்துவப்பசி கதையையே விழுங்கிவிட்டதாகச் செந்தில்நாதன் குறிப்பிட்டது சரிதான் (1967:64–65).

இவருடைய கதாபாத்திரங்கள், 'கண நேர மன இசிவுகள், வலிப்புக்கள், விகாரங்கள் கொண்டு 'ஏன் இப்படி நடந்து கொள்கிறோம்' என்று தங்களுக்குத் தெரியாமல் நடந்து கொள்கிறார்கள். உணர்ச்சி சம்பந்தமாக நிதானம் இழந்து உணர்ச்சிவசப்பட்டுத் தராதரம் அறியஇயலாது போய்த் தேவைக்கு மீறிய பதட்டம், மன உளைச்சல் கொண்டு தேவைக்கு மேல் விசயத்துக்கு வேகம், வெறி காட்டி, விபரீத விளைவுகளுக்கு இட்டுச் செல்லும்படி நடக்கிறார்கள்' என்றும் ஒருவித 'ஹிஸ்டீரிக்கல் மனோநிலையில் நடந்துகொள்ளுகிறார்கள்' என்றும் சி.சு.செல்லப்பா எழுதுவது முற்றிலும் ஏற்றுக்கொள்ளத் தக்க விமர்சனம் (செல்லப்பா, 1988:191–192). லா.ச.ரா. பின்பற்றிய அந்த மௌனியின் கதாபாத்திரங்களுக்கும் இந்த விமர்சனம் பொருத்தமானதே.

லா.ச.ரா. சிறுகதைகள் எழுத முற்பட்டபோது சிறுகதை எத்தகைய மக்கள் தொடர்பும் இல்லாது மூடுமந்திர இலக்கியம்

ஆயிற்று என்று கைலாசபதி எழுதியதில் நியாயம் இல்லாமல் இல்லை *(1977:217).*

லா.ச.ரா. உணர்ச்சியின் ஆழம் முழுவதையும் காண முயன்றவர். சொல்லால் விளக்க முடியாத மனநிலைகளைக்கூடத் தமது வார்த்தை ஜாலத்தால் நம் அகக்கண்முன் கொண்டு வருபவர் என்று சுந்தரராஜன் – சிவபாதசுந்தரம் *(1989:146)* எழுதியுள்ளார்கள். மேலும், லா.ச.ரா., சொற்சித்திர உத்தியில் பிரசித்தமானவர் என்றும் இவர் ஏற்கெனவே ஆங்கிலத்தில் கதைகள் எழுதியவர் என்றும் தமிழ் இலக்கியத்தில் அதிகப்பயிற்சி இல்லையென்றும் பொதுவாக இவர் குடும்பங்களில் நிலவும் உறவு முரண்களைத் தமது அடிமனதில் அடங்கிக் கிடக்கும் உணர்ச்சிக் கங்குகளின் வெப்பத்துடன் சித்திரித்தார் என்றும் எழுதியுள்ளார்கள் *(1989:146).* லா.ச.ரா.வைப் புரிந்துகொள்ள இவை உதவும்.

மௌனி, லா.ச.ரா. போன்றவர்களின் கதைகளைக் கொண்டோ என்னவோ, 1940களில் சிறுகதையின் வீழ்ச்சியை இரு கோணங்களில் காணவேண்டும் என்று கைலாசபதி அபிப்ராயப்பட்டுள்ளார். 'சுத்த இலக்கியவாதிகள் தம் சிறுகதைகளைப் பரிபாஷைக் கருவியாகக் கொண்டு புதிர்களாகச் சமைத்தார்கள். மறு கோடியில், காதல் கதைதான் எழுதுவோம் என்று அடம் பிடிக்கும் ஜனரஞ்சக எழுத்தாளர்கள், சிந்தனைக்கு அதிக வேலை கொடுக்காத கதைகளை எழுதினார்கள்' என்று கைலாசபதி எழுதியுள்ளார் *(1977:224).*

மணிக்கொடியில் சிறுகதைகள் எழுதிய இதர எழுத்தாளர்களான சிட்டி, க.நா.சு., சி.சு. செல்லப்பா ஆகியோர் சிறுகதை யாசிரியர்கள் என்பதற்காகவன்றி வேறு துறைகளில் அவர்கள் சாதித்ததற்காக அதிகம் பேசப்பட்டவர்கள். 'சிட்டி' சுந்தரராஜன் இலக்கிய விமர்சனம், நாவல், சிறுகதை வரலாறு பற்றி எழுதி வரவேற்கப்பட்டார். க.நா.சு.வும் செல்லப்பாவும் நாவல், இலக்கிய விமர்சனம் ஆகியவற்றில் தடம் பதித்தார்கள்.

மணிக்கொடி எழுத்தாளர்களில் தனித்துப் பேசத்தக்கவர்கள் கு.ப.ரா.வும் புதுமைப்பித்தனும்தான். கலைத்தரமாகச் சிருஷ்டியாகக் கதைகள் படைக்கப்பட வேண்டும் என்பதில் இருவரும் ஒத்த கருத்துக் கொண்டவர்கள் என்றால், கதையில் எழுத எடுத்துக்கொண்ட விசயத்திலும் அதனைச் சொன்ன முறைகளிலும் இருவரும் வெவ்வேறானவர்கள்.

### 3

கு.ப.ரா. *(1902–1944)* வாழ்ந்த காலத்திலும் சரி, பிறகும் சரி எழுத்தாளர்களும் விமர்சகர்களும் ஒரே குரலாகக் கூறியது அவர் பிராமணக் குடும்பத்தில் ஆண் – பெண், கணவன் – மனைவி

ஆகியோருக்கிடையிலுள்ள புதிரான பாலியல் சிக்கல்களைப் பற்றி எழுதியவர் என்பதுதான். மற்ற விசயங்களைப் பற்றி அவர் எழுதாமல் இல்லை. ஆனால் கு.ப.ரா. என்றாலே பெண்ணின் மன உலகத்தை ஆய்ந்தவர் என்ற விமர்சனம் நிலைத்துவிட்டது. தெய்வீக, இதய – உடல் – நினைப்பற்ற காதல்களைக் கலையாக்கும் திறன் பெற்றவர் என்றும் அவர் உள்ளம் அமைதியான கவியுள்ளம் என்றும் அவரைப் பற்றி செந்தில்நாதன் எழுதியது சரியான கணிப்பு (1967:54-55). அதுவரை பிராமணக் குடும்பப் பெண்களின் மனதில் அந்தரங்கமாக எழுகின்ற சற்று மீறலான பாலியல் உணர்வுகளை யாரும் எழுதாதபோது, கு.ப.ரா.துணிந்து எழுதினார். ஒழுக்கக்கேட்டை எழுதுகிறார் என்று சிலர் அன்று கூக்குரலிட்டார்கள். ஆனால் ஒழுக்கக்கேடான சம்பவங்களை வருணிப்பதோ அந்தச் சூழ்நிலைகளை அனாவசியமாக உருவாக்குவதோ அவரிடம் காணமுடியாத ஒன்று. சீர்திருத்தங்களை எழுதுவதோ அவரிடம் இல்லாத ஒன்று என்று செந்தில்நாதன் கு.ப.ரா.வை நேர்மறையாக நோக்கியுள்ளார் (1967:56-57).

இந்துக் குடும்பங்களில் வழிவழியாகக் கடைப் பிடிக்கப்பட்டு வரும் சில கட்டுப்பாடுகள் மனித இயல்புக்கும் நியாய உணர்ச்சிக்கும் பொருத்தமில்லாமல் சம்பந்தப்பட்டவர் களை ஒடுக்கிக்கொண்டிருக்கின்றன. இந்த நியாயமற்ற தன்மையைக் கு.ப.ரா., பிச்சமூர்த்தி போன்ற பிராமணச் சிறுகதை எழுத்தாளர்கள் பலரும் உணர்ந்திருந்தாலும் அதனைத் தம் கதைகளில் சொல்லியிருந்தாலும் அந்த நியாயமற்ற தன்மையை எதிர்த்துக் கேள்விக்கு உட்படுத்தும் கதைகளை எழுத அவர்கள் துணியவில்லை என்று ரகுநாதன் குற்றஞ்சாட்டுகிறார் (1999:305). ஆயினும் 1930களில், மேற்படி நியாயமற்ற தன்மைகளை உணர்ந்து அவற்றை எழுத முன்வந்திருப்பதே ஒரு துணிச்சலான விசயம்தானே?

பெண்ணின் மனதிற்குள் அமுக்கப்பட்டிருக்கும் எண்ணங் களை அதுவரை இல்லா அளவிற்கு ஓர் ஆண் எழுத்தாளரால் மிக நுட்பமாகச் சித்திரிக்க முடிந்ததென்றால், கு.ப.ரா.வுக்கிருந்த அவதானிப்பையும், கற்பனா சக்தியையும் எண்ணி வியக்காமல் இருக்க முடியாது. பிச்சமூர்த்தி, மௌனி, லா.ச.ரா. போன்ற சிலர் அன்று இந்த முயற்சியில் ஈடுபட்டாலும் மென்மை, அழகு இழைந்தோடும்படி கவிதைப்பாங்கு தொனிக்கும் வண்ணம் சொல்வதில் கு.ப.ரா.தான் சோபிக்கிறார். உடைந்த மனோரதங்கள், நிறைவேறாத ஆசைகள், தீய்ந்த காதல்கள் பற்றியே கு.ப.ரா. எழுதுவதாக 1939இல் ஆனந்த விகடனில் அவரது 'கனகாம்பரம்' தொகுதி பற்றிய விமர்சனம் வந்தது (சுந்தரராஜன் – சிவபாதசுந்தரம், 1989:136).

இந்துக் குடும்பங்களில் சாத்திர சம்பிரதாயங்களுக்கு அடங்கி வாழ்ந்த பெண்களின், குறிப்பாக வீட்டுக்குள்ளேயே ஆண்களின் நிழலில் வாழ்ந்த பெண்களின் மனங்களில் உடைந்த மனோரதங்களும், நிறைவேறாத ஆசைகளும் தீய்ந்த காதல்களும் தவிர வேறென்ன இருந்திருக்கும்? மனித இயல்பு, உறவு, நேயம் ஆகியவற்றுக்கிடையில் போலியான சம்பந்தம் இருப்பதைக் கு.ப.ரா. உணர்ந்துள்ளார். அவருடைய 'தாயாரின் திருப்தி', 'அர்ச்சனை ரூபாய்' கதைகளில் வழக்கிலிருக்கும் போலியான சமய – சமூகச் சம்பிரதாயங்களை மென்மையாக ஆனால் உறுதியாக எதிர்க்கும் குரல் வெளிப்படுகிறது.

கு.ப.ரா.வுக்கு மரபான தமிழிலக்கிய பயிற்சி இல்லாவிட்டாலும், மௌனியைப்போல அவஸ்தைப்படாமல், படுத்தாமல் பழகு தமிழ் நடையில் எழுதும் ஆற்றல் கைவரப்பெற்றவர். எடுத்துக்கொண்ட ஓர் உணர்ச்சியை அதன் தீவிரத்திற்கோ, மென்மைக்கோ தக்கபடி இறுக்கம் தளராமல் குறைவான சொற்களில் மிகச் சன்னமான சம்பவத் துணுக்குகள் மூலம் வாசிப்பவரின் கவனம் சிதறாதபடி சொல்லத் தெரிந்தவர் கு.ப.ரா. இதனால்தான் இவர் கதைகளில் நகைச்சுவை துளிர்விடவே இல்லை.

பாலியல், உளவியல் ரீதியில் பாத்திரங்களை அணுகி ஆராய்வதில் கு.ப.ரா.வை முன்னோடி என்று சொல்லலாம். 'புரியும் கதை', 'மோகினி மாயை' இதற்குச் சான்று. பொதுவாகவே கு.ப.ரா. மனித மனத்தின் விபரீதங்கள், வேறுபாடுகள், விரிசல்கள் பற்றி எழுதக்கூடியவர். அண்ணன், தங்கை, அண்ணனின் மனைவி ஆகிய மூவருக்கிடையே நிலவிய பூர்வாங்கமான அன்புகூடப் பரஸ்பர அசூயையாக மாறுகிற உளவியல் அம்சத்தைப் 'புதிர்' கதையில் வெளிப்படுத்தியுள்ளார். 'விடியுமா?' கதை சம்பந்தப்பட்ட பாத்திரத்திற்கு மட்டுமன்றிக் கதையை வாசிப்பவர்களுக்கும் பிரேதத்தைப் பார்க்கும்வரை பயத்தையும் திகிலையும் உண்டாக்குகிறது.

பெண்ணின் மன உலகை மையமாக வைத்து எழுதப்பட்ட கு.ப.ரா. கதைகளில் புற உலக விசயங்கள் அதிகம் தேவைப்படவில்லை போலும். ஏனெனில் பெண்ணுக்கு, ஆணைவிடப் புற உலகத் தொடர்பு குறைவுதான். அதேபோல், கனமான சம்பவம், திருப்பம் கொண்ட கதை அம்சமும் கு.ப.ரா.வுக்குத் தேவைப்படவில்லை. இதற்காக மௌனி, லா.ச.ரா. போன்றோரின் கதைகளைப்போல கு.ப.ரா. கதைகளை நினைத்துவிடக்கூடாது. அதுவரை மனத்தால் உணர்ந்திருந்தும் சொல்லத் தயங்கிய அல்லது சொல்ல இயலாது போன மனோவிகாரங்களையும் அவற்றின் ஆதார உந்துதலான அன்பையும் பற்றிப் போதுமான

சொற்களில் உணர்த்தியவர் கு.ப.ரா. மற்ற சிலரைப்போல இவர் சொற்சிலம்பாடவில்லை. அல்லது ஒரு குறிப்பிட்ட ஒருதலை ஏக்கத்தின் உணர்ச்சியை மொத்த வாழ்க்கையைப் பாழடிக்கும் விதமாக இலட்சியப்படுத்தியவர் இல்லை. கரிச்சான் குஞ்சு எழுதியதைப்போல, கு.ப.ரா. தம் கதைகளில் சமுதாயத்தின் நோய்களான சாதிக்கொடுமை, பெண்ணடிமை, பால்ய விவாகம், தாசி வழக்கம், விபச்சாரம் ஆகியவற்றில் சிக்கித் தவிக்கும் பெண்களின் உள்ளங்களை ஆதரவோடும் அக்கறையோடும் எழுதியவர் (கரிச்சான் குஞ்சு, 1990:102). அந்த உள்ளங்களின் பாடுகளைத் துலக்கிய அளவுக்குச் சமுதாயத்தின் நோய்கள் எனச் சொன்னவற்றின் வேர்களை அவர் துலக்கவில்லை என்பது ஒரு சாராரின் குற்றச்சாட்டு. அதற்கென்ன செய்ய? அவரால் பாதிக்கப்பட்டவர்களின் உணர்வுநிலைகளைப் பற்றித்தான் சொல்ல முடிந்திருக்கிறது. அவரிடம் வேறென்ன எதிர்பார்க்கிறார்கள்? சமூக நோய்களின் விளைவுகளை எழுத்தாளன் அவனது பார்வையில் கலைநயத்தோடு எடுத்துக் காட்டுகிறான். அது அவனது இலட்சியம். அவற்றுக்கென வேர்களையும் தீர்வுகளையும் சமூக மருத்துவர்களிடம்தான் கேட்கவேண்டும். சரியான (எழுத்தாளனால்) இலக்கியவாதியால் ஒருநாளும் சரியான மருத்துவராகவும் இருக்க முடியாது. அப்படி மருத்துவராகவும் ஓர் இலக்கியவாதி இருக்கிறார் என்றால், அவர் ஒரு போலி மருத்துவராகத்தான் இருக்க முடியும்.

கு.ப.ரா. பால்ய விவாகத்தாலும் வைதவ்யத்தாலும் பொருத்தமில்லாத திருமணத்தாலும் சிதைக்கப்பட்ட பிராமண இளம்பெண்களின் பாலியல், மன உணர்வு பற்றி எழுதியவர். இப்படிச் சிதைக்கப்பட்ட பெண்களின் உளவியலுக்கு மூடத்தன மான சமூகக் கட்டுப்பாடுகளும், தடைகளும் காலாவதியான சாத்திர சம்பிரதாயங்களும் காரணங்கள் என்று உணர்த்தியவர். தனிமனிதவாதத்தில் முடங்கிப்போனவர்களாகக் குறிப்பிடப்படுகிற மணிக்கொடி பிராமண எழுத்தாளர்களிலிருந்து இவ்வகையில் கு.ப.ரா. தனித்து நிற்கிறார். ஏறத்தாழ 85 சிறுகதைகள் படைத்தவர் கு.ப.ரா. இவை 'புனர் ஜன்மம்', 'கனகாம்பரம்', 'சிறிது வெளிச்சம்' என்ற தொகுதிகளாக வெளிவந்துள்ளன. இவருக்கென இலக்கிய வாரிசுகள் தோன்றினார்கள். அவர்களுள் தி. ஜானகிராமன் குறிப்பிடத்தக்கவர்.

மணிக்கொடியில் சிறுகதை எழுதியவர்களுள் பலவகை களில் விதிவிலக்கான ஓர் எழுத்தாளராகப் புதுமைப்பித்தனைச் (1906-1948) சொல்லலாம். அவர் பிராமணர் அல்லாதவர். பிழைப்பிற்கு எழுத்தைத் தவிர வேறு ஆதாரம் இல்லாதவர். வளர்ச்சி, முன்னேற்றம் பற்றி அவநம்பிக்கை கொண்டவர்.

பெரும்பாலானோருக்குச் சரி எனப் பட்டவற்றை ஏற்றுக் கொள்ளாதவர். நம்பிக்கை வறட்சியை நகைச்சுவையால் போக்க முயன்றவர். அறிவு, அறிவியல், கொள்கை, தத்துவம், நாகரிகம் ஆகியவற்றைக் க.நா.சு. சொன்ன மாதிரி 'சினிகல்' நிர்தாட்சண்யமாகப் பார்த்தவர். ஆசார சீர்திருத்த முயற்சிகளை வெறும் அசட்டுத்தனங்களாகக் கிண்டல் செய்தவர். ஏகாதிபத்தியத்தின் அறிவுசார் சிந்தனையின் ஏகபோகத்தைத் திகைக்கச் செய்தவர். கதைக்கு இதுதான் விசயம் என்று சுருங்காமல் சூரியனுக்குக் கீழ் உள்ள எதைப் பற்றியும் எழுதியவர். பெண்களைப் பற்றி அதிகம் எழுதாதவர். கதைகளில் தமக்குப் பிடித்தவர்களையும் பிடிக்காதவர்களையும் தம்மையும் சதா கிண்டல் செய்தவர். கதைகளில் ஒன்றுக்கு மேற்பட்ட நியாயங்களை மோதவிட்டு வேடிக்கை பார்த்தவர். சைவத் தமிழ் மரபின் செழிப்பில் ஊறி எழுதியவர். திருநெல்வேலி வட்டார வழக்கைப் படைப்புமொழிக்குள் கொண்டு வந்தவர். எதிர்முரண்களாக அமைந்த சிந்தனைகளைச் சிறுகதைகளாக்கியவர். தமது கதைகளில் அலகிலா விளையாட்டு விளையாடியவர். கற்பனா சக்தியில் அதிசயிக்கத்தக்கவர். புனிதங்களை மண்ணில் புரட்டி எடுத்தவர். ஒவ்வொரு கதையையும் ஒவ்வொரு மாதிரி எழுத முயன்றவர். விமர்சகர்கள் சொல்லுகிற மாதிரிப் புதுமையும் பித்தமும் நிறைந்தவர். குழந்தைகள் உலகை அற்புதமாகச் சித்திரித்தவர். மன உலகச் சிடுக்குக்குள்ளே முடங்கிப் போகாதவர். க.நா.சு. குறிப்பிடுகிற மாதிரி, 'உண்மை, ஒளி, சிந்தனை, வேகம், சிந்தனைச் சுதந்திரம், கருத்து விஸ்தீரணம், உருவ அமைதி ஆகியவற்றைக் கதைகளில் சாதித்தவர் (*புதுமைப்பித்தன், 1987:LXXXV*).

மணிக்கொடி பத்திரிகையில் கதைகள் எழுதுவதற்கு முன்பே நிறையக் கதைகள் எழுதியவர் புதுமைப்பித்தன். 'சொ.வி.' என்ற பெயரில் ஒரு சில தழுவல் கதைகளையும் ஊழியன் பத்திரிகைத் தேவைக்காக எழுதியுள்ளார். மூன்று கட்டங்களாக வந்த மணிக்கொடியிலும் மற்றும் கலைமகள் பத்திரிகையிலும் தமது சிறந்த சிறுகதைகளை எழுதினார். க.நா.சு.வின் சூறாவளி, சந்திரோதயம் பத்திரிகைகளில் கதைகள் எழுதினார். தினமணியில் பணியாற்றிய காலத்தில் அதன் வாரப் பதிப்புக்களில் தொடர்ந்து ஏராளமான கதைகளை மொழிபெயர்த்து வெளியிட்டார். அவர் வாழ்ந்த காலத்திலேயே அவர் கதைகள் ஐந்து தொகுதிகளாக வெளிவந்தன. அவர் கடைசியாக எழுதிய கதை 'கயிற்றரவு'. இது 1948இல் வெளிவந்தது. இடையில் சினிமா கதை வசனம், சொந்த சினிமா கம்பெனி என்று தடம்புரண்டு 1948 ஜூன் மாதத்தில் நோயால் மரணமடைந்தார். வசனக் கவிதைகள், கலை இலக்கியம், வாழ்வியல், அரசியல் தொடர்பான கட்டுரைகள், நாடகங்கள், நூல் மதிப்புரைகள்,

காரசாரமான விவாதங்கள் என்று பல துறைகளில் எழுதிச் சர்ச்சைகளைக் கிளப்பியவர் புதுமைப்பித்தன். முற்றுப்பெறாத 'அன்னையிட்ட தீ' என்றொரு நாவலையும் எழுதியுள்ளார். குறைந்த காலம் வாழ்ந்தாலுமம நித்தியத்துவம் வாய்ந்த எழுத்துச்சாதனை புரிந்தவர் புதுமைப்பித்தன்.

சமூக சீர்திருத்தத்திற்காகவோ, கொள்கைப் பிரச்சாரத்திற் காகவோ, சமுதாய முன்னேற்றத்திற்காகவோ, பொருளாதார, தேச விடுதலை, சமூக விடுதலை இயக்கங்களுக்காகவோ தர்மம் வெல்லும் என்பதை நிரூபிப்பதற்காகவோ இலக்கியம் படைக்கப்படுவதில்லை என்ற கொள்கையைக் கொண்டவர் புதுமைப்பித்தன். கொள்கைக்காக அனுசரிக்கப்படுகிற மனித உறவுகளை அவர் நகையாடினார். விதவை மறுமணம், கலப்புத் திருமணம், அரிசன ஆலயப் பிரவேசம், மத மாற்றம் முதலிய சீர்திருத்தங்களை அவர் ஏற்றுக்கொண்டதில்லை. பாதிக்கப்பட்டவர்களைப் பற்றி எழுதினார். அவர்கள் மீது, பாதித்தவர்கள் திணித்த பரிகாரத்தனமான சீர்திருத்தங்களை விமர்சித்தார். பரமசிவனிலிருந்து 'பரக்கழி' மூட்டைப்பூச்சி வரை அவர் கதைகளில் பாத்திரங்களாகியுள்ளன. சென்னை நகர வீதியில் பரமசிவன் ரிக்ஷாவில் சவாரி செய்கிறான். எழுத்தாளன் வீட்டிற்குள் மோகினிப்பிசாசு வேலைக்காரியாக அமர்கிறாள். வேதாளம் நாகரீக உலகின் மனிதனைக் கண்டு நடுங்குகிறது. செவ்வாய் தோஷமுள்ளவனுக்கு ரத்தக் காட்டேரியால் துர்மரணம் ஏற்படுகிறது. உயிரின் ரகசியத்தை அறிய முயன்ற மனிதன் கருகிச் சாம்பலாகிறான். தான் முயன்று செதுக்கிய நடராசர் சிற்பத்தை ரசிக்காத மனிதக் கூட்டத்தின் அலட்சியத்தைக் கனவில் கண்டு குமுறுகிறான் சிற்பி. தாமிரபரணி ஆற்றில் காலை விட்டுத் துழாவியபடி சிறுமி சீடையை மென்று தின்கிறாள். கரையில் சாமியார் தத்துவ விசாரணை பண்ணுகிறார். ஒரு தலித் கிழவியின் கேள்விக்குப் பதில் சொல்ல முடியாமல் யமதர்மராஜன் தோற்றுப் போகிறான். சந்தடி மிகுந்த நகரின் நடைபாதையில் மெதுவாகச் செத்துக்கொண்டிருக்கும் ஒரு கிழப் பிச்சைக்காரனை ஒரு சிறுமி வேடிக்கை பார்க்கிறாள். ஐந்து ரூபாய் கொடுத்து ஆகாயக் கப்பலேறுவது ஒரு கணக்குப்பிள்ளையின் காதல்களில் ஒன்று. லட்சப் பிரபுவான ஒரு சம்சாரி திடீரென காசாயம் வாங்கிப் பத்தாண்டுகள் தேசாந்திரியாக அலைந்து விட்டு மீண்டும் சம்சாரியாகிறார். கனவு, கால எந்திரம் மூலமாகக் கடலில் மூழ்கிப்போன லெமூரியாக் கண்டத்திற்குப் போய்வர முடிகிறது. கிராமங்களில் சாதிக் கொடுமைகளிலிருந்து தப்பிக்க, சாதி இந்துக்களைத் தண்டிக்க இசுலாம் மதம் மாறுகிறார்கள் ஒடுக்கப்பட்டவர்கள். கிறிஸ்தவ மதம் மாறியவர் தினமும் தம் பாவங்களை மன்னிக்கும்படி கர்த்தரிடம் ஜெபித்துக்கொண்டு,

பிறர் பாவங்களை மன்னிக்காமல் தண்டிக்கிறார். தனக்கு மட்டும் வஞ்சனை செய்த அவதார புருஷன் இராமனின் அதர்மத்தை அறிந்த அகலிகை மீண்டும் கல்லாகிறாள். வாதவூராரின் தாள முடியாத வேதனை வையை வெள்ளமாய்க் கரைபுரண்டோடுகிறது. தன் செயலால் பாதிக்கப்பட்டுப் பைத்தியமான தனது பால்ய விவாக மனைவியை ஆண்மையோடு ஏற்றுக்கொள்ளுகிறான் கணவன். தன் கவிதைக்கு அரசனால் நேர்ந்த அவமானத்தால் ஒரு கவிஞன் உயிரை விடுகிறான். விதவை மறுமணத்தைவிடத் தற்கொலையே தீர்வென்று சாகிறார்கள் விதவைகள். பிள்ளையார் பொம்மை செய்து விளையாடிய ஒருவன் அந்தப் பொம்மையோடு கசத்தில் விழுந்து சாகிறான். மருத்துவமனையிலுள்ள கட்டில் தன்மீது கிடத்தப்பட்டவர்களின் கதி பற்றிப் பேசுகிறது.

இப்படி வண்ண வண்ணமான சித்திரங்களை மணிக்கொடி எழுத்தாளர்களில் புதுமைப்பித்தனைத் தவிர வேறுயாரும் தீட்டியதில்லை. கதை விசயங்கள் மட்டுமல்ல, எடுத்துக்கொண்ட விசயத்தைப் பொறுத்து அவரது சொற்பிரயோகம், மொழிநடை ஆகியவையும் மாறுகின்றன. பௌராணிகக் காலம், சங்க காலம், சோழர்காலம், கபாடபுரம் இருந்த காலம், கிழக்கிந்தியக் கம்பெனியார் காலம், சமகாலம் என்று கதை நிகழும் காலங்களுக்குப் பொருத்தமான சொல்லாட்சியையும் வசன நடையையும் புதுமைப்பித்தன் கையாண்டிருப்பது பெரும் விந்தை. அவருடைய இயல்பிலேயே விதவிதமாகக் கதை கூறும் வித்தை அமைந்து விட்டது என்றுதான் சொல்ல வேண்டும். புதுமைப்பித்தன் யாருடைய கட்சி, கொள்கை, கோஷ்டி ஆகியவற்றிலும் சேராதவர், சேர்க்கப்படவும் முடியாதவர். இதனால் இவரைப் பற்றியும் இவரது படைப்புப் பற்றியும் தொடர்ந்து விமர்சனங்களும் விஷமத்தனங்களும் தொடுக்கப்பட்டு வந்துள்ளன. சாதிய அடிப்படையில் புதுமைப்பித்தன் படைப்புக்கள் வடிவ நேர்த்தியற்றவை. அவருக்கு என்று தனி ஆளுமை இல்லை. தழுவல் வேலை செய்தவர், பல்வேறு சோதனை முயற்சிகள், மொழிபெயர்ப்புகள், தோல்விகளுக்குப் பிறகே நல்ல கதைகள் சிலவற்றை எழுதியவர். அவருடைய நூறு கதைகளில் பத்துப் பதினைந்துதான் தேறும். ஆங்கிலச் சிறுகதை எழுத்தாளர் சிலரின் நேரடித் தாக்கத்தில் எழுதியவர். அவரைவிடக் கு.ப.ரா., மௌனி ஆகியோர் உருவ – உள்ளடக்க விசயத்தில் வெற்றிபெற்ற சிறுகதைகளை எழுதியுள்ளார்கள் என்று கீழிறக்கம் செய்யப்பட்டார் (ரகுநாதன், 1999). வர்க்கப்பார்வை அடிப்படையில் புதுமைப்பித்தன் மிகத்தீவிரமான தனிமனிதவாதி, பிற்போக்குவாதி, சமூகப் பொறுப்பற்ற கதைகளை எழுதியவர், கலை கலைக்காகவே என்ற கொள்கைக்காக வீரதீரமாகப் போராடியவர். நல்ல இலக்கியத்தோடு நசிவு இலக்கியத்தையும்

விஞ்ஞானத்தோடு அஞ்ஞானத்தையும் அமுதத்தோடு நஞ்சையும் யதார்த்தத்தோடு பழமைவாதத்தையும் எழுதியவர் என்று தீர்ப்பிடப்பட்டார். என்றாலும், அவர் 1930–40களில் படைத்த அந்தச் சிறுகதைகள் இன்றைக்கும் அவற்றின் நவீனத்தன்மையை இழந்துவிடாமல் வாசகர்களால் விரும்பி வாசிக்கப்படுவதற்கும் விமர்சகர்கள் தங்கள் அளவுகோல்களைச் சரிசெய்துகொள்வதற்கும் புதிய தலைமுறை எழுத்தாளர்கள் தோன்றுவதற்கும் தகுதி வாய்ந்தவையாக இருக்கின்றன என்பதைச் சாதியப் பார்வையாலும் வர்க்கப் பார்வையாலும் விளக்கிட முடியவில்லை.

புதுமைப்பித்தனிடம் குறைகள் இல்லாமல் இல்லை. அவருடைய சிந்தனைகளில் விபரீதமான போக்கும் உண்டு. கிறிஸ்தவ மதமாற்றம் பற்றிய அவரது சில கதைகளில் புதுமைப்பித்தனின் வன்மம் தெரிகிறது. அவர் பட்ட அனுபவங்களால் அவரிடம் புரையோடிப் போயிருந்த நம்பிக்கை வறட்சி அவரை எதைப் பார்த்தாலும் ஒரேவிதக் குதர்க்கத்தோடுதான் பார்க்க வைத்தது. உரிமைப் போராட்டங்கள்மீது அவருக்கு நம்பிக்கை இல்லை. கேலி செய்வதற்கு ஒரு எல்லையே இல்லை என்கிற மாதிரி, அவர் சகட்டுமேனிக்கு எல்லோரையும் கேலி செய்துள்ளார். பரமசிவன், இராமன், சீதை, காந்தி, புரட்சிக்காரன், ஒடுக்கப்பட்டவர்கள் என்று அனைவரும் விகடத்துக்குள்ளாக்கப்படுகிறார்கள். சில சந்தர்ப்பங்களில் அவருடைய கட்டுக்கடங்காத கிண்டல், படைப்பு முயற்சியைப் பாதித்துள்ளது. அவராக ஏற்படுத்திக்கொண்ட எதிர்முரண்கள் சில கதைகளில் நேரடியாக வெளிப்படுவது படைப்பின் ஆக்கத்திற்கு ஊறுவிளைவிப்பதாக உள்ளது. இந்தக் குறைகள் எல்லாம் ஒரு படைப்பாளியிடம் இருக்கத்தான் செய்யும். நவீனச் சிறுகதையை நல்ல முறையில் அறிமுகம் செய்தவர் வ.வே.சு. ஐயர் என்றால் அதனை வளப்படுத்தியவர்களாக மணிக்கொடி எழுத்தாளர்களைச் சொல்லலாம். சிறுகதையின் அழகைக் காட்டியவர் கு.ப.ரா. என்றால் அதன் பல்வேறு சாத்தியப்பாடுகளை நடைமுறையில் செய்துகாட்டியவர் புதுமைப்பித்தன் என்று உறுதியாகச் சொல்லலாம்.

## துணை நூற்பட்டியல்

1. ஐயர், வ.வே.சு., 1986, மங்கையர்க்கரசியின் காதல், அல்லயன்ஸ் கம்பெனி, சென்னை.

2. கரிச்சான்குஞ்சு, 1990, கு.ப.ரா., வானதி, சென்னை.

3. கல்கி, 1981, ஏட்டிக்குப் போட்டி, வானதி, சென்னை.

4. கைலாசபதி, க., 1977, தமிழ் நாவல் இலக்கியம், என்.சி.பி.எச், சென்னை.

5. சிதம்பர சுப்ரமணியன், ந., 1989, சக்ரவாகம், அல்லயன்ஸ் கம்பெனி, சென்னை.

6. சிவத்தம்பி, கா., 1967, தமிழில் சிறுகதையின் தோற்றமும் வளர்ச்சியும், பாரி நிலையம், சென்னை.

7. சுந்தரராஜன், பெ.கோ., (சிட்டி) சிவபாத சுந்தரம். சோ.1989, தமிழில் சிறுகதை: வரலாறும் வளர்ச்சியும், க்ரியா, சென்னை.

8. செந்தில்நாதன், ச., 1967, தமிழ்ச் சிறுகதைகள் ஒரு மதிப்பீடு, என்.சி.பி.எச், சென்னை.

9. செல்லப்பா, சி.சு., 1988, தமிழ்ச் சிறுகதை பிறக்கிறது, பீக்காக் பப்ளிகேஷன்ஸ், சென்னை.

10. பாரதியார் கதைகள், 1977, பூம்புகார் பிரசுரம், சென்னை.

11. புதுமைப்பித்தன், 1968, ஆண்மை, ஸ்டார் பிரசுரம், சென்னை.

12. புதுமைப்பித்தன் படைப்புகள் – 1, 1987, ஐந்திணைப் பதிப்பகம், சென்னை.

13. புதுமைப்பித்தன் படைப்புகள் – 2, 1988, ஐந்திணைப் பதிப்பகம், சென்னை.

14. மாதவையா, அ., 1924, குசிகர் குட்டிக் கதைகள் (முதல் எட்டு), ஆசிரியர் அச்சுப்பிரசுராலயம், சென்னை.

15. மௌனியின் கதைகள், 1991, பீக்காக் பதிப்பகம், சென்னை.

16. ரகுநாதன், தொ.மு.சி., 1999, புதுமைப்பித்தன் கதைகள்: சில விமர்சனங்களும் விஷமத்தனங்களும், என்.சி.பி.எச், சென்னை.

17. ராமையா, பி.எஸ்., 1980, மணிக்கொடி காலம், மணிவாசகர் நூலகம், சென்னை.

18. ராஜகோபாலன், கு.ப., 1989, கனகாம்பரம், அல்லயன்ஸ் கம்பெனி, சென்னை.

19. ராஜாஜி, 1971, ராஜாஜி கதைகள், வானதி, சென்னை.

**காலச்சுவடு ‘தமிழ் இனி 2000’ தொகைநூலில் இடம்பெற்றுள்ள கட்டுரை.**

# சிறந்த தமிழ்ச் சிறுகதைகள்:
## ஒரு தொகுப்புக்கான சில குறிப்புகள்

க.நா. சுப்ரமண்யம்

சிறுகதை என்கிற நவீன இலக்கியத்துறையில் தற்காலத் தமிழ் இலக்கியாசிரியர்கள் ஓரளவுக்கு முன்னேறியிருக்கிறார்கள்; கணிசமான அளவில் இத்துறையில் ஒரு வளம் காணக்கிடக்கிறது என்று சாதாரணமாக எல்லோருமே ஒப்புக்கொள்கிறோம். ஆனால் இந்த வளத்தைச் சீர்தூக்கிப் பார்ப்பதிலே எது வளம், எது வளமின்மை என்று பார்ப்பதிலே, நமக்குள்ளே பலதரப்பட்ட அபிப்பிராயங்கள் நிலவுகின்றன. சிறுகதை என்பது முதலில் கதையாகத்தான் இருக்க வேண்டும் என்கிற ஒரு அடிப்படையை வைத்துக்கொண்டு, ராஜாஜி, சாமிநாதய்யர் போன்றவர்களையும், கல்கி, கி.வா. ஜகந்நாதன் போன்றவர்களையும், புதுமைப்பித்தன், கு.ப.ரா., மௌனி போன்ற சிறுகதை ஆசிரியர்களுக்குச் சமமானவர்களாக மதிப்பிட்டுச் சொல்லும் போக்கும் இன்று நமக்கு இருக்கிறது. தமிழில் இதுவரை வெளிவந்துள்ள ஒரே ஒரு 'தரத்தொகுப்பு' நூலான சிறுகதை மஞ்சரியிலே, கதைகளும் சிறுகதைகளும் (சோமு, சங்கர், அகிலன், ஜகந்நாதன், தூரன் முதலியவர்களுடையவை வெறும் கதைகள், புதுமைப்பித்தன், கு.ப.ரா., பிச்சமூர்த்தி, ஜானகிராமன் இவர்களுடையவை சிறுகதைகள்) இடம் பெற்றிருக்கின்றன. தொகுப்பாசிரியருக்கும் கதைக்கும் சிறுகதைக்கும் உள்ள தாரதம்மியம் தெரியவில்லை என்பது வெளிப்படை.

கதை என்பது எத்தனையோ காலமாக, வழிவழி வந்த ஒரு சொத்து. (ஆனால் அதற்கு இலக்கிய அந்தஸ்து சிறுகதையான பிறகுதான் ஏற்படும்). மஹாபாரதத்துக்கும், ராமாயணத்துக்கும் கதைதான் அடிப்படை. ஷேக்ஸ்பியரின் கவிதை நாடகங்களுக்கும் கதைதான் அடிப்படை. புறநானூறிலுள்ள பல செய்யுள்களுக்கும் கதைகள்தான் அடிப்படை. இது தவிர புத்த ஜாதகக்கதைகள், பஞ்சதந்திரக் கதைகள், பரமார்த்தகுரு கதைகள், விக்கிரமாதித்தன் கதைகள் இவையெல்லாம் கதைகள். இந்தக் கதைகளில் பலவும் ஆரம்பத்தில், ஆதி காலத்தில் இந்தியாவிலே தோன்றித்தான் உலகமெங்கும் பரவின என்றுசொல்லிப் பெருமைப்படுபவர்கள் உண்டு.

கதை என்பது 'பொய்யை அடிப்படையாகக் கொண்ட ஒரு சித்திரம் – அல்லது பல சித்திரங்கள்' என்று சொல்லலாம். பொய்யே கலக்காத கதைகளும் இருக்கலாம்தான். ஆனால் உலகத்தில் எந்த ஆதி இலக்கியத்திலும் பொய் சிறிதும் கலவாத கதை இருந்ததாகத் தெரியவில்லை. சத்தியத்தை நிலைநிறுத்தத் தோன்றிய அரிச்சந்திரன் கதையும்கூடப் பொய்யை அடிப்படையில் அடக்கிய கதைதான். தொல்காப்பியத்தில் தமிழ்ச் சிறுகதை பற்றிக் கூறுகிற ஆதாரம் இருப்பதாகச் கூறிப் பெருமைப்படுகிற (படுத்துகிற) பண்டிதர்களும்கூட இந்தப் 'பொய்ச்' சித்திரத்தைத்தான் சொல்லுகிறார்கள். அது கதையின் இலக்கணம்; இலக்கிய அந்தஸ்தை எட்டாத எல்லாக் கதைகளுக்கும் லக்ஷணம் அது.

கதை என்பது இலக்கியத்தில் ஒரு தனித்துறையல்ல என்பது வெளிப்படை. அது எல்லாப் பகுதிகளுக்கும் பொதுவான ஒரு அம்சம். அதிலே இலக்கியத்தரம், மனிதத்தன்மை தரம் இரண்டும் சொல்ல இயலாது. நீதிக்கதை, உபயோகமானது, அசுவாரசியமானது, சுவாரசியமானது என்று பிரிவுகள் வேண்டுமானால் சொல்லலாமே தவிர, இலக்கியப் பூர்வமான தராதரம் சொல்ல இயலாது. கதை என்று பொதுப்படக் கவிதை, நாடகம், காவியம், வசன நூல்கள் பல இவற்றிற்கெல்லாம் ஆதாரமாக இயங்குகிற ஒரு அடிப்படைக் கோப்பு. ஆனால் சிறுகதை என்பதோவெனில் இலக்கியத்தில் ஒரு தனித்துறை. இந்தச் சிறுகதை என்கிற இலக்கியத் தனித்துறை உலக இலக்கியத்திலேயே தலையெடுத்துச் சுமார் நூற்று முப்பது வருஷங்கள்தான் ஆகின்றன. எட்கார் ஆலன் போ என்கிற அமெரிக்கஇலக்கியாசிரியர் தோற்றுவித்த இலக்கியத் தனித்துறை இது. (ஆனால் ஆங்கில, மேலை நாட்டுப் பண்டிதர்களில் சிலரும்கூட இதை இவ்வளவு தெளிவாக ஏற்றுக்கொண்டு விடுவது கிடையாது. பைபிளில் இருக்கிறது சிறுகதை, கிரேக்க இலக்கியத்தில் உண்டு என்று பண்டிதர்களுக்கே உரிய பாணியில் அங்குச் சண்டைகள் உண்டு).

இத்துறையில் பத்தொன்பதாம் நூற்றாண்டில் ப்ரெட் ஹார்ட்டி, ஹாதார்ண் போன்ற அமெரிக்க ஆசிரியர்களும் ப்ரான்ஸ்வாகாப்பி, மெண்டெஸ், மாப்பஸான் போன்ற பிரெஞ்சு ஆசிரியர்களும் செக்காவ் போன்ற ருஷ்ய ஆசிரியர்களும் போற்றி வளர்த்து வளம் செய்தார்கள்.

இருபதாம் நூற்றாண்டிலே ஆம்பிரோஸ் பிர்ஸ், ஷெர்வுட் ஆண்டர்ஸன், ஹெமிங்வே, பாக்னர், வில்லியம் ஸரோயன் போன்ற அமெரிக்கர்களும் லாகர்லெவ், வான்ஹெய்டன்ஸ்டாம், டாபெர்ஹால் ஸ்டிராம் போன்ற ஸ்வீடிஷ்காரர்களும் பிராண்டெல்லோ, பாலஸெக்கி போன்ற இத்தாலியர்களும் கார்க்கி, ப்யூனின் போன்ற ருஷ்யர்களும் ஜாய்ஸ், ஓகானர் போன்ற ஐரிஷ்காரர்களும் காப்கா, தாமஸ் மன் போன்ற ஜெர்மானியர்களும் அநடோல் பிரான்ஸ் போன்ற பிரெஞ்சுக்காரர்களும் இலக்கிய அடிப்படையில் வளர்த்து வந்திருக்கிறார்கள். மேலைநாட்டு அவசர யுகத்தின் தேவைகள் பலவற்றால் ஆங்கிலத்திலும் வேறு ஐரோப்பிய மொழிகளிலும் பத்திரிகைகள் யுகமும் அவசர யுகமும் தோன்றியபின் கதை, சிறுகதை என்கிற இலக்கிய உருவம் பெற்றுப் பின்னர் பத்திரிகைக்கதை என்று ஒரு தேய்வும் பெற்றது. இந்தப் பத்திரிகைக் கதைகளுக்குச் சிறந்த உதாரணங்களாக ஸாமர்ஸெட்மாம், ஏ.இ.கோப்பார்டு, இர்வின்ஷா முதலியவர்களைச் சொல்லலாம்.

மேலை நாட்டில் தோன்றிய இச்சிறுகதை இலக்கிய வளம் இருபதாம் நூற்றாண்டிலே, இந்தியாவிலும் சீனாவிலும் ஜப்பானிலும் புது இலக்கியத்தில் இந்திய உருவமும் சீன உருவமும் ஜப்பானிய உருவமும் எடுத்தது. சென்ற முப்பது வருஷங்களில் ஜப்பானியச் சிறுகதை பிரமாதமான வளர்ச்சி பெற்றுள்ளது. சீனத்துச் சிறுகதை ஆரம்பத்தில் பிரமாதமான வளர்ச்சி பெற்று, அரசியல் காரணங்களினால்,சோஷலிஸ யதார்த்தவாதம் என்கிற குட்டையிலே (இலக்கிய உத்தியிலே) வந்து தேங்கிவிட்டது. சிறுகதைக்கு இந்திய உருவம் தருகிற முயற்சியை ரவீந்திரநாத் தாகூர் சிறப்பாகச் செய்தார்.

தாகூரின் சிறுகதை முயற்சியை வ.வே.சு. ஐயரும், கவி சுப்பிரமணிய பாரதியாரும் பின்பற்றினார்கள். வ.வே.சு. ஐயர் குளத்தங்கரை அரசமரத்தில் தாகூர் செய்த காரியத்தையே ஓரளவு தமிழில் வெற்றியுடன் திரும்பவும் செய்து பார்த்தார். அவர் எழுதிய மற்றக் கதைகளிலும் அவர் ஓரளவுக்குப் பிறர் செய்ததையே பின்பற்றினார். எனினும் ஓரளவு வெற்றி பெற்றார் என்பதனால் தமிழில் சிறுகதைக்கு வ.வே.சு. ஐயரைத்தான் தந்தையென்று சொல்லுவது வழக்கமாகி விட்டது. கவி பாரதியாரின் கதைகளைச் சிறுகதைகள் என்று சொல்லமுடியாது. வெறும் கதைகளாகவே

சொன்னார் அவர். ஆங்கில, பிரெஞ்சு மொழிச் சிறுகதைகளையும் தாகூர் சிறுகதைகளையும் அறிந்தேதான் பாரதியார் தன் கதைகளை எழுதினார். ஆனாலும் உருவத்தைவிட அவருக்குச் சீர்திருத்தக் கருத்திலே மோகம் அதிகமானபடியினாலே, அவர் கதைகள் சிறு கதைகளாகவும்கூட அமைதி பெறவில்லை. உதாரணமாகப் பாரதியாரின் 'பூலோக ரம்பை'யைச் சொல்லலாம். அற்புதமான ஒரு கதையை உருவம் அல்லது ஒரு உருவமல்லாத பிரக்ஞையுடன் செய்யாமல் வழிந்தோட விட்டுவிடுகிறார் பாரதியார். இந்தக் குறை மாதவையாவின் குசிகர் குட்டிக் கதைகளிலும் உண்டு என்றுதான் சொல்லவேண்டும்.

சிறுகதை என்பதற்கு அடிப்படையாக, அதை எழுதுகிறவனுடைய இலக்கிய உருவப் பிரக்ஞை அமைய வேண்டும். மேலெழுந்தவாரியாகப் பார்க்கும்போது அல்லது அதிகமாக ஆழ்ந்து பார்க்கும்போதும்கூட, இவ்விஷயம் ஒரு உருவமல்லாத உருவமாகவே இருக்கலாம். ஆனால் அந்த உருவமல்லாத உருவத்தையும்கூட, குணத்தையும் விசேஷத்தையும்கூட, உணர்ந்தே, இலக்கியப் பிரக்ஞையுடன் செய்திருக்கிறான் ஆசிரியன் என்பதுதான் அதைச் சிறுகதையாக்குகிறது. சிறுகதையின் ஆரம்பம், நடு, முடிவு என்பதைப் பற்றிச் சொல்வது இப்போது விளையாட்டுக்கும் கேலிக்கும் இடமாகத் தோன்றலாம். ஆனால் அதுதான் சிறுகதை என்கிற இலக்கியத் துறையில் அடிப்படையான விஷயம். இந்த ஆரம்பம், இந்த நடு, இந்த முடிவுதான் வேண்டும் என்பது முன்கூட்டி நிச்சயமானதல்ல – ஆனால் அது ஏற்பட்டபின், அது தவிர்க்க முடியாதது என்கிற உணர்வு விமர்சகர்களுக்கும் வாசகனுக்கும் ஏற்பட வேண்டும். இந்த உணர்வை ஏற்படச் செய்பவனைத்தான் இலக்கியத்தில் சிறுகதாசிரியன் என்று நாம் கொண்டாட முடியும். நடை அழகு, விஷயத் தெளிவு, அமைதி முதலியனவெல்லாம் இலக்கியப் பரப்பில் எல்லாத் துறைகளுக்குமே பொதுவானவை. ஆனால் சிறுகதை உருவமும் உருவ அமைதியும் தவிர்க்கமுடியாத தன்மையும் *(inevitability)* ஒருமைப்பாடும் சிறுகதைக்கு மட்டும் உரியது. இதை எப்படி விமர்சகன் முதலில் தேர்ந்து புரிந்து கொள்ளுகிறான் என்பதும் வாசகர்கள் எப்படித் தெரிந்தோ, தெரியாமலோ ஒரு வகையாக இனங்கண்டு கொள்ளுகிறார்கள் என்பதும் இலக்கிய விமர்சனம் சரியாக வளராத இக்காலத்தில், தமிழில் தெளிவாக்குவது சற்றுச் சிரமமான காரியம்தான்.

இலக்கிய விமர்சகன் என்று என்னைப்போலச் சொல்லிக் கொண்டு வருபவன், இதைத் தன் படிப்பையும் பிற மொழிச் சிறுகதை அறிவையும் வைத்துக் கணித்துக் கொள்ளுகிறான் என்று மட்டும் சொல்லிவிட்டு, அதற்கு உதாரணமாக இன்று பழக்கமான

ஆசிரியர்கள் சிலருடைய சிறுகதை உருவங்கள் பற்றிய குறிப்புகள் மட்டும் இங்குத் தர முயலுகிறேன். உருவமேயல்லாத பலவிதக் கதை உருவங்களை நமக்குச் சமைத்துத் தந்திருப்பவர் என்று வில்லியம் ஸரோயனைச் சொல்லலாம்; பாதரஸத்தைப்போலக் கைக்கடியிலிருந்து நழுவிவிடும் உருவம் பெற்றவை அவர் கதைகள். உருவமில்லாதது போன்ற, ஆனால் அலசிப் பார்த்தால் நல்முத்துப் போன்ற உருவம் படைத்த சிறுகதைகள் செக்காவினுடையது. மழமழவென்று பூசி மெழுகிய களிமண் உருண்டைகள் மாப்பஸானின் சிறுகதைகள். ஓ ஹென்றியின் சிறுகதைகள் அழுத்தி விட்டுவிட்டால் மேலெழும்பி நம் கையையே பின்பற்றும் விசை (Spring) போன்றவை. குதித்துக் கொம்மாளமிட்டுக்கொண்டு நம்மை முட்டித் தாக்கவரும் காளைகள் போன்ற சிறுகதைகள் ஹெமிங்வேயினுடையவை. ராக்ஷஸ எட்டுக்கால் பூச்சிபோல நின்று நிலைத்து நம்மை மயக்கி அருவருப்பையும் கவர்ச்சியையும் ஒருங்கே தந்து வலை வீசும் உருவம் படைத்தவை வில்லியம் பாக்னரின் சிறுகதைகள். நகாசு வேலையை அதி அற்புதமாகச் செய்த பொன் அணிகள் அநடோல் பிரான்ஸின் கதைகள். கார்க்கியின் கதைகளோ கனமான காட்டு மரத்தால் செய்யப்பட்ட உபயோகமான சாமான்கள்.

## நம் வளர்ச்சி

பொதுவாக இத்தனையும் சொன்ன பிறகு, தமிழில் சிறந்த சிறுகதைகள் என்கிற விஷயத்துக்கு வருவோம்.

வ.வே.சு. ஐயருக்குப் பிறகு தமிழில் சிறுகதை வளர்ந்த சரித்திரம், அநேகமாக நம்மில் எல்லோருக்குமே தெரியும். மூன்று பிரிவுகளாகத் தற்காலத்திய கதை வளர்ச்சியை நாம் கணிக்கலாம். (ஒன்று) இலக்கியத்துறை என்று எதிலும் அடங்காத கதை முயற்சிகள். இம்முயற்சியில் தலை சிறந்தவர்கள் என்று அ. மாதவையா, டாக்டர் சாமிநாதய்யர் (நினைவுக் கதைகள்), எஸ்.வி.வி., ராஜாஜி முதலியவர்களைச் சொல்லலாம். இந்தக் கதைகளில் கருத்தால், விஷயத்தால், அவரவர்கள் மனோதர்மப்படி முக்கியத்துவம் தந்துகொள்ளலாம். இலக்கியரீதியாக முக்கியத்துவம் கிடையாது என்றுதான் சொல்லவேண்டும். அதாவது உதாரணமாக, விதவைகளை உயர்த்துவதற்காகப் பயன்படக்கூடியன மாதவையாவின் கதைகள்; கள் குடிப்பதை ஒழிக்க உபயோகப்படக்கூடியவை ராஜாஜி கதைகள் என்றும் பழைய தலைமுறைச் சரித்திரங்களை அறிந்துகொள்ள உ.வே. சாமிநாதய்யரின் கதைகள் உதவும் என்றும் வெறும் பொழுதுபோக்கிற்காக எஸ்.வி.வி.யின் கதைகள் உதவும் என்றும் பொதுவாகச் சொல்லலாம். இவற்றிலே இலக்கியத்தரம் ஏற்றி

வைப்பதற்கில்லை. இந்தப் பழைய கதாசிரியர்களுக்கு வாரிசுகளாக இன்று கதைகள் எழுதுபவர்களில் கி.வா. ஜகந்நாதனையும், பெ.தூரனையும் சொல்லலாம். சந்தர்ப்ப விஷேசத்தால் மணிக்கொடி கோஷ்டியினருக்குத் தலைவராக ஒருசிலரால் கருதப்படும் பி.எஸ்.ராமையாவின் கதைகளும் (பொதுவாக) இந்த ரகத்தைச் சேர்ந்தவையே என்பது எனது அபிப்பிராயம்.

இரண்டாவதாகச் சொல்ல வேண்டியது பத்திரிகைக் கதைகள். 1930ஆம் ஆண்டுத் தொடக்கத்திலிருந்து தமிழில் பத்திரிகை யுகம் அதன் உச்சியை எட்டியிருக்கிறது என்றும் சொல்லலாம். இப்படிச் சொல்லுகிறபோது பத்திரிகை அவசரம், நெருக்கடி, எல்லாமாகச் சேர்ந்து அமைந்த கதைகளைச் சொல்லலாம். கல்கி இத்துறையில் வழிகாட்டியாக அமைந்தார். இந்தப் பத்திரிகைக் கதைகளுக்குப் பல்லாயிரக்கணக்கான வாசகர்களைச் சம்பாதித்துக் கொடுத்தவரும் கல்கிதான். கல்கியின் கதைகளில் அநேகமாக எல்லாமே பிறர் கதை அஸ்திவாரத்தில் தோன்றியவைதான். சற்றே மாற்றியோ திருத்தியோ தமிழில் உருவம் என்று அவருக்கு எட்டாததொன்றைக் கற்பனை செய்துகொண்டு உருமாற்றி வைக்கப்பட்டவைதான். அவரைப் பின்பற்றிப் பலரும் பத்திரிகைக் கதை எழுதி வெற்றி பெற்றிருக்கிறார்கள். அதாவது கதைக்கும் சிறுகதைக்கும் இடையில் ஒரு உருவம் இது. இலக்கிய ரீதியில் கவனித்தால் ஒருவிதமான குண விசேஷமும் இல்லாதது. எத்தனையோ பேர் சாதாரணமாகக் கையாண்ட விஷயங்களை மறுபடியும் ஒருதரம் படிக்கக்கூடிய பாஷையிலே, சிரமப்படுத்தாத வகையிலே எழுதியிருக்கிறார்கள். இந்த ரகத்தைச் சேர்ந்தவர்கள் என்று நூற்றுக்கணக்கான இன்றைய ஆசிரியர்களைச் சொல்ல லாம். வாசகர்களை நினைவில் வைத்துக்கொண்டு கதைகள் எழுதுபவர்கள் இவர்கள்; பத்திரிகைத் தேவைகளைப் பூர்த்தி செய்வதற்காகவே எழுதுபவர்கள். தமிழ்நாட்டில் சிறுகதைப் பரிசுகள் பலவற்றையும் தட்டிக்கொண்டு போகிறவர்கள் இவர்களாகத்தான் இருக்கமுடியும்; குறிப்பிட்ட பஞ்சாயத்தார் ஐந்து பேரைத் திருப்தி செய்யக் கூடியவர்கள் இவர்கள். இங்குப் பட்டியல் தருவதென்று ஆரம்பித்தால் இடம் போதாது. ஆனால் இந்தப் பத்திரிகை ரகத்திலே, குறிப்பாக வெற்றி பெற்றவர்கள் என்று அகிலன், பூவாளூர் சுந்தரராமன், சிரஞ்சீவி முதலியவர் களைச் சொல்ல வேண்டும். இந்தப் பட்டியலில் இடம் பெறுபவர்கள் என்று சுகி, ரஸவாதி, ரா.கி. ரங்கராஜன், எல்லார்வி, மாயாவி போன்ற பலரைச் சொல்லலாம்.

தமிழில் சிறந்த சிறுகதைத் தொகுப்பு என்று ஒன்று வெளியிட வேண்டும் என்று எனக்குப் பணியளிக்கப்பட்டால் இவர்களையும், இவர்களுக்கு முந்திய வகுப்பில் சேர்ந்தவர்களாகச் சொல்லிய

கதாசிரியர்களையும் நான் சேர்க்க மாட்டேன் என்பது தெளிவு. இப்போது அப்படிப்பட்ட தொகுப்பு நூலில் யார் யாரைச் சேர்க்கலாம் என்பதை இலக்கிய விமர்சன ரீதியில் பார்க்கலாம்.

இலக்கிய ரீதியில் சிறுகதைக்கு இலக்கியப் பிரக்ஞையுடன் அமைந்த உருவம் வேண்டும். அதுதான் ஒரு குறிப்பிட்ட சிறுகதையை கதை, பத்திரிகைக் கதை என்கிற தரத்திலிருந்து உயர்த்தி இலக்கியபூர்வமான சிறுகதையாக்குகிறது என்று சொன்னேன். தமிழுக்கு மட்டுமல்ல; உலக இலக்கியப் பரப்புக்கே சிறுகதைத் துறை புதுத்துறைதான். ஆகவே பெரும்பாலும் நல்ல சிறுகதாசிரியர்கள் என்று உலக இலக்கியத்தில் இடம் பெறுபவர்கள் எல்லோருமே இலக்கிய சோதனைக்காரர்கள்தான். சுவடு தெரிகிற தடத்திலே செல்ல மறுத்து, புதுத் தடம் போட்டுக்கொண்டு, இலக்கியத்தின் எல்லைகளைச் சற்று விரிவடையச் செய்ய முயன்றவர்களைத்தான் சோதனைக்காரர்கள் என்று சொல்லலாம். இதிலே ஓரளவேனும் வெற்றி பெற்றவர்களைத்தான் சிறந்த சிறு கதாசிரியர்கள் என்று சொல்ல வேண்டும். இப்படி வெற்றி பெற்ற முதல் தமிழ்ச் சிறுகதாசிரியர்களில் பலர், அந்தக் காலத்தில் மணிக்கொடி என்கிற அல்பாயுசுப் பத்திரிகையில் தங்கள் சிரஞ்சீவிக் கதைகளை எழுதினார்கள். அதற்கும் மணிக்கொடிக்கும் சிறிதும் பொறுப்பில்லை என்றாலும்கூட, மணிக்கொடி கோஷ்டி என்கிற ஒரு பெயர் நிலைத்து விட்டது. அதனால் நஷ்டம் ஒன்றுமில்லையே!

மணிக்கொடியில் எழுதிய நல்ல சிறுகதாசிரியர்கள் இருவர் இன்று நம்மிடையே இல்லை. ஒருவர் புதுமைப்பித்தன்; மற்றவர் கு. ப. ராஜகோபாலன். இவர்கள் இருவருமே இலக்கியத்தில், குறிப்பாகச் சிறுகதைத் துறையில் சோதனைகள் செய்து பார்க்கும் திறனும் செய்த சோதனைகள் சிலவற்றில் இலக்கிய வெற்றியும் பெற்றவர்கள். புதுமைப்பித்தன் செய்த சோதனைகளும் அதிகம். வெற்றி தோல்விகளும் அதிகம். ஆனால் பெற்ற வெற்றிகள் கணிசமானவை. கு.ப.ரா., செய்த சோதனைகள் குறைவு. அந்த அளவில் வெற்றி அதிகம். எண்ணிக்கையளவில் கணக்கெடுத்தால் கு.ப.ரா.வின் வெற்றிபெற்ற சிறுகதைகள் புதுமைப்பித்தனுடைய வெற்றிபெற்ற சிறுகதை எண்ணிக்கையை விட அதிகமானாலும் கூட, புதுமைப்பித்தனுடைய சோதனை ஆழம், பரப்பு இரண்டும் அதிகம் என்பதனால் அது தமிழில் சிறுகதை வளத்தை அதிகமாக்கியது. பிற்காலச் சோதனையாளருக்குச் சிறப்பான வழிகாட்டியது என்றும் சொல்ல வேண்டும்.

இன்னும் நம்மிடையே இருந்தும் அதிகமாக எழுதாமல் மணிக்கொடியில் மட்டும் சிறப்பாக எழுதிய ஆசிரியர்களிலே மௌனி என்பவரைத் தனியாகச் சொல்ல வேண்டும். இவருடைய

பதினைந்து பதினாறு சிறுகதைகளிலே, சிறப்பாக 'அழியாச் சுடர்', 'பிரபஞ்ச கானம்' என்கிற சிறுகதைகளில், இதுவரை தமிழில் காணக்கிடைக்காத ஆழம் காணப்படுகிறது. சொல்வதற்கு மிகவும் சிரமமான பல விஷயங்களை, ஒரு லக்ஷியக் காதல் நோக்கிலிருந்து *(romantic melancholy)* என்கிற ரீதியில், அழுத்தம் தந்து அற்புதமான சிறுகதை உருவம் படைத்திருக்கிறார் மௌனி. தமிழில் இன்றுவரை வெளிவந்துள்ள சிறுகதைகளிலே மௌனியின் இந்த இரண்டு சிறுகதைகளும் ஒரு சிகரம் என்பது என் அபிப்பிராயம்.

ந. பிச்சமூர்த்தி ஆரம்ப காலத்தில் கவிதை நிரம்பிய பல சோதனைகள் நடத்தினார். அவற்றிலே வானம்பாடி, மோஹினி, தாய் முதலியவை சிறப்பான வெற்றிகள். ஒரு இருபது வருஷ மௌனத்துக்குப் பிறகு அவர் மறுபடியும் சிறுகதைகள் எழுத இரண்டொரு வருஷமாகத் தொடங்கியிருக்கிறார். அந்தக் கதைகள் அற்புத உருவம் பெற்று, ஆழமும் அர்த்தமும் கூடித் திகழ்கின்றன.

ந. சிதம்பர சுப்ரமணியன் என்பவருக்குச் சிறுகதையில் உருவம் என்கிறதில் நம்பிக்கை கிடையாது. ஆகவே, அவருடைய சிறுகதைகளைச் சோதனைகளாகக் கருத முடியாது. ஆனால் அவற்றிலே ஒரு அற்புதமான உருவம், ஆரம்பமும் நடுவும் முடிவும் அமைகின்றன என்பது படிப்பவர்களுக்குத் தெரியும். இதுபோல தமிழில் சிறந்த சிறுகதைத் தொகுதியில் இடம்பெறக்கூடிய ஆசிரியர்கள் என்று மணிக்கொடி கோஷ்டியினரில் வேறு பலரையும் சொல்லலாம். அவர்கள் திறமைக்கேற்பச் சோதனைகள் செய்து பார்த்தவர்கள். சி.சு. செல்லப்பா, க.நா. சுப்ரமண்யம், சுந்தா, கி.ரா., எம்.வி. வெங்கட்ராம் முதலானோர். செல்லப்பாவின் ஆரம்பகாலக் கதைகள் ஒருவிதமானவை, பிற்காலத்தில் அவர் எழுதியுள்ள சிறுகதைகளில் கொஞ்சம் கனமான பகைப்புலமும் லேசான விஷயமும் அடங்கியிருக்கிறது என்று சொல்ல வேண்டும். கி.ரா.வின் சிறுகதைகளைப் பாடப்புஸ்தகச் சிறுகதைகள் என்றே சொல்லலாம். அவற்றில் ஆழமோ கனமோ அதிகம் கிடையாது. ஆனால் உருவம் உண்டு. சற்றேறக்குறைய பத்திரிகைத் தரத்தைத் தொடுகிறமாதிரிக் கதைகள் அவருடையவை என்றாலும் இலக்கிய முயற்சிகள்தான். சுந்தா மணிக்கொடி கோஷ்டியில் இலக்கியாசிரியராகத் தொடங்கிப் பத்திரிகை எழுத்தாளராக முடிந்தவர். இவருடைய ஆரம்பகாலக் கதைகளில் சில நல்ல சோதனைகள். க.நா. சுப்ரமண்யத்தின் மணிக்கொடிக் கதைகளில் உருவப் பிரக்ஞையுடன், ஆழந்தெரியச் செய்யப்படும் முயற்சிகள் அதிகம். வெற்றி பெற்ற ஒரேகதை என்று 'சாவித்திரி' என்பதைச் சொல்லலாம். இவருடைய பிற்காலத்துச் சிறுகதைகளில் சோதனை அம்சம் அதிகம். எம்.வி. வெங்கட்ராம் பல பழங்கதைகளை

அற்புதமான புதுமெருகுடன் எழுதியிருக்கிறார். சிறுகதைகளாக அவற்றிற்கு ஒரு இலக்கியத்தரம் உண்டென்றாலும்கூட, அவை பழங்கதைகளின் புது மெருகுதான்.

மணிக்கொடி கோஷ்டியைச் சேராத சிறுகதாசிரியர்களும் சிலர் அந்தக் காலத்தில் எழுதத்தான் எழுதினார்கள். இவர்களில் தி.ஜ. ரங்கநாதனையும் த.நா. குமாரஸ்வாமியையும் சங்கரராமையும் சிறப்பாகச் சொல்லலாம். முன்னிருவர் சிறுகதைகளிலும் சோதனை அம்சங்கள் மிகக் குறைவு. ஒரு சாதாரண நிலையில் நின்று கதை சொல்வதை, இலக்கிய அந்தஸ்தைத் தொட்டும் தொடாமலும் செய்பவர் தி.ஜ. ரங்கநாதன். குமாரஸ்வாமியின் சிறுகதைகளிலே ஒரு romantic melancholyயும் காதல் கட்டமும் சிறப்புக்கள். சங்கரராம் வேட்டைக் கதைகள், மாட்டுக் கதைகள், நாட்டுக் கதைகள் பல எழுதியுள்ளார். இவை பத்திரிகைக் கதைகளின் அம்சங்கள் பூராவும் பொருந்தி, ஓரளவு இலக்கிய நயமும் உள்ளவை.

1940களுக்குப் பிறகு தோன்றிய சிறுகதாசிரியர்களிலே சிறப்பாக மூன்று பேர்களைச் சொல்ல வேண்டும். இலக்கிய ரீதியில் லா.ச. ராமாமிருதம் ஒரு சோதனைச் சிறுகதாசிரியர். அவர் ஒரே மாதிரியான சோதனைதான் செய்கிறார். சோதனைகளைப் புதுமைப்பித்தன் மாதிரி மாற்றாமல், மௌனி மாதிரி, ஒரே ரீதியில் செய்பவர். இதில் அவர் நல்ல வெற்றி பெற்றிருக்கிறார் – 'கொட்டு மேளம்', 'இதழ்கள்' போன்ற கதைகளில். இரண்டாவதாகச் சொல்லவேண்டியவர் தி. ஜானகிராமன். இவருடைய சிறுகதைகளிலும் சோதனைப் பரப்பு குறைவு. ஆனால் இவர் சிறுகதைகளிலே தனித்துவமும் ஒரு கிண்டலும் பேச்சு நடையும் உருவமற்ற ஒரு உருவமும் தெரிகின்றன. மூன்றாவதாகச் சொல்ல வேண்டியது, அழகிரிசாமி. குரலை உயர்த்தாமல் தன் சிறுகதைகளில் பலவிதமான விந்தைகளைச் செய்து காட்டுகிறார். நடை வேகத்தை முடுக்காமல் அவர் செய்துள்ள சோதனைகளை வெற்றிகரமாக அவர் செய்திருக்கிறார் என்றும் சொல்லலாம்.

1948களுக்குப் பிறகு தமிழ்ச் சிறுகதைகளிலே சோதனை வேகமும் இலக்கிய நோக்கமும் தேய்ந்துவிட்ட மாதிரித் தோன்றுகிறது. சமீப காலத்தில் அதாவது இப்போது இரண்டொரு வருஷங்களாகத்தான் மீண்டும் உயிர் வந்த மாதிரி இருக்கிறது. இதற்குப் பல காரணங்கள் சொல்லலாம். முக்கியமாக அதுவரை செய்யப்பட்ட இலக்கிய முயற்சிகளைச் சரிவரத் தராதரம் அறிந்து கணிக்க யாரும் முயற்சி செய்யாததையும், பத்திரிகை ஆதிக்கம் எழுத்திலே அதிகமாகிவிட்டதையும் சொல்லலாம். இந்தப் பத்து வருஷங்களில் நூற்றுக்கணக்கான கதாசிரியர்கள்

தோன்றினாலும் அவர்களில் பெரும்பாலானவர்கள் பத்திரிகைக் கதைகள் எழுதத்தான் முற்பட்டார்கள். அதுதான் லாபகரமாக இருந்தது. இந்த மோசமான நிலையிலே பழைய மணிக்கொடி கோஷ்டியினர் சிலரும் பின்வந்த மூவரும் தவிர வேறு யாரும் சிறப்பான சிறுகதைகள் என்று சொல்லும்படி எதுவும் எழுதவில்லை. ஆனால் சென்ற நாலைந்து வருஷங்களில் வந்த எழுத்துக்களில் பலவற்றைச் சலித்துப் பார்க்கும்போது இரண்டு புதுப்பெயர்கள் கிடைக்கின்றன. ஒன்று சுந்தர ராமசாமி – இவருடைய சிறுகதை களில் ஒரு லேசான கிண்டலும் கேலியும் ஒரு தனித்துவ நோக்கும் காணக்கிடக்கின்றன. அவர் கடைசியில் எழுதியுள்ள நாலைந்து கதைகளில் அதி அற்புதமான உருவம் அமைந்திருக்கிறது. அதே போல ஜெயகாந்தன் என்ற ஒரு இளைஞர் எழுதுகிற சிறுகதைகளிலே சில நன்றாகவும் பல சிறுபிள்ளைத்தனமாகவும் இருக்கின்றன என்று சொல்லலாம். கிழவன் கிழவி பிணக்குக் கதை ஒன்றும் நந்தவனத்திலோராண்டி என்கிற சிறுகதையையும் நல்ல சிறுகதைகளாகச் சொல்லலாம்.

பழைய சிறுகதை ஆசிரியர்களில் ந. பிச்சமூர்த்தியின் சமீப காலத்திய சிறுகதைகள் பலவற்றில் உருவமும் அழகும் கூடியுள்ளன. செல்லப்பாவின் சிறுகதைகளிலே பகைப்புலம், பின்னணி அதிகமாகவும், விஷயத் தெளிவு குறைந்தும் காணப்படுகிறது. க.நா.சு.வின் சிறுகதைகளிலே சோதனை அம்சங்களும் தத்துவ அம்சங்களும் அதிகரித்துள்ளன. லா.ச.ரா.வின் கதைகளில் ஒரு உருவ அமைதி காணக்கிடைக்கிறது. சமீப காலத்திய தி. ஜானகிராமனின் சிறுகதைகளில் உருவம் தேய்ந்து பழங்கதை களின் விஷயத்தின் நிழல்தான் ஆடுகிறது. கு. அழகிரிசாமி இந்த ஐந்தாறு வருஷங்களில் ஒரு சிறுகதைகூட எழுதியதாகத் தெரியவில்லை. சிறுகதை என்கிற இலக்கிய அந்தஸ்தை எட்டாத பத்திரிகைக் கதைகள்கூடப் பெரும்பாலும் இந்தக் காலத்தில் தரம் மிகக் குறைந்து 1948களுக்கு முன் பத்திரிகைக் கதை எட்டிய தரத்தை எட்டவில்லை.

என் கண்ணில் படாத சிறுகதைகள் தமிழில் இருக்கலாம் என்பதை நான் விவாத அளவில் ஒப்புக்கொண்டாலும்கூட, கூடிய வரையில் யாராவது நன்றாயிருக்கிறது என்று சொன்னாலும் கதையைத் தேடிப்படிக்கிறேன் என்பதனால், அப்படிப்பட்ட ஒரு கதாசிரியன் பெயரையும் நான் விட்டுவிடவில்லை என்றே எனக்குத் தோன்றுகிறது.

ஆனால் இந்த இருபத்தைந்து முப்பது வருஷங்களில் தமிழ் இலக்கியத்தில் சிறுகதைத் துறையில் ஒரு வளம் ஏற்பட்டிருக்கிறது. அந்த வளத்தைச் சொல்லுகிற அளவில் சிறுகதைத் தொகுதி ஒன்று

வெளியிடுவதானால் அதில் கட்டாயமாகப் புதுமைப்பித்தன், மௌனி, கு.ப. ராஜகோபாலன், ந. பிச்சமூர்த்தி, சிதம்பர சுப்ரமணியன், லா.ச. ராமாமிருதம், தி. ஜானகிராமன், கு. அழகிரிசாமி இந்த எட்டுப் பேருடைய சிறுகதைகளும் சேரும். இவை தவிரச் சி.சு. செல்லப்பா, க.நா. சுப்ரமண்யம், தி.ஜ. ரங்கநாதன், கி.ரா., த.நா. குமாரஸ்வாமி, சங்கரராம் முதலியவர்களுடைய சிறுகதைகள் இரண்டாம் பக்ஷமாக இடம் பெறலாம். இதிலே சுந்தர ராமசாமி, ஜெயகாந்தன் இருவருடைய சிறுகதைகளையும் சேர்த்துக்கொள்ளலாம். தமிழ்ச் சிறுகதையில் இலக்கிய வளத்தைக் காட்ட இப்படிப்பட்ட ஒரு தொகுப்பு பிரயோஜனப்படலாம்.

குறிப்பிட்ட ஆசிரியர்களுடைய எந்தெந்தக் கதைகளைச் சேர்த்துக்கொள்வது என்பது பற்றி விசாரிக்க வேண்டியது அவசியம். அதையும் பின்னர் செய்து பார்க்கலாம்.

'எழுத்து' முதல் இதழில் (ஜன.1959) இக்கட்டுரை வெளிவந்துள்ளது. வல்லிக்கண்ணன் தொகுத்துள்ள 'எழுத்து - சி.சு. செல்லப்பா' (2001) என்ற நூலிலும் இடம் பெற்றுள்ளது.

# மணிக்கொடியும் சிறுகதையும்

### கா. சிவத்தம்பி

தமிழ்ச் சிறுகதையின் வரலாற்றில் மணிக்கொடிக் குழுவினருக்கு நிரந்தரமான ஓர் இடமுண்டு. சிறுகதையின் பன்முகப்பட்ட வளர்ச்சிக்கு இப்பத்திரிகையோடு சம்பந்தப்பட்டவர்கள் பெருந்தொண்டாற்றியுள்ளனர்.

மணிக்கொடி, பத்திரிகைகளின் வளர்ச்சி பற்றி முன்னர் குறிப்பிடப்பட்ட பொதுவிதிக்கமையத் தோன்றிய ஒரு பத்திரிகையே. எனினும், அதன் தோற்றத்திற்கான காரணம் சிறிது வேறுபட்டிருந்தது. அரசியலுணர்ச்சியை மக்களிடம் பரப்புவதற்கும், அரசியல் பற்றித் தக்க கண்ணோட்டத்தினைப் பரப்புவதற்குமாகப் பத்திரிகைகள் தோன்றிய அக்காலப் பகுதியில், இலக்கிய விழிப்புணர்வையும் உண்டாக்கவேண்டுமென்ற நோக்குடன் மணிக்கொடி தோன்றிற்று.

1930ஆம் வருடத்தையடுத்து வரும் காலப் பிரிவில் இந்தியப் பொது மக்களிடையே அரசியல் விழிப்புணர்வு தோன்றிற்று. ஆனால் இலக்கிய விழிப்புணர்வு தோன்றவில்லை. அரசியல் விமர்சனங்களுடன் இலக்கியப் பரிசோதனையையும் பொருளாகக் கொண்டு வெளிவந்தது மணிக்கொடி. எனவே அது பாமர மக்கள் நிலையில் பிரசித்தி பெற முடியாதென்பது அதன் கருவிலேயே அமைந்த பண்பாகிவிடுகின்றது. மேலும் அரசியல் விமர்சனத்தையே நோக்கமாகக் கொண்டு

வெளியாகிய காந்தி, சுதந்திரச் சங்கு போன்ற வேறு பத்திரிகைகள் வெளிவந்துகொண்டிருந்தன.

அரசியல் விமர்சனம் இலக்கியப் பரிசோதனை போன்ற வரையறுக்கப்பட்ட குறிக்கோள்களைக் கொண்ட சஞ்சிகைகள் எப்பொழுதுமே ஒரு குறிப்பிட்ட அளவு பொருளாதார வாய்ப்புள்ள மத்தியதர வர்க்கத்தினரிடையேதான் தோன்றுவது வழக்கம். இலட்சிய வெறியும் உணர்வு வேகமுமே இவை தோன்றுவதற்கான முக்கியக் காரணங்களாகும்.

இயக்கங்கள் தோன்றி வளரும்பொழுது அவை பற்றிய அறிவுபூர்வமான எண்ணத்துணிவு கொண்டோர் தமது கருத்துக்களைப் பரப்புவதற்குப் பத்திரிகைகளை வெளியிடுவதை உலகின் பல பாகங்களிலும் காணலாம். அரசியல், இலக்கிய, தத்துவ இயக்கங்களைச் சேர்ந்தோர் வெளியிட்ட, வெளியிடும் ஏடுகளை இதற்கு உதாரணமாகக் காட்டலாம்.

இத்தகைய பத்திரிகைகளின் தோற்றத்திற்குக் காரணமாக இருக்கும் அப்பண்பே அவை நடக்கும் முறையையும் அவற்றின் முடிவையும் தீர்மானிக்கின்றன. அதாவது குறிப்பிட்ட ஓர் இலட்சியத்திற்காகத் தோன்றிய அச்சஞ்சிகையில், தமது முழுக்கருத்தையும் கொட்டுவர். பத்திரிகையின் வாழ்வு பாதிக்கப்பட்டாலும் கருத்து வெளிப்பாட்டில் சிறிது தானும் தளர்ச்சியைக் காட்டார். பத்திரிகைக்கு வேண்டிய பொருளாதார நிலை பற்றிப் பெரிதும் சிந்தியார். கருத்துக்களை மற்றவர்கள் சுலபமாக விளங்கிக்கொள்வதற்கான முறையில் சிறிது சிறிதாகக் கொள்கையை எடுத்துக்கூறுவதை விரும்பமாட்டார். இந்தக் காரணங்களால் அத்தகைய பத்திரிகைகள் மடிந்துவிடுவது வழக்கம். ஆங்கிலச் சஞ்சிகையான *Scrutiny* முதல் தமிழ்ச் சஞ்சிகை யான *சரஸ்வதி* வரை இவ்வுண்மை எங்கும் காணப்படும். மணிக்கொடியும் இத்தகைய ஓர் ஏடே.

காந்தி, சுதந்திரச் சங்கு போன்ற பத்திரிகைகளில் சிறுகதைகள் இடம் பெற்றனவெனினும், அவை இலக்கிய சோதனையைத் தம் முக்கிய நோக்கங்களில் ஒன்றாகக் கொள்ளவில்லை. மணிக்கொடியே இவ்விலட்சியத்துடன் தோன்றிய முதல் பத்திரிகை. "முழுக்க முழுக்க அரசியல் விஷயங்களையே வெளியிட்டு வந்த காலத்தில் மணிக்கொடிப் பத்திரிகை அரசியலை மட்டுமல்லாமல் இலக்கியத்தையும் வளர்க்க எண்ணிப் பிறந்தது. இதனால்தான் மணிக்கொடிப் பத்திரிகைக்காரர்கள் தங்கள் பத்திரிகையைத் 'தமிழ்நாட்டின் வெள்ளி முளைப்பு' என்றார்கள்" (ரகுநாதன் - புதுமைப்பித்தன் வரலாறு). "மணிக்கொடிப் பத்திரிகையானது வெளிவரும் முன்பு எத்தனையோ இலக்கியப்

பத்திரிகைகள் இருக்கத்தான் செய்தன. ஆனால் புதிய பரிசீலனை களுக்கு இடம் கொடுக்கும், உற்சாகமூட்டும், வரவேற்கும் பத்திரிகைகள் அதற்கு முன்போ பின்போ கிடையாது" (புதுமைப்பித்தன் - ஆண்மை முன்னுரை 1947).

மணிக்கொடியின் வரலாற்றை அறிதல் அவசியம். 1933இல் தோன்றிய மணிக்கொடிக்குப் பொறுப்பாசிரியராக, கே. சீனிவாசன் என்பவர் இருந்தார். வ.ரா. அவருக்குத் துணையாகவிருந்தார். பி.எஸ். ராமையா, ந. பிச்சமூர்த்தி, பெ.கோ. சுந்தரராஜன், புதுமைப்பித்தன் முதலியோர் அதில் எழுதினர்.

மணிக்கொடியின் பொருளாதாரம் பலமற்றதாகவே இருந்தது. 1934ஆம் வருடத்தின் பின்கூற்றில், காந்தி எனும் சஞ்சிகையுடன் மணிக்கொடி இணைக்கப்பட்டது. காந்தி ஆசிரியர் டி.எஸ். சொக்கலிங்கம் மணிக்கொடி நிர்வாகத்தில் முக்கியஸ்தரானார். பி.எஸ். ராமையாவும் புதுமைப்பித்தனும் பத்திரிகை நடத்தப்படுவதற்கு உதவினர். ஆனால் சிறிது காலத்துள் முக்கியமான மூவரும் மணிக்கொடியை விட்டு விலகினர். கே. சீனிவாசன் பாம்பே ஸ்டாண்டர்ட் (Bombay Standard) ஆசிரியராகவும் டி.எஸ். சொக்கலிங்கம், தினமணி ஆசிரியராகவும், வ.ரா. வீரகேசரி ஆசிரியராகவும் சென்றனர். புதுமைப்பித்தனும் பி.எஸ்.ராமையாவும் அதன் பொறுப்பை ஏற்று நடத்தினர். முக்கியமான மூவரும் விலகியமை மணிக்கொடியின் நிர்வாகத்தையும், அமைப்பையும் பெரிதும் பாதித்தது. அரசியல் ஆர்வம் கொண்டிருந்த வ.ரா.வும் டி.எஸ். சொக்கலிங்கமும் விலகியவுடன் மணிக்கொடியில் அரசியல் விமர்சனங்கள் பெற்றிருந்த இடத்தையும் இழந்தன. பொறுப்பாசிரியர்களின் ஆர்வத்தைப் பிரதிபலிக்கும் வகையில், அது முற்றிலும் இலக்கியச் சஞ்சிகையாக, சிறப்பாகச் சிறுகதைப் பத்திரிகையாகிற்று.

முற்றிலும் இலக்கியப் பத்திரிகையாக மாறியமை அதன் வாழ்வைப் பாதித்தது. இலக்கிய விழிப்புணர்வு பொதுமக்களிடத்தே ஏற்படாதிருந்த அக்காலத்தில் இலக்கியத்திற்கென ஒரு பத்திரிகையை நடத்துவது என்பது அசாத்தியமான செயல் என்பது தெளிவு. பத்திரிகை அளவில் குறுகிற்று. மாதமிருமுறை வெளியாகும் பத்திரிகையாயிற்று. அடிக்கடி வெளிவராதுமிருந்தது. இறுதியில் 1936ஆம் ஆண்டு நிறுத்தப்பட்டது.

மணிக்கொடியின் இரண்டாவது காலப் பிரிவான இக்காலத்திலேயே கு.ப. ராஜகோபாலன், சி.சு. செல்லப்பா, இளங்கோவன், சிதம்பர சுப்ரமணியம், பி.எம். கண்ணன், மௌனி முதலியோர் எழுதினர்.

மீண்டும் 1937இல் மணிக்கொடி புத்துயிருடன் வெளிவந்தது. நிதிப்பலத்துடன் சஞ்சிகையை ஆரம்பித்தனர். இலக்கியத்துறையில் ஆர்வங்கொண்ட பொருள்முறை வாய்ப்புக்கள் உள்ள பிரமுகர் பலரின் உதவியுடன் நவயுகப் பிரசுராலயம் எனும் வரையறுக்கப்பட்ட நிறுவனத்தைத் தோற்றுவித்தனர். மணிக்கொடியும் வெளியிடப்பட்டது. பிரசுராலயம் மலிவு விலையில் புத்தகங்களை வெளியிட்டது. டி.எஸ். சொக்கலிங்கத்தைப் பொறுப்பாளராகக் கொண்ட இந்நிறுவனத்தின் நிருவாக ஆசிரியராகப் பி.எஸ். ராமையா கடமையாற்றினார். ஆனால் சிறிது காலத்தின் பின்னர், ப.ரா. எனப்படும் ப. ராமஸ்வாமி, பிரசுராலயத்தின் பதிப்பாசிரியராக நியமிக்கப்பட்டார். பி.எஸ். ராமையாவுக்கும் அவருக்கும் கருத்து முரண்பாடும், தகராறும் ஏற்படவே ராமையா விலக்கப்பட்டார். அத்துடன் மணிக்கொடிக் குழுவினர் என்று கூறப்படுபவர்களுக்கும் மணிக்கொடிக்குமிருந்த உறவு அற்றுப்போயிற்று. தக்க எழுத்தாளர் பலம் இல்லாது போனமையால், நவயுகப் பிரசுராலயமும் சிறிது காலத்தின் பின்னர் கைவிடப்பட்டது.

இந்தியச் சுதந்திரத்தின் பின்னர் பி.எஸ். ராமையா மணிக்கொடியை அதே இலட்சிய முறையில் நடத்த முயன்றார். முற்றிலும் மாறுபட்ட சூழ்நிலையில் அதனால் வாழ முடியவில்லை.

மணிக்கொடியில் எழுதி வந்தவர்கள் மணிக்கொடியின் மறைவின் பின்னர் வேறு பல பத்திரிகைகளில் கடமையாற்றியும் எழுதியும் வந்தனர். அவற்றுள் முக்கியமானவை கிராம ஊழியன், சந்திரோதயம், சூறாவளி, கலாமோகினி, தேனீ போன்றவையாம்.

மணிக்கொடிக் குழு பற்றிய தக்க வரலாறு இதுவரை எழுதப்படவில்லை. எனினும் சிதம்பர ரகுநாதன் எழுதிய புதுமைப்பித்தன் வரலாற்றிலிருந்தும் மணிக்கொடிக் கால எழுத்தாளர்களைப் பற்றி எழுதப்படும் கட்டுரைகளிலிருந்தும் முக்கிய தகவல்களைப் பெறக்கூடியதாகவிருக்கின்றது. மணிக்கொடியின் வரலாற்றைப் புதுமைப்பித்தன் 'ஆண்மை' எனும் சிறுகதைத் தொகுப்பிற்கு எழுதியுள்ள முன்னுரையில் வெகு அழகாகக் கூறியுள்ளார். (ஆண்மை - புதுமைப்பித்தன் - தமிழ்ப் புத்தகாலயம் - சென்னை-5)

மேற்போந்த வரலாற்றினைப் பார்க்கும்பொழுது, மணிக்கொடி என்னும் சஞ்சிகை, இலக்கிய வளர்ச்சி பற்றித் தோன்றிய ஓர் இயக்கத்தின் சின்னம் என்பது புலனாகின்றது.

இவ்வியக்கத்தின் அடிப்படை நோக்கம் இலக்கியப் பரிசோதனையே. இலக்கியப் பொருள் எதுவாக இருக்க வேண்டுமென்பது பற்றியும், அப்பொருள் எவ்வாறு

கையாளப்பட வேண்டுமென்பது பற்றியும் கருத்தொற்றுமை கொண்டவர்களின் முன்னணியாக மணிக்கொடி விளங்கவில்லை. மேனாட்டு முறைகளுக்கிடையே நவீன இலக்கியத்தை உண்டாக்க விரும்பியோரின் கூட்டணியாகவே மணிக்கொடி அமைந்தது. புனைகதைத் துறையிலும், கவிதைத்துறையிலும் புதியனவற்றைப் புகுத்தவும் புதிய முறையிற் கூறவும் விரும்பியோரே இதில் முக்கிய இடம் வகித்தனர்.

இலக்கியத்தின் மேன்மை பற்றியும் அதன் சிறப்புப் பற்றியும் எண்ணத் துணிவு கொண்டிருந்த இவ்வெழுத்தாளர்கள் தங்களது இலக்கியப் படைப்புகளுக்குப் போதிய வெளியீட்டு வசதிகளில்லாதிருந்தமையை உணர்ந்ததனாலும் தங்கள் ஆக்கங்களுக்கெதிராகத் தோன்றியஎதிர்ப்பாலுமே ஒன்றுபட்டனர். இலக்கியத் தரத் தளர்ச்சியையும் வீழ்ச்சியையும் தாக்கினர். கல்கிக்கும் புதுமைப்பித்தனுக்கும் நடந்த இலக்கிய விவாதங்கள் இதற்கு உதாரணமாகும்.

ஆனால், மணிக்கொடியில் எழுதி வந்தவர்களிடையே இலக்கியம் பற்றிக் கருத்து வேறுபாடுகள் பல இருந்தன. புனைகதைத்துறையெனும் இலக்கிய வகையை எல்லோரும் ஏற்றுக்கொண்டதனால், அத்துறையில் அது நேரடியாகப் புலப்படவில்லை. ஆனால் கு.ப. ராஜகோபாலன், ந. பிச்சமூர்த்தி வசனகவிதைகள் எழுதியபொழுது மணிக்கொடிக் குழுவினரே அதன் இலக்கிய ஏற்புடைமை பற்றிக் கருத்து வேறுபாடு காட்டினர்.

மேலும் வாழ்க்கை, சமுதாயம் பற்றிய கருத்துக்களிலும் அடிப்படையான ஒற்றுமை காணப்படவில்லை. இதனை அவர்கள் எடுத்துக்கொண்ட கதைப் பொருள்களிலும், கையாளும் முறையிலும் நாம் காண்கிறோம். புதுமைப்பித்தனது கண்ணோட்டமும், கு.ப. ராஜகோபாலனின் கண்ணோட்டமும் வேறுபட்டவை மாத்திரமன்று; முரணானவையும்கூட. புதுமைப்பித்தனது இலக்கியக் கோட்பாட்டிற்கும் பி.எஸ். ராமையாவின் இலக்கியக் கோட்பாட்டிற்கும் வேற்றுமையுண்டு. செம்மையான இலக்கியம் வேண்டுமென்ற நோக்குடன் புனைகதைகள் எழுதப்பட்ட காலத்தில் இவை புலனாகவில்லை. அக்காலக்கட்டம் முடிவுற்றதும் புலனாகின. மணிக்கொடிக் குழுவினருள் சிரேஷ்டராய் இருந்தோர் வாழ்வுக் காலத்தில் வேற்றுமை தோன்றவில்லை என்பது உண்மையே. ஆனால், பின்னர் நன்கு வெளிப்பட்டது. க.நா. சுப்ரமண்யம், சி.சு. செல்லப்பா முதலியோருக்கும் ரகுநாதன், அழகிரிசாமி போன்றோருக்குமுள்ள கருத்து வேறுபாடுகள் அடிப்படை வேறுபாடுகளாம். எழுத்துப் பத்திரிகையில் அவை எடுத்தாராயப் பட்டுள்ளன. மணிக்கொடிக் குழுவினரின் இக்காலத்து

ஆக்கங்களிலும் விமரிசனங்களிலும் இவ்வேறுபாட்டை நாம் காணலாம்.

*மணிக்கொடிப்* பத்திரிகை சிறுகதைத் துறைக்காற்றிய சேவையே இங்கு முக்கியமானதாகும். முதன்முதலில் நிறுவனரீதியாகப் புனைகதை வளர்ச்சிக்கும் இடம் கொடுத்தது *மணிக்கொடி*. அக்காலத்திருந்த சூழ்நிலையில், பிற பத்திரிகைகளினால் கவனிக்கப்படாதிருந்த இலக்கியப் பரிசோதனைகளை நடத்துவதற்குக் களமாக இருந்தது *மணிகொடியே*. *மணிக்கொடி* தமிழ்ச் சிறுகதை வரலாற்றின் மிகமுக்கியமான ஒரு கட்டமாகும்.

தமிழ் இலக்கியப் பரப்பில், தமிழுக்கு அணி செய்யும் இலக்கிய ஆக்கங்களில், சிறுகதையும் இடம்பெறத் தொடங்குவது *மணிக்கொடிக்* காலத்திலேயே. தமிழின் இலக்கியச் செல்வங்கள் என்று கூறத்தக்க சிறுகதைகள் தோன்றியதற்குக் காரணமாக அமைந்தது *மணிக்கொடி* காட்டிய இலக்கியச் செவ்வியே.

ஆனால் மணிக்கொடிக்காரர்களை ஆராயும்போது, *மணிக்கொடியின்* பல்வேறு கட்டங்களிலும் எழுதியவர்கள் யாவரையும் ஒன்று சேரவைத்துப் பார்த்தல் கூடாது.

**கா. சிவத்தம்பி எழுதியுள்ள 'தமிழில் சிறுகதையின் தோற்றமும் வளர்ச்சியும்' (1978) என்ற நூலில் இடம்பெற்றுள்ள கட்டுரை.**

# அக உலகக் கலைஞர்கள்

## பிரமிள்

இலக்கிய வெளியீடுகளின் வெற்றிக்குக் காரணம், அவற்றைப் படைத்தவர்களின் உத்வேகம்தான். உத்வேகமே எல்லா உருவமாகப் பரிணமிப்பது. ஆனால், படைப்பவன் தேர்ந் தெடுக்கும் விஷயம், அவனது உலகம் போன்ற தூலப்பொருள்களையும் சர்ச்சையில் போடும்போது தான், பாஷையில் வடிக்கப்பட்ட உருவமும் அதன் மூலகாரணமான உத்வேகமும் அணுகப்படுகின்றன.

படைப்பாளி உலவும் உலகைத் தூலமானது என்று குறிப்பிட்டாலும், இலக்கிய நதி இன்று தூல உலகங்களிலிருந்து சூட்சும உலகங்களினுள்ளும் சூட்சுமப் பொருள்களினுள்ளும் திசை திரும்பி விட்டது. ஹெமிங்வே போன்ற தூல உலகக் கலைஞர்களோடேயே, ஃபாக்னர் போன்றோரும் நிமிர்ந்துவிட்டார்கள்.

ஷேக்ஸ்பியரின் மனப்போராட்ட உலகமும் அகநானூற்றுத் தொகுப்பும்கூட, இந்தச் சூட்சும உலகினுள் நுழையச் செய்த ஆரம்ப முயற்சிகள்தான். தொடர்ந்து கவிதை உலகம் இன்று அந்த உலகினுள் ஓடவில்லை. பாரதிகூட, கற்பனைக் கலவையில் உணர்ச்சியையும் சக்தியை யும் வடித்துத் தந்ததோடு நின்றுவிட்டார். இன்று அகத்துறைக் கவிஞர்கள், வசனத்தைத் தங்கள் வெளியீட்டுச் சாதனமாக்கிக் கொண்டார்கள் என்பதுதான் சரி. ஆகையால்தான் இன்று அந்த

விரல்விட்டு எண்ணிவிடக்கூடிய ஓரிரு வசனக்காரர்களின் எழுத்து, இன்றைய கவிதைகளில் இல்லாத ஆழ்ந்த அகஉலக அநுபவத்தை அளிக்கின்றன. அகஉலகப் பரிசோதனைகளை அவர்கள் வசனத்திலேயே சாதித்து வருவதால்தான், அவர்களது எழுத்துக்களினுள்ளே விமர்சனத்தைத் தூண்டி, விளக்கமும் ரஸனைக் குறிப்பும் கேட்கிற ஆழம் தெரிகிறது.

ஸ்டெந்தால் அதைத்தான் 'இன்றைய வசனம் இன்றைய கவிதையைவிட உயர்ந்தது' என அர்த்தப்படுத்தினார். கவிதை உயர்ந்த இலக்கிய உருவமாக இருந்தது, அதை ஆழ்ந்த உள்நோக்குள்ளவர்கள் கையாண்டபோதுதான். இன்று வசனத்தில் அந்த உள்நோக்கை, ஒருசில (வெகுசில) கலைஞர்கள் வெளியிடுகிறார்கள். எனவேதான், ஒரு சிலரின் வசனங்கள் மட்டும் திருப்பித் திருப்பிப் பரிசீலிக்கப்படுகின்றன. அவையும், பரிசீலனை களின் உணர்வு முனைகள் தம்முள் நுழைய நுழைய, புதுப்புதுப் படலங்களை விரிக்கின்றன. பாரதி உள்பட, இன்றைய கவிதை உணர்ச்சியில்தான் தேங்கி நிற்கிறது.

ஆனால் நம்முள் பழைய அகஉலகக்காரர்களான நமது மூதாதைக் கலைஞர்கள் இருக்கிறார்கள். அவர்கள் கவிஞர்கள். உண்மையில் கவிதைக்கு விமர்சனம் வேண்டும் என்று ஒருத்தர் அங்கலாய்க்கும்போது, அந்தப் பழைய கவிதைகளைப் பற்றியதாகவும் அந்த அங்கலாய்ப்பு உள்ளவரை பலனுள்ளது. அகநானூறு போன்ற துணுக்குக் கவிதைகளில் செய்யப்பட்ட மனஉலகப் பரிசோதனைகள், தமிழிலக்கியத்தின் இடைக்கால இருளின்முன் மறக்கப்பட்டுவிட்டன. இன்று ஒரு புதுவிழிப்பு ஏற்பட்ட பிறகும், அது முழுசாக உணரப்படவில்லை. காரணம், அந்த இடைக்காலத்தின் பின்பு வந்துள்ள தமிழ்ப் பண்டிதப் படிப்பு எதுவும் அந்த அகஉலக ஓட்டத்தை எட்டவில்லை. எனினும், இயல்பிலேயே சுரணையுள்ள படைப்பாளிகள் அதை உணர்ந்து கொண்டார்கள். அதனால்தான், புதுமைப்பித்தன் அன்று மௌனியிடம் சொன்னார்: 'அகநானூறின் மனஉலகம் இந்தப் பண்டிதர்களுக்குத் தெரிந்திருந்தால், இன்று உன் கதைகளையும் என் கதைகளையும் 'புரியவில்லை', 'தெளிவில்லை' என்று இவர்கள் சொல்லமாட்டார்கள்.' (இது மௌனி என்னிடம் கூறிய விபரம்.)

இன்று அந்தப் பண்டிதர்கள் போன சுவடு தெரியவில்லை. அவர்களின் வாரிசுகளும் இரண்டாந்தர வாசகர்களும்கூடப் புதுமைப்பித்தனை மென்று விழுங்கிவிட்டார்கள். ஆனால், அவரது மன உலகப் போக்கை உணர்ந்துகொண்டு விழுங்கவில்லை. உணர்ந்திருந்தால், இன்று மௌனியை விழுங்க இவ்வளவு அவஸ்தை நேராது.

தமிழ்ப் பண்டிதர்கள் போனாலும் போனார்கள், இன்று இங்கிலீஷ் பண்டிதர்கள் அவர்கள் இடத்தைப் பிடித்துக் கொண்டார்கள். பாஷை என்னவானாலும் பண்டிதர் பண்டிதர்தான் என்பதை இவர்கள் நிரூபிக்கிறார்கள். 'இங்கிலீஷ் இலக்கியப் பரிச்சயம்' என்ற போர்வை, இவர்களது குறுகிய பார்வைகளுக்குப் போர்வையிடுகிறது. இங்கிலீஷ் மணமே தெரியாத, வெற்றிலைக்கடைக்காரர்களும் ஐவுளிக்கடைக் காரர்களும் உணர்ந்து ரஸிக்கிற எழுத்தை, இவர்கள் தங்கள் பாண்டித்தியத்தின் மேடையில் நின்று விசிறிவிடுகிறார்கள். இலங்கையின் பிரபலக் கவிஞர்களுள் ஒருவர் இது பற்றிக் குறிப்பிடும்போது, தமிழ்ப் பண்டிதர்களைவிட இந்தப் புதுப்பண்டிதர்கள் அதிகச்சிரமம் கொடுப்பவர்கள் என்றார். இந்த இரண்டு பண்டிதப் பார்வைகளுள் எதுவும், அல்லது புதுமைப்பித்தனை இவ்வளவுக்குப் பிரபலப்படுத்தின 'விமர்சகர்கள்' எவரும், அவரது அகஉலகப் பரிசோதனைகளை உணர்ந்துகொண்டதாகக் காட்டிக்கொள்ளவில்லை. அவரது உக்கிரமான பாஷையும் 'சவுக்கு'ச் சுளீரடியும்தான் பிரமாதப்படுத்தப்பட்டு வந்திருக்கின்றன. புதுமைப்பித்தனுக்கு, எனக்குத் தெரிய, சி.சு.செல்லப்பாதான் ('புதுமைப்பித்தன் கதைக்கரு') ஒரு நியாயமான எடைபோடல் செய்ய முயன்றவர். அதிலும் அவர், புதுமைப்பித்தனை ஆழ்ந்து பரிசீலிக்கவில்லை. பெ.கோ. சுந்தரராஜனின் 'பித்தனும் புதுமையும்' பாதியில் நின்றுவிட்டதால், அதிலும் நியாயமான அணுகுதல் முழுமையடையவில்லை. 'ஞானக்குகை'யைப் பற்றி ரா.ஸ்ரீ. தேசிகனின் 'புதுமைப்பித்தன் கதைகள்' முகவுரையில், ஒரு குழப்பியடிக்கப்பட்ட விளக்க முயற்சி தெரிகிறது. அதிலுள்ள மனக்களப் பின்னணியை ஞாபகத்துக்குக் கொண்டுவரவே, எழுத்துவில் அக்கட்டுரை மறுபிரசுரம் செய்யப்பட்டது. 'சிற்பியின் நரகம்', அகஉலகின் நடவடிக்கைகளோடு இயங்கும் இன்னொரு படைப்பு. 'கனவுப்பெண்', 'பயம்', 'பித்துக்குளி' போன்ற கதைகளிலும், ஏன் 'ஆண்மை'யிலும் கூட, அவர் வக்கிரமான சில முயற்சிகளை அந்த உலகினுள் நின்று செய்திருக்கிறார். இக்கதைகளின் மனக்களம் பொருட்படுத்தப் பட்டிருந்தால், புதுமைப்பித்தனைவிட ஆழமாகவும் சோதனையாகவும் மன உலகினுள் மட்டுமே உலவி எழுதிய மௌனி எவ்வளவு கவனத்துக்குரியவர் என்று தெரியவந்திருக்கும்.

இன்னொரு அகஉலகக்காரரான லா.ச. ராமாமிருதமும் அங்கீகரிக்கப்பட்டுள்ளது, அவரது அகநோக்குகளுக்காக என்று ஒரேயடியாகச் சொல்வதற்கு இல்லை. ஏனெனில், அவரிடம் இண்டாந்தர வாசகனின் அங்கீகாரத்துக்கும்

காரணமான மொழிப்பிரயோகமும் ரத்தத்துடிப்பை ஊட்டும் முரட்டு உணர்ச்சி வெளியீடுகளும் இருக்கின்றன. மௌனியின் எழுத்தில் வார்த்தை டாம்பீகம் இல்லை; ஆனால், அழகின் பூரணத் தோற்றம் இருக்கிறது. அவரது உணர்ச்சிகள் முரட்டுத்தனமாகத் தாக்குபவை அல்ல; ஆனால் குரூரமாக ஊறிக்கலக்கும் விஷம் போன்றவை. லா.ச.ரா.வின் எழுத்து அச்சுப் பக்கங்களிலிருந்து வாசகனைக் குத்திக் கிழிக்கத் தாவி வருவது என்றால், மௌனியின் எழுத்து வாசகனை நோக்கி வாய் பிளந்தபடி பக்கங்களினுள்ளே ஆழ ஓடும் இருட்குகை. வாசகனின் சுயமுயற்சி, லா.ச.ரா.வையோ புதுமைப்பித்தனையோ அணுகுவதற்குத் தேவையானதைவிட மௌனியை அணுக அதிகம் தேவையாகிறது. அப்போதுதான், மௌனி இலக்கியத்தில் மனஇருள் அனுபவம் புலப்படும். மேலோட்டமாகக் கதைகளின் சம்பவங்களிலேயே ஓடி, 'அவர்கள் பேசினது இவனுக்கு எப்படித் தெரியும்' – 'அவள் ஏன் தற்கொலைசெய்யவேண்டும்' – 'இவள் ஏன் சிரித்துவிட்டு அழுதாள்' என்றெல்லாம் லோகாயதப் பார்வை செலுத்திப் பார்க்கிறவர்கள், மௌனிக்கு எட்ட நிற்கிறார்கள். தூலஉலகத்து நிகழ்ச்சிகளின் தர்க்கப்பார்வையோடேயே மௌனியை அணுகுபவர்கள் விஷயத்தில், எவ்விதச் சமனப்படுத்தலும் நேர முடியாது. அவர்கள், மனஇயலின் தர்க்கத்தை அநுசரித்த எழுத்தை அனுபவிக்க முடியாதவர்கள். அவர்களுக்கு மௌனி கை எட்டாது.

ஆனால், மௌனியின் கையைப் பற்றிக்கொண்டு போகிறவர்களும், அவர் தம்மை இருட்டுக்குள் நிறுத்திவிட்டு மறைந்துவிடுவதாகக் குற்றம் சாட்டுகிறார்கள். மௌனியைப் பற்றியவரை அது உண்மைதான். ஆனால், அது அவரது குறை அல்ல; சாதனை.

அவரே ஒருதடவை சொன்னார், 'நான் வாசகனை அப்படி இடையில் விட்டுவிடுவதன் காரணம், அதுக்கு மேலே என்னால் போக முடியாததால் என்று ஒருவர் சொன்னாலும், அந்த ஸ்தானம் வரைக்கும் வாசகனை அழைத்துப் போனவன் நான்தான்; அவனாகப் போகவில்லை. அந்த அளவுக்கு என்னைப் பின் தொடரவைப்பதுதான் என் சாதனை. வாசகன் என்னைவிடத் திராணி உள்ளவனானால் மேலே போகட்டுமே, இருட்டானாலும் எதிரேதானே பாதை.'

முடிவுக்குப் பாதை காட்டிவிட்டவர்கள்தான் நல்ல கலைஞர்கள் ஆகிறார்கள். முடிவையும் சொல்லிவிடுவது போதனாமுயற்சிதான். கலைஞனுக்குத் தன் எல்லை எவ்வளவுக்கு எவ்வளவு துல்லியமாகத் தெரிகிறதோ, அவ்வளவுக்கு அவனது போக்கில் சுய நம்பிக்கையின் விளைவாக ஒரு சாதனை உருவாகும். மௌனியின் எல்லை அறுதியிடப்பட்டு, க.நா.சு. சொல்வதுபோல்,

அவரது கோணத்தின் பார்வையைப் பூரணமாக வெளியிட வசதிப்படுத்தியிருக்கிறது. அகஉலகினுள் இப்படித் தன் எல்லையை நிர்ணயிக்குமளவுக்குத் தெளிவாக, மௌனி கலை உருவாகியுள்ளது. மன உலகம் சிக்கலானது. அங்கேயே இந்த நிர்ணயம் நேருவது அபூர்வம். அதை அந்த உலகின் தன்மைகளை அறிவதன் மூலம் நாம் உணர முடியும்.

ஓர் அகன்ற பார்வையில், மனநிகழ்ச்சிகளான உணர்ச்சி ஓட்டங்கள் கையாளப்பட்ட எல்லா எழுத்தையுமே, அகத்துறையைச் சேர்ந்தவை எனலாம். நம்முடைய தமிழ்ப் பண்டிதர்களுக்கு, ‘அகம்’ என்றதுமே ‘தலைவன் தலைவி’ விஷயம்தான் குதித்துக்கொண்டு முன்வரும். இல்லறத்தின் தூலத் தன்மைகளை மட்டும், அகநானூறு போன்ற மனத்துறை இலக்கியங்களிலிருந்து வாங்கிக்கொண்டதின் விளைவு இது. ஆனால் தூலஉலகத்துக்கே காரணமான சூட்சும உலகின் இயக்கமே அகத்துறை இலக்கியங்களில் கையாளப்படுவது. அது மனிதனின் அக உருவை நோக்கி உள்ளே சுழன்று ஓடும் பாதையில் அமைகிறது.

நீர்நிலையில் கல் ஒன்று விழுந்தால், அலைகள் மையத்தில் இருந்து அகன்று வெளியே பரவுகின்றன. தூல உலகினுள் விசாலித்துவிடும் எழுத்து அந்த ரகமானது. வட்டம் கிழிக்க உதவும் கருவியை உபயோகிக்கும்போது, வட்டம் சுத்தமாக விழுவதிலிருந்து சறுக்கி விடாதபடிக்கு, அக்கருவியின் ஒரு ஊசிமுனை, மையத்தில் குத்தி நிற்கிறதல்லவா? வட்டத்தை மனித வியக்தியாகவும் அந்த வட்டத்துக்கே காரணமான மையப்புள்ளியை அகசொரூபமாகவும் கொள்வோம். இப்போது வெளிவட்டத்தோடேயே சுழன்று சுழன்று நடுமையத்தைத் தொடும்வரை ஒரு சுழல்கோடு (ஸ்பைரல்) வரைந்தால், அதுதான் மனப்பாதை. அக உலகம், வெளிவட்டத்துக்கும் மையப்புள்ளிக்கும் இடையே உள்ள வெளியிடம்தான். உபநிஷத்துக்கள் அந்த வெற்றிடத்தினூடே சுழல்பாதை பிடித்து மையப்புள்ளியை அணுக முயன்றிருக்கின்றன; ஆனால் அடையவில்லை. அதனாலேயே அவை போதனைத் தன்மை வாய்ந்த எழுத்தாக இல்லாமல், மனிதனைத் தூண்டிவிடும் இலக்கியங்களாக இருக்கின்றன; ‘மேலே மேலே’ என்ற ஏக்கத்தை அளிக்கின்றன. மையத்தை அடைந்துவிட்டால் அப்புறம் வார்த்தைகள் இருக்காது. அதை அடைந்தவர்கள், அந்த அநுபவம் பற்றிப் பேசியதில்லை. காரணம், அந்நிலையில் வார்த்தைகள் போன்ற பாவனைகள், குறியீடுகள் யாவும் உதிர்ந்து விடுகின்றன. ஆனால் அதை அடைந்துவிட்ட மாதிரி நடித்தும் பாவனை பண்ணியும் எழுதப்படுகிறவை, இலக்கியக் களத்தினுள்ளேயே அநுமதிக்கப்படுவதில்லை. அவைதான்

போதனைத்தன்மை (டைடாக்டிக்) வாய்ந்தவையாகின்றன. அப்படி எழுதுவதற்கு முக்கிய காரணம், வெளிவட்டத்தினுள்ளிருந்து உள்ளே செல்லும் மனப்பாதையிலேயே தங்கள் எழுத்தை அவர்கள் ஓட்டாததுதான். அவர்களுக்கு அந்த அகஉலக அநுபவமே இல்லாததால்தான்; இருந்தால் அந்த அநுபவத்திற்கே உண்மையாக நடந்துகொள்வார்கள்.

இலக்கியத்தைப் பொறுத்தவரை, அந்த மையசொரூபத்தை அடைவது முக்கியமும் அல்ல. ஏனெனில், அடைய முயன்றவனின் அநுபவ வெளியீடாக இலக்கியம் இருப்பதால், அவ்வநுபவமே அதில் முடிவானது. அதை வாசகன் உணர்வதே அக உலக இலக்கிய அநுபவம். எதிரே வாசகன் போகவேண்டும் என்ற கட்டாயமும் இல்லை. சொல்லப்பட்டது எதுவோ அதன் பூரணத்தன்மையே அகஉலகக் கலைஞனின் அநுபவத்தை நமக்குத் தருவதாகும். ஆனால் அவன் கலை உண்மையில், மேலே என்ற ஏக்கத்தையும் அளிப்பதுதான்.

இவற்றை உணர்பவர்கள், மௌனி தம்மை இடையில் கைவிட்டு விடுவதாகக் குற்றம்சாட்டமாட்டார்கள். தம்மை அவர் இட்டுச் செல்லும் பாதையில் நேரும் அநுபவங்களுக்கு ஈடுகொடுப்பதிலேயே திருப்திப்பட்டுக்கொள்வார்கள்; திராணி இருந்தால் மேலே போவார்கள்.

அகஉலகத்தை உணர்ச்சி உலகத்தோடு குழப்பிவிடும் வாசகர்களும் இருக்கிறார்கள். லா.ச. ராமாமிருதம் தமது அகஉலக அநுபவத்தைச் சலிப்பு வருமளவுக்குப் பேசிவிட்டார் என்று ஒருவர் குறிப்பிட்டபோது, அவர் லா.ச.ரா.வின் உணர்ச்சி அநுபவத்தைத்தான் தவறாகப் புரிந்து அப்படிச் சொன்னார். அகத்துறையில் களைப்பு நேர இடமில்லை. உணர்ச்சிகள் ஒரேவித உக்கிரத்தோடு வெளியிடப்படும்போது, அந்தச் சலிப்பு லா.ச.ரா.விடத்தில் நேருகிறது. ஆனால், மனப்பாதையில் வாசகனை இட்டுச் செல்பவன், ஒரே அநுபவத்தைத் திருப்பித் திருப்பிச் சொன்னாலும் அதில் சலிப்பு வராது. ஏனெனில், அவனை அப்படித் திருப்பிச் சொல்லவைப்பது, அதே அநுபவத்தின் இன்னொரு சாயலாகத்தான் இருக்கும். லா.ச.ரா.வைப் பொறுத்தவரை, அவரும் 'திருப்பி'ச் சொல்வதாலோ, அகஉலகில் ஆழ்ந்துபோவதாலோ (ஆழ்ந்துபோனால் புதிய அநுபவங்கள் அல்லவா நேரும்?) இந்தச் 'சலிப்பு' நேர்வதில்லை; அவரது உஷ்ணம் ஏறிய உணர்ச்சி வெளியீட்டினால்தான். அதிலும், அவர் இப்போது அநுபவங்களைத் திருப்பிச் சொல்வதையே விட்டு, பழைய உணர்ச்சிகளையே திரும்ப எழுப்ப முயல்வது தெரிகிறது. அது சற்றுச் செயற்கையான – தானே உணர்ச்சி தோற்றுவிக்கும் முறையாக – 'பிராயச்சித்தம்' போன்ற வெகு சமீபத்திய கதைகளில்

தொனிக்கிறது. இதனால் அவரது இயல்பான உணர்ச்சிப்போக்குக் கூட, அத்தகைய எழுத்துக்களில் நலிவடைகிறது.

லா.ச.ரா.வின் உணர்ச்சிப் போக்குக்காக, அவர் அகஉலகக்காரர் என்பதல்ல. உணர்ச்சி, மனஇயக்கத்தின் விளைவு. லா.ச.ரா., தன் அவ்வளவு உணர்ச்சிக்கும் பின்னால், அந்த மனஇயக்கத்தை நிழலாட்டுகிறார். அந்த மனநிழல்களை உருவாக்குவதும் இயக்குவதும்தான் அவரது கலையாகும். உணர்ச்சிகள், அந்த மனச்சலனத்தின் வெளி விளக்கங்கள் – அவ்வளவுதான்.

லா.ச.ரா.வின் பாத்திரங்கள், தேகமே உணர்ச்சி வடிவானவர்களாகத் தோன்றுவதுண்டு. உண்மையில், உணர்ச்சி அவர்களது பாஷைதான். இதன் மூலம்தான் தங்களை அவர்கள் வெளியிடுகிறார்கள். அகஉலகப் பாத்திரங்களைப் பொறுத்த பொதுத்தன்மை அதுவானாலும் அவரது பாத்திரங்களிடம் இந்த உணர்ச்சி வெளியீடு நிதானம் மீறி இருப்பதால், உணர்ச்சியே ஆக்கிரமிக்கும் அம்சமாகிவிடுகிறது.

உணர்ச்சியையே இயக்கும் காரணநிலையமான அக இயக்கம், லா.ச.ரா.விடம் மிகவும் மங்கித் தெரிவது, இத்தகைய அபரிமித உணர்ச்சி வெளியீட்டால்தான். உணர்ச்சி, அவரது அகஉலகின் மீது திரைவிழுத்தி விடுகிறது. எனினும், தூலதேகத்தாலும் தூலஉலகாலும் தூண்டப்படாத உணர்ச்சிகள் அவை என்பதை, எத்தகைய வாசகரும் உணரமுடியும்.

மௌனியின் கதாபாத்திரங்களையாவது மனநோய் பிடித்தவர்கள் எனலாம். ஆனால், லா.ச.ராவின் பாத்திரங்களைப் பற்றித் திட்டவட்டமாக அப்படி ஏதும் சொல்லமுடிவதில்லை. அதனாலேயே அவர்களது மனஇயக்கத்தின் சூட்சுமம் புலப்படவில்லை. அவர்கள், குடும்பத்தோடு தசையும் தோலுமாக ஒட்டியிருப்பவர்கள். ஆனால் பிறவியிலேயே ஒரு மனநிலையைப் பெற்றுவிடுகிறார்கள். அது விதியின் கைபோல் அவர்களை இட்டுச் செல்லுகிறது. தம்மைச் சௌக்கியநிலைக்குக் கொண்டுபோவதற்கு உரிய தூலமான சந்தர்ப்பங்களையும், அந்த விதிக்குக் கட்டுப்பட்டதால்தானோ என்னமோ உதறிவிடுகிறார்கள். ‘புற்று’, ‘கொட்டுமேளம்’ கதாநாயகர்கள் இதற்கு நல்ல உதாரணப் பாத்திரங்கள்.

அவரது பாத்திரங்களின் மனரகசியங்களைப் புரிந்து கொள்ள, நமக்குக் கிடைக்கும் திறவுகோல்கள் அவர்களது உணர்ச்சிகள்தான்; உணர்ச்சிகளின் ஆதிக்கத்தால் அவர்கள் திடீர்திடீர் என்று செய்யும் காரியங்கள்தான். அந்தத் திறவுகோல்கள் திறக்கும் கதவுகளினூடே, கர்விகள் தெரிகிறார்கள்.

அடிமனத்தில், நினைவுமறந்த பருவங்களில் ஏற்பட்ட கீறல்களால் ஆனவைதானோ என்று சந்தேகிக்கத்தக்க முரட்டுச் சுபாவங்கள் தெரிகின்றன. அவரது பெண் பாத்திரங்களிடத்தில் அபரிமிதமான தாய்மை தெரிகிறது. ஆனால், அவரது பெண்கள் பலம் குன்றியவர்கள்.

குடும்பத்தோடு ஒட்டிய அகஉலகம் அவருடையது. அங்கே, மன உந்துதலைத் தூண்டும் ஒரு சிறு அதைப்பு, அவரது பாத்திரங்களை இங்ஙனம் உண்டாக்கிவிடுகிறது. சாதாரண வாழ்வின் ஒரு சிறு நிகழ்ச்சியில் ஒருவன் கொள்ளும் உக்கிர மனநிலையை, அவர் தம் பாத்திரத்தின் வாழ்வுப்பாதை முழுதிலுமே தாராக உருக்கி ஊற்றிவிடுகிறார். ஒரு பாத்திரத்தின் ஒருகணமே, அதன் முழு வாழ்க்கையுமாகிறது. அதை முழு வாழ்க்கையையும் உணர்ச்சியால் நிரப்பிக்காட்டுகிறார். அதனாலேயே அவரது பாத்திரங்கள், அவரது பாஷையிலேயே 'ஆச்சரியமான கணங்கள் படைத்த'வர்கள் ஆகிறார்கள்.

ஒருகணத்தில் ஒருவனிடத்தில் தோன்றி மறையும் உணர்ச்சி அலையை நிறுத்தி, அவனது வாழ்க்கை முழுதையுமே அதே துடிப்பில் செலுத்துவதுதான் லா.ச.ரா.வின் கலை ஆகிறது. அந்த ஒருகண உணர்ச்சி என்பது, அகத்துள் ஒரு பெரிய நிழலாகப் படிந்து விடுகிறது. வெளியே உணர்ச்சி தோன்றாத கணங்களிலும், அதன் நிழல் அகத்தே நிற்கிறது. ஆனால் உணர்ச்சி சொரூபம் பெறுவது அந்த மனநிழலிலிருந்துதான்.

லா.ச.ரா.வின் பாத்திரங்களின் மனநிலைகள், உணர்ச்சியைத் தாக்கி, உணர்ச்சியின் கைகளால்தான் தூலநிகழ்ச்சிகள் அமைகின்றன. ஆனால் அகஉலக இயக்கம் உணர்ச்சியைக் காட்டிக்கொடுப்பதன் முன்பே தூலநிகழ்ச்சி நேருவதும் உண்டு. 'எமிலி கிரீர்ஸன்'னில், எமிலி தன் காதலனைக் கொன்றுவிட்டுப் பிணத்தோடு வாழ்ந்தாள் என்ற தூலநிகழ்ச்சி தெரிந்த பிறகுதான், அந்தக் காரியத்தின் காரணமான உணர்ச்சியும் எமிலியின் அகநடவடிக்கையின் விசித்திரமும் தெரிய வருகின்றன. மௌனியிடமோ, தூலஉலகில் நிகழ்ச்சிகள் அதிகம் இல்லை. ஆனால் அவரது பாத்திரங்களும் ஏதோ அங்கங்கே செய்கிறார்கள். ஆனால் அவர்கள் காரியம் நிகழ்த்துவதைவிட அதிகம் உழன்று விட்டுப் போய்விடுகிறார்கள்.

மௌனி மட்டும்தான் மனஉலகின் தர்க்கமுறைகளுக்கு முழுக்கக் முழுக்க கட்டுப்பட்டு எழுதுகிறார். இதனால், அகப்பார்வையின் சுத்தமான அர்த்தம் அவரைச் சாருகிறது. அவர், சாமான்யத் தூல நிகழ்ச்சிகளை ஒரேயடியாக அசட்டை செய்பவர். உதாரணமாக – 'பிரக்ஞை வெளியில்' சேகரும்

சுசீலாவும் சந்திக்கும் விதம், அகஉலக தர்க்கத்திற்கு மட்டுமே இணங்குகிறது. சுசீலா, தன் தோழிகளோடு சேகரைப் பற்றிப் பேசிக்கொண்டிருக்கும்போது, சேகரும் தன் நண்பர்களோடு அவளைப் பற்றிப் பேசியபடி அணுகுகிறான். இரு கோஷ்டியும் நெருங்கியபோது, திடீரென்றுஎல்லாரும் பேச்சை நிறுத்துகிறார்கள். அந்த மௌன வேளைதான் அறிமுகம் நேரும் வேளை. அந்த அறிமுகம் மௌனியின் பாத்திரங்களுக்குப் போதும். பிறகு ஹோட்டலில் சுசீலாவும் சேகரும் அந்த அறிமுகத்தைக் கொண்டே பேசிக்கொள்கிறார்கள். தூலஉலகத் தர்க்கப்படி பார்த்தால்தான் இந்த அறிமுகம் போதாது. அந்தத் தர்க்கத்துக்கு மௌனி கட்டுப்படமாட்டார். ஏனெனில், அகஉலகத்து இலக்கணப்படி, அந்தச் சூட்சுமமான மன மோதலே ஒரு பரிச்சயம் அளிப்பதுதான். இந்தத் தர்க்கத்துக்கு அவர் கட்டுப்படுவதாலேயே, தூலநிகழ்ச்சிகளுள் குறிப்பிடத் தேவையற்றவற்றை அவர் ஒதுக்கிவிடுகிறார். அப்படி ஒதுக்கப்பட்ட ஒரு நிகழ்ச்சிதான், 'எங்கிருந்தோ வந்தான்'னில் கதை சொல்பவன், பத்மாவின் பேச்சு வார்த்தைகளை அறிந்ததைப் பற்றிய நிகழ்ச்சியும்.

மௌனி, குறியீடுகளை அங்கங்கே உபயோகப்படுத்துவதாலும் நிகழ்ச்சிகள் தேவையற்றுப் போகின்றன. லா.ச.ரா.வைப் படிப்பவர்கள், அவரது உணர்ச்சியிலேயே தேங்கிவிடச் சந்தர்ப்பங்கள் இருக்கின்றன. ஏனெனில், அகஉலகால் தூண்டப்பட்டாலும் அவை தூல உலகினுள்ளேயே பரிணமிக்கின்றன; பாத்திரங்களின் காரியங்களாலும் இதர தூலத்தன்மைகளாலுமே அவை தெரியவருகின்றன. எனவே அந்த உணர்ச்சிகள், வெளி உலகினுள்ளேயே லா.ச.ரா.வின் வாசகனை நிறுத்திவிடலாம்.

ஆனால் மௌனி, தூலஉலகுக்கு உணர்ச்சியை இடம் மாற்றுவதில்லை. குறியீடுகள் என்ற கொக்கிகள்தான், மன உணர்ச்சிகளை நோக்கி மனசினுள்ளேயே வாசகனை இழுப்பதுக்காக, வெளிஉலகினுள் நீட்டி இருப்பவை. அந்தக் கொக்கிகளும் பாத்திரங்களும்தான் தூலமானவை. அவரது உணர்ச்சிகளோ, அவரது நாடகத்தின் மனத் திரைப் பின்னணியிலேயே நிகழ்கின்றன. தூலநிகழ்ச்சிகள் மூலமோ காரியங்கள் மூலமோ அவரது உணர்ச்சிகள் வெளிஉலகுள் கக்கப்படுவதில்லை. ஆனால், தவிர்க்க முடியாத – ஒரு லேசான, தூலமான – காரியத்தை வெளியே வலையாக வீசி, வாசகனைப் பாத்திரத்தின் அகஉலகினுள் இழுக்கிறார். லா.ச.ரா.விலுள்ளதுபோல் அகஉலகிற்குக் குறுக்கே, தூலமான காரியங்களோ உணர்ச்சிகளோ மௌனியிடம் இல்லை. எதிரே வெளியிடம்; அதனூடே அகஉலகம் என்ற மௌனி சமைத்த

இருட்குகை. எனவே வாசகன், மௌனியை வெறும் தூலப் பார்வையாலேயே, அவரது தூல நடிவடிக்கைகளில் மட்டும் தேங்கி விடுவதாலேயே ரசிக்கமுடியாது. மௌனியைச் சுலபத்தில் இரண்டாந்தர ரசனை ஏற்றுக்கொள்ளச் சிரமப்படுவது அதனாலேயே. வெளி உலகினுள் வழிந்துவிடாதபடி கவனமெடுத்து, மனதினுள்ளே அக இயக்கத்தோடு இணைத்து, அதன் களத்திலேயே உணர்ச்சியை இயக்குவதுதான் மௌனியின் தனித்த சாதனை.

புதுமைப்பித்தனின் அகஉலகம் இந்த அளவு ஆழ்ந்தது அல்ல. அவர் தூலஉலகிலேயே நின்று, சி.சு.செ. சொன்ன மாதிரி, 'அழுகல் பழங்களைச் சீவிக்கொண்டிருந்தவர்'. எனினும், 'சிற்பியின் நரகம்' கதையில், சாத்தனின் வெளிமனத்துக்குத் தெரியாமல் அடிமனத்தில் ஒரு ஏக்கம் ஊறியிருந்து அவன் கனவில் வெளிப்படுதல், 'ஞானக்குகை'யில் சித்தபுருஷர் காட்டும் அன்னையை, மனைவி கருப்பாயியாகக் கண்ட குழந்தையின் ஆதித்தன்மையான (பிரிமிட்டிவ்) பாலுணர்ச்சி – இவை புதுமைப்பித்தனை, ஃபிராய்ட் சார்புள்ள சித்தாந்தங்களில் கதைகளை வகுத்தவர் என்றே காட்டுகின்றன. அவர், காதலையும் மனத்தோடு இணைத்துக் கௌரவிக்கவில்லை. அகஉலகினுள் ஆழமாக வாசகனை இட்டுச்செல்ல அவருக்கு முடிவதும் இல்லை.

ஆனால் லா.ச.ரா., உடலைக் காரணமாக்கி மனதை இழையவிடும் பாத்திரங்களைப் படைத்தார். அவரிடத்தில் பாலுணர்ச்சி, காதலாக அகஉலகுள் இட்டுச்செல்கிறது. மௌனியோ பாலுணர்ச்சியையே உதறிவிட்டார். காதலுக்கு உடல்ரீதியாக அவர் அர்த்தம் கொடுக்கவில்லை; மனசினுள்ளேயே அதற்குப் பொருள் தேடுகிறார். இதுவரை அது கிடைக்கவில்லை. ஆனால் அவரது பாதையில் ஒரு நிச்சயம் தெரிகிறது; காதல் என்று ஏதும் இல்லை என்ற முடிவை நோக்கிப் போகும் பாதைதான் அது என்ற நிச்சயம். இந்த முடிவை நோக்கியா, அவரது பாத்திரங்கள் வாழ்க்கை முழுக்கத் தேடுகிறார்கள்? ஆமாம், அவர்கள் தங்கள் நிழல்களையே அளக்கிறார்கள். மௌனியும் அளக்கிறார் – மனிதர்களின் நிழல்களை அல்ல; மனிதர்கள் என்ற நிழல்களைத்தான்; 'எவற்றின் நடமாடும் நிழல்கள் நாம்?' என்றாரே அந்த நிழல்களை.

**டிசம்பர், 1961 'எழுத்து' 36ஆம் இதழில் இக்கட்டுரை வெளிவந்துள்ளது. கால சுப்ரமணியம் தொகுத்துள்ள 'பிரமிள் படைப்புகள்' என்ற மொத்தத் தொகுப்பிலும் இடம்பெற்றுள்ளது.**

# தற்காலத் தமிழ் இலக்கியம்

## நகுலன்

இந்தக் கட்டுரை ஒரு வரலாற்றுக் கட்டுரை அன்று. நான் படித்து அனுபவித்த சில தரமான தமிழ் இலக்கிய நூல்களிலிருந்து நான் பெற்ற அனுபவத்தையும் பாதிப்பையும் விளக்கும் நோக்கமே இதன் அடிப்படை. இங்கு இலக்கியப் பகுதியில் சேராத ஆனால் ஜனரஞ்சகமான ஆசிரியர்களைப் பற்றிப் பேச்சில்லை.

### சிறுகதை

தமிழில் சிறுகதையைக் கலையாகவும் அதன் வடிவத்தை அறிந்து இயற்றுவதில் ஒரு திறமையையும் காணலாம். நான் இங்கு ஒரு பட்டியல் தருகிறேன். புதுமைப்பித்தன், கு.ப. ராஜகோபாலன், ந. சிதம்பர சுப்ரமணியன், ந. பிச்சமூர்த்தி, மௌனி, க.நா.சு., சி.சு.செல்லப்பா, தி. ஜானகிராமன், சுவாமிநாத ஆத்ரேயன், சுந்தர ராமசாமி, ஜெயகாந்தன், கிருஷ்ணன் நம்பி, கி. ராஜநாராயணன். இப்பொழுது முதல் இருவரும் அவர்களுக்கு உரிய ஸ்தானத்தை அடைந்துவிட்டனர். மிகுதியிருப்பவர்களில் எல்லாரைப் பற்றியும் இச்சிறு கட்டுரையில் சர்ச்சை செய்வது சாத்தியமில்லை. மனம் ஒத்துக் கொள்ளாவிட்டாலும், நாம் சிறந்த பிரெஞ்சு ஆசிரியன் சிறுகதையின் வார்ப்பை அளித்த சிறுகதை உருவிலிருந்து வெகு தூரம் முன்னேறிவிட்டோம். தற்காலச் சிறுகதை வாழ்வின் தன்மையைத் துருவிச் செல்லும் செக்காவின் ஆதிக்கத்தையும் ஜாய்ஸின்

தர்க்க ரீதியையும், ஃபால்கனரின் சுழற்சியையும்தான் காட்டுகிறது; ஒரு தீர்த்து வரையறுக்கப்பட்ட வரையறையை அன்று. சுருங்கச் சொன்னால் அதை ஒரு வார்ப்பு என்பதைவிட ஒரு வரையறையற்ற இயக்கம் என்றே கூறவேண்டும்.

சிறுகதையில் சிறந்தவர் மௌனி. அவரது 'அழியாச் சுடர்' (1959) என்ற கதைத் தொகுதியும் தொகுத்து நூலாக வராத கதைகளும் அவருக்கு இந்த ஸ்தானத்தை அளிக்கின்றன. மௌனி கதை வார்ப்பன்று; ஒரு வரையறையற்ற இயக்கம் என்பதில்தான் அதன் தன்மையைப் பெறுகிறது. ஸ்ரீ சி.சு. செல்லப்பா எழுத்துவில் எழுதிய சிறந்த கட்டுரைத் தொடர் – மௌனியின் கதையின் தன்மை களைத் தெளிவாக எழுதியது; மௌனியின் கலாசிருஷ்டியின் தன்மையைத் தெரிவிக்கிறது. மௌனியின் கதையில் காதல் பெறும் அதீதத்தன்மையை அவர் நமது கவனத்திற்குக் கொண்டு வருகிறார். காப்காவுடன் அவரை இனம்கண்டு பேசுகிறார். தகுதி வாய்ந்த கட்டுரைகள்தான் என்றாலும் சி.சு. செல்லப்பா இக்கதைகளில் காண்பதுவும் மனோதத்துவாம்சங்களைச் சற்று மிகைப்படுத்திப் பேசுகிறார் என்றும் எனக்குத் தோன்றுகிறது. க.நா.சு.வும் இவரைக் காப்காவுடன் ஒற்றுமைப்படுத்திப் பார்க்கிறார். அவரது எழுத்துக்களில் ஒரு பாவனா மூலமான அதீத வேதானமும் காண்கிறது என்றும், டான்டேயை ஞாபகப்படுத்துக்கிறது என்றும் கூறுகிறார். 'பிரபஞ்ச கானம்', 'அழியாச் சுடர்' போன்ற கதைகள் யதார்த்த வாழ்க்கை நிலையை நாம் ஊடுருவிச் செல்கையில் ஒரு மாதிரியான அனுபவத்திற்கு ஆட்படுகின்றோம் என்பதைக் காட்டுவதை மிகப் பொருத்தமாகக் கூறுகிறார். என் சொந்த அபிப்பிராயம் மௌனி கதையைப் பற்றி – அவரது கதையின் நடை பகட்டற்ற, மாறி நிற்கின்ற, யதார்த்த நடை. ஆனால் அந்த நடை மூலம் பெறும் விஷயம் அதீத நிலைகளை எழுப்பவல்லது. இது காப்காவை ஞாபகப்படுத்துகிறது. அவர் காதலைப் பற்றிப் பேசுகையில் அதை சாதாரணக் குறுகிய நீதி வரையறைகளிலிருந்து மீறிப் பார்க்கிறார். காதலால் விரட்டப்பட்டு மனிதன் எப்பொழுதும் ஒன்றைத் தேடி அலைகிறான். அவர் கதைகளில் முக்காலும் முதலில் 'காதல் என்பதுதான் என்ன ?' என்ற வினாவை எழுப்பி, ஏன் 'வாழ்க்கை என்பதுதான் என்ன என்ற ?' வினாவிற்கு இழுத்துச் செல்கின்றன. மனிதன் அறிந்தது, இங்கிருப்பது குறை; இது எங்கு நிறையாகும் என்பது. இது சர்ச்சைக்குரிய விஷயம். காப்காவைப்போல அவர் அடிப்படைகளைத் துருவி ஆராயும் நாட்டம் நடு மையத்திலிருந்து வெளிவரம்பின் மூலம் என்பதே அன்றி வெளிவரம்பிலிருந்து நடுமையத்திற்கு அன்று என்று சொல்லவேண்டும். அவரது பிரபலக் கதைகளிலிருந்து வேறுபட்டு, ஆனால் அவரது தன்மையை எடுத்துக்காட்டும் கதை 'சாவில் பிறந்த சிருஷ்டி'; இது எழுத்துவில் மறு பிரசுரமானது.

## லா.ச. ராமாமிருதம்

இவரது சிறுகதைகள் குறிப்பிடத்தகுந்தவை. 'ஜனனி', 'பச்சைச் கனவு', 'அஞ்சலி' என்ற இவரது கதைத் தொகுதிகள், இவருக்கு இத்துறையில் உள்ள ஆற்றலை எடுத்துக் காட்டுகின்றன. ராமாமிருதத்தின் கதை நாட்டத்தையோ தேடுவதையோ வெளிப்படுத்தவில்லை; ஒரு சுழன்றடிக்கும் பிரளயத்தைத்தான் காட்டுகிறது. அவர்கள் உணர்ச்சியைக் கிளரும் வகைத்தது; நினைவு ஓட்டத்தை ஓரளவு திறம்படக் காட்டும் தன்மையது; ஒன்று கூறவேண்டும், அவருடைய நடை கிளர்ச்சியாகவும் சக்தியாகவும் பிரவகிக்கையில் அவரது அடிப்படைகள் சலனமற்ற நிரந்தரமான தன்மை வாய்ந்தவை. இவர் கதைகளின் அடிப்படை குடும்பம் என்ற நடுமையம். இங்கு, தனி மனிதனிலிருந்து சமூகம்வரை கடமை பொருட்டுத் தன்னைத்தான் அழித்துக்கொள்ள வேண்டும் என்ற ஒரு நிர்ப்பந்தம் செயல்புரிகிறது; உரிமை அல்ல கடமைதான் முக்கியம் என்ற சித்தாந்தம். கதைகள் முக்காலிலும் சாவு ஒரு நிரந்தரப் பாத்திரம். சாவு வாழ்வின் ஏற்றத்தைக் கட்டிக்காக்கும் தொண்டை ஆற்றுகிறது. வாழ்வின் கொடுமையில்தான் வாழ்வின் மகத்துவம் மிளிர்கிறது.

## ந. பிச்சமூர்த்தி

நமது எழுத்தாளர்களில் மூலவர்களில் ஒருவர். இவரது 'பதினெட்டாம் பெருக்கு', 'பிச்சமூர்த்தியின் சிறுகதைகள்', 'மாங்காய்த்தலை' பெயர் பெற்றவை. இவரது கதைகள் வார்ப்பு இயக்கம் அல்ல; என்றாலும் 'காபூலிக் குழந்தைகள்', 'தாய்', 'ஒரு நாள்' என்பவை சிறுகதையின் தற்கால முன்னேற்றத்தைக் காண்பிக்கின்றன. இவரது துருத்தி நிற்கும் தன்மையற்ற சிறுகதை யின் நடை, பளீரென்று குறிப்பிட்ட நிலைகளைக் காட்டுபவை; பொதுப்பட்ட நிலைகளைக் காட்டுபவை அன்று. வாழ்வின் அவல நிலைகளை அறிந்தவரானாலும் வாழ்வை ஏற்றுக்கொள்வதால் புறந்தள்ளாமல், ஒரு ஆழம் உள்ளவை. மனிதாபிமான உணர்ச்சியும் கிண்டல் சுவையும் செவ்வையாக இங்கு இணைக்கப்படுகின்றன.

## கு. அழகிரிசாமி

'அழகிரிசாமியின் கதைகள்', 'சிரிக்கவில்லை' என்ற இரு தொகுதிகளில்தான் அழகிரிசாமியின் கலைத்தன்மையைக் காண்கிறோம். அவர் கதைகள் பெரும்பான்மையிலும் லேசான ஒரு பரிகாச உணர்ச்சி மனிதாபிமானத்தில் 'அடித்துக்கொண்டு' செல்வதைப் பார்க்கிறோம். வாழ்வு, காதல்(?) வசமாகிச் சிக்குண்டு தத்தளிப்பதை இங்குக் காணலாம். 'அழகம்மாள்', 'ரஸவிகாரம்',

‘மீனா’ என்ற கதைகளில் ஒரு தத்துவத் தன்மையைக் காணலாம். அவர் கதைகளை இயக்க பூர்வமானவை என்றும் அவர் கதையின் வடிவம் அவர் சிருஷ்டி என்றும் கூறலாம்.

### க.நா. சுப்ரமண்யம்

தற்காலத் தமிழ் இலக்கிய உலகில் எங்குச் சென்றாலும் அங்குக் க.நா.சு. காட்சி அளிக்கிறார் என்பது யதார்த்தம். அவர் கதைத் தொகுதிகளான ‘அழகி’, ‘ஆடரங்கு’, ‘மணிக்கூண்டு’ என்பவை கதை – வடிவத்தை அவர் வெற்றிகரமாகக் கையாண்டிருக்கிறார் என்பதையன்று, அவரது இலக்கியபூர்வமான தனித்தன்மையைத் தான் காட்டுகின்றன; என்றாலும் ‘சாவித்திரி’, ‘அசடு’ போன்ற கதைகள் படிக்க வேண்டிய கதைகள்.

### சி.சு. செல்லப்பா

அவர் சிறுகதைகள் மூலம்தான் இலக்கிய உலகில் பிரவேசிக்கிறார் என்று நினைக்கிறேன். அவரது மூன்று கதைத் தொகுதிகளை (‘ஸரஸாவின் பொம்மை’, ‘அறுபது’, ‘சத்யாக்ரகி’) நான் வாசித்திருக்கிறேன். வடிவத்தை வெற்றிகரமாக ஆள்வதிலும் உத்தியிலும் நுண்மையிலும் செறிவும் வாய்ந்த நடையிலும் இவை சாதனை காட்டுகின்றன. ‘சத்யாக்ரகி’ தொகுப்பில் கடைசி இரு கதைகளும் நான் கருதும் அர்த்தத்தில் தர்க்க ரீதியில் இயங்குபவை.

### சுவாமிநாத ஆத்ரேயன்

அவருடைய மூன்று கதைகள் அடங்கிய மிகச்சிறிய கதைத் தொகுதி ‘மாணிக்க வீணை’. இதில் ‘தண்டவாளங்கள்’ மாத்திரமில்லை. எல்லாக் கதைகளுமே விஷயத்தைக் கலை வண்ணமாக மாற்றும் முயற்சியைச் சித்திரித்திருக்கின்றன. நல்ல ஒரு தொகுப்பு. ஆனால் பலராலும் கவனிக்கப்படவில்லை.

### தி. ஜானகிராமன்

ஒரு அசல் ஜானகிராமன் கதை வாசகனுக்குச் சுவைபட இருக்கும்.எடுத்துச் சொல்லக்கூடிய தொகுப்புகள் ‘கொட்டுமேளம்’, ‘சிவப்புரிக்க்ஷா’, ‘கமலம்’, ‘ஆனால்’, ‘சண்பகப்பூ’, ‘மறக்க’ (?) என்ற கதைகள் ஞாபகம் வருகின்றன. அவை மோகமுள்ளை ஞாபகப்படுத்துவதால்.

### சுந்தர ராமசாமி

குறிப்பிடத்தகுந்த எழுத்தாளர். இரு தொகுதிகள், ‘அக்கரைச் சீமையில்’, ‘பிரசாதம்’ வெளியாகியிருக்கின்றன. இவர் கதைகள் நல்ல கட்டுக்கோப்பும், திறமான நடையும் வாய்ந்தவை.

ஆனால் இன்றைய வரை அவரே கூறியபடி 'வாழ்வும் வசந்தமும்' அவரது சிறந்த சிருஷ்டி. இது வாழ்வை அனுபவபூர்வமாக அடிப்படைகளைத் துருவிச் சர்ச்சை செய்யும் ஒரு முயற்சி.

## ஜெயகாந்தன்

ஜெயகாந்தன் பெயரை யாருக்குத்தான் தமிழ்நாட்டில் தெரியாது? இவர் கதைகள் யதார்த்த வகையைச் சார்ந்தவை. இந்த மாதிரிக் கதைகளின் குறைபாடுகளை இங்கும் பார்க்கிறோம். இவரது பிரபல சிருஷ்டிகளான 'யார் இந்தக் கோழைகள்?', 'பிரளயம்', 'உன்னைப்போல் ஒருவன்' என்பவற்றில் அவைகள் எழுப்பும் பிரச்சனைகள்தான், அவைகளின் மாற்று என்று குறிப்பிடக்கூடியவை. ஏனென்றால் முடிவுகள் சம்பிரதாய மாகவோ அல்லது வெறும் அசட்டு உணர்ச்சிகளால் தீர்க்கப்படுவன வாகவோ இருக்கின்றன. 'டிரெடில்' என்ற கதையை உடைய 'ஒரு பிடிச் சோறு' என்ற அவர் முதல் கதைத் தொகுதியும், 'கைவிலங்கு' என்ற குறுநாவலும் அவர் தகுதியை எடுத்துக் காட்டுகின்றன.

## கிருஷ்ணன் நம்பி

'நீலக்கடல்', 'காலை முதல்' என்ற இவரது இரு தொகுதி களும் இவர் கலை இன்னும் உச்சநிலையை அடையவில்லை என்பதைக் காட்டுகின்றன. முதல் தொகுதியில் உள்ள கதைகள் இவர் குழந்தைகளின் உள்ளங்கள் செயல்படுவதை விவரிக்கின்றன. இத்தகைய கதைகள் வேறு தமிழில் இல்லை என்றே சொல்ல வேண்டும். இரண்டாவது தொகுதியில் உள்ள 'நாணயம்' என்ற கதை தற்காலத் தமிழ்க்கதையின் வளர்ச்சியைக் காட்டுகிறது.

## கி. ராஜநாராயணன்

இவர் முதல் கதைத் தொகுதி (கதவு), இவர் ஒரு குறிப்பிடத் தகுந்த எழுத்தாளர் என்பதைத் தெரிவிக்கிறது. இவருக்குள்ள சுபாவமான கலை ஆற்றலால், யதார்த்த வகை இலக்கியம் எவ்வாறு துணைக்கு இயல்பான குறைபாடுகளை மீறித் தரமாக இயங்க முடியும் என்பதைக் காட்டுகிறது. விஷயத்தில் ஈடுபாடும் அந்த ஈடுபாட்டிலிருந்து வெளி நின்று அதைக் கலாபூர்வமாக மாற்றும் ஆற்றலும் இவரது வெற்றிக்கு அடிப்படை. 'மனிதம்' என்பது அவரது முத்திரை தாங்கிய ஒரு தரமான கதை.

ராஜநாராயணனுடன் இந்தச் சிறுகதை வரலாற்றை முடித்துக்கொள்கிறேன். வளமும் ரகமும் நிறைந்தது தமிழ்ச் சிறுகதை என்பதை இது காட்டுகிறது. மௌனி, ராமாமிருதம் போன்றவர்களின் கதைகளைப் பார்க்கையில் இக்கதைகள் நமது பண்பாட்டில் ஊறியவை என்பதைக் காண்கிறோம். மௌனியின்

கதையில் விஷயம்போல் காணப்படும் முறிந்த அல்லது சித்திரவதை செய்யும் காதலன்று; விஷயம் காதல் மூலம் நாம் காணும் கதையில் செயல்பட்டுவரும் வாழ்வின் அடிப்படைகளைப் பற்றிய தத்துவச் சர்ச்சைகளே. ராமாமிருதத்தின் கதையில் முக்கியம், தர்மு சிவராமு சொல்கிற மாதிரி ஆண் - பெண் கவர்ச்சி குடும்பத்தை உண்டாக்குவதிலும் அதன் நிர்ப்பந்தமான கட்டளைகளை நிறைவேற்றுவதிலும்தான் வந்து முடிகிறது. இத்துடன் தமிழ்ச் சிறுகதையைப் பற்றிய வரலாற்றை முடித்துக்கொள்கிறேன்.

ஏப்ரல், 1966 'எழுத்து' இதழில் இக்கட்டுரை வெளிவந்துள்ளது. கி. நாச்சிமுத்து - சு. சண்முக சுந்தரம் தொகுத்துள்ள 'நகுலன் கட்டுரைகள்' (2011) என்ற நூலிலும் இடம்பெற்றுள்ளது.

# புதிய தமிழ்ச் சிறுகதைகள்

அசோகமித்திரன்

ஆயிரத்துத் தொள்ளாயிரத்து அறுபதுக்குப் பின் இருபது ஆண்டுகளில் தமிழ்ச் சிறுகதை இலக்கியத்துக்கு வளமூட்டிய படைப்புகளும் படைப்பாளிகளும் கொண்ட தொகுப்பு ஒன்றை அளிக்கும் முயற்சி இது.

இந்த இருபதாண்டுகளின் தொடக்கத்தில்தான் அணு ஆயுத யுத்தம் வந்தேவிட்டது என்ற நிலைமை ஏற்பட்டது. அந்த ஆபத்து தற்காலிகமாக விலகியது என்றாலும், உலக அரசியலில் நேரடியாகவோ மறைமுகமாகவோ வலியோர் எளியோரை நிர்ப்பந்தத்துக்கு உட்படுத்தும் நிலைமை நீடிக்கத்தான் செய்கிறது. புதுப்பார்வை பெற்ற இளைஞர் சமுதாயம் உலகின் மனசாட்சிக்கு நெருக்கடி உண்டு பண்ணியது. ஆண்டாண்டுக் காலமாகப் பழக்க ரீதியில் கடைபிடிக்கப்பட்டு வந்த நெறிமுறைகள், கொள்கைகள், கோட்பாடுகள் கடுமையான மறுபரிசீலனைக்கு ஆளாயின. பல ஒதுக்கித் தள்ளப் பட்டன. உலகம் ஒரு புதிய ஒழுங்குக்கு வழிதேடத் தொடங்கியது.

இலக்கியவாதிகள் தீர்க்கதரிசிகள் என்ற கூற்று வெகு சாதாரணமாக வெகுகாலம் ஒப்புக் கொள்ளப்படும் ஒன்று. ஆனால், இலக்கியத்தின் தன்மை அது காலத்துக்குச் சற்றுப் பின்தள்ளி இருப்பதுதான். ஒரு நிகழ்ச்சி அது நிகழ்ந்த உடனேயே இலக்கியமாகி விடுவதில்லை. அதை ஊடுருவிப் பார்த்தறிய ஒரு குறைந்தபட்ச இடைவெளி தேவைப்படுகின்றது. தகவல்

பரிமாற்றச் சாதனங்கள் நன்கு வளர்ச்சியடைந்திருக்கும் இந்தக் காலகட்டத்தில் தமிழ் எழுத்துத் துறையிலும் நிகழ்ச்சிகளின் பரபரப்பு அடங்குவதற்கு முன்பே பரபரப்புச் சிறுகதைகளும் கவிதைகளும் (நாவல்களும்கூட) நிறையவே தோன்றி விடுகின்றன. ஆனால், அந்த நிகழ்ச்சியின் பரபரப்பு அமுங்கும்போது அந்தப் படைப்புகளும் அமுங்கிப்போய் விடுகின்றன. பரபரப்பை மட்டும் முக்கியமாகக் கொள்ளாமல் பரிமாணத்தின் ஒவ்வொரு காலத்திய சூட்சுமங்களைக் கலையுணர்வோடு வடித்துத் தருபவை என்று எனக்கு உறுதியாகத் தோன்றும் கதைகளில் சிலவற்றை இத்தொகுப்பின் அமைப்புக் கட்டுத்திட்டங்களுக்கு இணங்கத்தேர்ந்தெடுத்திருக்கிறேன்.இதேதொகுப்புஇன்னொருவர் தேர்வில் வேறு கதைகள், கதாசிரியர்கள் கொண்டிருக்கக்கூடும் என்றும் உணர்கிறேன்.

தமிழ்ச் சிறுகதைத் துறையின் பின்னணியை ஓரளவு கூர்ந்து பார்த்தால் 1960 அளவில்கூட இந்திய சுதந்திரத்துக்குமுன் இந்திய எழுத்தில் பிரதானமாயிருந்த ரொமாண்டிசிஸமும் இலட்சியவாதமும் தொடர்ந்து இருந்து வந்ததை உணரலாம். அந்நாளில் பிரபலமடைந்த எழுத்தாளர்கள் அனைவருமே இந்திய சுதந்திரத்துக்கு முன்பு நிலவிய ஒரு குறிப்பிட்ட இலட்சிய வேகத்தை மேலும் பிரதிபலிப்பதாகவே எழுதினார்கள். சுதந்திரத்துக்கு முன்பு நிலவிய இலட்சிய வேகத்தில் மேற்கத்திய வாழ்க்கை முறையம்சங்கள் இங்கு அப்படியே ஏற்கப்படு வதைத் தடுத்து நிறுத்த நம் நாட்டுப் பண்பாட்டுச் சிறப்பும் சம்பிரதாய வாழ்க்கை நெறியும் வலியுறுத்தப்பட்டன. பழமையை அனுசரித்துப் போகும் இப்போக்கைப் பத்தொன்பதாம் நூற்றாண்டிலிருந்தே மறுத்தவர்கள் இருந்தார்கள்; எனினும், பொதுவாக மக்கள் உணர்வில் குறிப்பிடத்தக்க அளவுக்கு மறுப்பு வளர்ந்திருக்கவில்லை. மகாகவி சுப்பிரமணிய பாரதியாருக்குப்பின் தமிழ் உரைநடையிலும் ஒரு மறுமலர்ச்சி ஏற்பட்டு, தமிழ்ச் சிறுகதைத் துறையில் புதுமைப்பித்தன், கு.ப.ரா., போன்றோர் உருவம், உள்ளடக்கம் இரண்டிலும் முன்னேற்றப் போக்கை வடித்துத் தந்தார்கள். இவர்கள் பணியைத் தொடர்ந்து சம்பிரதாயக் கண்ணோட்டம் மறுபரிசீலனைக்கு உட்படுத்தப்பட வேண்டும் என்ற இயக்கம், இந்த நூற்றாண்டின் பின்பாதியின் துவக்கத்தில் வாசகர்களிடையே கணிசமான அளவு அறிமுகம் பெற்றது ஜெயகாந்தனால்.

ஜெயகாந்தனைப் போலவே இளம் வயதில் பிரபலமடைந்த தமிழ் எழுத்தாளர்கள் இன்னும் பலர் இருக்கிறார்கள். ஆனால், ஜெயகாந்தன் சிறந்த கதைகள் மட்டுமல்லாமல் காலத்துக்குத் தேவையான கருத்துகளை முன்வைத்தவர்

என்றும் அறியப்படுகிறார். அதே நேரத்தில் இந்தியாவின் நீண்ட பாரம்பரியத்தையும் கலாச்சாரத்தையும் அவர் ஒதுக்கி விடுவதில்லை. தமிழ் எழுத்துலகில் யதார்த்தபூர்வமான சமுதாய மாற்றுக் கருத்துகளை வெகுஜனப் பத்திரிகைகளிலும் இடம்பெற வைத்ததில் ஜெயகாந்தனின் பங்கு கணிசமானது.

நவீனத் தமிழ் இலக்கியம் மக்களிடையே பரவலாகக் கொண்டு செல்லப்பட்டது வெகுஜனப் பத்திரிகைகளால் என்று ஒப்புக் கொள்ளும் அதே நேரத்தில், நல்ல இலக்கியம் வளர இதே பத்திரிகைகள் முட்டுக்கட்டையாகவும் இருந்திருக்கின்றன என்றும் கூறப்படுகிறது. பல்லாயிரக்கணக்கான பிரதிகள் விற்கும் இப்பத்திரிகைகள் இலட்சக்கணக்கான வாசகர்களைத் திருப்திப் படுத்துவதை முதற்கோளாகக் கொள்ள வேண்டியிருப்பதாலும் அதில் பெரும்பான்மையோர் தீவிர எழுத்துக்களை ஏற்கத் தயாரில்லை என்று நினைப்பதாலும் எளிமைப்படுத்தப்பட்ட எழுத்து, கருத்துக்களையே திரும்பத் திரும்பப் பயன்படுத்து கின்றனர். விற்பனைப் போட்டாபோட்டியில் மட்டும் திருப்தி அடையாமல் போதையூட்டுவது போலவும் கிளர்ச்சியூட்டுவது போலவும் பத்திரிகையை மாற்றிவிடவும் வேண்டி வருகிறது. இந்தப் போக்கில் முதலில் ஊனமுறுவது இலக்கியம்தான்.

இதில் உண்மையில்லை என்று இன்று யாரும் கூறி விடுவதில்லை. ஆனால், வெகுகாலம் வரை பிரபலமடையும் எழுத்தே சிறப்பான எழுத்து என்ற எண்ணம் பல தமிழ்ப் பிரமுகர்களிடம் நிலவியது. இவர்கள் சமூக நிறுவனத்தின் தலைவர்களாகவும் இருந்ததால் தீவிர இலக்கியவாதிகள் புறக்கணிப்படுவது இன்னமும் கூர்மையடைந்திருந்தது. பத்திரிகை எழுத்து, தீவிர இலக்கியம் இவற்றின் வேறுபாடுகளை ஒரு சிறு வட்டம் வரையிலாவது நன்குணர்த்த அயராது பாடுபட்டவர்களில் க.நா. சுப்ரமண்யம் மிகவும் முக்கியமானவர். துர்ப்பலமான எழுத்துத் துறையை ஆரம்ப முதலே வாழ்க்கைச் சாதனமாக ஏற்றுக்கொண்டதோடு, அத்துறையிலே மிகவும் துர்ப்பலமான அம்சமாகிய தீவிர இலக்கியத்தையே அவர் சார்ந்திருந்தவர். நாவல், சிறுகதை, கவிதை ஆகியவற்றை எழுதியதோடு விமர்சனக் கட்டுரைகளும் எழுதி வந்தார். முப்பது - நாற்பது - ஐம்பதுகளில் க.நா.சு.வுக்குப் பாதகமான முறையில் அவருடைய விமர்சனக் கட்டுரைகளும் அவர் தீவிர இலக்கியம், பத்திரிகை இலக்கியம் என்ற பாகுபாடு செய்து குறிப்பிட்டது அமைந்தாலும் அறுபதுகள் தொடக்கத்திலிருந்து தமிழ் வாசகர் - எழுத்தாளர் மத்தியில் இப்பாகுபாடு பற்றிய சிந்தனை பரவலாகத் தோன்ற ஆரம்பித்தது. இதன் ஒரு விளைவு பல சிறு பத்திரிகைகளின் தோற்றம்.

க.நா.சு.வே சிறுபத்திரிகைகள் நடத்தினார். தாமரை, சரஸ்வதி, சாந்தி, கிராம ஊழியன் ஆகியவை அந்நாளைய வேறு சில குறிப்பிடத்தக்க சிறுபத்திரிகைகள். சி.சு. செல்லப்பா, எழுத்து எனும் பத்திரிகையைப் புதுக்கவிதைக்கு ஒரு தளம் அமைத்துத் தருவதாக நடத்தினார். அறுபதுகளில் தோன்றிய சிறுபத்திரிகைகளில் முக்கியமானவை கணையாழி, தீபம், நடை, ஞானரதம், கண்ணதாசன். எழுபதுகளில் கசடதபற எனத் தொடங்கிப் பல பத்திரிகைகளின் பெயர்களைக் குறிப்பிட வேண்டிவரும். அறுபதுக்கு முற்பட்ட சிறுபத்திரிகைகளுக்கும் இந்த இருபதாண்டுச் சிறுபத்திரிகைகளுக்குமிடையே உள்ள முக்கிய வேறுபாடு, முந்தைய பத்திரிகைகளும் அவற்றின் ஆசிரியர்களும் பெருவாரி விற்பனையுள்ள பத்திரிகைகளும் அவை ஆதரிக்கும் எழுத்தும் போரிட்டு அகற்றக்கூடியதொன்று, அகற்ற வேண்டியதொன்று எனச் செயல்பட்டார்கள். இன்றைய சிறுபத்திரிகைகள், பெருவாரி விற்பனைப் பத்திரிகைகளை இந்தக் காலகட்டத்தின் ஒரு தவிர்க்க முடியாத அம்சமாக ஏற்றிருப்பதையும் அவற்றை ஒரு பொருட்டாகக் கருதாமல் தம்மட்டில் தீவிர இலக்கியப் பணிகளில் ஈடுபடுவதை ஓர் எதிர்வினையாகக் கொள்ளாமல் சுயமாகச் செய்ய வேண்டிய பணியாக நினைப்பதையும் காண முடிகிறது.

அறுபதுகளில் தொடங்கிய சிறுபத்திரிகை இயக்கம் ஆரம்பத்தில் ஏளனத்துக்குரியதாகத்தான், பெருவாரிப் பத்திரிகைகள் தயாரித்திருந்த இலட்சக்கணக்கான வாசகர்களுக்குத் தோன்றியிருக்க வேண்டும். சமயம் வாய்த்தபோது இச்சிறுபத்திரிகைகள் பற்றியும் அதில் ஈடுபட்டிருப்போர் பற்றியும் பெருவாரிப் பத்திரிகைகள் மிகவும் துச்சமாகக் கருத்துத் தெரிவித்திருக்கின்றன. ஆனால், சிறுபத்திரிகைகள் இயக்கம் பெருவாரிப் பத்திரிகைகள் வாசகர்களைக் காட்டிலும் முன்னதாக அப்பத்திரிகைகளின் எழுத்தாளர்களிடமும் பாதிப்பு ஏற்படுத்தியது. சிறுபத்திரிகைக் கதைகளின் கரு, நடை, அழுத்தம் ஆகியவை பெருவாரிப் பத்திரிகைகளிலும் பயன்படுத்தப்பட்டன. உருவம் பொறுத்தவரையில் இன்று தமிழில் வெளியாகும் கதைகளில் பெரும்பான்மை தீவிர எழுத்துச் சாயல் கொண்டுதான் படைக்கப்படுகின்றன, பிரசுரிக்கப்படுகின்றன. ஆனால், உள்ளடக்கம், நோக்கம், அழுத்தம் போன்ற அம்சங்களில் விளைவு சாதகமாக உள்ளது என்று கூற முடியாது. இருபதாம் நூற்றாண்டின் கடைசி இருபது ஆண்டுகளில் அடியெடுத்து வைத்திருக்கையில், இன்றைய தமிழ்ப் பெருவாரிப் பத்திரிகைகளின் சிறுகதைகள் அனைத்திலும் அப்பத்திரிகைகளில் இடமே பெறாத தீவிர எழுத்தாளர்களின் சாயலைத் தவறாமல் காண முடிகிறது. சிறுகதையையும் ஒரு தொழில் விஞ்ஞான நுட்பத்

துறையாகக் கருதினால் இதர டெக்னாலஜி துறைகளைப் போல சிறுகதைத்துறையும் ஒரு காலகட்டத்தின் அன்றாட வாழ்க்கையில் ஊடுருவிவிடும் தொழில்நுட்ப அம்சமாகி விட்டது. ஓர் ஆரம்ப எழுத்தாளனின் முதல் படைப்பில்கூட ஒரு குறைந்தபட்சத் தேர்ச்சியும் திறமையும் காண முடிகிறது. நல்ல கதை, நன்கு எழுதப்பட்ட கதை என இனங்கண்டு பிரிப்பது கடினமாவதுடன் அத்தியாவசியமுமாகிறது.

புதுக் கதாசிரியர்களை அவர்கள் பொதுத்தன்மை குறித்து விவாதித்து வெளியிடப்பட்ட கருத்துகள் தமிழில் அதிகம் வெளிவரவில்லை. பல்கலைக்கழகங்களில் புது இலக்கியம் பாடமாகக் கற்பிக்கத் தொடங்கியும் புது நோக்குடன் வெவ்வேறு காலகட்ட எழுத்துக்கள் பற்றிச் சுயமாகவும் தீர்க்கமாகவும் தர்க்கரீதியாவும் அபிப்பிராயங்கள் இப்போதுதான் ஒவ்வொன்றாக வெளிவரத் தொடங்கியிருக்கின்றன. சுமார் பதினைந்து ஆண்டுகளுக்கு முன்பு ஒரு கட்டுரையில் க.நா.சு., தற்காலத் தமிழ்ச் சிறுகதை எழுத்தாளர்களிடம் இருந்த இலட்சியவாதம் இப்போது மறைந்து போனதோடு மட்டுமல்லாமல் ஒருவித நம்பிக்கையின்மையும் இடம் பெற்றிருப்பதை உணர முடிகிறது என்றார். இன்று இன்னும் சில கருத்துக்களும் கூற இயலும். எல்லாப் பிரச்சனைகளையும் உள்ளடக்கியதாக அன்னியர் ஆதிக்கச் சுமை தமிழ்ச் சிறுகதை ஆசிரியர்களின் ஆத்மாவை அன்று அழுத்தியது. பிரச்சனைகளுக்கு அவற்றினூடே தீர்வு காண இயலுவதாக இன்றைய தமிழ்ச் சிறுகதைகள் இருக்கின்றன. ஒரு பொது எதிரியை மனதில் வைத்து இயங்கியதால் தம் சமுதாயத்தினுள் உள்ள வேறுபாடுகள், வித்தியாசங்கள், முரண்பாடுகள் அன்று அதிகம் பெரிதுபடுத்தப்படவில்லை. ஆனால், இன்றைய சிறுகதைகள் இவ்விஷயங்கள் குறித்துப் பகிரங்கமாக விவாதிக்கத் தயங்குவதில்லை. பிராந்திய வாழ்க்கை நுணுக்கமாகவும் விவரமாகவும் பிரதிபலிக்கப்படுகிறது. மத நம்பிக்கையும் கடவுள் நம்பிக்கையும் ஓர் எளிதான, கைக்கெட்டும் தொலைவிலுள்ள சர்வ வியாதி நிவாரணியாக விநியோகிக்கப்படுவ தில்லை. பெண்கள் சம்பிரதாயக் கூடுகளிலிருந்து விடுவிக்கப் பட்டுப் பலவித பரிமாணங்கள் கொண்ட நபர்களாகச் சித்திரிக்கப்படுகிறார்கள். இப்போக்குகளைப் பெருவாரி விற்பனையுடைய பத்திரிகைகளில்கூட இன்று காணலாம்.

சிறு பத்திரிகைகளுடன் சில நூல் பிரசுரங்களும் கடந்த இருபதாண்டுகளில் தமிழ்ச் சிறுகதையுலகில் குறிப்பிடத்தக்க மாற்றங்கள் உண்டு பண்ணின. இவற்றில் முதலானதும் முக்கியமானதும் ஆகும், 'குருக்ஷேத்திரம்.' கட்டுரைகள், கவிதைகள், சிறுகதைகள், ஒரு குறுநாவல், ஒரு நாடகம் ஆக மொத்தம் சுமார் நானூறு பக்கங்கள் கொண்ட இந்நூலை 1967ஆம் ஆண்டில்

திருவனந்தபுரத்தில் வசிக்கும் நகுலன் என்ற எழுத்தாளர் தொகுத்து வெளியிட்டார். அதே ஆண்டில்தான் இரண்டாவது உலகத் தமிழ் மாநாடு சென்னையில் நடந்தது. தமிழ்மொழிக்கு வளமூட்டும் இவ்விரு நிகழ்ச்சிகளில் எது முதன்மையிடம் பெறும் என்று கூறுவது கடினம் என நினைக்கும் அளவுக்குக் 'குருக்ஷேத்திரம்' பிரசுரமானது முதல் இலக்கிய அன்பர்களிடம் சலசலப்பு ஏற்படுத்தியது. இந்நூலில் பங்கு பெற்றவர் அநேகமாக அனைவரும் பெருவாரிப் பத்திரிகைகளில் இடம் பெறாதவர்கள். 'குருக்ஷேத்திரம்' வெளியானபோது இவர்களில் ஓரிருவரே நூல் வடிவத்தில் பிரசுரமானவர்களாயிருந்தார்கள். இருப்பினும் அந்தக் காலகட்டத்தின் புதுத்தமிழ் எழுத்தின் உன்னத எடுத்துக்காட்டாகக் 'குருக்ஷேத்திரம்' அமைந்திருந்தது. பிற்காலத்தில் பல பரிசோதனைப் பிரசுர முயற்சிகளுக்கும் ஒரு முன்னோடி யாக விளங்கியது. முழுக்க முழுக்க ஒரு தனி நபரின் முயற்சியும் தேர்வுமான 'குருக்ஷேத்திரம்' நவீன தமிழ் எழுத்தின் ஒரு மைல் கல்லாக நிலைபெற்றது.

'குருக்ஷேத்திரம்' தொகுப்பைத் தொடர்ந்து இன்னொரு சிறுகதைத் தொகுப்பு சென்னையில் நான்கு இளம் எழுத்தாளர் களால் வெளியிடப்பட்டது. 'கோணல்கள்' என்ற தலைப்பில் வெளிவந்த இந்த நூலில் இந்த நான்கு எழுத்தாளர்களும் தலா மூன்று கதைகள் சேர்த்திருந்தார்கள். குருக்ஷேத்திரம் அடைந்த இலக்கிய அந்தஸ்து 'கோணல்கள்' பெறாது போயினும் பெருவாரிப் பிரசுர உலகில் இடம் அளிக்கப்படாத தரமுள்ள எழுத்தாளர்கள் கூட்டுறவு முயற்சியில் நூல் வெளிக்கொணருவதற்கு இது நல்லதொரு தொடக்கமாயிற்று. அத்துடன் ஆண் – பெண் பாலியற் சஞ்சலங்களை இலக்கியக் கருப்பொருளாக எழுதும் போக்குக்கு முன்னோடியாகவும் அமைந்தது.

அரசியல் கலப்பற்ற எழுத்து சாத்தியமா? சம்பிரதாய இலக்கியப் பார்வைகளில் அரசியல் தனியாகக் குறிப்பிடத் தக்கதொரு அம்சமாகக் கருதப்படுவதில்லை. ஆனால், சோவியத் புரட்சியைத் தொடர்ந்து இந்தியாவிலும் பொதுவுடமைக் கருத்துக்களும் கோட்பாடுகளும் கவனம் பெறத் தொடங்கின. தமிழ் எழுத்தாளர்களிடமும், 'நீங்கள் எந்தப் பக்கம்?' என்றதொரு வினா ஐம்பதாண்டுகளாகவே நிலவி வருவதாகும். ஆயிரத்துத் தொள்ளாயிரத்து அறுபதுகளில் சில சிறுகதையாசிரியர்கள் வெளிப்படையாகவே தமது கட்சி அரசியல் உறவுகளை அறிவித்துக்கொண்டனர். இலக்கிய விமர்சனத் துறையிலும் எழுத்தாளர்கள் அவர்களின் கட்சிக் கண்ணோட்டத்திலும், அவர்கள் எழுத்துத் தெரிவிப்பதாக ஒப்புக்கொள்ளப்பட்ட செய்தியின் அடிப்படையிலும் போற்றப்பட்டனர்; அல்லது

கண்டனம் தெரிவிக்கப்பட்டனர். பெருவாரிப் பத்திரிகைகள் இச்சர்ச்சையில் ஈடுபடாத நிலையிலும், சிறுபத்திரிகைகள் அணிவகுத்துக் கொண்டு தீவிர விவாதங்கள் நடத்திக் கொண்டன. இவ்விவாதங்கள் நேரடியாகச் சிறந்த எழுத்தாளர்களையோ படைப்புக்களையோ சாத்தியமாக்காதபோதிலும், தமிழ்ச் சிறுகதைகளின் தளத்தையும் எழுத்தாளர் கவனத்துக்குப் பல புதிய நுட்பங்களையும் சேர்த்துக் கொடுத்தன. அதே நேரத்தில் வளர்ந்து வரும் தொழில்நுட்பப் பரிச்சயம், தொழில்நுட்ப விவரங்களைக் கதைகளில் பொருத்தி வைப்பதைச் சாத்தியமாக்கிற்று. பாட்டாளி மக்கள் கிராமவாசிகளின் வாழ்க்கை நுட்பங்கள் இடம்பெறத் தொடங்கியது போலவே இயந்திர நிபுணர்கள், தொழில்நுட்ப வல்லுநர்கள், உயர்மட்டவாசிகள் கதாபாத்திரங்களாகி அவர்கள் மூலம் அதுவரை வாசகர்களுக்கு அறிமுகமாகாத பரிமாணங்கள் எடுத்தளிக்கப்பட்டன.

இந்த இருபதாண்டுகளில் தமிழ்ச் சிறுகதைகள் பிற இந்திய மொழிகளில் நிறையவே மொழிபெயர்ப்புகள் மூலம் படிக்கக் கிடைத்திருக்கின்றன. ‘இண்டியன் கவுன்சில் ஃபார் கல்சுரல் ரிலேஷன்ஸ்’ வெளியீடான *இண்டியன் ஹொரைஜன்ஸ்* காலாண்டுப் பத்திரிகையில் பல தமிழ்ச் சிறுகதைகள் ஆங்கிலம், பிரெஞ்சு, ஸ்பானிஷ் மற்றும் அராபிய மொழிகளில் பிரசுரமாகியிருக்கின்றன. இங்கிலாந்து பெங்குவின் நிறுவனத்தாரின் ‘நியூ ரைட்டிங் இன் இந்தியா’ தொகுப்பு நூலில் மூன்று தமிழ்ச் சிறுகதைகள் இடம் பெற்றிருந்தன. பல தேசிய தினப் பத்திரிகைகளும் வார – மாத இதழ்களும் ஆங்கில மொழிபெயர்ப்பில் பல தமிழ்ச் சிறுகதைகளை வெளியிட்டிருக்கின்றன. பல அயல் நாடுகளில் தமிழ்ச் சிறுகதைகள் அந்நாட்டு மொழிகளில் மொழியாக்கம் செய்துவரும் தகவலும் இந்த இருபதாண்டுகளில்தான் அதிகம் தெரிய வந்திருக்கிறது. இது பரஸ்பரம் மக்கள் பற்றியும் வாழ்க்கை பற்றியும் அறிந்துகொள்ளும் ஆர்வத்தை மட்டுமின்றி, தமிழ்ச் சிறுகதை உலக இலக்கிய அரங்கில் மதிக்கத்தக்கதொரு இடம் பெற்றிருப்பதையும் குறிக்கும்.

முன்னரே குறிப்பிட்டபடி இத்தொகுப்பு ஒரு கால்கட்டத்தில் தமிழ்ச் சிறுகதை இயங்கிய தளத்தை, அதன் உயர்ந்த நிலையில், பிரதிபலிக்கச் செய்யும் முயற்சி. இதுவே எக்காலத்துக்குமான தமிழ்ச் சிறுகதைத் தொகுப்பாகாது. ஆனால், அப்படி ஒரு தொகுப்பு தயாரிக்கப்படுமாயின் அதில் இத்தொகுப்பில் பல கதைகள் இடம் பெறுவது உறுதி.

**என்.பி.டி. வெளியிட்ட ‘புதிய தமிழ்ச் சிறுகதைகள்’ (1980) என்ற தொகுப்பிற்காக எழுதப்பட்ட முன்னுரை. ‘பார்வைகள்’(1999) என்ற அசோகமித்திரனின் கட்டுரை நூலிலும் இடம்பெற்றுள்ளது.**

# 1970 – 1980களில் கதைகள்

கோ.கேசவன்

1960களில் சிறுகதைப் படைப்பில் இருந்த தேக்கம், 1970களில் இல்லை. ஒரு கணக்கின்படி 1970களில் ஆண்டுக்குச் சராசரி 2,000 கதைகள் எழுதப்பட்டுள்ளன ஆக, 20,000 கதைகள். வாசகப்பெருக்கம் பத்திரிகைப் பெருக்கம் என்பன போன்ற வழக்கமான காரணங்களோடு, கழிவுத்தாளையும் (Waste paper) பயன்படுத்தும் போக்கு, ராட்சத அச்சு இயந்திர அறிமுகம் என்பன வற்றையும் இணைத்துக்கொள்ள வேண்டும். எனவே இவற்றைச் சிறுகதைகள் என்று அழைப்பதைவிட 'பக்க நிரப்பிகள்' என்று அழைக்கலாம். இந்தப் போக்கை மிக முன்னரே தி.ஜ.ரங்கநாதன் ஒருவாறு உய்த்துணர்ந்திருந்தார்.[1]

> "பத்திரிகை நடத்தக் காகிதம் வேண்டும் என்பது மற்றவர்கள் கருத்து. காகிதம் விற்கப் பத்திரிகை வேண்டும் என்பது பெரிய முதலாளி கருத்து. வெள்ளைக் காகிதமாக நியூஸ் பிரிண்டை ஆயிரமாயிரம் டன் விகிதம் நாள்தோறும் தொடர்ச்சியாக வாங்கி விற்க முடியாது. அதிலே கொஞ்சம் மசியைத் தடவிக் கறுப்பாக்கி, ஊருக்குள் விட்டால் ஜனங்கள் அள்ளிக்கொண்டு போகிறார்கள். அசுர அச்சுக் கூடமும் எழுத்துக் கூலிகளான ஆசிரியர்களும் இதற்குத் தேவையான அவசியத் தீமைகள்."

1970களுக்குப்பின் ஏற்பட்ட எண்ணிக்கைப் பெருக்கம் இதன் விளைவாகும். இந்த ஒரு போக்கு சிறுகதையில் பிரதானமாக இருப்பினும் இதனுடன் இன்னும் சில போக்குகள் இருந்தன. 1970-க்குப் பின் வெளியான பல்லாயிரக்கணக்கான சிறுகதை களின் வடிவ அமைதிக் கூறுகளைச் சிற்சில போக்குகளுக்குள் அடக்கலாம். ஒவ்வொரு சிறுகதையும் ஓர் உருவ அமைதியைப் புலப்படுத்துகின்றது. ஓர் ஆசிரியர் எழுதிய ஒரு சிறுகதையைப் போன்று இன்னொரு சிறுகதை இருப்பதில்லை. இத்தனித்துவ வேறுபாடுகளைக் கடந்து ஓர் ஆசிரியரின் பல கதைகளுக்குள்ளும் - பல ஆசிரியர்களின் கதைகளுக்குள்ளும் சிற்சில பொதுத்தன்மைகள் அடங்கிக் கிடப்பதுண்டு. இத்தன்மைகளை வைத்துக்கொண்டு சில போக்குகளை வகைப்படுத்த முனையலாம்; இது ஒரு முயற்சியே. இதை இரண்டு அடிப்படைகளைக் கொண்டு செய்யலாம். அவையாவன;

1) உள்ளடக்கம்

2) படைப்பாக்கத்திறன்

ஒரே விதமான உள்ளடக்கத்தன்மை கொண்ட இரண்டு சிறுகதைகள் வேறுபட்ட வடிவங்களில் வெளிப்படுவதற்கு இத்தகு படைப்பாக்கத் திறனில் உள்ள வேறுபாடு ஒரு காரணம் ஆகும். இனி வடிவப் போக்குகளைக் காண்போம். அவற்றைப் பின்வரும் பரந்துபட்ட தலைப்புகளாக வகைப்படுத்தலாம்.

1) சனரஞ்சக வாசகத்தன்மைக்கானவை.

2) சோதனை ரீதியில் அமைந்தவை.

3) வடிவத்தையும் உள்ளடக்கத்தையும் ஒரு சிறுகதைக்குள் மட்டுமே இயங்கும் முழுமை நிலையில் காணும் போக்கில் அமைந்தவை.

4) முற்போக்கு ரீதியிலானவை.

வகைப்படுத்துதலில் எல்லாவற்றையும் பொதுமைப்படுத்திக் காண்பதால் சில விதிவிலக்குகள் இருக்கக்கூடும். இனி முதல் போக்கைக் காணலாம்.

1) சனரஞ்சக வாசகத் தன்மைக்குரிய கதைகளின் வடிவ அம்சங்களைக் காணலாம். வெகுசன ஊடகங்களின் செல்வாக்கை இதற்குமுன் ஓரிடத்தில் கண்டோம். அச்சு வசதி, தாள் வசதி, நிதி வசதி ஆகியவற்றைக் கொண்டு நாள்/ வார/ இரு வார/ மாதப் பத்திரிகைகள் பல 1970களுக்குப் பின் பெருத்தன. கதைகளும் எண்ணிக்கையில் பெருத்துக்கொண்டே போயின.

குமுதம், தினமணிக் கதிர், ஆனந்த விகடன், வாராந்திர ராணி, குங்குமம், சாவி என்பன போன்ற பத்திரிகைகள் இலக்கியத்துக்கு அப்பாற்பட்ட நிலையில் (*Non-literary*) ஏதோ ஒரு காரணம் கருதிப் பெரும்பான்மையான வாசகர்களை ஈர்த்தன. நாள் பத்திரிகைகள்கூட வாரத்துக்கு ஒருமுறை விசேட அனுபந்தம் வெளியிட்டுக் கதைகளை வெளியிட்டன. துணுக்குக் கதைகள் முதல் பெரிய கதைகள் வரை, பத்திரிகையின் தேவை கருதி வெளியிடப்பட்டன. கதையின் அளவைக் கதாசிரியனே தீர்மானிக்க வேண்டும். புதுமைப்பித்தன் ஒரு பக்கத்திலும் ('?' என்ற கதை) 48 பக்கத்திலும் (துன்பக்கேணி) எழுதியுள்ளார். ஆனால் இப்பொழுது பத்திரிகை ஆசிரியரே தீர்மானிக்கிறார். இன்னும் குறிப்பாகச் சொன்னால் பத்திரிகையின் விளம்பர நிர்வாகி விளம்பரங் களுக்கு ஒதுக்கியதுபோக எஞ்சிய பக்கங்களுக்கே விஷயத்திட்ட அமைப்புப் (*layout*) போடும் நிலையில் ஆசிரியர் குழு உள்ளது. சுருக்கப்பட்ட அதிகார வரம்புக்குள் செயல்படும் ஆசிரியர் குழுவினர் எழுத்தாளர்களின் படைப்புகளைத் 'திருத்தவோ சுருக்கவோ மாற்றவோ கூடிய சர்வாதிகாரம்' பெற்றுவிட்ட பின்னர், எழுத்தாளர்களின் கதை சொல்லும் பக்க அளவை நிர்ணயிக்கக் கூடிய அதிகாரம் எழுத்தாளர்களுக்கு இல்லை; இவர்களின் நோக்கம் பொழுதுபோக்கே. சுஜாதா, பாலகுமாரன், மணியன், சிவசங்கரி, தாமரைமணாளன், புஷ்பாதங்கதுரை, இந்துமதி போன்ற எழுத்தாளர்களைக் (தி.ஜ.ர. கருத்தில் சொன்னால் எழுத்துக் கூலிகள்) காணலாம். இவர்கள் வடிவத்திலும் உள்ளடக்கத்திலும் கல்கி, அகிலன் ஆகியோரின் வாரிசுகளே. ஆனால் கல்கிக்கு இருந்த சுதந்திரம்கூட இவர்களுக்கு இல்லை. கல்கி ஆனந்த விகடனில் வாசகனுக்குச் சரக்கு மாஸ்டராக[2] இருந்தபொழுதும், கல்கி இதழைத் தனிக்கடையாக நடத்தியபொழுதும் தன் கதைகளின் அளவை அவரே நிர்ணயித்துள்ளார். ஆனால் கல்கியின் இன்றைய வாரிசுகளுக்கு இந்தச் சுதந்திரம்கூட இல்லை. 'காயத்திரி' என்ற புதினத்தைப் பத்திரிகை ஆசிரியருக்காக மாற்ற வேண்டிய சூழல் குறித்துச் சுஜாதா ஒரு பேட்டியில் குறிப்பிட்டுள்ளார்.[3]

> "காயத்திரி நாவலே வேறே. அதன் *theme* முழுமையாகக் கடைசியில் நான் மாற்ற வேண்டியிருந்தது. அதாவது பத்திரிகையாசிரியர் நிர்ப்பந்தத்தாலே. வயசுப்பொண்ணு படிக்கிறது. உங்களுக்குக் கொடுத்த சுதந்திரத்தை இப்படிப் பயன்படுத்தக்கூடாது. வெறும் ஆபாசமாக எழுதுறீங்க என்றெல்லாம் சாவி கடிதம் எழுதினார். இந்தச் சூழல்லே *you cannot write a good story* எனக்குத் தாங்க முடியாத ஆத்திரம் ... ஒரு மசாலாக் கதை எழுதினேன் ... வேறு ஒண்ணும் செய்ய முடியாது. இதெல்லாம் பெரும் பத்திரிகையில் எழுதுவதில் உள்ள விபத்துக்கள்."

சுஜாதாவின் பேட்டியில் உள்ள நீண்ட மேற்கோள் பகுதி. தொடர்ந்து ஒரே குற்றத்தைச் செய்து வரும் அப்ரூவரின் வாக்கு மூலமாக இருப்பினும் வணிகப் பத்திரிகைகளை அம்பலப்படுத்தி விடுகின்றது.

மசாலாக் கதைகளுக்கு நோக்கம் பொழுது போக்காகவுள்ளது. அதற்குரிய வகையில் சிக்கலற்ற எளிமையான கதைப்பின்னலே அமைக்கப்பட்டுள்ளது. வெறும் நிகழ்ச்சிச் சித்திரிப்புகளாகவே கதைகள் உள்ளன. எளிய சொற்கள், வாசக ஆர்வத்தைத் தூண்டக் கூடிய உரைநடை. சின்னச் சின்ன வாக்கிய அமைப்பு. எழுதப் படிக்கத் தெரிந்தவர் எவரும் படிக்கின்றாற் போன்றும் புரிந்து கொள்கின்றாற் போன்றும் உள்ள நடை. எதையும் வலிந்து வாசகனிடத்தில் உருவாக்கிவிடக்கூடாது என்ற உணர்வுடன் எழுதப்படும் முடிவு. இன்னும் சொல்லப்போனால் முடிவைக் கதை ஆசிரியரே எழுதுவதைவிட, பத்திரிகையின் தீனிக்கு ஏற்பப் பத்திரிகை ஆசிரியரே திருத்தி எழுதி விடுவதும் உண்டு. பல பெரும் பத்திரிகைகளில் எழுதும் நிரந்தர எழுத்தாளர்களின் (Regular writers) கதைகளின் நடுவிலும் முடிவிலும் பத்திரிகை ஆசிரியர் 'கை வைப்பது' (செழுமைப்படுத்துவது என்று நாகரிகமாகச் சொல்லலாமே) இன்றைக்குச் சாதாரணமாகியுள்ளது. இந்த விதத்தில் பத்திரிகை ஆசிரியர் குறிப்பிட்ட கதைக்கு இணை ஆசிரியர் (Co-author) என்ற நிலைக்கு உயர்ந்து விடுகிறார். ஆக ஒரு கதைக்கு இரண்டு ஆசிரியர்கள். ஆனால் ஒரு நல்ல சிறுகதைக்கு வாசகனே இணை ஆசிரியராக இருக்கவியலும்; நவில்தோறும் நூல் நயம் போலக் குறிப்பிட்ட கதை புதிய புதிய பரிணாமங்களைக் கொடுக்க முனையும்பொழுது வாசகனும் இணை ஆசிரியனே. ஆனால் எழுதப்பட்ட படைப்பிற்கு அதன் நுகர்வுப் போக்கில் வாசகன் இணை ஆசிரியராகின்றான். ஆனால் சுயமாக எழுதப்பட்ட படைப்பிற்கு அதன் வெளியீட்டுப் (Disribution) பத்திரிகை ஆசிரியன் இணை ஆசிரியராகின்றான். இந்த வேறுபாடு படைப்பாளியின் சுயத்தைக் காயடித்து, உருவ அம்சங்களைச் சாயமிழக்கச் செய்கின்றது.

இவர்களது தொடக்கம் வாசகனைப் பிரமிப்பில் ஆழ்த்துவதாகவே இருக்கவேண்டும்.

> "ஜனார்த்தனனுக்குத் தன் வாழ்கையில் இப்படி ஒரு மாறுதல் ஏற்படப்போகிறது என்று தெரிந்திருந்தால், ஊருக்குப் போகாமல் இருப்பார்." **(சுஜாதாவின் 'இப்படி ஒரு மாறுதல்')**

இத்தொடக்கம் எதிர்பார்ப்பை ஏற்படுத்தும் சுவாரசியமானது ஆகும்; வாசகனைக் கதைக்குள் இழுக்கும் தன்மை கொண்டது ஆகும். இத்தகைய கதைகள் பொதுவாக ஆசிரியர் கூற்றுகளாகவே

உள்ளன. இடையிடையே உரையாடல் மிக அளவோடு இருக்கும். சராசரி வாசகனின் சமூகவியல் பண்புகளை ஓரளவு அறிந்துகொண்டு (அல்லது இதற்குமுன் அறியப்பட்டவற்றிலிருந்து சிலவற்றைச் சூத்திரங்களாக்கி) அவன் சலிப்பின்றி வாசிக்கும் வகையில் எழுத முற்படுகின்றனர். எனவே வகைப்பாட்டுக்கும் மாற்றத்துக்கும் (Variety and change) ஏற்ற வகையில் ஒரு கலவைத் தன்மையைக் கதையில் கொடுக்கின்றனர். சிறிது கூற்று; சிறிது வருணனை; சிறிது உரையாடல் என்று இந்தக் கலவைத்தன்மை (அவியல்) இருக்கலாம். பெரும்பாலும் உரையாடல் (பாலியல் நோக்கில் இரட்டை அர்த்தம்) கொண்டதாகவே இருக்கும். இவர்களின் சொல் ஆளுமை மிகவும் குறைவு; இவர்கள் பயன்படுத்திய சொற்களின் எண்ணிக்கை குறைவு. சில நேரங்களில் வார்த்தை விளையாட்டு இருக்கின்றது.

இவர்களின் வருணனை, பெரும்பாலும் மங்கலாகத் தீட்டப்பட்ட ஓவியமாகும் (Sketchy); இருப்பினும் ஏதேனும் ஒரு பகுதி – ஒரு சொல், வாசகனை நிமிண்டிவிட்டு ஏங்கவைக்கும்.

"அந்தப் பெண் மெலிதாக இருந்தாள். குட்டைக் கை ரவிக்கையும் காட்டன் சீலையும் அணிந்து... தலை மயிரைக் கச்சிதமாக வெட்டி, நகத்தை வெட்டி, லேசாகப் பவுடர் தீற்றல், லேசாக லிப்ஸ்டிக். எல்லாவற்றிலுமே ஒரு திறமையும் தெரிந்தது." **(இப்படி ஒரு மாறுதல்)**

இது பத்திரிகைத்தனமிக்க நடை (Journalist style). 'நடிகை பத்மினி இன்று சிவப்பு பார்டர் போட்ட கருநீலப் புடவையும் வெள்ளை ரவிக்கையும் அணிந்து' என்று எழுதும் தினத்தந்தி நடையாகும். ஆனால் 'எல்லாவற்றிலுமே ஒரு திறமை தெரிந்தது' என்பது சுஜாதாவின் நடை. அங்க வருணனையில் 'எல்லா வற்றிலும்' என்பதற்கும் 'திறமை' என்பதற்கும் உரிய விளக்கத்தை வாசகனே மனசுக்குள் கொடுத்துக்கொள்ள வேண்டியதுதான்! இத்தகைய நடை இவருக்கு இயல்பானதாகிவிட்டது. ஒரு சிறுபெண் குழந்தையைக்கூட இவர்களது பேனா தீர்க்க தரிசனத்துடன் பதம் பார்க்கிறது.

"கொஞ்சம் பெரிசானால் பெயரை மாற்றிக்கொண்டு இளைஞர்களை அல்லாடவிடும் என்று தோன்றியது." **(சங்கிலி)**

தேவையற்ற வருணனை வாசகனின் பலவீனத்தைத் தூண்டிவிடுகிறது. ஒரு பெண் தூங்கி எழுந்து தன் வேலையைக் கவனிக்கப்போகிறாள். அதற்குள் அவளுக்கு ஒரு வேலையைப் 'பாலகுமாரன்' கொடுத்து விடுகிறார்.

"இரவு நெடுநேரம் கழித்து வந்த புருஷன் விடிந்த பிறகும் வேஷ்டி கலைந்து தூங்குவதைப் பார்த்துச் சரி செய்தாள். இடுப்புவரை போர்த்தி விட்டாள்." (**கரிசனம்**, பாலகுமாரன்)

கதை, வேட்டி கலைந்து தூங்கும் புருஷனைப் பற்றி இருக்கும் பட்சத்தில் இவ்வாறிருப்பது பற்றி நமக்கு ஆட்சேபணை இல்லை. இங்கே வேட்டி கலைந்திருத்தல், இடுப்புவரை போர்த்தல் என்ற தொடர்களுக்குரிய இணைவு 'ஒரு புதிய அர்த்தத்தை' வாசகனுக்குக் கொடுக்க முனைகிறது. வாசகனின் பாலியல் உளவியலின் பலவீனத்தை அடிப்படையாகக் கொண்டே பாலகுமாரன்கள் வருணிக்கின்றனர். இடைக்காலத்திய சிற்றின்பக் கிளர்ச்சிப் பாடல்களுக்கும் *(Erotic songs)* இதற்கும் வேறுபாடே இல்லை.

இவர்களது 'திறன்' வருணிப்பில் உள்ளது. ஓர் ஆணும் பெண்ணும் படுத்திருக்கும்பொழுது, திடீரென ஒருவன் நுழைந்து, இருவரையும் நிர்வாணமாகப் பார்த்து விடுகிறான். சுஜாதா வருணிக்கிறார்.

"அவன் சட்டென்று எழுந்து போர்வையை இடுப்பில் சுற்றிக்கொள்ள, சாயா சட்டென்று எழுந்து பிறந்த மேனியாக மேசை நாற்காலியில் விரிந்திருக்கும் ஸாரியை நாடியது அந்தக் கணத்தில்கூட வேடிகையாக இருந்தது." (**இப்படி ஒரு மாறுதல்**)

இந்த வருணனை இல்லாமலே கதையை எழுத முடியும். இது தேவையில்லை என்பதோடு, இதை எப்படி சுஜாதா வருணித்து எழுதுகின்றார் என்பதே இங்கு முக்கியமாகும். நிர்வாணமாக ஆண் தன் உடையை அணிவதை அவசரமாக எழுதி விடுகின்றார். பெண் உடை அணிவதை நிதானமாக எழுதுகின்றார். இது உலக இயல்புக்கு மீறியிருப்பினும் சுஜாதாவின் கதை இயல்புக்கு இது பொருத்தமே! இத்தேவையற்ற வருணனையில்கூட 'எழுந்து பிறந்த மேனியாக' என்ற தொடரின் மூலம் சுஜாதா கொடுக்கும் காட்சி விளக்கம் அவரைச் சிற்றின்பக் கிளர்ச்சி வடிவ எழுத்தாளர் என்ற நிலையிலிருந்து உயர்த்தி 'ஆபாச எழுத்தாளர்' என்ற நிலைக்குக் கொண்டுசெல்கிறது. இது மேல் தோற்றத்தில் பார்க்கும்பொழுது சுஜாதாவின் வடிவ முயற்சி எனத் தோன்றும். வாசகர்களைச் சுண்டி இழுக்கக்கூடிய ஓரிடத்திலேயே உட்கார்த்தி வைக்கக்கூடிய நடையில் இவரது சாதனை என்று கூடத் தோன்றும். ஆனால், உண்மையில் இது, 1980களின் வணிகமயக் கலையின் வெற்றியாகும். இதே போன்ற ஒரு காட்சியைக் கு.ப.ரா., 'ஆற்றாமை' கதையில் வருணித்துள்ளார். அது கதைக்குத் தேவையான மையமாகும்.

"வாசற்படிக்கு எதிரே கமலா ஆடை நெகிழ்ந்த நிலையில் படுத்திருந்தவள், ராகவன் உடம்பு கதவு திறந்த இடத்திலிருந்து

விலகினதும் சடாரென்று எழுந்து கட்டிலை விட்டுக் குதித்துச் சுவரோரம் ஓடினாள்... கமலா தலையில் கட்டுப் பூதொங்கிக் கொண்டிருந்தது."

கு.ப.ரா.வுடன் சுஜாதாவை ஒப்பிடுவதற்கு முதலில் நாம் எல்லோரிடமும் மன்னிப்புக் கேட்டுக்கொள்வோம். இருப்பினும், வணிகமயத்தின் காரணமாக ஏற்பட்ட வடிவச் சிதைவை விளக்க, இது நமக்குப் பயன்படும். கு.ப.ரா.வின் காட்சியில் எந்தவொரு சொல்லும் தேவையற்றதன்று; அதிகப்பிரசங்கம் செய்யவும் இல்லை. ஒரு பெண்ணின் இயல்பை எடுத்து விளக்கக் கூடியது. மேலும், இங்குச் சொற்கள் விரைவாக ஓடுகின்றன. கமலா சுவரோரமாக ஓடி நிற்கும்வரை, இங்கு 'மெதுவான' வருணனை இல்லை. ஒரு பெண்ணின் அவசரச் செயலை இது வெளிப்படுத்துகிறது. கு.ப.ரா.விடம் அர்த்தப் பிறழ்ச்சியோ வார்த்தைக் கோணலோ இல்லை. இந்த வடிவச் செழுமையின் அருகில், வியாபாரத்துக்கென்று வடிவமைக்கப்பட்ட சுஜாதாவின் செயற்கையான, வலிந்து கொட்டப்பட்டுள்ள சொற்களின் சேர்க்கை எந்த விதத்தும் நிற்க இயலாது.

2) வடிவ அம்சங்களில் சோதனை செய்யும் ஆர்வமுள்ள கலைஞர்கள் இரண்டாம் பிரிவாக அமைகின்றனர். இவர்கள் பெரிதும் மன உணர்வுகளைச் சித்திரிப்பதில் பெரும் கவனம் செலுத்துகின்றனர். லா.ச.ரா., அம்பை போன்ற கலைஞர்களுடன் சுந்தர ராமசாமியையும் குறிப்பிடலாம். லா.ச.ரா. பற்றி முன்னரே கண்டுள்ளோம். சுந்தர ராமசாமியும் அம்பையும் இப்போக்கில் முன்னணியாளராக இருக்கின்றனர். இருவரும் தாங்களே கதை கூறுவதாகவே பல கதைகளைப் பின்னியுள்ளனர். உரையாடல் பகுதி மிகவும் குறைவு. சுந்தர ராமசாமி ஆற்றொழுக்கான நடையில் கதை எழுதியுள்ளார். அம்பை பல அம்சங்களில் சுந்தர ராமசாமியிடமிருந்து பெரிதும் வேறுபட்டுள்ளார். இங்கு அம்பையை மட்டுமே காண்போம்.

இவர் சிறு சிறு சொற்களையே கொண்டு கருத்துக்களைக் கோர்வையாகச் சொல்லால் தாவிப் பாய்ச்சலாக எழுதுகின்றார். இவரது 'புனர்' (1\4 என்ற இதழ், 1981) என்ற கதை, சிறு குழந்தைகளாக இருக்கும்பொழுது பெற்றோர்களின் கட்டுப்பாட்டில் வளர்க்கப்பட்ட இருவர் வளர்ந்தபின் அந்தக் கட்டுகளை உடைத்தெறிந்து இருவரும் காதலித்து – கலந்து – பெண் கருச் சிதைவு செய்து – பின் அந்த ஆணையே மணந்து – குழந்தை பெறுவதைச் சித்திரிக்கிறது. இதை ஆசிரியர் கூறும் விதம் முற்றிலும் புதுமையானது. சிறுகதைக்கென முடிந்த முடிவான உருவக் கட்டமைப்பு விதிகள் முழுமையாக உருவாகவில்லையெனினும்,

இதுவரை வந்த சிறுகதைகளிலிருந்து சிலவற்றை இதன் யாப்பு, மரபுகளாகக் கருதலாம். இவற்றையும் மீறி லா.ச.ரா., மௌனி போன்றோரும் இடையிடையே சுந்தர ராமசாமி போன்றோரும் புதிய வகையில் எழுதியுள்ளனர். இவர்களுடன் இணைத்தே அம்பையையும் எண்ணல் வேண்டும். இக்கதையில் சம்பவங்களின் கோர்வைத் தொடர், வருணனை, உரையாடல் என்ற எந்தவித மரபுரீதியான அம்சங்களும் இல்லை. உணர்வுத்தளங்களை மாற்றி மாற்றிக் கதை இயங்குகிறது. சிறு சிறு சொற்களே இவருக்குப் பயன்படுகின்றன. உணர்வுத் தாக்கத்தை வெளிப்படுத்தும் இந்தத் துண்டு உரைக்கூறுகள், தமிழ் உரைநடை வளர்ச்சியில் லா.ச.ரா.வின் தொடர்ச்சிகளாகவே உள்ளன. மரபு ரீதியான வாக்கிய அமைப்பு இல்லை. ஓர் அர்த்தம் முடிந்தவுடன் அந்தச் சொல்லை / சொற்றொடரை முடித்து அந்த வாக்கியத்தையும் வரியையும் முடித்து விடுகின்றார். இந்த விதத்தில் வசன நடைக்குள் கவித்தன்மை புகுத்தப்படுகிறது. அதாவது இவரது வசன நறுக்குகள், கவிதை வசனங்களாக உள்ளன.

> "நீ சம்பாதிப்பவன்.
>
> நீ வேலைக்குச் செல்பவன்.
>
> நீ உரிமைகளை உடையவன்.
>
> நீ ஓட்டுப்போடுபவன்.
>
> நீ அழக்கூடாதவன்.
>
> .........
>
> நீ ஆண்."

இங்கு வசனத்தின் இலக்கணக் கூறுகள் பல மீறப்பட்டு, சொற்களின் வேண்டாத ஒட்டு எதுவுமின்றி வாக்கியங்கள் இரு சொல்/ முச்சொல்களாக அமைக்கப்பட்டுள்ளன. இந்த ஒரு வாக்கியமே ஒரு வரி. இது ஒவ்வொன்றும் ஒரு பெண்ணின் மனவுணர்வு. ஆண் ஆதிக்க எதிர்ப்புணர்வின் வெளிப்பாடுகள் ஆகும். ஒரு வாக்கியத்தைக்கூடப் பல வரிகளில் எழுதும் தன்மையையும் காண்கிறோம்.

> "பஸ்ஸில் ஏறிய மஞ்சள் புடவையை மனதில் கிடத்திப் புணர்ந்து பார்த்தேன் – மனதில்தானே?"

இதை உடைத்தெழுத வேண்டிய தேவை கதைக்குள் இல்லை. அம்பையின் சோதனை முயற்சியில் மட்டுமே, இதன் தேவை எழுகிறது. இப்படிச் செய்யுள் யாப்பு மரபில் எழுதியவர், இதைத் தொடர்ந்து வசன இலக்கணத்துக்குப் போய்விடுகிறார்.

"புணர்ந்து பார்த்தேன் – மனதில்தானே? அது ஆண் பிள்ளை மனது. அப்படித்தான் இருக்கும். நிஜமாகவே பண்ண வருவாள் ஒருத்தி. தாலி கட்டிக்கொண்டு. இதற்காகவே."

தொடர்ச்சியான வாக்கிய அமைப்பு என்ற விதத்திலேதான், இது வசன இலக்கணத்துக்குப் பொருந்துகிறது. மற்றபடி, ஒரு வாக்கியத்துக்குத் தேவையான மரபமைதிகள் இங்கு இல்லை. புதிய இலக்கணம் படைக்கப்படுகிறது. இதற்காகவே ஒருத்தி, தாலி கட்டிக்கொண்டு நிஜமாகவே பண்ண வருவாள் என்றுதான், பொதுவான மரபுரீதியிலான வாக்கியம் அமையக்கூடும். ஆனால் இங்கு மாற்றி எழுதப்பட்டுள்ளது. கற்பனையில் மட்டுமே புணர்ந்த ஒரு நிலைக்கு மாற்றான மன உணர்வை உடனே எடுத்து விளக்குகின்றாள்.

"நிஜமாகவே பண்ண வருவாள் ஒருத்தி."

அப்படி வருகின்றவள், பஸ்ஸில் வருபவள்போல் வந்து போகும் பெண்ணாக இருக்க முடியாது. அவள், "தாலி கட்டிக் கொண்டு" வருவாள். அப்படி வருபவளும் எதற்கு முக்கியத்துவம் கொடுக்க வேண்டும்?

"இதற்காகவே."

உடல் உறவுக்காகவே திருமணங்கள் என்ற நிலையை வசன நறுக்குகளில் இவ்வளவு ஆழமாகவும் அழுத்தமாகவும் சொல்ல முடியும் என்பதற்கு இதுவே சான்று. முன் பகுதியில் உடைத்து எழுதியவர்; இந்தப் பகுதியை உடைக்காமல் ஒருங்கு சேர எழுதியதற்கான காரணம் எதுவுமில்லையெனினும், இந்தப் பகுதியில் மரபுரீதியிலான வாக்கிய அமைப்புக்களை மீறியதற்குப் பாத்திரத்தின் உடைபட்ட மன உணர்வுகள் அடிப்படையாக அமைகின்றன. 'தாலி கட்டிக்கொண்டு' என்று மட்டுமே ஒரு வாக்கியம் இலக்கணரீதியில் அமைய முடியாது. அதன் முன் பின் உள்ள வாக்கியங்களோடு நகர்த்தி வைத்து அர்த்தத்தைக் கொடுக்க வேண்டும். இது புது வசன நடை. தமிழ்ச் சிறுகதை வடிவ அமைப்பில் இவர்களது பங்களிப்பு குறிப்பிடத்தக்கதாகும். சென்ற தடத்திலே செல்லாமல் புதிய தடங்களைக் கண்டறியும் சோதனை முயற்சி இவர்களுடையது ஆகும். இது உள்ளடக்கத்தோடு முரண்பட்டும் இயைந்தும் காணப்படுகிறது. தமிழ்ச் சிறுகதையின் வடிவ அம்சங்கள் முற்றுபெற்றுப் பூரணத்துவம் அடைந்துவிட்டன என்ற நிலையை உடைத்தெறிவதில் இவர்களது கதைகள் பயன்படுகின்றன. இன்றும் குறிப்பாக வசன நடை மரபில் புதிய இலக்கண அமைதிகள் இவர்களால் கையாளப்படுகின்றன. இவர்கள்

கதைகள் இன்னவையெனப் பிறருக்குச் சொல்லி விளக்க முடியாது. அவற்றை எழுத்தில் மட்டுமே படித்து உணர முடியும்.

3) மூன்றாம் போக்கு, இவர்கள் எதை எழுதுவது என்பதைவிட, அதை எப்படி எழுதுவது என்பதற்கே அதிகம் முதன்மை கொடுக்க நினைக்கின்றனர். இதனால் இவர்கள் உள்ளடக்கத்தைத் தேர்வு செய்யாமலே கையாள்கின்றனர் என்பது அர்த்தமாகாது. இவர்கள் உள்ளடக்கத்தைவிட வடிவத்துக்கு அதிக அக்கறையும் கவனமும் கொடுக்கப்படல் வேண்டும் என்று கருதுகின்றனர். இதனால் இவர்களைக் கலை கலைக்காக என்ற கோட்பாட்டைச் சேர்ந்தவர்கள் என அடையாளம் இடவும் இயலாது. இவர்கள் கலையில் நுட்ப நோக்கையும் படைப்புத் திறனையும் முதன்மைகளாகக் கருதுகின்றனர். இவர்கள் கற்பனாவாதிகள் அல்லர். இலக்கியத்தைப் போதையாகப் பயன்படுத்துவதைக் கடுமையாக எதிர்ப்பவர்கள. 'அசோகமித்திரன்', 'சா. கந்தசாமி', 'ராசேந்திர சோழன்', 'நா. கிருஷ்ணமூர்த்தி', 'சுரேஷ் குமார்', 'திலீப் குமார்', 'பிரபஞ்சன்' போன்றோரைக் குறிப்பிடலாம். இவர்கள் கூடுதல் குறைவு இன்றி வாழ்க்கையை அதன் இயல்பில் காட்ட நினைக்கின்றனர். கதை பின்னும் அம்சத்தில் இவர்கள் கவனம் செலுத்தியுள்ளனர். பல கதைகள் ஒரு மைய நிகழ்ச்சியை மட்டுமே வைத்துப் பின்னப்பட்டுள்ளன. அல்லது ஒரு மையத்துக்குத் தேவையான வெகு சில துணைநிகழ்ச்சிகள் இணைக்கப்பட்டுப் பின்னப்பட்டுள்ளன. இவர்களின் கதைகளில் தேவையான வருணனை, அளவான உரையாடல் ஆகியனவே உண்டு. அசோகமித்திரனின் 'முறைப் பெண்' ஒரு பெரிய விஷயத்தை எடுத்துச்சொல்லி விடவில்லை. ஒரே நாளில் தவிர்க்க இயலாத வகையில் பல இடங்களில் காலைச் சிற்றுண்டிகளைச் சாப்பிடுபவனின் உணர்வுகளை விளக்கும் கதையாகும். இதன் தவிர்க்க இயலாத வகையே கதையின் அடிப்படையாகும். இதில் கதை சொல்லப்படும் விதமே முதன்மை பெறுகிறது. இவரது 'சினிமாவுக்குப் போன சென்சாரு' ஒருவனது எதிர்பார்ப்புகள் அனைத்தும் தவறிக்கொண்டே போவதைச் சுட்டுகிறது. இது முழுக்க உரையாடலில் சொல்லப்பட்டுள்ளது. ஒருவன் கேள்வி கேட்க, அவனுக்கு எதிர்மறைப்பதில்களைக் கொடுப்பதன் மூலம் கதை நகர்கிறது. திலிப் குமாரின் 'தடம்', ஒரு கைதி அனுபவிக்கும் சித்திரவதைகளையும் அவனுக்கு நாளை நேரவிருக்கும் போலி மோதல் (*encounter*) சாவையும் தெரிவிக்கின்றது. இதில் உரையாடலே இல்லை. உயிர்த்துடிப்பான வருணனையில் மட்டுமே கதை சொல்லப்படுகிறது. இக்கதை வாசகனுக்கு வெளிப்படையாக எதுவும் சொல்லவில்லையெனினும், கைதியின் மீது அனுதாபம் விளைவிக்கும் வகையில் கதை முடிவுவரை கொண்டு செல்லப்படுகிறது. வெளியுலகத்தில் நடக்கும் இத்தகைய

போலி மோதல் சாவுகளோடு இணைத்துப் பார்க்க வேண்டிய அவசியமே இல்லாமல், இக்கதையே முழுமையாக நின்று ஓர் அனுபவத்தைக் கொடுக்கிறது. அதாவது, இது கதைக்குள் உற்பத்தியாகி நம் மனதில் விரிகிறது. ராஜேந்திர சோழனின் 'தனபாக்கியத்தோட ரவ நேரம்' (உதயம், 1973) கணவனுக்கும் மனைவிக்கும் இடையிலான சண்டையை-கணவன் மனைவியை அடிப்பதை - இரவில் அவளும் அவனும் சமரசமாவதைக் காட்டுகிறது. இன்றைய குடும்ப உறவுகளில் சிக்கித் தவிக்கும் ஒரு பெண்ணின் மனநிலையை நுட்ப நோக்குக்கொண்டு வெளிப்படுத்துதலுக்குத் தனபாக்கியம் பாத்திரம் எடுத்துக் காட்டாகும். இது பெரும்பகுதி உரையாடலில் கழிகிறது. இடையிடையே சிறு சிறு வருணிப்புகளும் உண்டு. ஓர் ஆணின் உணர்வைக் காட்டும் இவரது கதை, 'கோணல் வடிவங்கள்' (கசடதபற, 1971) ஆகும். ஒரு மணமான ஆண், இன்னொருவனின் மனைவியை வைத்துக்கொண்டு இருக்கிறான். அவளோ இவனையும் விடுத்து மூன்றாம் ஆணுடன் பழக்கம் வைத்துக் கொண்டுள்ளதாக இவன் சந்தேகப்பட்டு அவளை அடித்து, அந்த ஆதிக்க வெறி நிலையில் உணர்வுத் தடுமாற்றத்துக்கு ஆளாகின்றான். இதுதான் கதை. கதைக்குத் தேவையான நிகழ்ச்சிகள் மட்டுமே கோர்வையாகக் கூறப்படுகின்றன. பாத்திரங்கள் பேச்சு வட்டார மொழியில் உள்ளது. அதே நேரத்தில் ஆசிரியரது வர்ணிப்பும் அதே மொழி நடையில் உள்ளது. இது முன்னரே சொல்லியுள்ளது போல, வாசிப்புக்குத் தடையாகும். பிரபஞ்சனின் கதைகள் 'திரிந்த மனித மனத்தை மீண்டும் அதன் உன்னதப் புள்ளியில் பொருத்தும் முயற்சிகளாகவே' உள்ளன. இவரது 'மனுஷி மனசு' போன்ற கதைகள் இதை உணர்த்துகின்றன. ஆசிரியர் கூற்று, வர்ணனை, உரையாடல் ஆகிய எல்லாவற்றின் மூலம் கதை சொன்னாலும் ஆசிரியரே கதை சொல்லும் உத்தியே அதிகம் உள்ளது. இவர்களின் கதைகள் பெரும்பாலும் வெளிப்படையாக எதையும் சொல்வதில்லை. கதையின் வடிவ அம்சங்கள் அந்தக் கதையைத் தாண்டிச் சென்றுவிடக் கூடாது என்பதில் இவர்களது முயற்சி உணர்வுபூர்வமாகவே இருக்கிறது. இவர்களது படைப்புத் தளம் பெரிதும் சிறுபத்திரிகைகளாகவே உள்ளன. இந்த எல்லையைத் தாண்டிப் பெரிய வணிகப் பத்திரிகைகளால் கவரப்பட்டு, அவற்றைப் பயன்படுத்துவதாக நினைத்துக்கொண்டு அவற்றால் கபளீகரம் செய்யப்பட்ட எழுத்தாளர்களின் கதை வடிவங்கள் பெரிதும் மாறி, வணிகப் பத்திரிகைகளின் சூத்திர நெறி முறைகளுக்கு அடங்கிப்போயின.

4) நான்காம் போக்கு. இந்தப் போக்குடையவர்கள் இலக்கியத்தை வெறும் இலக்கியமாக மட்டும் காணவில்லை. இலக்கியத்தைக் கருத்தியல் உருவாக்கச் சாதனமாக ஏற்றுக்

கொண்டு தாம் சார்ந்துள்ள கொள்கைகளைப் பரப்பச் சிறுகதை வடிவத்தைக் கையாள்பவர்கள். 1950களிலும் 1960களின் முற்பகுதியிலும் கலை இலக்கியத்தைக் கருத்துப் பரப்பல் சாதனமாகக் கருதிய ஜெயகாந்தன், கி.ரா. ஆகியோருடன் இவர்களை இணைத்துக் காணவேண்டும். இந்தப் போக்கினரை உள்ளடக்கரீதியில் வகைப்பாடு செய்வது, வடிவரீதியில் வகைப்பாடு செய்வதைவிட எளிதானதாகும். செயப்பிரகாசம், பொன்னுசாமி போன்றோரின் கதைகளிலும் பூமணி, வீர.வேலுசாமி, நாஞ்சில் நாடன் போன்றோரின் சில கதைகளிலும் இதற்கான வடிவ அமைதிகளைக் காண இயலும். இவர்களுள் குறிப்பாகச் செயப்பிரகாசம், பொன்னுசாமி ஆகியோரின் கதைகளை மட்டும் சுருக்கம் கருதிக் காண்போம்.

இவை பெரும்பாலும் ஏதோ ஒரு செய்தியை மக்களிடத்தில் பரப்பும் நோக்கம் கொண்டவையாகும். ஆசிரியர் கூற்றாகவே அனேகக் கதைகள் உள்ளன. ஆசிரியருக்கும் வாசகனுக்கும் இடையில் நேரடி உறவை ஏற்படுத்த, இதை அதிகம் கையாள்கின்றனர். கதையைக் கதைக்கு வெளியே இருந்துகொண்டு ஒருவர் சொல்கின்றார் என்ற உணர்வு வாசகனுக்கு இறுதிவரை இருக்கிறது. கதை நிகழ்ச்சியோடு / கதை தரும் உணர்ச்சியோடு வாசகர்கள் ஒன்றுபடும் இடங்கள் அனேகம் இருப்பினும், கதையின் வடிவத்தில் இந்த அம்சம் உள்ளது. எனினும் இந்த அம்சம், கதாசிரியனுக்குக் கதையை எப்படி வேண்டுமானாலும் நீட்டி மடக்க ஒரு கருவியாகி விடுகின்றது. இந்த விதத்தில் கதை, வெளிப்புறத்திலிருந்து இயக்கப்படுகிறது. கருத்துப் பரப்பிலே முதன்மை நோக்கம் என்றாகிவிடும்பொழுது, வாசகனுக்குப் புரியும்படி எழுதுதல் அவசியத் தேவையாகும். எனவே, இது வாசகன் மட்டத்துக்குச் சென்று வாசகனை ஆசிரியர் மட்டத்துக்கு இழுக்கக்கூடிய வடிவத்தை அவசியப்படுத்துகிறது.

இவர்கள் கதையின் தொடக்கம் கதை நிகழ்ச்சியோடு தொடங்கிவிடுவதும் உண்டு. ஆயின் பல கதைகள் ஒரு பின்புலத்தை அமைத்துவிட்டு அதன் பின்னரே தொடங்குதலும் உண்டு. இவர்களது கதைகள் ஒரு நிகழ்ச்சியையோ பாத்திர உணர்வையோ வருணிப்பதைவிட, ஒரு பிரச்சனையை எடுத்துச் சொல்வதாக உள்ளன. எனவே இவர்கள் கதைகளில் பிரச்சனைகளே மையமாகும். வாசகனுக்குக் கூடுதலாகவோ குறைவாகவோ பரிச்சயம் உள்ள இந்தப் பிரச்சனை குறித்து விளக்குவதற்குமுன், ஏதாவது ஓர் உணர்வு மட்டத்தில் இருக்கும் வாசகனை இந்தப் பிரச்சனையின் மட்டத்துக்கு அழைத்து வருவதற்குத் தேவைப்படும் வகையில் முன்கூட்டியே சில விஷயங்கள் எழுதப்படுகின்றன. எனவேதான் இவர்கள் கதைகள் உண்மையில் சற்றுக் கழித்தே

தொடங்குகின்றன எனலாம். உதாரணமாகச் சூரிய தீபனின் 'நெருப்பு வெள்ளமும் சுல்தான்களும்', பொன்னுசாமியின் 'உள்மனிதன்' என்பன போன்ற கதைகள் ஆகும். சூரிய தீபனின் கதை, குழந்தை உழைப்புக் கொடுமையை அம்பலமாக்குகிறது. ஏழு துணுக்குகளாக அமைக்கப்பட்டுள்ள இக்கதையில் முதல் துணுக்கில் (நான்கு பக்கங்கள்) தீப்பெட்டி ஆலையில் குழந்தை உழைப்பு, முதலாளிகளின் வசதிநிலை, தொழிலாளர் நல அதிகாரிகளின் வசதி நிலை ஆகியவை குறித்த கருத்துகள் எழுதப்பட்டுள்ளன. இவற்றைத் தேவையற்றவையென ஒதுக்க இயலாதபடி பிரச்சனையின் மையத்தோடு நெருங்க வைக்கின்றார். இங்குதான் இவரமைக்கும் அஸ்திவாரம் பயனளிக்கிறது. தொடக்கத்திலேயே வரும் நகர வருணனையே, நம்மைப் பிரச்சனையோடு ஒன்றவைக்கிறது.

> "முதலை மாதிரி முகம். பாம்பு மாதிரி உடல். திருக்கை வால்போல் கை கால்கள். நெருப்பு ஜுவாலைகளைக் கக்கிக்கொண்டு, ஒரு பொட்டுப் பூச்சி இல்லாமல் எல்லாவற்றையும் கருக்கிக்கொண்டுவரும் டிராகன் என்ற கொடிய மிருகம் வேறு எதுவுமல்ல, அது இந்தத் தீப்பெட்டித் தொழிற்சாலை நகரம்தான்."

இம்மாதிரியான பின்புலம் கதைக்குத் தேவையில்லாதது போலத் தோன்றினாலும், ஆசிரியர் காட்ட விரும்பும் பிரச்சனைக்கு இது தேவைப்படுகிறது. இங்குப் பின்புலம் இல்லையெனில், ஆசிரியரின் உணர்வு நிலையுடன் நாம் இணைய இயலாது போய்விடும். கதைகளின் முடிவு, ஒரு செய்தியை அழுத்தம் திருத்தமாகவே எடுத்துரைப்பதாக இருக்கும். 'சூரியன் உதிக்கும் கிராமம்' என்ற கதை தலைமறைவு வாழ்க்கை நடத்தும் ஒரு புரட்சிகர அரசியல்வாதிக்கு இடம் *(Shelter)* தரும் வயதான அம்மாளைப் பற்றிச் சொல்கிறது. வழக்கமாகத் தங்கும் வீட்டில் போலீஸ் வேட்டை நடந்தபின், அதே கிராமத்தில் வேறு வீடு ஏற்பாடாகிறது. ஏனைய மக்களைத் தன்னோடு இணைத்துக்கொண்டு முன்னேறிச் செல்லும் அந்தப் பாத்திரத்தின் உருவகமாகவே அந்தக் கதை முடிவடைகிறது.

> "ஊருக்கு முன்னால் நின்றிருந்தது அந்த வீடு. ஊரில் இருக்கிற மற்ற வீடுகளையும் தன்னுடன் இணைத்துக்கொண்டு முன்னோடியாய் ஓடுவதுபோல் நின்றிருந்தது."

இவர்களின் பாத்திர வார்ப்பு, பிரச்சனையை விளக்கும் நோக்கம் கொண்டது. பொதுவாகச் சிறுகதைகளில் ஒரு கண நேரத்திய பாத்திரத்தின் உணர்ச்சிகளை வெளிப்படுத்துதலுக்கு ஏற்பப் பாத்திர வார்ப்பே உண்டு. பிரச்சனைக் கதைகளாக

இவர்கள் கதைகள் இருப்பதால், அந்தப் பிரச்சனைக்கு ஏற்ப இவர்கள் கதைகளில் பாத்திர வளர்ப்புக் காணப்படுகின்றது. குறிப்பாக இரண்டு கதைகளைச் சொல்லலாம். ‘வளரும் நிறங்கள்’ கதையில் வரும் பம்பையத்தேவன், ‘இரவுகள் உடையும்’ கதையில் வரும் நந்தினி என்ற இரண்டு பாத்திரங்களைச் சொல்லலாம். ஒரு நாவலுக்கு அல்லது குறு நாவலுக்கு எடுத்துக் கொள்ள வேண்டிய கருத்துக்களைச் சூரிய தீபன் இவற்றில் எடுத்துக்கொள்கின்றார். பொறுக்கித்தனமான வாழ்க்கை நடத்திய பம்பையத்தேவன் புரட்சிகர இயக்கத்துக்குச் சுவரொட்டி ஒட்டுவதற்குரிய மனமாற்றம் ஏற்பட்டதை ‘வளரும் நிறங்கள்’ விளக்குகிறது. இந்த மனமாற்றம் சிறையில் ஏற்பட்டதாக விளக்குகின்றார். நாலைந்து உரையாடல் நறுக்குகளில் இதை வெளிப்படுத்துகிறார்.

“நீங்க எப்ப இப்படி…”

“என் பிள்ளைகள் என்னை மாத்திட்டாங்க.”

………

“இவங்க உங்க பிள்ளைகளா?”

“இல்லை. எம்பிள்ளைக மாதிரி. இவங்க என்னை ஒரு ஆளாக்கினாங்க.”

ஆனால் நந்தினியின் மன மாற்றத்தை நீண்ட, தர்க்க ரீதியிலான உரையாடலில் விளக்குகின்றார். இதுகூடப் பாத்திரங்களின் வர்க்கக் குணாம்சத்துக்குப் பொருந்தி வருகின்றது. கதையில் வரும் அக்கா பாத்திரம் இவளை மாற்றுவதற்கு நீண்ட முயற்சி எடுத்துக் கொள்வதாகக் காட்டப்படுகிறது. இத்தகைய கதைகளில் பாத்திரங்கள் கருத்து விளக்கக் கருவிகளாகவும் பயன்பட வேண்டியுள்ளன. ‘அனல் காற்று’ கதையின் நாயகன் நடுத்தர வர்க்கத்தினரும் அடித்தட்டு வர்க்கத்தினரும் இணைய வேண்டிய தேவையைக் குறிப்பிடுகின்றார். இதை ஒரு *Formula* என்ற வகையில் சொல்லவில்லை. கதையில் வரும் நடுத்தர வர்க்கச் சிறுவன் பீடித் தொழிலாளர் பிள்ளைகளுடன் விளையாட நினைக்கும்பொழுது, அதைத் தடுக்கும் தாய்க்கும் அதை ஆதரிக்கும் தந்தைக்கும் இடையிலான நீண்ட உரையாடல் பகுதி இதனை விளக்குகிறது. மனைவியின் கேள்விகளுக்குரிய பதில் ஓரிரு வரிகளிலே முடிந்துபோய்விடுகிறதெனினும், அதற்குப் பின்னும் நீண்டு செல்லும் பதில், ஆசிரியரின் கருத்து விளக்கமாகவே உள்ளது. இத்தகைய வடிவ அம்சங்களை இந்தப் போக்கினரிடத்தில் காண்கின்றோம்.

## தொகுப்புரை

தமிழ்ச் சிறுகதை தோன்றி ஏறத்தாழ எழுபது ஆண்டுகள் (1917-1987) ஆகிவிட்டன. நூற்றுக்கணக்கான எழுத்தாளர்கள், ஆயிரக்கணக்கான கதைகளை எழுதியுள்ளனர். அச்சடிக்கப்பட்ட பத்திரிகைகளோடு அறிமுகமான சிறுகதை, இன்றைக்கு இளைஞர்களால் பல இடங்களில் தனிச்சுற்றுக்கென நடத்தப்படும் கையெழுத்து ஏடுகளிலும் தட்டச்சு ஏடுகளிலும்கூட வெளி வருகின்றன. பத்திரிகைப் பெருக்கம், அச்சு வசதி முன்னேற்றம், விநியோகமுறைச் சீரமைப்புள்பனபோன்ற இலக்கிய உற்பத்திக்கு அப்பாற்பட்ட பல அம்சங்களே சிறுகதையை இன்றைக்கு ஆக்கிரமித்துக்கொண்டிருக்கின்றன. இந்த ஆக்கிரமிப்பை எதிர்த்து அல்லது ஊடாகச் சிற்றேடுகளும் கையெழுத்து ஏடுகளும் சுருங்கிய வட்டத்துள் பவனி வந்துகொண்டிருக்கின்றன. இரண்டு நிலைகளுக்கு இடையிலான போராட்டம் இன்றைக்கு மட்டுமல்ல, 1920கள் முதற்கொண்டே நடந்து வந்து கொண்டிருக்கிறது. இந்தப் போராட்டத்தில் சிறுகதையின் உள்ளடக்கம், உருவம் ஆகியவை வளர்ந்தன. இவற்றின் உருவத்தில் ஏற்பட்ட பல்வேறு போக்குகளை இங்குக் கண்டோம். இந்நூலில் சில முதன்மையான எழுத்தாளர்கள் உட்படப் பலரின் கதைகள் விடுபட்டுப் போயுள்ளன; அல்லது விரிவாகக் காணப்படவில்லை. பக்க அளவுக்குள் அது சாத்தியமும் இல்லை. எனவே சில போக்குகளை மட்டுமே கண்டோம். சிறுகதை இன்றளவும் வளர்முகத் துறையாகவே உள்ளது. எனவே இதன் வடிவ அம்சங்களுக்குரிய யாப்பு முறை முற்றிலும் தீர்க்கப்பட்டுவிட்டது எனக் கூற முடியாது. இங்குச் சொன்ன வடிவப் போக்குகளே முடிந்த முடிவுகளாகவும் ஆகிவிடாது. எனினும் எழுபது ஆண்டுக்கால இலக்கிய வாழ்வின் சில போக்குகள் தொகுக்கப்பட்டுள்ளன.

சிறுகதையின் உள்ளடக்கத்தைத் தேர்ந்தபின் எழுத்தாளனுக்கு வடிவமே முதன்மையாகி விடுகின்றது. உள்ளடக்கத்தோடு வடிவம் பிரிக்க இயலாதவகையில் முழுமையான இணைப்புக் கொண்டுள்ளதெனினும், சில கருத்துகளை/ உணர்வுகளை/ பிரச்சனைகளை எழுத முடிவு செய்த பின்னர் அவற்றை வெளிப் படுத்தும் முறையே முதன்மை ஆகின்றது. நவீனச் சிறுகதையின் சில கூறுகளை உள்ளடக்கி முதன்முதலில் எழுதிய வ.வே.சு., 'ரீதி புதிது' எனச் சொல்லி 1917இல் எழுதத் தொடங்கினாலும், உண்மையான நவீனச் சிறுகதையின் வடிவம் 1930களில் தி.ஜ.ர., புதுமைப்பித்தன் ஆகியோரிடத்திலேயே காணப்பட்டது. அது தொடங்கி இன்றுவரை பல போக்குகளில் வடிவ அம்சங்கள்

காணப்படுகின்றன. இந்தப் போக்குகளுக்கு ஏற்பவே கதைத் தொடக்கம், முடிவு, கதைப் பின்னல், பாத்திர ஆக்கம், வருணனை, மொழிநடை, உரையாடல் ஆகியவை அமைந்துள்ளன. சிற்சில தனிப்பட்ட விதிவிலக்கு அம்சங்களைத் தவிர, இன்னார் கதையின் உள்ளடக்கமும் உருவ அம்சங்களும் இன்னின்ன முறைகளில்தான் இருக்கும் என்று சொல்லுமளவிற்கு ஒவ்வொரு வரும் தம்மளவில் நிறைவு கொண்டுள்ளனர். அல்லது தீர்ந்து போயுள்ளனர். ஒரு கதாசிரியரின் ஒரு கதையைப்போல அவரது இன்னொரு கதை அமைய இயலாது என்கிற அளவிற்கு அந்தக் கதைக்கெனச் சில தனித்தன்மைகள் உண்டு. எனினும் இத்தனித்தன்மைகட்கு ஊடாக அவரது அனைத்துக் கதைகளையும் சில பொதுவான அம்சங்களில் நாம் அடையாளம் காண முடியும். ஆனால் எக்காரணத்தை முன்னிட்டும் பிரபஞ்சனின் கதை வடிவத்தோடு அம்பையின் கதை வடிவத்தை இணைக்க முடியாது - அவை இரண்டும் தமிழ்ச் சிறுகதைகள் என்பதைத் தவிர. ஆயின் தொடக்க காலத்திய ஜெயகாந்தன் கதைகளுக்கும் சூரிய தீபன் கதைகளுக்கும் இடையில் இத்தகைய பொதுவான அம்சங்களைக் காண இயலும். இந்த விதத்தில் தமிழ்ச் சிறுகதையின் வடிவ அம்சங்களை நாம் சில போக்குகளாகவே கண்டறிய இயலும்.

இத்தகைய வடிவ அம்சங்கள், பல நிலைகளில் தீர்மானிக்கப் படுகின்றன. சிறுகதையின் வடிவ அம்சங்கள், அதன் உள்ளடக்கத் தால் தீர்மானிக்கப்படுகின்றன. கு.ப.ரா., மௌனி, சூரிய தீபன் ஆகியோரது கதை வடிவங்கள் ஒன்றுக்கொன்று மாறுபட்டவை. கு.ப.ரா. அடக்கப்பட்ட பெண்களின் மனவுணர்வுகளைப் புறநிலைப்படுத்திக் கூறுகின்றார். மௌனி, நிறைவேறாத காதல் சம்பவங்களை அகநிலைப்படுத்தப்பட்ட மனஉணர்வு களாகச் சித்திரிக்கிறார். சூரிய தீபன் மனிதத்தை அழிக்கச் செய்யும் மனித முயற்சியை அம்பலப்படுத்தி / எதிர்த்து மீண்டும் மனிதத்தை நிலைநிறுத்தும் வகையிலான மனிதனின் புறநிலைப்படுத்தப்பட்ட உணர்வுகளை/ நிகழ்ச்சிகளை விவரிக்கிறார். இதற்கேற்பக் கு.ப.ரா.வின் கதைகளின் வடிவம் குறுகிய பக்க எல்லை, சுருங்கிய தளம், நுட்ப மன உணர்வு வருணனை, நிதானமாக உச்சத்துக்குக் கொண்டு செல்லும் உத்தி, எளிமையான/ அடர்த்தியான உரையாடல், பல அர்த்தங்கள் தொனிக்கும் உரைநடை, பல இடங்களில் மௌனம் ஆகிய அம்சங்களாக அமைந்துவிடுகின்றது. மௌனியின் வடிவம், முறையற்ற கதைப்பின்னல், தொடக்கத்தையும் முடிவையும் எங்கு வேண்டுமானாலும் அமைத்துக்கொள்ளல், வாசகனின் அகநிலைக்கு ஏற்ப அர்த்த மாறுபாடு, உச்சநிலை உணர்வைத் தொடக்கத்திலேயே வெளிப்படுத்துதல், நாமரூபமற்ற -

சூட்சுமமான பாத்திர ஆக்கம், நனவோடை மற்றும் உள்முகத் தனியுரை உத்திகள், இட/பாத்திர வருணனை இன்மை ஆகிய இன்னோரன்ன அம்சங்களில் குடிகொண்டுள்ளது. சூரிய தீபன் கதைகளின் வடிவம், வாசக மட்டத்துக்குத் தாழ்ந்து அவனை உயர்த்துதல், உண்மையான கதையை உணர்த்துவதற்கேற்ற முன்தளம், தர்க்கரீதியான நீண்ட உரையாடல், கருத்து விளக்கமாக அமையும் பாத்திரங்கள், தேவைப்படும் இடங்களில் பிரச்சாரம் என்பன போன்ற அம்சங்களைக் கொண்டுள்ளது. இங்கே கு.ப.ரா.வின் கதைகளில், உண்மையான கதையை உணர்வதற்கேற்ற முன்தளத்தை எதிர்நோக்க முடியாது. மௌனியின் கதைகளில், நிதானமாக உச்சத்துக்குக் கொண்டுசெல்லும் உத்தியைக் காணமுடியாது. சூரிய தீபன் கதைகளில் நனவோடையையும் உள்முகத் தனியுரையையும் காணமுடியாது. இவற்றில் ஏதேனும் ஒன்றை எடுத்துக்கொண்டு இது ஏன் அவரிடத்தில் இல்லை என்று கேட்கமுடியாது. இல்லாததற்கும் இருப்பதற்கும் காரணம் அதனதன் உள்ளடக்கமே.

இவர்களது இலக்கிய நோக்கமும் இதற்குக் காரணமாகவும் அமைகின்றது. எடுத்துக்காட்டாக மௌனி, புதுமைப்பித்தன், ஜெயகாந்தன் ஆகியோரின் சில கதைகளைச் சில பக்கங் களைக் கழித்தே வாசிக்கலாம். இந்த வடிவ அம்சத்துக்கு ஒவ்வொருவரிடமும் ஒரு காரணம் காணப்படுகிறது. மௌனியின் தத்துவம் புறநிலையை மறுக்கக்கூடியது (negation of objectivity). இதன் அடிப்படையில் அவரது உள்ளடக்கமும் வடிவ அம்சங்களும் அமைகின்றன. தொடக்கத்தை எங்கு வேண்டுமானாலும் ஆரம்பிக்கக் கூடியதாகவே, அவரது கதைகள் உள்ளன. புதுமைப்பித்தன் ஓர் இயல்பு நெறியாளர் (Naturalist). சில நேரங்களில் ஒரு புகைப்படக் கருவியின் நிலையிலே இயங்க வேண்டியுள்ளது. இயல்பானதை வருணிக்க வேண்டும் என்று நினைக்கையில், தேவையற்ற வருணனை வந்து விடுகிறது. 'வேட்டி' கதையில் பற்பல வேட்டிகளைப் பற்றியும், 'கிடை' கதையில் பற்பலரக ஆடுகளைப் பற்றியும் கி. ராஜநாராயணன் வருணிப்பதையும் இங்கு நினைவு கூரலாம். எனவே புதுமைப்பித்தனின் சில கதைகளை (கல்யாணி, துன்பக்கேணி) முதலில் சில பக்கங்களை விட்டுவிட்டே படிக்கலாம். ஜெயகாந்தனின் தொடக்க காலத்திய சில கதைகளும் சூரிய தீபனின் சில கதைகளும் ஒரு நீண்ட முன்தளத்தை உருவாக்கி, அதன் பின்னரே கதையைத் தொடங்குகின்றன. ஆசிரியர்களின் யதார்த்தவாத நெறிக்கு ஏற்ப அவர்கள் காட்டும் பிரச்சனையோடு வாசகனை ஒன்றவைக்க இத்தகைய முன்தளம் அவசியப்படுகிறது. எனவே இலக்கிய நோக்கமும் வடிவத்தில் ஒரு பங்கினை வகிக்கின்றது எனலாம். இந்தக் கருத்தை

அப்படியே எல்லா இடங்களுக்கும் பொருத்தி ஒரு விதியாகவும் மாற்ற இயலாது. ஏனெனில் கல்கியின் பெரும்பாலான கதைகளை 3, 4 பக்கங்கள் விட்டுவிட்டே தொடங்கலாம். சில கதைகளுக்குக் கல்கி முன்னுரைகூட எழுதியுள்ளார். முதன் முதலில் வ.வே.சு. சிறுகதை எழுத முயன்றபொழுது ரீதி புதிதாகையால் சூசிகை சேர்க்கப்பட்டுள்ளதென முன்னுரையை எழுதியுள்ளார். அது அரைப்பக்கத்துக்கு மேல் தாண்டவில்லை. அவ்வாறு சேர்ப்பதனால் கதையின் சுவை குன்றும் என வ.வே.சு.க்குத் தெரிந்திருப்பினும், கதை விளக்கத்துக்கு அதைப் பயன்படுத்துவதாக எழுதியுள்ளார். இது வாசக உறவுக்காகச் சேர்க்கப்பட்டது. ஆனால் கல்கியின் முன்னுரையோ, அல்லது தொடக்கத்தில் உள்ள தேவையற்ற சித்திரிப்புகளோ, கல்கி என்ற எழுத்தாளரின் திறமைக் குறைவாகும்.

இங்குதான் பாரதியின் கருத்து நினைவு கூரப்பட வேண்டியுள்ளது. ஒரு கலைஞனுக்குரிய பயிற்சி, பழக்கம் ஆகியவை குறித்துப் பாரதியின் கருத்து நினைவுகூரப்பட வேண்டியுள்ளது. இது ஒரு கலைஞனின் தனித்திறன், தனித்தன்மை ஆகும். கல்கியின் திறன் குறைவே இத்தகைய தொடக்கத்துக்குக் காரணமாகவுள்ளது. இந்தத் திறன் வேறுபாட்டை ஒரே நோக்குடைய இரண்டு எழுத்தாளர்களிடம் காணலாம். லா.ச.ரா., மௌனி ஆகியோருக்கு இடையில் இலக்கிய நோக்கு வேறுபாடில்லை. லா.ச.ரா. பல சந்தர்ப்பங்களில் மௌனியின் தொடர்ச்சியே. ஆனால் சொற்களைப் பயன்படுத்துவதில் லா.ச.ரா. அவசியமற்ற வகையில் ஏராளமான சொற்களைப் பயன்படுத்துகிறார். மௌனி அவசியமான வகையில் குறைவான சொற்களையே பயன்படுத்துகின்றார். பாத்திரங்களின் மனவுணர்வுகளை நனவோடை, உள்முகத்தனியுரை என்ற உத்திகளின் மூலமே இருவரும் விளக்கினாலும் லா.ச.ரா.விடம் சொற்பெருக்கம் உள்ளது. மௌனியிடம் சொல் ஆளுமை உள்ளது. மௌனி ஓரிடத்தில், 'லா.ச.ரா., நாயைக் கயிற்றால் கட்டி இழுப்பதைப்போல சொற்களை இழுக்கின்றார்' எனக் குறிப்பிட்டதை, இங்கு நினைக்க வேண்டியுள்ளது. இதற்குத் தனித்திறன் வேறுபாடே காரணமாகும். இன்னொரு எடுத்துக்காட்டு, அகிலனும் சுஜாதாவும் ஆவர். பத்திரிகைகளின் செல்லப்பிள்ளைகளான இருவரது இலக்கிய நோக்கில் பெரிதும் வேறுபாடில்லை. எனினும் இருவரது நடை *(Style)* மாறுபட்டுள்ளது. அகிலனுக்கு வருணிப்புத் திறன் இல்லை. மொட்டையான அறிக்கை பாணியில் *(bald statement)* செய்திதரும் பத்திரிகை *(informative journalism)* நடையே அவரிடம் உள்ளது. சுஜாதாவிடம் வருணிப்புத்திறன் உண்டு. வார்த்தை அழுத்தத்தின் ஏற்ற இறக்கங்களை உணர்ந்து பயன்படுத்தும் நடை, ஒரு காட்சியை மனக்கண்முன் நிறுத்திவிடும் வருணிப்புப்

பத்திரிகைத்தன *(Descriptive journalism)* நடை இவரிடம் உள்ளது. ஒரு சொல்லால் வாசகனை/வாசகியை நிமிண்டிவிட்டு வேடிக்கை பார்க்கும் நடை இதுவாகும். சித்திர வேலைப்பாடுகள் மிகுந்த நடை

அவள் ஆடைகளைக்

கழற்

றி

னா

ள்

!

என்றநடை சுஜாதாவின் உடைமையாகும். இது நிச்சயம் தனித்திறன் ஆகும். இந்த வேறுபாடு ஒரே இலக்கிய நோக்கு உடையவர்களின் வடிவங்களிலும் வெளிப்படுகிறது. இது துலக்கமடைதலுக்கு முதன்மையான காரணம், வாசகர் தளமாகும்.

இங்கு வாசகர் தளம் வடிவ அம்சங்களை நிர்ணயிக்கக் கூடிய துணைச் சக்தியில் ஒன்றாகிறது. சுஜாதாவுக்கும் அகிலனுக்கும் பெரும் வணிகப் பத்திரிகைகளே எழுத்துத் தளங்கள்; அவற்றின் வாசகர்களே இவர்களது வாசகர்களும் ஆவர். பின் எப்படி இந்த வேறுபாடு? இங்குதான் வாசகர்களின் சமூகவியல் அம்சங்கள் இடம் வகிக்கின்றன. அகிலன் உச்சத்தில் இருந்த 1950–1960களில் அவர்களின் குணாதிசயங்களும், 1970–1980களில் அவர்களின் குணாதிசயங்களும் மாறுபட்டு உள்ளன. வாசகர்களின் சமூகவியல்/உளவியல் வேறுபாடு களைக் காலந்தோறும் கண்டறியக்கூடிய முறையான ஆய்வுகள் நம்மிடத்தில் இல்லை. இருப்பினும் ஒன்றைச் சொல்லலாம். 1950, 1960களில் உள்ள பத்திரிகை வாசகர்கள், ஏதேனும் ஓர் அமைப்பு நிலையில் கட்டுண்டவர்களாக *(Organised)* இருந்தனர்; எதிர்காலத்தைப் பற்றிய நம்பிக்கையுடன் இருந்தனர்; ஏதேனும் ஓர் இலட்சியதாகம் கொண்டிருந்தனர். ஆனால் 1970, 1980களில் உள்ள வாசகர்கள், பெரிதும் அமைப்பு நிலையில் கட்டுப்படாத/ கட்டுப்பட விரும்பாத உதிரிகளாக *(Lumpenised)* இருக்கின்றனர். அரசியல், சமூகம், குடும்பம் ஆகிய அமைப்பு நிலைகளில் உள்ளவர்களாக இருப்பினும், மேற்சொன்ன உதிரித்தனம் வளரத் தொடங்கி விட்டது. தன்னம்பிக்கையற்று, இலட்சியத்தாகமற்று, ஒருவிதப் பொறுக்கித்தனத்தில் இருக்கின்றனர். இன்றைய மோசமான சமூக உறவுகளிலிருந்து விடுபட்ட, சரியான சமூக உறவை அமைக்கும் நோக்கத்தில், மேற்சொன்ன கட்டுப்பாடற்ற தன்மை ஏற்படவில்லை. இத்தகைய உதிரித்தனம் இன்று உள்ளது.

இவ்வாறு பெரும் வணிகப் பத்திரிகைகளின் வாசகர்களது சமூக உளவியல் அம்சங்கள் மாறுபட்டுள்ளன. இதற்கேற்பவே பத்திரிகைகளின் கதைகள் கூறும் உள்ளடக்கமும் மாறுபட்டுள்ளது. அகிலன் போன்ற அன்றைய செல்லப்பிள்ளைகளின் கதைகளில் 'ஓர் இலட்சியத் தாகம்', 'காந்திய வேகம்' இருக்கும். சுஜாதா போன்ற இன்றைய செல்லப் பிள்ளைகளின் கதைகள் 'தப்பித்தால் தப்பில்லை' என்ற தத்துவம் குடிகொண்டிருக்கும். இதற்கு ஏற்பவே வடிவ அம்சங்களும் உண்டு. உதிரிக் கலாச்சாரத்துக்கு உணவளிக்கக்கூடிய நடை, வருணனை, உரையாடல் ஆகியவை எல்லாம் உண்டு. வாக்கியம், அமைப்புநிலை மாறி வாக்கிய அராஜகநிலை ஏற்பட்டு, சுவாரசியமான வாசகனது பாலியல் பலவீனத்தோடு இணைந்து நிற்கின்ற வார்த்தை உரிப்புகளும்கூட நிகழ்த்தப்படுகின்றன. ஆகவே ஆடை கழற்றுவதும் மகளிர் சிறுநீர் கழிப்பதும்கூட வருணிக்கப்படுகின்றன. இந்த வடிவ அம்சங்களே இன்றைக்கு வணிகப் பத்திரிகைகளுக்குத் தேவைப்படுகின்றன.

கல்கி இன்றைக்கும் கதை எழுதுபவராக இருந்து, தன் போக்கை மாற்றிக் கொள்ளவில்லையென்றால் – தனக்குரிய சந்தை மதிப்பை இழந்துவிடத் தயாராக இல்லையென்றால், அவரும் மேற்சொன்ன வகையில் கதைகளை எழுதவே முயன்று கொண்டிருப்பார் என்று சொல்வது அவரைத் தாழ்த்துவதாகாது; உண்மையைக் கூறுதலாகும். வாசகர் மட்டத்துக்குத் தம்மைத் தாழ்த்திக்கொண்டு வாசகனை மேல்நோக்கி முன்னேற்ற விரும்பாத எந்தக் கலைஞரும், இன்றைக்குச் சுஜாதா 1,2,3 . . . என்றே இருப்பர். இதில் ஐயமில்லை. இது வாசகர்களோடு எப்படி உறவு வைத்துக்கொள்ள வேண்டும் என்ற தெளிவில் உருவாவதாகும். அடுத்து அந்நியக் கலை இலக்கியத்தின் செல்வாக்கு, சிறுகதை வடிவ அம்சங்களை உருவாக்குவதில் துணைநிற்கின்றது. நவீனச் சிறுகதை என்ற வடிவமே, ஐரோப்பியக்கலை இலக்கியத்தின் தாக்கம் ஆகும். குறிப்பாக வ.வே.சு., மாதவையா ஆகியோரது முயற்சிகளுக்கு இத்தகைய செல்வாக்கே காரணம் ஆகும். இன்னும் சொல்லப்போனால் புதுமைப்பித்தனின் பல உத்திகள், ஐரோப்பிய இலக்கியத் தாக்கத்தினால் பெறப்பட்டவையாகும். அந்த விதத்தில் புதுமைப்பித்தன் கதைகள், உலக இலக்கியப் போக்கோடு இணைந்திருந்தன. தொடக்கக் காலத்தில் உத்திகளைக் கையாண்டதோடு மட்டுமின்றி, ஐரோப்பியக் கதைகளைத் தழுவியே அவற்றின் நகல்களாகக் கதைகள் எழுதப்பட்டன. இவற்றைத் தி.ஜ.ர. கண்டித்துள்ளார். 'இமிடேஷன்' என்பது ஓர் அமுக்குப் பிசாசு என்றும், கதைகளில் அயன்மைக் கலப்பின்றி தேசிய மணம் கமழ வேண்டும் என்றும் தி.ஜ.ர. குறிப்பிட்டுள்ளார். இத்தகைய கருத்து முரண்பாடுகளுக்கு இடையில் கதைப்பின்னல்

முறை, நனவோடை மற்றும் உள்முகத்தனியுரை ஆகிய உத்திகள், சொற்களின் பயன்பாடு, வாக்கிய அமைப்பு என்பன போன்ற வடிவ அம்சங்களில் நாம் இன்றளவும் அந்நியக் கலை இலக்கியத்தின் தாக்கத்தைக் காணலாம்.

சிறுகதையின் வடிவ அம்சங்களைத் தீர்மானிப்பதில், மேற்சொன்ன அனைத்து அம்சங்களும் பங்காற்றுகின்றன. இத்தகைய வடிவ அம்சங்கள் உள்ளடக்கத்தோடு பொருந்தியும் (Unity) முரண்பட்டும் (Contradiction) இருப்பதுண்டு. நாம் இதுவரை கண்ட பல கதைகளில் இத்தகைய பொருத்தத்தைக் காண்கின்றோம். தனிச்சிறப்பான நிலையில் கு.ப.ரா., கதைகளைக் குறிப்பிடலாம். புதுமைப்பித்தன் கதைகளில் உள்ளடக்கத்திற்கும் உருவத்துக்கும் இடையிலான பொருத்தத்தை மட்டுமின்றி முரண்பாட்டையும் நாம் காண்கிறோம். 'வெளிப்பூச்சு', 'உணர்ச்சியின் அடிமைகள்' என்பன போன்ற பல கதைகளில் பொருத்தத்தைக் காண்கிறோம். இவரது சோதனை முயற்சிகள், சில புதிய இலக்கிய உத்திகளை அறிமுகப்படுத்தின. அவை உள்ளடக்கத்துக்குப் பொருந்தி வரும்பொழுது வடிவம் சிறப்புற வெளிப்பட்டது. குறிப்பாகக் 'கயிற்றரவு', 'சுப்பையாப்பிள்ளையின் காதல்கள்', 'செல்லம்மாள்' ஆகிய கதைகளில் புகுத்தப்பட்ட நனவோடையும் உள்முகத் தனியுரையும் அவற்றின் உள்ளடக்கத்தோடு பொருந்திவிடுகின்றன. ஆனால் 'அன்று இரவு' கதையில் நனவோட்ட உத்தியின் சாயலில் பாத்திரத்தின் மன உணர்வுகளை வெளிப்படுத்த முயல்கையில், அங்கே உருவத்துக்கும் உள்ளடக்கத்துக்கும் இடையிலான முரண்பாடு ஏற்பட்டு விடுகிறது. மேலும் புதிய உள்ளடக்கத்துக்குப் பழைய வடிவம் கொடுக்கும் பொழுதும் (இலக்கிய மம்ம நாயனார் புராணம் – புதிய கந்த புராணம்), பழைய உள்ளடக்கத்துக்குப் புதிய வடிவம் கொடுக்கும் பொழுதும் (அன்று இரவு, கபாடபுரம்) இத்தகைய முரண்பாட்டைக் காண்கிறோம்.

தமிழ்ச் சிறுகதையின் வடிவச் சிகரங்கள் என நாம் கருதும் பெரும்பாலான கதைகள், இலக்கியச் சிற்றேடுகளில் (Little Magazines) வந்துள்ளன. இவற்றின் குறைவான ஆயுட்காலம், குறைவான விநியோகம் ஆகியவற்றைக் கருதியே இவற்றைச் சிறுபத்திரிகைகள் என்றழைக்கின்றோம். சிறந்த கதைகள் வணிகமய ஜனரஞ்சகவாதப் பத்திரிகைகளில் மிக மிக அருகியே வெளியிடப்பட்டுள்ளன. மணிக்கொடி, சூறாவளி, கிராம ஊழியன், சுதந்திரச் சங்கு, சரஸ்வதி, மனிதன், சாந்தி, சமரன், தாமரை, நீலக்குயில், சதங்கை, அஃக், வேள்வி, கண்ணதாசன், ஞானரதம், மன ஓசை என்பன போன்ற சில பத்திரிகைகளிலேயே வடிவச் சிறப்பான கதைகள் பெரும்பாலும் வந்துள்ளன. புதுமைப்பித்தன்,

தி.ஜ.ர., கு.ப.ரா., மௌனி, லா.ச.ரா., சுந்தர ராமசாமி, கி. ராஜநாராயணன், ஜெயகாந்தன், பூமணி போன்ற எழுத்தாளர்கள் சிறுபத்திரிகைகளோடு தொடர்பு கொண்டவர்கள் ஆவர். இன்றைக்குப் பெரும் பத்திரிகைகளோடு தொடர்பு கொண்டுள்ள பாலகுமாரன், மாலன், பிரபஞ்சன் போன்றோரும் முன்னொரு காலத்தில் சிறுபத்திரிகைகளில் பயிற்சி பெற்றவர்கள் ஆவர். நாம் மேற்சொன்ன சிறுபத்திரிகைகளில் ஒன்றிரண்டு இப்பொழுதும் வெளியாகிக் கொண்டிருந்தாலும் சிறுபத்திரிகைகள் ஒரு வீரியமிக்க - மாற்றுப் படைப்புத் தளம் என்ற நிலையில் இன்றைக்கு இருப்பதாகத் தெரியவில்லை. எனவே எழுத்தாளர்கள் பெரும்பத்திரிகைகளையும் தனிப் பிரசுர நிறுவனங்களையும் நாட வேண்டியுள்ளது. இவை ஏற்கெனவே வாசகர்களை ஒருவித வாசிப்பு நிலைக்குப் பழக்கப்படுத்தியுள்ளன. இதன் வடிவ அம்சங்களை இதற்குமுன் கண்டுள்ளோம். ஆக, எதை - எப்படிக் கொடுப்பது என்பதற்குரிய சூத்திரம் ஏற்கெனவே முடிவு செய்யப்பட்டு, வாசகர்கள் பேரளவுக்குக் கட்டுப்பட்டுள்ளனர். அதாவது இங்கு விநியோகத்துறை, நுகர்வுத்துறையைக் கட்டுப்படுத்தியுள்ளது. பெரும் பத்திரிகை களையும் தனிப்பிரசுர நிறுவனங்களையும் நாடிவரும் எழுத்தாளர்கள் இந்த நுகர்வுத்துறைக்கே எழுத வேண்டியுள்ளனர். இந்த விதத்தில் எதை - எப்படி எழுத வேண்டும் என்பதும் பேரளவு தீர்மானிக்கப்பட்டுள்ளது. ஆக இங்கு விநியோகத்துறை, இலக்கிய உற்பத்தித்துறையைக் கட்டுப்படுத்தி வருகிறது. ஜெயகாந்தன் ஓரிடத்தில் சொன்னதைப்போல 'உயர் பண்புகளற்ற ஜர்னலிசம் என்ற உருக்குநோய்க்கிருமிகளால் உருக்குலைக்கப்பட்டு உற்பத்தித்துறை சீரழிகின்றது.' இந்தச் சீரழிவும் சமரசமும் உள்ளடக்கத்தில் ஏற்பட்டு, பின்னர் நிதானமாகவும் உறுதியாகவும் வடிவத்தில் வெளிப்படுத்திக் கொள்கின்றன. இங்குதான் கு.ப.ரா.வின் உள்ளடக்க - உருவத் தொடர்ச்சியாக இறுதிவரை நின்று இலக்கிய சாதனை ஆற்ற வேண்டிய தி.ஜா., தன் கதைகளில் வாசகக் குறுகுறுப்புக்கான ஜனரஞ்சக அம்சங்களுடன் இலக்கிய மேன்மையைச் சமரசம் செய்துகொள்ள முனைந்துள்ளார். மனித மிருகங்களின் மேல் வெறுப்பைக் கக்கும் இலக்கிய நோக்கு கொண்ட ஜெயகாந்தன், பின்னாளில் அப்படியொரு இலக்கியச் சந்தர்ப்பம் ஆனந்த விகடனில் கிடைத்தபொழுது அவரால் வெறுப்பைக் கக்க முடியவில்லை. ஒரு பணக்காரப் பொறுக்கிக்கு இளம் பெண் பலியாவதைக் குஷியாகவே வருணிக்க முடிகிறது. 'கரிசல்காட்டில் ஒரு சம்சாரி' என்று கரிசல் வாழ்க்கையை இயல்பாக வர்ணிக்குந்திறன் கொண்ட கி.ரா., குமுதம் இதழுக்காக மச்சினி மார்பு வளர்ச்சியையும், குறிப்பிட்ட இடத்தில் பெண் கடிப்பதையும் வருணிக்க வேண்டியுள்ளது.

இந்தச் சமரசமும் சீரழிவும் தவிர்க்க இயலாத நியதிகள் ஆகும். இவர்கள் இந்தப் பத்திரிகைகளில் ஏதேனும் விதிவிலக்கான கதைகள் எழுதியிருப்பினும், புதுமைப்பித்தன் வேறொரு சந்தர்ப்பத்தில் குறிப்பிட்டதைப்போல, 'அவை போட்டாவுக்காகச் சிரித்ததைப் போல' ஆகிவிடக்கூடிய சாத்தியமும் உண்டு. சிறந்த உள்ளடக்கத்துக்கும் செழுமையான வடிவத்துக்கும் முதன்மையான தடைகளாக இவை இன்றைக்கு மாறிவிட்டன. தமிழ்ச் சிறுகதையின் வடிவச் சிகரங்களை இன்னும் மேலும் மேலும் கண்டறிய வேண்டுமெனில், இந்தத் தடைகளை மீறியே கண்டறிய வேண்டும். எழுத்துக்கூலிகளால் அவற்றைக் கண்டறிய இயலாது. எழுத்தாளர்களே கண்டறிய இயலும். இது வரையிலான நம் தமிழ்ச் சிறுகதையின் வரலாறு இதையே மெய்ப்பிக்கிறது. இனியும் இதையே மெய்ப்பிக்கும்.

## அடிக்குறிப்புகள்

1. வல்லிக்கண்ணன், சரஸ்வதி காலம்: மணிக்கொடி முதல் சரஸ்வதி வரையிலும், இலக்கியத் தேடல் வெளியீடு, பாளையங்கோட்டை, ப.109.

2. இது வேதசகாய குமாரின் தொடர்.

3. சுஜாதா பேட்டி, *படிகள்*, ஜூன், 1979

**கோ. கேசவன் எழுதியுள்ள 'தமிழ்ச்சிறுகதைகளில் உருவம்' (1988) என்ற நூலில் இடம்பெற்றுள்ள கட்டுரை.**

# கலைகள், கதைகள், சிறுகதைகள்

### சுந்தர ராமசாமி

சிறுகதையே படைப்புச் சக்தியின் கடைசிக் குழந்தை. படைப்புச் சக்தி அதற்குப்பின் இன்றுவரையிலும் கருத்தரிக்கவில்லை.

காவியங்களும் புராணங்களும் புனைகதை களும் வாழ்வின் சோதனைகளை விரித்து, தர்மத்தின் வெற்றிக்கு அழுத்தம் தருகின்றன. யதார்த்தத்தைக் கண் திறந்து பார்த்து நம்மைத் திடுக்கிடச் செய்தது நாவல். சூட்சும இயக்கம் கொண்டதாக நம்பப்பட்டு வந்த தர்மம் காணாமல் போய்விட்டதை உணர்ந்து வருத்தம் கொண்டது சிறுகதை. வாழ்வின் கோலத்தில் வெடித்த முரண்பாடுகள், ஒழுங்கும் ஒத்திசைவும் கொண்டதாக உலகைக் கற்பனை செய்துகொண்டிருப்பது சாத்தியம் இல்லை என்ற நிலைக்குத் தள்ளிவிட்டது. யதார்த்தத்தின் கோலத்தை உணர்ந்து உடைந்தன உணர்ச்சியும் மென்மையும் கொண்ட கலை உள்ளங்கள். அச்சிதறல்களின் கலை வடிவங்களே சிறுகதைகள்.

கதையில் தன் உயிரை வைத்துக்கொண்டிருக்கும் உன்னதச் சிறுகதை எதுவும் இல்லை. மேலான கலைகள் போல் சிறுகதைகளும் கலைஞனின் பார்வையில் தன் உயிரை வைத்துக்கொண்டு இருக்கின்றன. கதைக்கு அடிப்படை ஒத்திசைவு என்றால், சிறுகதைக்கு அடிப்படை முரண். கதை ஸ்வரம் என்றால், சிறுகதை அபஸ்வரம்.

சிறுகதையும் கவிதைபோலத் தொனிகள் நிறைந்தது. கவிதைபோலச் சொற்சிக்கனமும் இறுக்கமும் கொண்டது. மனத் தடாகத்தை நோக்கி வீசப்படுகிறது ஒரு கல். சாய்ந்தோடிச் சென்று ஒரு அலையை எழுப்புகிறது அது. அந்த அலை மற்றொன்றை. வாசகனின் அனுபவ விகாசத்திற்கு ஏற்ப, அலைகள் விரிகின்றன. இங்கு முடிவு என்று ஒன்றில்லை. முத்தாய்ப்பு என்று ஒன்றில்லை.

தமிழ்ச் சிறுகதையின் முதல் வெற்றியாக வ.வே.சு. ஐயரின் 'குளத்தங்கரை அரசமரத்'தைக் கூறுவது நவீன விமர்சன மரபு. இக்கதையின் முதல் பகுதி ஐயரின் சிறுகதைப் பிரக்ஞைக்கு ஒரு வெற்றி. மறுபகுதி ஒரு சரிவு. அந்தத் தொகுதியில் பிற யாவும் கதைகள். மாதவையாவும் பாரதியும் எழுதியிருப்பவை கதைகள். சிறுகதைப் பிரக்ஞை இவர்களுக்கு இல்லை.

*மணிக்கொடி*யில்தான் தமிழில் சிறுகதை என்னும் கலை முதலில் தோன்றிற்று. இதை உருவாக்கியவர்கள் நால்வர்: புதுமைப்பித்தன், மௌனி, பிச்சமூர்த்தி, கு.ப. ராஜகோபாலன். பார்வை, தனித்தன்மைகள், நடை ஆகியவற்றில் மிகுந்த கலைச் செழுமை கொண்ட இக்கலைஞர்கள் ஒவ்வொருவரும் மற்ற மூவரிலிருந்து முற்றாக வேறுபட்டிருக்கும் தன்மை ஒரு பொற்காலத்தின் எழுச்சிக்குக் கட்டியம் கூறுவது போலவே இருக்கிறது. இப்பொற்காலம் நீட்சி பெறாமல் வணிக நலன்களைப் பேணும் சக்தி வாய்ந்த கேளிக்கையாளரான கல்கியால் திசை திருப்பப்பட்டது. கல்கியையே நாம் பின்னர் ஒரு குறியீடாகக் கருதும் வண்ணம் இந்த வணிக நலன்களே தமிழ்க் கலாச்சாரத்தின் மதிப்பீடுகளை இன்றுவரையிலும் ஆக்கிரமித்து அழித்துக் கொண்டிருக்கின்றன.

*மணிக்கொடி* காந்திய யுகத்தின் குழந்தை. காந்திய யுகம் வாழ்க்கையை மிகத் தீவிரமான மறுபரிசீலனைக்கு உட்படுத்திற்று. சரித்திரத்தில் இதற்கு முன்னால் நடைபெற்ற மறுபரிசீலனைகளிலிருந்து வித்தியாசமாக, தத்துவத்தின் தளத்திலிருந்து பெருவாரியான மக்களின் தளத்திற்கு இறங்கிற்று காந்திய மறுபரிசீலனை. இந்த மறுபரிசீலனையில் தங்களைப் பிணைத்துக்கொண்ட கலைஞர்கள் மணிகொடிக்காரர்கள். பாசி பிடித்த மூளைகளில் காந்தியம் பல மரபுகளை உடைத்தது. சிந்தனையில் தோன்றிய இந்தப் புரட்சி, படைப்பில் எண்ணற்ற புதுமைகளை வெளிப்படுத்திற்று.

தமிழில் சிறுகதையின் சிகரத்தை அடைந்தவர் புதுமைப்பித்தன். லட்சியவாதத்திற்கு முதுகைக் காட்டியபடி தலைகீழாக நின்றவர் அவர். ஒழுங்கில் அவநம்பிக்கையும் மீறல்களில் ஆவேசமும் கொண்ட கலைஞர். எந்த அர்த்தத்தில் *மணிக்கொடி*யின்

உத்தமப் பிரதிநிதியாக நாம் கு.ப.ரா.வைக் காண்கிறோமோ, அந்த அர்த்தத்தில் புதுமைப்பித்தன் மணிக்கொடிக்காரர் அல்லர். லட்சியவாதம், வாழ்வைப் புனரமைத்தல், மதிப்பீடுகளின் சரிவுகளில் கவலை, மனித உணர்ச்சிகளுக்கு முக்கியத்துவம் தந்து பேதங்களின் வேலிகளைச் சாய்த்தல் போன்ற காந்திய யுகத்தின் முக்கியக் கூறுகள் கு.ப.ரா.விடம் பூரணமாகப் பிரதிபலிக்கின்றன. புதுமைப்பித்தனோ மிகுந்த அவநம்பிக்கை கொண்டு தன் காலத்திய மதிப்பீடுகளை முற்றாக நிராகரிக்கிறார். இருவருக்கும் பின், இன்றுவரையிலும் வந்துகொண்டிருக்கும் காலம் புதுமைப்பித்தனின் கணிப்புகளையே ஆமோதிக்கிறது.

புதுமைப்பித்தனும் கு.ப.ரா.வும் எதிர் எதிர்த் திசைகளில் இயங்கினார்கள் என்று கூறுவது தவறல்ல. புதுமைப்பித்தனின் கட்டுரைகள் சிலவற்றிலும் முக்கியமாகத் தன் சிறுகதைத் தொகுப்புகளுக்கு அவர் எழுதியுள்ள முன்னுரைகளிலும் விஷயத்தை விளக்கும் பாங்குக்கு மேல் பதில் சொல்லும் குரல் ஒன்று வேகமாக ஒலிப்பதைக் கேட்கலாம். மணிக்கொடியின் குறியீடாகக் கு.ப.ரா.வைக் கண்டு, தனக்கு மேலாகக் கு.ப.ரா.வைத் தூக்கி வைத்துக்கொண்டு குதிக்கும் மணிக்கொடி மனோபாவத்திற்கே அவர் பதில் சொல்கிறார் என்று கூற வேண்டும். தன் நம்பிக்கைகளைத் தக்கவைத்துக்கொண்டு கு.ப.ரா., வாழ்வை விமர்சிக்கும்போது முழு வாழ்வைப் பற்றிய புதுமைப்பித்தனின் பிரக்ஞையும் ஈவிரக்கமற்ற அவரது உண்மைத் தேடலும் அவரது நம்பிக்கைகளையே நொறுக்கிவிடுகின்றன. மதிப்பீடுகளின் சரிவுகள் லட்சியவாதத்தை அரிப்பதையும் தத்துவத்தின் புனிதம் மனித மனங்களின் கோணல்களால் சீரழிந்துவிடுவதையும் காந்திய யுகத்தின் உச்சகட்டத்திலேயே அவரால் உணர முடிந்திருக்கிறது. இந்தச் சமூகம் அதன் சாஸ்திரங்களிலும் வைதீகங்களிலும் நீதிகளிலும் போலிப் பெருமைகளைக் கொட்டிக் கோஷித்துக் கொண்டிருக்கும்போது வாழ்வின் அடித்தளத்தில் நிர்மூலப்பட்டுப்போன மனிதனோடு அவர் தன்னை இணைத்துக்கொண்டார். நீக்கமற அவர் எங்கும் கண்டது பொய்கள், முகமூடிகள், இரவல் விசிறி மடிப்புகள். அவருடைய கலைப்பார்வை அவற்றைக் கிழித்தது. இதில் பிறந்தவை அவரது உன்னதச் சிறுகதைகள்.

மௌனி இந்திய வேதாந்த விசாரத்தின் தளத்தில் நின்று செயல்படுகிறார். நமது பரிச்சய உலகத்தின் சாயல்கள், காட்சிகள் இவற்றை மௌனியின் கலை உதறிவிடுகிறது. ஆணும் பெண்ணும் இரு ஆகர்ஷணக் கோளங்களாக இவர் கதைகளில் வெளிப்படுகின்றனர்.

இனக் கவர்ச்சியை உடல் தளத்திலிருந்து மேலே எடுத்துச் சென்ற பின்னரும் வேதாந்த, இசைத் தளங்களோடு அவை இணைக்கப்பட்ட பின்னரும் ஆகர்ஷண சக்திகள் கூடி முயங்க முடியாமல் போவதில் கொள்ளும் துக்கம் இவரது சிறுகதைகள் நெடுகிலும் வியாபித்துக் கிடக்கிறது. இது லௌகிகத் தளத்திற்குரிய துக்கம். இந்தத் துக்கத்தை இவர் விவரிக்கும் பாங்கில், கூடாத காதல் குறியீடாக விரிந்து, வாழ்வின் சகல துக்கங்களையும் நெருடும் முகாந்திரமாகிவிடுகிறது. மௌனியின் சிறுகதைகள் சிருஷ்டியின் ஊனத்தைக் கவிதைகளாக்கி இருக்கின்றன.

பிச்சமூர்த்தியின் உலகம் மத உணர்வுக்கும் ஆசார அனுஷ்டானங்களுக்கும் அப்பாற்பட்ட உலகம். மனிதர்களுக்கு அப்பால் பிற ஜீவராசிகளும் அழுத்தம் பெறும் பார்வை இவருடையது. மரபின் தொடர்ச்சியாக ஆத்மீக ஞானத்தைப் பெற்றார் என்பதைவிடவும் இந்திய ஆத்மீக ஞானத்தைப் பெற்றார் என்பதைவிடவும் இந்திய ஆத்மீக ஞானம் மேற்கில் தோற்றுவித்த அலைகளிலிருந்து மறு பாதிப்புப் பெற்றார் என்று கூறலாம். மேற்கில் பாதிப்பை நிகழ்த்தியது ஆசாரப் பாசிகள் அல்ல. ஆத்மீகப் பண்பின் அடிப்படைகள். இந்த அடிப்படையில் இணைந்த பிச்சமூர்த்தி, ஜீவராசிகளின் அடிப்படை ஒற்றுமைகள் பற்றிச் சுயபோதம் பெற்று, அன்பில் கரையும் வாழ்வைக் கனவு காண்கிறார். இந்தக் கனவு அவர் கதைகளில் இறங்கும்போது மனித மனதின் மேல்நிலைகள் பதிவாகின்றன. அறிவு, வசதி, செல்வம் ஆகியவற்றின் பெருக்கம் வாழ்வின் எளிமையைக் குலைத்துப் பின்னப்படுத்திவிடும் என்றும் மனிதநேயமற்ற விஞ்ஞானம் வாழ்வை நிர்மூலப்படுத்திவிடும் என்றும் பதைத்தவர். உண்மைத் தேடலை நோக்கமாகக் கொண்டிருந்த விஞ்ஞானம், இன்று ஹிம்சையின் பேருருவமாக மாறி நம்மை அச்சுறுத்திக்கொண்டிருப்பதைப் பார்க்கும்போது பிச்சமூர்த்தியின் கவலையின் நியாயத்தை உணர முடிகிறது. லோகாயதத் தத்துவத்தின் ஏதேனும் ஒரு வகையை வீசி இவரை நிராகரிப்பது சுலபம். வாழ்வின் தளத்தில் இவரைப் பொருத்தி இவருடைய கனவுகளையும் கவலைகளையும் நமக்குப் பகிர்ந்துகொள்ளத் தெரியவேண்டும்

சமூகம், கலைகள், கலாச்சாரம் ஆகிய தளங்களில் மிகுந்த பிரக்ஞை கொண்டவர் கு.ப.ரா. தனது குறிக்கோள் பற்றி இவர் கொண்டிருந்த தெளிவு காரணமாக, இவரது உழைப்பு சிறிதும் வீணாகவில்லை. படைப்பில், பார்வையையும் வடிவத்தையும் நிறைவு செய்வதில் மிகுந்த கவனம் கொண்டவர். இவரது ஆரம்பகாலச் சிறுகதைகள் சமூகத்தளத்திலும் பிற்காலச் சிறுகதைகள் ஆண் பெண் உறவுத்தளத்திலும் இயங்கின என்று பொதுவாகச் சொல்லலாம். இலக்கியம், அது தோன்றும் காலத்தின்

கண்ணாடியாக நின்று, அக்காலத்திற்குரிய மேன்மைகளையும் பிரதிபலிக்க வேண்டும் என்று நம்பிச் செயல்பட்டவர். மென்மை, தாழ்ந்த சுருதி, தொனி, சிக்கனம் ஆகிய சிறுகதைப் பண்புகளை முதலில் உறுதிப்படுத்திய கலைஞர்.

க.நா.சு.வின் சிறுகதைகள் கலை வெற்றி கூடாமல் அறிவுபூர்வமாக முடிந்துவிடுபவை. பக்குவமும் விவேகமும் கூடி நிற்கும் இக்கதைகளை வெகு சுகமாக நாம் படிக்கிறோம் என்றாலும், இவை நம்மிடம் எவ்விதப் பாதிப்பையோ சலனத்தையோ ஏற்படுத்துவதில்லை. நம் நினைவில் அவை தங்கி நிற்பதுமில்லை. சீர்திருத்தத்தில் ஆரம்பித்து மரபில் முற்றாகத் தேய்ந்துபோன சி.சு. செல்லப்பா, சிறுகதை உத்தியில் மிகுந்த கவனமும் நுட்பமும் கொண்டவர். உத்தியின் அமைதி கூடிய இவரது சிறுகதைகள் நம் நினைவில் அசைகின்றன.

சிறுகதைப் பிரக்ஞை அற்ற பி.எஸ்.ராமையா வெற்றிகரமான ஒரு கதை சொல்லி. சம்பவங்களைப் பின்னுவதிலேயே கவனம் கொண்ட இவருக்கு வாழ்க்கை பற்றிய பார்வையும் இல்லை; விமர்சனமும் இல்லை. ந.சிதம்பர சுப்ரமணியன் சிறுகதைப் பிரக்ஞை மிகுந்தவர் என்றாலும், பழமையை முற்றாகத் தழுவிக்கொண்டிருக்கும் இவருக்கு, இந்த வடிவப் பிரக்ஞைக்குள் வைக்க நாம் பொருட்படுத்தும் விஷயம் எதுவுமில்லை. மணிக்கொடி மரபின் நீட்சியில் இணைந்தும் வணிக நோக்கங்களுக்குப் பலியாக மறுத்தும் தமிழ்ச் சிறுகதை யின் தரத்தைக் காப்பாற்றிக்கொண்டு போகும் பரம்பரை இன்றுவரையிலும் தொடர்கிறது. தி.ஜ.ரா., எம்.வி. வெங்கட்ராம், கரிச்சான் குஞ்சு, த.நா. குமாரஸ்வாமி, கி.ரா., ராஜம் கிருஷ்ணன், சூடாமணி, நீல.பத்மநாபன் போன்ற பலர் இதில் பங்கு பெறுகின்றனர்.

கல்கி கதை சொல்லும் மரபின் வாரிசு. அதிகபட்சமான வாசகர்களை எட்டச் செய்ய அவசியமான தந்திரங்களே இவரது கதைக் கூறுகள் அனைத்தையும் தீர்மானிக்கின்றன. காந்தி யுகத்திற்குரிய முற்போக்கான சமூக விமர்சனங்களில் ஆரம்பித்து, ஜனரஞ்சக சுவாரஸ்யத்திற்குத் தீனி போடுவதில் தன்னை முற்றாகக் கரைத்துக் கொண்டவர். வாசகனுக்கு எவ்விதப் பங்கும் அளிக்காமல் விளக்கங்களை விரித்துக் காதல் இனிப்புகளை வாசகர்களின் வாயில் பாலாடையால் ஊற்றியவர். இவரது கதைகளில் எதுவும் சிறுகதைப் பிரக்ஞையைக் காட்டவில்லை. கல்கியின் வாரிசுகளான வணிக வெற்றிகளின் பட்டியல் மிக மிக நீளமானது. கலைரீதியான பரிசீலனைக்குத் தகுதியற்றவர்கள் என்பதால் இவர்கள் இங்கு முற்றாக நிராகரிக்கப்படுகிறார்கள்.

ராஜாஜி ஆத்மார்த்தமான சிறுகதை எழுத்தாளர். தனது முற்போக்கான சிந்தனைகளுக்குச் சிறுகதையை ஒரு வாகனம் ஆக்கியதில் இவரைத்தான் முதல் முற்போக்குச் சிறுகதை எழுத்தாளர் என்று சொல்ல வேண்டும். சிறுகதைக்குரிய சிக்கனம் இவரிடம் உண்டு. சிறுகதைப் பிரக்ஞையும் இவருக்கு இருக்கிறது. ஆனால் இவர் கதைகளில் கலைப் பெறுமானம் கூடுவதில்லை.

லா.ச. ராமாமிருதம் வாசனைத் திரவியங்களின் நறுமணங்களைத் தமிழாக மாற்றிக்கொண்டு வந்தவர். இவருடைய கதைகளில் மரபு, பிச்சமூர்த்தியைப் போல் விடுதலை பெற்று மனிதத்தன்மையின் சாராம்சத்தை எட்டாமல், வைதிக வாழ்வின் சாயல்களில் அழுந்திக் கிடக்கிறது. நெருக்கடிகளை உருவாக்கித் தீவிர அனுபவங்களைத் தரவல்லவர் என்றாலும் இவ்வனுபவங்களின் அர்த்தம் நமக்குப் புரிவதில்லை. பதற்றங்கள் கொண்ட உணர்ச்சிப் பிழம்பான இவரது கதாபாத்திரங்கள்கூடக் குடும்பத்துக்குள் முட்டி மோதிக்கொண்டு கிடக்கிறார்களே தவிர, எந்தத் தளைகளையும் அறுப்பதில்லை. உணர்ச்சிகரமான சம்பவங்களை உச்ச ஸ்தாயியில் வெளிப்படுத்தும் திறனிலும் மொழியின் புதிய பரிமாணங்களிலும் பிணைந்து கிடக்கிறது இவரது உயிர்.

ரகுநாதனின் ஆரம்ப காலக் கதைகள் புதுமைப்பித்தனின் கதைத் தன்மையால் பாதிக்கப்பட்டு, பார்வையால் பாதிக்கப் படாதவை. பிற்காலக் கதைகள் முற்போக்கு விஷயங்களைக் கூறிய விதத்தில் கலை அமைதி கூடாதவை. இவைதான் முற்போக்கு இலக்கியம் என்று பின்னால் பெயர் பெற்ற, அளவில் பெருத்துவிட்ட, கலைப் பெறுமானம் அற்ற, ஒரு வஸ்துவின் முன்னுதாரணம். இங்குக் கதைப் பொருள்கள் எழுத்தாளனின் வாழ்க்கையைச் சார்ந்து அமையாமல், கதைப் பொருளில் வலியுறுத்தப்பட வேண்டிய தரப்புக் கோட்பாடுகளின் அடிப்படையில் முன் தீர்மானத்துக்கு ஆளாகி, அந்தத் தரப்பை அழுத்தும் வகையில் ஜோடனை செய்யப்படுகின்றன. முன் முடிவு, ஜோடனை, நிர்ணயிக்கப்பட்ட இடத்தைச் சென்றடைவதில் குறியாக இருத்தல் ஆகிய குணங்கள் கொண்ட இக்கதைகளைக் காலம், வணிகக் கதைகளோடு சேர்த்து ஆயாசமின்றிப் பெருக்கித் தள்ளிக் கொண்டிருக்கிறது.

விந்தனுடைய ஒரு முகம் பத்திரிகை முகம். மற்றொன்று அவருடைய முகம். பிழைப்பின் கோலமான பத்திரிகை முகத்தை விட்டு விட்டு அவருடைய முகத்தை மட்டுமே எடுத்துக்கொள்வோம் என்றால் தன்னிறைவு கூடாத மக்களின் துன்பங்களை மனித நேயத்துடன் வெளிப்படுத்தியவர் இவர் என்று கூற வேண்டும். பொருளாதார நிலையையே மனிதனின் துன்பங்களுக்கு முதலும்

முடிவுமான காரணமாகக் காண்கிறார். ஆத்மார்த்தமான எழுத்து என்றாலும் கலை வெற்றி பெறாமல் சரிந்துவிடுகின்றன இவரது கதைகள்.

இன்றுவரையிலும் வந்துள்ள சிறுகதை எழுத்தாளர்களில் அதிக வசீகரம் கொண்டவர் தி.ஜானகிராமன். வாழ்வின் சாரத்தை நேர்முகமாகப் பெறும்போது மங்கிப் போய்விடும் வசீகரம் இது. அபூர்வமான அழகுணர்ச்சி கொண்ட இவர் நினைவில் நீங்காது நிற்கும் அற்புதமான பல சிறுகதைகளைப் படைத்து இருக்கிறார். சிருஷ்டியின் விசித்திரங்களை மேடையேற்றி, கடைசி நாற்காலியில் அமர்ந்து, புன்னகையுடன் பார்த்துக் கொண்டிருந்தவர். மேடைக்குரிய ஒளிகளும் விதானங்களும் அரிதாரமும் இவர் உலகத்துக்கு ஒரு ஜிலுஜிலுப்பை அளிக்கின்றன. வாழ்க்கையோ நாடக நடிகர்களை நாடகத்துக்கு மறுநாள் காலையில் பார்ப்பதுபோல் இருக்கிறது. மனிதனின் வீழ்ச்சியையும் பிறழ்வையும் தத்தளிப்பையும் அனுதாபத்துடன் பார்த்தவர். ஒழுக்கம், தர்மத்தின் விதிகள் இவற்றைத் தாண்டி உணர்வு நிலைகளே மனித வாழ்வைத் தீர்மானிக்கின்றன என்பதில் நம்பிக்கை கொண்டிருந்தவர்.

அழகிரிசாமி, புதுமைப்பித்தனின் குடும்பத்தைச் சார்ந்தவர் என்று கருத ஏதுக்கள் இருப்பினும், உண்மையில் அவர் கு.ப.ரா.வின் குடும்பத்தைச் சார்ந்தவர். கு.ப.ரா.வின் வலிமையான வாரிசு. மனித இயல்பைப் புதுமைப்பித்தனைப்போல் ஒரு சிடுக்காகக் காணாமல் அமைப்பின்மீது அதிகக் குறைகளைக் கண்டவர். ஆட்டிக் குலைக்கும் வாழ்விலும் மனித ஜீவன்கள் தக்க வைத்துக்கொண்டிருக்கும் மேன்மைகள் இவரைப் புல்லரிக்கச் செய்கின்றன. கு.ப.ரா.வைப் போல் எளிமையான சாயல்களும் மென்மையான குரலும் மிகுந்த சிறுகதைப் பிரக்ஞையும் கொண்டவர்.

சுதந்திரத்திற்குப்பின் தோன்றிய எழுத்தாளர்களில் மிக முக்கியமாகக் குறிப்பிடப்பட வேண்டியவர் ஜெயகாந்தன். தமிழ்ச் சிறுகதைச் சரித்திரத்தில் வாசக சமுத்திரத்தை நீச்சல் அடித்துத் தாண்டுவதில் வெற்றி கண்டவர்கள் இருவர். ஒருவர் கல்கி, மற்றொருவர் ஜெயகாந்தன். இருவரும் வெவ்வேறான ஜனரஞ்சகத் தன்மை கொண்டவர்கள். வாசகர் எதிர்பார்ப்பில் கல்கி தன்னைக் கரைத்துக்கொண்டபோது, ஜெயகாந்தன் தன்னில் வாசக எதிர்ப்பைக் கரைத்துக்கொள்கிறார். ஊஞ்சலில் அமர்ந்து வாசனைப் பாக்குத்தூள் போட்டுகொண்டிருந்த சிறுகதையைத் தெருவில் இறக்கினார் புதுமைப்பித்தன். ஜெயகாந்தன் அதை வாழ்வின் அடிமட்டம்வரை விரட்டினார். ஜெயகாந்தனின் கதைகள் முன் முடிவுகள் கொண்டவை. எனினும் அனுபவச்

செழுமையும் வர்ணங்களும் கற்பனை ஆற்றலும் மனித இயல்புகளை ஒரு எல்லை வரையிலும் அனுசரித்துச் செல்வதும் கதைகளாக இவரது எழுத்துக்கள் வெற்றி பெறக் காரணங் களாக அமைகின்றன. கதை மரபைச் சார்ந்த இவரிடம் தொனி, சிக்கனம், சிறுகதைக்குரிய தனித்தன்மைகள் எவையும் இல்லை. எழுத்துப் பாங்கின் கூறுகளைவிட, மேடையில் குரலெடுத்துத் தம் கதைகளைக் கூறும் தன்மையையே இவரது கதைகள் கொண்டிருக்கின்றன.

தான் மீண்டும் குழந்தையாகிவிட வேண்டும் என்ற கனவு கிருஷ்ணன் நம்பியின் சிறுகதையில் அடிநாதமாக ஒலிக்கிறது. அன்பின் நெகிழ்ச்சியில் உருகும் உலகம் இவருடையது. அழகு களில் பரவசம் கொண்டு குழந்தைகளின் இருப்பில் குதூகலம் கொள்ளும் உலகம். அன்பின் நெகிழ்ச்சியும் குதூகலமும் அழகுகளும் வாழ்வின் தளத்தில் கேவலப்பட்டுக் கிடக்கும் பரிதாபத்தையும் கிருஷ்ணன் நம்பியால் பொறுத்துக்கொள்ள முடியவில்லை.

ஜி. நாகராஜனைப் புதுமைப்பித்தன் வழியில் வந்த மூர்க்கமான யதார்த்தவாதி என்று சொல்ல வேண்டும். இவருடைய உலகம் வெளி உலகத்தின் இருள் உலகம். மதிப்பீடு களுக்கும் ஒழுக்கங்களுக்கும் அப்பால் தள்ளப்பட்டுவிட்ட ஜீவன்களோடு தன்னை இணைத்துக்கொண்டவர் இவர். இயற்கையின் அகலமான வீச்சை விட்டுவிட்டுப் பிறழ்வுகளை யும் விதிவிலக்குகளையும் சரிவுகளையும் கண்டு சொன்னவர். இதே உலகத்தைச் சேர்ந்தவர்கள், ஜெயகாந்தன் கதைகளில் தங்கள் தாழ்வுகளுக்குச் சமூக நிலைகளைக் குறைகளாகக் காண்கிறார்கள். நாகராஜனின் கதாபாத்திரங்களுக்கு விமர்சனம் இல்லை. சீரழிவும் தத்தளிப்புமே உள்ளன. அதற்கான காரணங் களும் அவர்களுக்குத் தெரிவதில்லை. விமோசனமும் தெரிவதில்லை.

கி. ராஜநாராயணன், ஜானகிராமனின் குடும்பத்தைச் சேர்ந்தவர். ஜானகிராமனைப் போலவே அபூர்வமான அழகுணர்ச்சியும் ரசனையில் திளைக்கும் மனோபாவமும் கொண்டவர். இவரது கதை உலகத்தைத் தமிழ் மண்ணுகே உரித்தான ஒரு பழத்தோட்டம் என்று சொல்லலாம். வித்தியாச மான மனிதர்களைக் கதாபாத்திரங்களாக மாற்றும் ஆற்றல் இவர் கலை வன்மை. இதே உலகத்தைச் சேர்ந்த அழகிரிசாமி யின் கதைகளிலிருந்து வித்தியாசமாக, தன்னைச் சார்ந்த உலகத்தை அன்னியரின் பார்வையில் பார்க்க முற்படும் தருணங்களில், இவருடைய சகஜங்களே இவருக்குச் சகஜமற்றுப் போகின்றன. நினைவில் நீங்காது நிற்கும் பல அருமையான கதைகளை உருவாக்கியவர்.

அசோகமித்திரன் சிறுகதை பற்றிய பிரக்ஞை மிகுந்தவர். மத்தியதர வர்க்கத்தின் குரலெடுத்து அழ முடியாத இக்கட்டுகளை மிகுந்த கலை வெற்றியுடன் இவர் உருவாக்கியிருக்கிறார். வாழ்வின் பொறியில் மாட்டிக்கொண்ட விதம் பற்றியோ விடுதலை பற்றியோ ஏதும் யோசனைகள் அற்றவர்கள் இவர்கள். இக்கட்டுகள் அழுத்தும்போது வாழ்க்கையைச் சமத்காரம் குறையாமல் சுமக்க வேண்டிய நிர்ப்பந்தம் கொண்ட இவர்களின் அவஸ்தைகளைக் கலை உருவங்களாக மாற்றியிருக்கிறார் அசோகமித்திரன்.

சா. கந்தசாமியின் கதைகளை ஓவியங்களுடன் ஒப்பிடலாம். அவற்றிலிருந்து நாம் பெறும் அனுபவங்களையும் உணர்வுகளையும் கருத்துரீதியாக வகைப்படுத்த முடியாமல் போவதால் அவை எவ்விதத்திலும் குறைந்து போனவை அல்ல. கிராமம், குழந்தைகள், மனிதனுக்கும் இயற்கைக்குமான தொடர்பு இவற்றைச் சார்ந்த சித்திரங்கள் இவை. கடந்தகால வாழ்க்கையை ஏக்கமின்றி, மீண்டும் அவை உருப்பெற வேண்டுமென்ற விவேகமற்ற பிடிவாதமின்றி, மறுபரிசீலனை செய்து பார்க்கிறார் இவர். உருவப் பிரக்ஞை கொண்டவர்.

புதுமைப்பித்தனுக்கும் ஜி.நாகராஜனுக்கும் இடைப்பட்ட ஒரு யதார்த்தவாதியாக, ஆ.மாதவனைச் சொல்லலாம். மனிதனின் அந்தரங்கங்களைக் கண்டு சொல்வதில் மிகுந்த ஆசை கொண்டவர் இவர். சுய அனுபவங்களைச் சார்ந்து நிற்பதாலும் கோட்பாடுகளுக்காக மனித இயல்புகளை விட்டுக் கொடுக்க மறுப்பதாலும் எப்போதும் நம்பகத்தன்மை கொண்டுவிடுகின்றன இவரது கதைகள். பொருளாதார ஏற்றத்தாழ்வு போல – ஒருக்கால் அதற்கும் மேலாக – பாலுணர்ச்சி உந்தல்கள் மனிதனை ஆட்டிக் குலைக்கும் உண்மைக்கு அழுத்தம் தந்தவர். எவ்வாறு மனிதன் இருக்க வேண்டும் என்பது அல்ல – அவ்வாறு இல்லாமல் போனதற்கான விமர்சனமும் அல்ல – நமது சுலபக் கணிப்புகளுக்கு அப்பால் மனிதன் எவ்வாறு இருந்து கொண்டிருக்கிறான் என்பதைப் புரிந்துகொள்வதே இவர் அடிப்படை.

ந. முத்துசாமி சிறுகதை இயல்புகளை ஏற்க மறுக்கும் விவரணங்களைத் துழாவிக்கொண்டு போகிறவர். இந்த விவரணங்களில் ஊடுருவுகின்றன இவரது விமர்சனம். சூழ்நிலை மனிதனைப் பாதிக்கும் தன்மை இவருக்கு முக்கியம் என்பதால் புற உலக வர்ணனைகள் விஸ்தரிப்புப் பெறுகின்றன. சில சமயம் சிறுகதையின் உருவத்தைக் குலைத்துக்கொண்டுகூட. கைநழுவிச் செல்லும் காலத்தின் முகச் சாயல்களை மீண்டும் வரைந்து கலையில் பிணைத்துப் போட்டு வைக்கும் காரியம் இவருடையது.

வண்ணநிலவனின் கதாபாத்திரங்கள் வாழ்க்கைச் சோதனையில் அனைத்தையும் பறிகொடுத்த பின்னரும் அன்பின் நெகிழ்ச்சியைத் தக்கவைத்துக் கொண்டிருப்பவர்கள். மனிதனை மனிதனாகக் காண்பதற்கு இவருக்குக் கடைசியாக மிஞ்சி இருக்கும் அடையாளம் இதுதான். கதை மரபிலிருந்து விடுபட்டுச் சிறுகதைக்குரிய சிக்கனம், குறிப்புணர்த்தல், குறைவாகக் கூறி அனுபவ அதிர்வுகளுக்கு இடம் தரும் பாங்கு ஆகிய சிறுகதைக்குரிய சிறப்பம்சங்களை இவரது வெற்றி பெற்ற கதைகளில் காணலாம்.

வண்ணதாசனின் கவனிப்புகளும் மொழியும் புற உலக விவரணங்களும் முக்கியமானவை. அசோகமித்திரனைப் போல் நுட்பத்தில் கவனம் கொண்டவர் என்றாலும் அசோகமித்திரன் இலக்கை நோக்கித் துல்லியமாகச் சிறகடித்துச் செல்லும்போது சிறகுகளைக் கோதிக் கொண்டிருப்பதிலேயே வண்ணதாசனின் சிறுகதைப் பொழுது முடிந்துவிடுகிறது. நுட்பங்களில் வண்ணநிலவனுக்கு நிகரானவர். ஆனால் வண்ணநிலவன் போல் யதார்த்தத்தில் நிற்காமல் கற்பனையின் ஆகர்ஷணத்தில் சபலம் கொண்டுவிடுகிறார்.

சிக்கனமாகச் சிறுகதை சொல்லத் தெரிந்தவர் பூமணி. இந்தச் சிக்கனம் கடுமையாகி உடல் மெலிந்து போகிறது பல கதைகளில். வாழ்வின் கொடுமையில் யந்திர நிலைக்குத் தாழ்ந்துவிட்ட இவரது கதாபாத்திரங்கள் வறண்ட பூமியில் கொடுமையான வெயிலுக்கு ஈடு கொடுப்பதில் காய்ந்துபோன புதர்களையே நமக்கு நினைவுபடுத்துகின்றனர். சமூகநிலை பற்றிக் கோபமும் மனித நேயமும் கலை வெற்றி கூட்டுவதில் மிகுந்த சிரத்தையும் கொண்டவர்.

நாஞ்சில் நாடனின் கதாபாத்திரங்கள் மரபு, பண்பாடு, குடும்பம் சார்ந்த பழம் பெருமைகளுக்கு ஆளான உயர்ஜாதி விவசாயிகள். காலத்தின் புதிய கோலங்களில் மருண்டு தாங்கள் பிடிக்கும் ஏருக்கு அடியில் நிர்த்தாட்சண்யமாக நழுவி ஓடும் பூமியைக் கண்டு இவர்கள் சங்கடப்படுகிறார்கள். இவர்களுடைய சங்கடத்தைச் சொற்சிக்கனமின்றிப் பதிவு செய்கிறார் நாஞ்சில் நாடன்.

அம்பையின் சிறுகதைகளைப் பெண் கோபத்தின் முதல் வெளிப்பாடு என்று சொல்லலாம். வாழ்வின்மீது கவியும் துன்பங்களையும் தன்மீது கவியக் கூடியவையாகக் கண்டு வருத்தம் கொள்ளும் பெண்மையின் உலகம். நுட்பமும் கலை அழகும் கொண்டவர் என்றாலும் வாழ்வு பற்றிய இவரது அறிவுபூர்வமான புரிதல்கள் அனுபவங்களை வழிநடத்துவதில் கதைகளின் உணர்வு நிலைகள் பாதிக்கப்படுகின்றன. பிரபஞ்சன் சுவையான, தரமான,

கலை வெற்றியை உறுதிப்படுத்தும் சிறுகதைகளை எழுதியிருப்பவர். மன ஆரோக்கியம் கொண்ட இவரது கதாபாத்திரங்கள் புஷ்டியான வாழ்க்கை வாழ ஆசைப்படுகிறார்கள். இந்த ஆசைக்கும் வாழ்வின் ஸ்திதிக்குமான முரண்பாடுகளில் தங்கள் நம்பிக்கைகளை இழக்க மறுக்கிறார்கள் அவர்கள். மிகக் கவனமாகக் கதைகளை உருவாக்குபவர் விமலாதித்த மாமல்லன். சிறுகதைக்கே உரித்தான தனித்தன்மையின் மரபில் ஊட்டம் பெற்றவர். வாழ்க்கையை எதிர்கொள்ளத் தெரியாத ஜீவன்களின் பரிதவிப்பு இவரது சிறுகதைகளின் மையம். சுரேஷ்குமார இந்திரஜித் சிறுகதைகளில், ஒதுக்கப்பட்ட மனிதன், சுழலும் வாழ்க்கை யந்திரத்தின் சக்கரங்களில் தொற்றி ஏற வழிவகை தெரியாமல் வியாகூலம் கொள்கிறான். ஆர். இராஜேந்திர சோழன் தத்துவக் கோட்பாடுகளுக்குள் சுருங்க மறுத்து, தன் அனுபவச் செழுமையில் நின்று வாழ்வின் அவலங்களைக் காட்டும் துணிச்சலான பல கதைகள் எழுதியிருக்கிறார். திலீப்குமார் மத்திய தர வாழ்க்கையின் தத்தளிப்பை அனுபவ சாரத்தில் நின்று, முன் முடிவுகளின்றிச் சொல்கிறார். தங்களுடைய துன்பங்களைத் தாங்களே விலகி நின்று கிண்டலும் கேலியுமாகப் பார்த்துக்கொள்கிறார்கள் இவருடைய பாத்திரங்கள். சிறுகதைப் பண்புகளைக் காப்பாற்றுவதில் கவனம் மிகுந்தவர். சார்வாகன், நகுலன், தருமுசிவராமு ஆகியோரின் கதைகள் தொகுக்கப்படாததால் நான் இங்கு அவற்றைப் பரிசீலனைக்கு எடுத்துகொள்ளவில்லை.

கடல் கடந்த தமிழ்ப் பிராந்தியங்களைச் சார்ந்த படைப்புகளைப் பற்றி உதாசீன மனோபாவம் கொள்வதே இன்றுவரையிலுமான நமது விமர்சன மரபு. இக்குறையை முற்றாக அகற்றும் வகையிலான முயற்சிகளை நாம் மேற்கொள்ள வேண்டும். எனது எளிய முயற்சியில், இப்போது என் கவனத்துக்கு வந்துள்ள சிறு எல்லையில் மு. தளையசிங்கத்தின் சிறுகதைகள் முக்கியமானவை. சமூகம், பொருளாதாரம், கலாச்சாரம், பாலுணர்ச்சி போன்ற பலவற்றையும் கணக்கில் எடுத்துக்கொண்டு மனித உறவில் ஒரு விவேகமான சமநிலையை இவர் உருவாக்க முயல்கிறார். இவ்வாறு விஞ்ஞானரீதியான சோதனைகளுக்கு ஆட்படும் அனுபவங்கள், வாழ்வின் உணர்வுபூர்வமான தளங்களில் இறங்க மறுத்துக் கலைத்தன்மை மங்கிய சிந்தனை வடிவங்களாகச் சுருங்கிப்போகும் அபாயம் கொண்டவை. அனுபவ உண்மைகளை முன்னிலைப்படுத்தும் பார்வை கொண்ட இவரது சிறுகதைகள் புஷ்டியும் ஜீவனும் கொண்ட கலை வெற்றிகளாக நம்மைப் பாதிக்கின்றன.

ஐம்பது வருடங்களாக வெளிவந்துகொண்டிருக்கும் தமிழ்ச் சிறுகதைகளின் குவியலிலிருந்து சிறந்த சிறுகதைகளைத் தேர்வு

செய்வதற்காக நான் மேற்கொள்ளும் பயிற்சியின் ஆரம்பக் குறிப்புகளாக இந்தக் கட்டுரையைக் கொள்ள வேண்டும். பார்வை, சிறுகதைப் பிரக்ஞை, கதை மரபு ஆகிய மூன்று கூறுகளை நான் வகுத்துக்கொண்டிருக்கிறேன். பார்வையும் சிறுகதைப் பிரக்ஞையும் கொண்ட கலைஞர்கள் முதல் தொகுப்பிலும் சிறுகதை அமைதி முற்றாகக் கூடவில்லை என்றாலும் பார்வையின் வலுக்கொண்டவர்களை இரண்டாவது தொகுப்பிலும் உத்தி உருவத் தளங்களில் நின்று தமிழ்ச் சிறுகதையின் தரத்தைப் பேணிக்கொண்டு வந்தவர்களை மூன்றாவது தொகுப்பிலும் சேர்த்துச் சிறுகதைத் துறையில் நம் சாதனையை முழுமையாகக் காட்டிவிடலாம் என்பது என் எண்ணம். பார்வையும் சிறுகதைப் பிரக்ஞையும் கொண்ட கலைஞர்களைவிடவும் சமூகவிமர்சனத்தை முன்வைக்கும் கதை சொல்லிகளையே நம் தமிழ் வாசகர்கள் இறுகத் தழுவிக்கொள்கிறார்கள்.

எனது பரிசீலனையில் விடுதல்கள் இருப்பின், அந்தப் படைப்பாளிகளின் பெயரை என் கவனத்திற்குக் கொண்டுவரும்படி என் சக எழுத்தாளர்களையும் வாசகர்களையும் அன்புடன் கேட்டுக்கொள்கிறேன்.

'மாதவன் கதைகள்' (1985) சிறுகதைத் தொகுப்பில் இடம்பெற்றுள்ள முன்னுரை. சுந்தர ராமசாமியின் 'ஆளுமைகள் மதிப்பீடுகள்' (2004) என்ற கட்டுரைத் தொகுப்பிலும் இடம்பெற்றுள்ளது.

# பின் நவீனத்துவச் சிறுகதைகள்

எம்.ஜி. சுரேஷ்

பின் நவீனத்துவம் என்பது தொகுக்கப்பட்ட சிந்தனை முறை. அதை ஒரு பகுப்பாய்வு அணுகுமுறை என்றும் சொல்லலாம். அது ஒரு மனோபாவம். ஓர் அறிதல்முறையும்கூட. 1966ஆம் ஆண்டு ழாக் தெரிதா என்ற ஃபிரெஞ்சுக்காரர், அமெரிக்காவிலுள்ள ஹாப்கின்ஸ் என்ற பல்கலைக்கழகத்தில் உரையாற்றினார். அப்போது அவர் உச்சரித்த வார்த்தை: Deconstruction. அந்த வார்த்தையையும் அதற்கான பொருளையும் அவர் விவரித்து, அதுவரை அறியப்பட்டிருந்த மேற்கத்திய தத்துவ, கலை இலக்கிய வரலாற்றைக் கொட்டிக் கவிழ்த்தபோது பார்வையாளர்கள் அனைவரும் தங்கள் கால்களுக்குக் கீழே இருந்த தரை நழுவியதைப்போல் உணர்ந்தார்கள். அவரைத் தொடர்ந்து சமூகவியலில் ஃபூக்கோ, இலக்கியத்தில் ரொலாண் பார்த், உளவியலில் ழாக் லக்கான், பெண்ணியத்தில் ஜூலியா கிறிஸ்தேவா என்று பலரும் அவரவர் துறை சார்ந்து பின் நவீனத்துவத்தை வளர்த்தெடுத்தார்கள். விரைவிலேயே பின் நவீனத்துவம் என்ற ஆக்டோபஸ் தனது கரங்களால் இலக்கியத்தையும் பற்றிக் கொண்டது.

அறுபதுகளில் ஃபிரான்சில் தோன்றிய பின் நவீனத்துவம் அங்கிருந்து ஐரோப்பா முழுக்கப் பரவியது. பின்பு, அங்கிருந்து அமெரிக்காவுக்குப் பயணம் செய்தது. பின் நவீனத்துவம் அமெரிக்காவில் நுழைந்தபோது, பின் நவீனச்சூழல் எனப்படும்

மூலதனப்பெருக்கம், நுகர்வோர் கலாச்சாரம், டி.வி.யின் ஆதிக்கம், விளம்பரங்களின் பெருக்கம் போன்றவை உச்சத்தில் இருந்தன. எனவே, அமெரிக்கா பின் நவீனத்துவத்தை உடனே தடையின்றி தழுவிக்கொண்டது. ஜான் பார்த், தாமஸ் பிஞ்சன், டொனால்ட் பார்த்தல்மே, கர்ட் வானேகட் போன்ற எழுத்தாளர்கள் பின் நவீனத்துவ எழுத்துகளை எழுத ஆரம்பித்தார்கள். இதற்கிடையே ஐரோப்பாவில் பரவிய பின் நவீனத்துவம் இத்தாலியில் அம்பர்ட்டோ எக்கோ, இதாலோ கால்வினோ, செர்பியாவில் மிலோராட் பவிக் போன்ற எழுத்தாளர்களை உருவாக்கியது. விரைவிலேயே பின் நவீனத்துவம் வட அமெரிக்காவிலிருந்து தென் அமெரிக்காவுக்குப் பெயர்ந்தது. லத்தீன் அமெரிக்கர்கள் பின் நவீனத்துவம் வட அமெரிக்காவிலிருந்து வந்ததால் அஞ்சினார்கள். லத்தீன் அமெரிக்காவை எதிலோ சிக்க வைப்பதற்கான அமெரிக்க ஏகாதிபத்தியத்தின் சூழ்ச்சி அது என்று சந்தேகித்தார்கள். பின்னர் பின் நவீனத்துவம் ஓர் இடதுசாரிச் சிந்தனை என்பதைப் புரிந்துகொண்டு ஏற்றுக்கொண்டார்கள். மார்க்வெஸ், கொர்த்தஸார், சோரண்டினோ போன்ற எண்ணற்ற பின் நவீன எழுத்தாளர்கள் உருவானார்கள்.

லத்தீன் அமெரிக்காவிலிருந்துதான் பின் நவீனத்துவ இலக்கியம் ஆசியாவுக்கும் ஆப்பிரிக்காவுக்கும் வந்து சேர்ந்தது. கென்ய எழுத்தாளரான கூகி வாங் தியாங்கோ, குவாட்டமாலாவைச் சேர்ந்த ரிகோ பெர்ட்டோ மென்சுவின் எழுத்துக்கள் பின் நவீன எழுத்துக்களாக அறியப்படுகின்றன. ஜப்பானிய எழுத்தாளரான ஹரூகி முரகாமியின் எழுத்துக்களும் பின் நவீனத்துவ எழுத்துக்களாக முன் வைக்கப்படுகின்றன.

தொண்ணூறுகளில் பின் நவீனத்துவம் தமிழுக்கு அறிமுகமானது. 1994இல் தமிழவன், 'நவீனத்தமிழும் பின் நவீனத்துவமும்' என்ற தலைப்பில் ஒரு கட்டுரை எழுதினார். இதையே தமிழில் வெளியான முதல் பின் நவீனத்துவக் கட்டுரை எனலாம். தொடர்ந்து நாகார்ஜுனன், நோயல் ஜோஸப் இருதயராஜ், க. பூர்ணசந்திரன், அ. மார்க்ஸ் போன்றோர் பல பின் நவீனத்துவக் கட்டுரைகளை எழுதினார்கள். இந்தக் கட்டுரைகளைத் தொடர்ந்து மேற்கிலிருந்து பல புனைகதைகள் மொழிபெயர்க்கப்பட்டன. காப்ரியல் கார்சியா மார்க்வெஸ், லூயி போர்ஹே, இதாலோ கால்வினோ, டொனால்ட் பார்தல்மே போன்ற அயல்நாட்டுப் பின் நவீன எழுத்தாளர்களின் கதைகள் தமிழில் மொழி பெயர்க்கப்பட்டு, பின் நவீனப் புனைகதைகள் தமிழுக்குப் பரிச்சயமாயின. அந்தப் பாதிப்பில் தமிழிலும் எழுத்தாளர்கள் அதுபோல எழுத முயற்சி செய்தார்கள். சதுரம், கல்குதிரை, மையம், வித்தியாசம், சிதைவு, பவளக்கொடி போன்ற

சிற்றிதழ்கள் பின் நவீனப் புனைகதைகளுக்கு இடம் தந்தன. நிறப்பிரிகையும், பன்முகம் இதழும் பின் நவீனத்துக்காகவே இயங்கின.

சில்வியா என்ற புனைபெயரில் சிறுகதைகள் எழுதி வந்த எம்.டி. முத்துக்குமாரசாமி, தமிழில் பின் நவீனச் சிறுகதைகள் எழுத முயன்றார். அவர் சிற்றிதழ்களில் எழுதிய கதைகள் 'பிரமனைத்தேடி' என்ற தலைப்பில் தொகுப்பாக வந்திருக்கின்றன. இக்கதைகளில் சித்திரக்கவி போன்ற வடிவத்தில் எழுதப்பட்ட கதை, வாசகனைக் கலாச்சார அதிர்ச்சிகளுக்கு ஆட்படுத்தும் கற்பனைகள் என்று புதுவிதமான கதைகளை எழுதினார். அவற்றைப் பரிசோதனைக் கதைகள் என்று சொல்லலாம். ஆனால் பின் நவீனக் கதைகள் என்று சொல்ல முடியாது. அந்தக் காலகட்டத்தில் பின் நவீன எழுத்துமுறை பலரின் கவனத்தைக் கவர்ந்தது. தமிழவன், ரமேஷ்–பிரேம், சாரு நிவேதிதா, கோணங்கி, தி.கண்ணன் போன்றோர் பின் நவீன எழுத்தாளர்களாக அறியப்பட்டார்கள். தொடர்ந்து கௌதம சித்தார்த்தன், எம்.ஜி. சுரேஷ் போன்றோரும் இணைந்து கொண்டார்கள்.

### பின்நவீனச் சிறுகதை என்பது என்ன?

நவீனச் சிறுகதைக்கு ஆரம்பம், நடு, முடிவு ஆகிய அம்சங்கள் உண்டு. பின் நவீனச் சிறுகதைக்கு இது கிடையாது. நவீனச் சிறுகதைக்கு மையம் உண்டு. அதாவது கதைக் கரு என்ற ஒன்று உண்டு. பின் நவீனச் சிறுகதைக்கு மையம் என்று எதுவும் இல்லை. கதை, கவிதை, கட்டுரை, வாழ்க்கை வரலாறு என்பது போன்ற வகைமைகளும் இல்லை. இவற்றுள் ஏதாவது ஒன்றை வைத்தோ அல்லது எல்லாவற்றையும் சேர்த்தோ ஒரு பின் நவீனக் கதை அமையலாம். இது ஒரு பிரதியை அதன் ஒற்றைத்தன்மையிலிருந்து விடுவிக்கிறது. கலையை அதன் சட்டகத்திலிருந்து வெளியேற்றி சுதந்திரமாக அலைந்து திரிய அனுமதிக்கிறது. எழுத்தின் பல்வேறு சாத்தியங்களை விரித்துப் போடுகிறது. சொற்களால் ஆனது மொழி என்றால் மௌனங்களால் ஆனது உபமொழி என்று சொல்கிறது. இதற்கு எடுத்துக்காட்டாக எர்னஸ்ட் ஹெமிங்வேயின், 'வெள்ளை யானையைப் போன்ற மலைகள்' என்ற சிறுகதையைக் குறிப்பிடலாம். இந்தச் சிறுகதை ஒரு சிற்றூரில் இருக்கும் ஒரு சின்னஞ்சிறு ரயில்வே ஸ்டேஷனில் நிகழ்கிறது. சுற்றிலும் மலைகள் சூழ்ந்த கிராமம். அது அந்தக் கிராமத்தில் ஒரே ஒரு ரயில்வே ஸ்டேஷன். அதில் ஒரே ஒரு ரயில் பாதை. அந்தப் பாதையில் ஒரு நாளைக்கு ஓரிரு ரயில்வண்டிகள்தான் வரும். அந்த ஸ்டேஷனில் போடப்பட்டு இருக்கும் நாற்காலிகளில் ஓர் இளம் பெண்ணும் ஓர் இளைஞனும்

உட்கார்ந்திருக்கிறார்கள். அவர்கள் இருவரும் பேசிக்கொள்ளும் உரையாடல்தான் கதை. அந்த ரயில்வே ஸ்டேஷனில் அந்த இருவரைத் தவிர வேறு யாரும் இல்லை. அந்த இளைஞனின் பெயர் என்ன, அவன் யார், அவனுக்கும் அந்த இளம் பெண்ணுக்கும் தொடர்பு என்ன என்று யாருக்கும் தெரியாது.

'எனக்கு என்னமோ பயமாக இருக்கிறது' என்கிறாள் அவள். 'இதில் பயப்பட என்ன இருக்கிறது' என்கிறான் அவன். 'இல்லை இல்லை என்னால் முடியாது' என்கிறாள் அந்தப் பெண். அவனோ, 'அப்படியெல்லாம் சொல்லாதே, உன்னால் கண்டிப்பாக முடியும்' என்கிறான். கொஞ்சநேர மௌனம், பின்பு இப்படியே உரையாடல் தொடர்கிறது. அவர்கள் யார், அவர்கள் பேசும் விஷயம் எதைப் பற்றி என்று வாசகனுக்குக் கடைசிவரை தெரிவதே இல்லை. அவள் எதைச் சொல்ல அஞ்சுகிறாள். தங்கள் காதலைப் பற்றித் தன் பெற்றோரிடம் சொல்ல பயப்படுகிறாளா, அல்லது அவள் கர்ப்பமாகி இருக்கிறாளா, அந்தக் கருவை அபார்ஷன் செய்துகொள்வது பற்றிப் பேசுகிறாளா, ஒருவேளை அவளைத் தன்னோடு எங்காவது ஓடி வந்துவிடும்படி அந்த இளைஞன் வற்புறுத்துகிறானா என்று பலவிதமான ஊகங்களுக்கு வாசகனை இட்டுச்செல்லும். இவை அத்தனையையும் யூகங்களாகவே ஆக்கிவிட்டு, அந்த இரண்டு பக்கச் சிறுகதை சட்டென்று முடிந்து விடும். இதில் கதை என்ற மையம் இல்லை. கதாநாயகன், கதாநாயகி பற்றிய விவரணைகள் இல்லை. பிரச்சனை என்ன என்றும் தெரியவில்லை. எல்லாமே முடிச்சிடப்படாத நுனிகளாகத் தொங்குகின்றன. வாசகன் தனது ஊகங்களின் மூலம் அந்த நுனிகளை முடிச்சிடவேண்டும். இதனால், ஒன்று தெரிகிறது. இதுவரை பார்வையாளனாகவே இருந்த வாசகனைப் பங்கு பெறுவோனாக இந்தக் கதை ஆக்குகிறது. *Spectator has become a participator*. இது இந்தக் கதையில் உள்ள பின் நவீனக் கூறு. எழுத்தின் சாத்தியங்களை அதிகரிப்பதன் மூலம் வாசிப்பின் சாத்தியத்தை அதிகரிப்பது பின் நவீனப் புனைகதையின் அம்சம். இதன் பொருள் ஹெமிங்வே பின் நவீன எழுத்தாளர் என்பதல்ல. நவீனத்துவக் கர்ப்பத்தில் பின்நவீனத்துவம் சூல் கொண்டிருந்ததை இக்கதை சுட்டிக்காட்டுகிறது.

பின் நவீனத்துவம் அறிமுகமான புதிதில் பல தமிழ் எழுத்தாளர்கள் பின்நவீனக் கதைகளை எழுதிப்பார்த்தார்கள். மார்க்வெஸ்ஸின் பாதிப்பில் பின் நவீனத்துவம் முதலில் மாஜிகல் ரியலிஸமாகத்தான் தமிழில் தோன்றியது. அசோகமித்திரனும் தன் பங்குக்கு ஒரு பின்நவீனச் சிறுகதையை எழுதிப் பார்த்திருக்கிறார். அதில் வெற்றி பெற்றிருக்கிறார் என்பது குறிப்பிடத்தக்கது. அசோகமித்திரனின் சிறுகதை 'இரு நிமிடங்கள்'.

ஒருவன் வேர்க்கடலை வாங்கிச் சாப்பிடுகிறான். சாப்பிட்டு முடித்ததும் தற்செயலாக வேர்க்கடலை மடித்துத் தரப்பட்ட காகிதத்தைப் பார்க்கிறான். அதில் ஒரு குறிப்பு எழுதப்பட்டிருக்கிறது. அந்தக் குறிப்பில் ஒரு ஸ்பானிய நாடகாசிரியரைப் பற்றிய தகவல் இருக்கிறது. ஸ்பெயின் தேசத்தில் ஒரு நாடகாசிரியர். பல நாடகங்களை எழுதிப் புகழ் பெற்றவர். அவர் அப்போது ஒரு நாடகம் எழுதிக்கொண்டிருக்கிறார். நாடகம் சிறப்பாக உருவாகிக்கொண்டிருக்கிறது. கடைசி அங்கம் மட்டும்தான் பாக்கி. அப்போது அவரைச் சர்வாதிகாரி ஃபிராங்கோவின் காவலர்கள் கைது செய்துகொண்டு போய்விடுகின்றனர். அவர்மேல் ஃபிராங்கோவின் ஆட்சிக்கு எதிராகச் சதி செய்ததாகக் குற்றம்சாட்டி மரணதண்டனை விதித்துவிடுகின்றனர். மறுநாள் காலை 6.58 மணிக்கு அவரைச் சுவரோரமாக நிற்க வைத்துச் சுட்டுக் கொல்வதற்கு நிற்க வைத்து விடுகின்றனர். அவரைச் சுட்டுக்கொல்வதற்கு இரண்டு நிமிடங்களே இருக்கின்றன. அவரை அவர்கள் 7 மணிக்குச் சுட்டுக் கொன்று விடுகின்றனர். சாகும்முன் அந்தக் கடைசி இரண்டு நிமிடங்களில் அவர் தனது நாடகத்தை மானசீகமாக எழுதி முடித்து, வெற்றிகரமாக அரங்கேற்றி விடுகிறார். வேர்க்கடலை மடித்த தாளில் இருந்த இந்தக் குறிப்பைப் படித்துவிட்டு, அந்தக் குறிப்பின் மற்ற பக்கங்களைத் தேடுகிறான் அவன். அந்த வேர்க்கடலைக் கடைக்குப் போய் விசாரிக்கிறான். ஒன்றும் தெரியவில்லை. பின்பு வீட்டுக்குப் போய் அதே நினைவாக இருக்கிறான். அப்போது அவன் வாழ்க்கையில் எதிர்பாராதவிதமாகப் பல நம்ப முடியாத சம்பவங்கள் நடக்கின்றன. பதினெட்டு வருடத்துக்கு முன் செத்துப்போன அப்பாவின் பிணம் வீட்டு வாசலில் நிறுத்தப்பட்டிருக்கும் சைக்கிளில் உட்கார்ந்திருக்கிறது . . . போலீஸ்... கைது... விசாரணை என்று கதை போகிறது. எதிர்பாராத முடிவை எய்துகிறது. இதில் மையம் இல்லை. சிறுகதையை அதன் சட்டகத்திலிருந்து வெளியே எடுத்து வைக்கிறது. இதில் சிறுகதைக்குரிய ஆரம்பம், நடு, முடிவு போன்ற சம்பிரதாயங்கள் இல்லை. இதைத் தொண்ணூறுகளில் வெளிவந்த ஒரு நல்ல பின் நவீனச் சிறுகதை எனலாம். இதே தொண்ணூறுகளில் தி.கண்ணன், கோணங்கி, சாரு நிவேதிதா, ரமேஷ் – பிரேம் போன்றோரும் பின் நவீனச் சிறுகதைகளை எழுதலாயினர். தொண்ணூறுகளில் பின் நவீனச்சிறுகதைகள் மாஜிக் ரியலிஸத்தையும் தாண்டி வேறு வேறு கூறுகளுடன் இயங்க ஆரம்பித்தன. நேரற்ற எழுத்து, வகைமை தாண்டிய எழுத்து, பகடி செய்தல், தரப்படுத்தப்பட்ட விழுமியங்களைக் கேள்விக்குள்ளாக்குதல் போன்ற பலவிதமான முயற்சிகள் எழுத்தில் மேற்கொள்ளப்பட்டன. எஸ்.ராமகிருஷ்ணன், ஜெயமோகன் போன்றவர்கள் தங்கள் சிறுகதைகளில் வடிவப்

பரிசோதனைகளை மேற்கொண்டார்கள். ஆனால், பின் நவீனத்துவம் என்பது வெறும் வடிவம் சார்ந்தது மட்டும் அல்ல. இவர்களின் பிரதிகளில் தங்கள் காலத்தின் விழுமியங்கள் கேள்விக்குள்ளாக்கப்படவில்லை. சொல்லப்போனால் அவற்றை இவர்கள் விதந்தோதினார்கள். எனவே, அவை பின் நவீனப் பிரதிகளாக அமையவில்லை. ரொமாண்டிசிசம் எனப்படும் மிகையுணர்ச்சிப் பிரதிகளாக நின்றுவிட்டன. எஸ். ராமகிருஷ்ணன், 'நடந்தான்' என்பதையே 'கால்களை முன்னசைத்து அலைவுற்றான்' என்று வியந்து கூறுவார். பின் நவீனத்துவத்தில் வியப்பதற்கோ, விதந்தோதுவதற்கோ, கவித்துவ அசட்டுணர்ச்சிக்கோ இடமில்லை. எனக்குப் பிடித்த கோஷம், 'எல்லாவற்றையும் சந்தேகி' என்றார் கார்ல் மார்க்ஸ். 'சுயத்தையும் சேர்த்துச் சந்தேகி' என்கிறது பின் நவீனத்துவம். மற்றமையைச் சந்தேகித்துவிட்டுச் சுயத்தைக் கொண்டாடியது போதும். சுயத்தின்மேல் ஐயுறவு கொள் என்பது பின் நவீனத்துவம். தி.கண்ணனின் சிறுகதைகள் சிற்றிதழ்களில் வெளியானவை. வந்த காலத்தில் தீவிர இலக்கிய வாசகர்களின் கவனம் பெற்றவை. பின் நவீனக்கூறுகளுடன் இயங்குபவை. 'கல்வெட்டுச் சோழன்' என்ற சிறுகதையில் திராவிட அரசியல், அகழ்வாராய்ச்சி, வரலாற்றைக்கட்டமைத்தல்போன்றவை பகடி செய்யப்படுகின்றன. அவரது சிறுகதைத் தொகுதியில் இடம் பெற்றுள்ள சிறுகதைகள் யாவும் பின் நவீனக் கூறுகளான மாய யதார்த்தம், பகடி, ஒன்றைக் கூறி வேறொன்றை உணர்த்துதல் போன்ற அம்சங்களுடன் இருக்கின்றன. பின் நவீன எழுத்தாளரான ரொலாண் பார்த் சொல்லும் பூஜ்ய பாகைக் கோண எழுத்து முறையில் எழுதப்பட்டிருக்கின்றன. 'நொண்டிக்காளியும் வெள்ளிச் சூலமும்' என்ற கதை கிராம வாழ்க்கையை அரசியல் எப்படிச் சீரழிக்கிறது என்பதை எள்ளல் தன்மையுடன் விவரிக்கிறது. 'காகித வேதாளம்' என்ற கதையில் திரை அரங்கில் படம் பார்க்கும் பொய்க்கார்ட் என்பவன் திரையினுள்ளேயே நுழைந்து கதாபாத்திரங்களுடன் கலந்து விடுகிறான். 'அன்னார்' என்ற சிறுகதை மரணம், உத்திரகிரியை போன்ற செய்திகளை நூதனமான விவரணையில் சொல்கிறது. இந்தக் கதைகளைத் தமிழ்ப் பின் நவீனக் கதைகள் என்று சொல்லலாம். சாரு நிவேதிதா, ரமேஷ் – பிரேம் போன்றவர்கள் பாலியல் புரட்சி, குடும்பக்கலைப்பு, ஓரினப் புணர்ச்சியை வரவேற்றல் என்ற ரீதியில் பின் நவீனத்துவத்தைப் புரிந்துகொண்டு தங்கள் கதைகளை எழுதினார்கள். ரமேஷ் – பிரேம், சாரு நிவேதிதா ஆகியோருக்கு ஃபிரெஞ்ச் எழுத்தாளர் மார்க்கி தெ ஸாத் ஆதர்ச எழுத்தாளர். ஸாத் ஒரு பாலியல் வக்கிர எழுத்தாளர். அவரைப் பின்பற்றி இவர்களும் பாலியல் வக்கிரத்தைத் தமிழில் எழுதலானார்கள்.

பாலியல் வக்கிர எழுத்து நவீனத்துவத்துக்கு எதிரானது. எனவே, அதை எதிர் – நவீனத்துவ எழுத்து என்று சொல்லலாமே தவிர, அதைப் பின் நவீன எழுத்து என்று சொல்ல முடியாது. ஸாத்தின் எழுத்துக்களை வைத்தே சாடிஸம் (Sadism) என்ற சொல்லாடலே பிறந்தது. சாடிஸம் பின் நவீனத்துக்கு எதிரானது. ஸாதைப் பற்றிக் குறிப்பிடும்போது பின் நவீனத்துவவாதியான மிஷல் ஃபூக்கோ, 'ஆசனவாய்களைக் கணக்கெடுப்பவர்' (accountant of the asses) என்று சாடுகிறார். 'ஸாதேயைக் கொண்டாடுவது மிக மோசமானது. ஸாதேயின் சிற்றின்ப உலகம் உடல் உறுப்பு களால் ஆனது. நாம் கோரும் உலகம் அதற்கு எதிரானது' என்பது ஃபூக்கோவின் வாதம். இன்னொரு பின் நவீனத்துவவாதியான தெலூஸ், ஸாத்தின் பாலியல் வக்கிரத்தைக் கடுமையாக எதிர்க்கிறார். எனவே, பாலியல் வக்கிரத்தை மையமாக வைத்து ரமேஷ் – பிரேமும், சாருவும் எழுதிய எல்லாக் கதைகளையும் பின் நவீனக் கதைகள் இல்லை என்று நிராகரித்து விடலாம். பாலியல் வக்கிர விவரணை இல்லாத சிறுகதைகளையும் இவர்கள் எழுதி இருக்கிறார்கள். அவற்றில் சில, பின் நவீனச் சிறுகதை களாக இருப்பதை நாம் உணர முடியும். சாரு நிவேதிதாவின் 'கிரிக்கெட்டை முன் வைத்துப் புத்திஜீவிகளுக்கு ஒரு முட்டாள் சொல்லிக் கொண்டது' என்ற சிறுகதையை, ஒரு நல்ல பின் நவீனச் சிறுகதை என்று சொல்லலாம். இந்தக் கதையில் மையம் இல்லை. Non-linear writing என்று சொல்லப்படும் நேரற்ற விவரணையால் ஆனது. முஹயத்தீன் என்ற பெயரில் அறிமுகமாகும் இந்தக் கதையின் நாயகன் கிரிக்கெட்டைப் பற்றி இரண்டொரு பத்திகள் மட்டும் பேசுவான். கிரிக்கெட் அல்லாத பிற செய்திகள் பற்றி நிறையப் பேசுவான். கிரிக்கெட்டை விடப் பல முக்கியமான விஷயங்கள் வாழ்க்கையில் இருப்பதைக் கோடிட்டுக் காட்டுவான். மக்களிடம் இருக்கும் கிரிக்கெட் மோகத்தைப் பகடி செய்வான். அவரது இன்னொரு கதை, 'நட்சத்திரங்களிடமிருந்து செய்தி கொண்டு வந்தவர்களும் பிணந்தின்னிகளும்'. இதுவும் ஒரு நான்-லீனியர் கதையே. இதில் கதைத்திட்டம் என்று எதுவும் இல்லை. இந்தச் சிறுகதை ழாக் திதியே என்ற ஃபிரெஞ்சுக்காரர் எழுதிய 'The book of fuzoos' என்ற ஒரு நூலைப் பற்றிப் பேசுகிறது. அந்த நூலில் ழாக் திதியே முன்வைக்கும் கோட்பாடுகள், அவர் ஒரு பழங்குடி மக்களைப் பற்றி எழுதிய குறிப்புகள் ஆகியவை பற்றி விவரிக்கிறது. அந்த நூலில் சொல்லப்படும் பழங்குடி மக்கள் பிணங்களைத் தின்பவர்கள்; பிணங்களை நேசிப்பவர்கள் என்று கூறும் கதைசொல்லி, அந்தச் சமூகம் necrophile எனப்படும் மனநோயால் பாதிக்கப்பட்டவர்களாக இருக்குமா என்று கேள்வி எழுப்புகிறார். தொடர்ந்து, ஆதி சமூகம் முதல் அத்வைதம் வரை, இன்றைய நவீன ரக கார் வாங்குவது முதல் முதலாளித்துவத்தின்

தமிழ்ச் சிறுகதை: வரலாறும் விமர்சனமும்

செயல்பாடுகள் வரை சகலத்தையும், இந்த நெக்ரோபைல் என்ற மனச்சிதைவு நோயின் நீட்சியாக இருக்குமா என்று ஆராய்கிறார். இதில் கட்டுரைத் தன்மையில் கதை எழுதப்பட்டிருக்கிறது. இது வகைமை மீறல் ஆகும். அதேபோல், இதில் நெக்ரோபைல் பற்றி ஒரு கலைக்களஞ்சியம்போல் பலவிதமான விவரங்கள் தரப்பட்டிருக்கின்றன. இது கலைக்களஞ்சிய எழுத்துமுறை எனலாம். தமிழில் எழுதப்பட்ட ஒரு முக்கியமான பின் நவீனச் சிறுகதை இது என்று கூறலாம். ரமேஷ் – பிரேமின் சிறுகதைகள் மூன்று தொகுப்புகளாக வெளிவந்திருக்கின்றன. 'முன்பொரு காலத்தில் நூற்றியெட்டுக் கிளிகள் இருந்தன', 'கனவில் பெய்த மழையைப் பற்றிய இசைக் குறிப்புகள்', 'பரதேசி' ஆகிய இந்த மூன்று தொகுதிகளில் குறிப்பிடத்தக்க பின் நவீனச் சிறுகதைகள் இடம் பெற்றுள்ளன. இவர்கள் கதைகள் ஒவ்வொன்றும் வித்தியாசமான விவரணைகளால் ஆனவை. ஃபிரெஞ்சிலிருந்து மொழிபெயர்க்கப்பட்டது போலத் தோன்றும் அந்நியவாடை வீசும் நடை; பழந்தமிழ் இலக்கியத்திலிருந்து எடுக்கப்பட்டது போன்ற தமிழ் மணம் கமழும் நடை என்ற ரீதியில் பலவிதமான நடைகளில் எழுதி இருக்கிறார்கள். மௌனிக்குப் பின்பு அகவுலகம் சார்ந்த பிரச்சனைகளை வெற்றிகரமாக எழுதியவர்களாக இவர்களைக் குறிப்பிடலாம். பரதேசி, மகாமுனி போன்ற சிறுகதைகளில் வடிவப் பரிசோதனையை மேற்கொண்ட இவர்கள் 'பயம்' போன்ற சிறுகதைகளில் லீனியர் வடிவத்திலும் எழுதியிருக்கிறார்கள் என்பது குறிப்பிடத்தக்கது. பின் நவீனச் சிறுகதை என்றாலே அது வடிவப் பரிசோதனையுடன்தான் இருக்க வேண்டும் என்பதில்லை. பின் நவீன நிலவரத்தைப் பற்றிப் பேசும் கதை நடப்பியல் வடிவத்திலும் இருக்கலாம் என்பதை இவர்கள் செய்துகாட்டி இருக்கிறார்கள். கோணங்கியின் பிரதிகள் அடிப்படையில் பின் நவீனத்துக்கு எதிரானவை. பின் நவீனத்துவம் லட்சியவாதத்தைக் கிண்டல் செய்கிறது. கோணங்கியின் பிரதிகள் நவீனத்துவத்துக்குப் பதிலாகத் தொன்மையை லட்சியமாக வைத்திருப்பவை. பழமையை நினைத்து ஏங்குபவை. இதனால் இவரது கதைகள் ரொமாண்டிசிசக் கூறுகள் கொண்டவை என்றும் சொல்லலாம். ஆனால், இவற்றையும் மீறி இவர் கதைகளில் தென்படும் 'பின் காலனிய மனச்சுமை' இவரது பிரதிகளைப் பின் காலனிய எழுத்துக்களாக அடையாளப்படுத்துகிறது. மூன்றாவது உலக நாடுகளைப் பொறுத்தவரை பின் காலனியம்தான் பின் நவீனத்துவம் என்று அறியப்படுகிறது. அப்படிப் பார்க்கும்போது கோணங்கியின் சிறுகதைகள் பின் நவீனக் கூறுகள் கொண்ட சிறுகதைகளாக மாற்றம் பெறுகின்றன. கோணங்கியின் பிரதிகளில் உள்ள இன்னொரு சிக்கல் அவரது மொழி. பின் நவீனத்துவம், வாசிப்பு ஜனநாயகத்தைக் கோருகிறது. சிக்கலான மொழி நடையை

எதிர்க்கிறது. அந்த அடிப்படையில் பார்க்கும்போது கோணங்கியின் சிறுகதைகள் பின் நவீன எழுத்துக்கள் என்பதைவிடச் 'சர்ரியலிஸ'த்தின் தானியங்கி எழுத்து முறையுடன் ஒத்துப்போவதாகக் கருதலாம். அதே சமயம் பின் நவீனத்துவம் எழுத்தின் பல புதிய சாத்தியங்களை வரவேற்கிறது. எதையும் எப்படியும் எழுதலாம் என்று சுதந்திரம் தருகிறது. அந்தக் கோணத்தில் பார்க்கும்போது கோணங்கியின் எழுத்து முறையை ஒரு பின் நவீன செயல்பாடாகக் கொள்ளலாம். கோணங்கியின் 'உப்புக்கத்தியில் மறையும் சிறுத்தை' என்ற தொகுப்பில் உள்ள சிறுகதைகள் தொன்மத்தை மீட்டுருவாக்கம் செய்கின்றன. காலனிய இந்தியாவின் பாதிக்கப்பட்ட ஒரு தென் தமிழ்க் கிராமத்தின் இழப்புகளை எண்ணி மறுகுகின்றன. எம்.ஜி. சுரேஷ், கௌதம சித்தார்த்தன், பா. வெங்கடேசன், ஜீ. முருகன் போன்ற பலரும் பின் நவீனச் சிறுகதைகளை எழுதி வருபவர்களாகக் கருதலாம். பின் நவீனத்துவத்துக்காகவே பன்முகம் என்ற பெயரில் ஒரு காலாண்டிதழ் ஆகஸ்ட் 2001லிருந்து ஐந்தாண்டுக் காலம் வெளிவந்தது. அதில் பல பின் நவீனச் சிறுகதைகள் பிரசுரமாயின. பல புதிய எழுத்தாளர்கள் அதில் எழுதினார்கள். அதில் தமிழவன், ரமேஷ் – பிரேம், எம்.ஜி. சுரேஷ், பா. வெங்கடேசன், ராகவன், நஞ்சுண்டோர்க்கினியன் போன்ற பலர் எழுதிய பின் நவீனச் சிறுகதைகள் வெளிவந்தன. அவை பின் நவீனக் கூறுகளான வடிவப் பரிசோதனை, சிதைவாக்கம், நேரற்ற வாசிப்பு, ஊடிழைப்பிரதி, கதை மீறும் கதை போன்ற பல அம்சங்களுடன் இருந்தன. ச. தமிழ்ச்செல்வனின், 'வாளின் தனிமை' தமிழில் எழுதப்பட்ட முக்கியமான பின் நவீனச்சிறுகதைளில் ஒன்று. தமிழவனின் சிறுகதையில், லிஸ்பனிலிருந்து இந்தியாவுக்கு வந்த வாஸ்கோ சரமாகோ என்பவன் எழுதிய பிரதியையும், ஐந்திணைப்பாகுபாடு கொண்ட பழந்தமிழ் இலக்கியத்தையும், கதை மாந்தரின் இரட்டைத்தன்மை பற்றியும் விவரிக்கிறார். எம்.ஜி. சுரேஷின் 'செய்திகள்' என்ற சிறுகதை இன்றைய பின் நவீன உலகில் பிற பொருட்களைப்போல் செய்தியும் ஒரு வர்த்தகப் பண்டமாகிவிட்டது. செய்தியை வாசிக்கும் வாசகர்கள் எப்படி நுகர்வோராக மாறி இருக்கிறார்கள் என்ற அபத்தத்தைச் சுட்டிக் காட்டுகிறது. பா. வெங்கடேசனின் 'தேவகுமாரர்களுக்குச் சாத்தான் தீர்ப்புச் சொல்லியது' என்ற கதை பைபிள் நடையில் எழுதப்பட்டது. தேவகுமாரன் X சாத்தான் என்ற எதிர்நிலையைச் சாத்தான் X தேவகுமாரன் என்று மாற்றிப் போடுகிறது. தேவன் இறுதி நாள் தீர்ப்புச் சொல்லுவான் என்பது பைபிளின் ஐதீகம். இதில் தேவகுமாரருக்கு எதிராகச் சாத்தான் தீர்ப்புச் சொல்வது சிறப்பு. இதில் விழுமியங்கள் கேள்விக்குள்ளாக்கப்படுகின்றன. இந்தக் கேள்விக்குள்ளாக்கும் தன்மை பின் நவீனத்துவக் கூறு ஆகும்.

நஞ்சுண்டோர்க்கினியனின் இரண்டு சிறுகதைகளும் தமிழ்ப் பின் நவீனத்துவச் சிறுகதையின் ஒரு புதிய பரிமாணத்தை முன் நிறுத்துகின்றன. சிற்றிதழ்களில் மட்டுமே புழங்கிக்கொண்டிருந்த பின் நவீனச் சிறுகதையின் கூறுகள் இடைநிலை மற்றும் வெகுசனப் பத்திரிகைகளில் எழுதப்படும் கதைகளிலும் நீட்சியடைந்தன. இதனால் வழக்கமான மரபார்ந்த தமிழ்ச் சிறுகதையின் முகம் மாற்றமடைந்தது. ஒரு வெகுசன இதழில் இரா.நடராசன் எழுதிய, 'மதி எனும் மனிதனின் மரணம் குறித்து' என்ற சிறுகதை பின் நவீனத்துவக் கூறுகளுடன் இருந்தது. 'மதி' என்ற பெயர் கொண்ட ஒரு திருநங்கை மரணமடைகிறான். அவனது போஸ்ட் மார்ட்டம் அறிக்கையின் வடிவத்தில் அந்தச் சிறுகதை எழுதப்பட்டிருந்தது. பெயர், வயது, முகவரி என்று விண்ணப்பபடிவ வடிவமே அதன் உருவம். இது எதிர் – உருவம் எனலாம். எதிர் உருவம் ஒரு பின் நவீனத்துவக் கூறு. ஒரு விளிம்பு நிலை மனிதனை முதன்மைப் பாத்திரமாக வைத்து எழுதப்பட்டதால் அதுவும் ஒரு பின் நவீனக்கூறு ஆகிறது. அப்படி இருந்தும் இதை ஒரு பின் நவீனச் சிறுகதை என்று சொல்ல முடியாது. காரணம் அந்தக் கதை எழுதப்பட்ட நடை. மரணமடைந்த மதியின்பால் மிதமிஞ்சிய அனுதாபத்தையும், இரக்கத்தையும் மன்றாடிக் கோரும் விதத்தில் ரொமாண்டிசிசக்கூறுடன் எழுதப்பட்டிருக்கிறது அந்தக் கதை. வாசகனிடத்தில் இரக்கத்தையும் உளநெகிழ்ச்சியையும் யாசிப்பது ரொமாண்டிசிசம். பின் நவீனத்துவம் இதற்கு எதிரானது. பகடி, நகைமுரண், அங்கதம் ஆகிய கூறுகளின் மூலம் வாசகனின் சமநிலையைக் குலைப்பதே பின் நவீன விவரணை. அதுபோன்ற பின் நவீன விவரணையில் எழுதப்பட்ட கதைகளாக எம்.ஜி.சுரேஷின் 'அவந்திகாவின் தற்கொலைக்கு ஆறு காரணங்கள்', ரமேஷ் – பிரேமின், 'பயம்' பா.வெங்கடேசனின் சில சிறுகதைகள் ஆகியவற்றைக் குறிப்பிடலாம். தமிழில் கடந்த இருபதாண்டுக் காலத்துக்கும் மேலாகப் பின் நவீனக் கதையாடல்கள் நிகழ்த்தப்பட்டு வருகின்றன. இருந்தும் அதிக அளவில் பின் நவீனச் சிறுகதைகள் தமிழில் எழுதப்படவில்லை. அமெரிக்க,ஐரோப்பிய இலக்கியத்தோடு ஒப்பிட்டுப் பார்க்கும்போது தமிழில் போதிய அளவு பின் நவீனக் கதையாடல்கள் எழுதப்படவில்லை என்றே சொல்லவேண்டும். அதற்குக் காரணம் தமிழில் பின் நவீனத்துவம் உரிய வரவேற்பைப் பெறவில்லை என்பதாக இருக்கலாம். தவிரவும், பின் நவீனத்துவம் தமிழில் சரியானபடி புரிந்து கொள்ளப்படாமையே என்றும் சொல்லத் தோன்றுகிறது. அமெரிக்காவிலும், ஐரோப்பாவிலும் திரைப்படங்களே பின் நவீனத் தன்மையுடன் எடுக்கப்படுகின்றன. திரைப்படம் என்பது வெகுசன ஊடகம். அதிலேயே பின் நவீனத்துவம் நுழைந்து விட்டது. இங்கோ பின் நவீனத்துவம் இன்னும் ஒரு சிறு குழு

சார்ந்த விஷயமாகவே பார்க்கப்பட்டு வருகிறது. மேற்குலகம் பின் நவீன எழுத்தாளரான மார்க்வெஸை நோபல் பரிசு கொடுத்துக் கொண்டாடுகிறது. கிழக்கே ஜப்பானியப் பின் நவீன எழுத்தாளரான ஹரூகி முரகாமியின் எழுத்துக்களை உலகமே கொண்டாடுகிறது. இந்தியரான சல்மான் ருஷ்தியின் பின் நவீனப் பிரதிக்குப் புக்கர் பரிசு கிடைக்கிறது. இந்தியாவில்கூட வடக்கே ஒரு பின் நவீனவாதியான கோபி சந்த் நாரங்கால் சாகித்ய அகாடமியின் தலைவராக வர முடிகிறது. இங்கோ தமிழில் பின் நவீனத்துவவாதிகளுக்கு உரிய அங்கீகாரம் கிடைப்பதில்லை. பொதுவாக எல்லா விஷயங்களிலும் எதிரும் புதிருமாக நிற்கும் கல்வியாளர்களும், இலக்கியவாதிகளும்கூடப் பின் நவீனத்துவத்தைப் புறக்கணிப்பதில் மட்டும் ஒன்றுபடுகிறார்கள். இதனாலேயே, ஆர்வத்துடன் பின் நவீனச் சிறுகதைகளை எழுத முற்படுபவர்கள்கூட விரைவிலேயே அந்த முயற்சியைக் கைவிட்டு விடுகிறார்கள். வழக்கமான யதார்த்தச் சிறுகதைகளில் மூழ்கிச் சுகம் காண்கிறார்கள். இந்த இடர்ப்பாடுகளைக் கடந்துதான் தமிழ்ப் பின் நவீனச்சிறுகதை தனது நெடிய பயணத்தைத் தொடர்ந்தாக வேண்டும்.

**26-27.4.2011 அன்று சென்னையில் சாகித்ய அகாடமி ஒழுங்கு செய்திருந்த 'தமிழ்ச்சிறுகதைகள்–ஒரு நூற்றாண்டு' என்ற கருத்தரங்கில் வாசிக்கப்பட்ட கட்டுரை.**

# தமிழகச் சிறுகதை
## (1950 - 2000)

### நாஞ்சில் நாடன்

தமிழ்ச்சிறுகதை, நூற்றாண்டு வரலாறுடையது என்பார்கள். முதல் சிறுகதையை எழுதியது வ.வே.சு. ஐயரா, பாரதியா எனும் தருக்கம் மிக மெல்லிய குரலில், முனகல்கள் போல, இன்னும் ஆங்காங்கே கேட்கக் கிடைக்கிறது. அதெல்லாம் இல்லை... கதை என்பது முதல் தமிழனின் கபாலத்தினுள் உறைந்து கிடந்ததொன்றுதான் எனவும், சங்கப் பாடல்களிலும் நாட்டார் கதைகளிலும் எழுதப்படாத வடிவங்களிலும் இறைந்து கிடந்ததுதான் எனவும் எதுவுமே புதிது கிடையாது எனவும் ஆய்வாளர்கள் பல்கலைக்கழக அரங்குகளில் பொழிகிறார்கள். ஆனால், படைப்பு பழங்கணக்குப் பார்த்துக்கொண்டிருப்பதில்லை. முட்டை முந்தியதா பெட்டை முந்தியதா என்பதும் அதன் கவலை இல்லை.

நூற்றாண்டுக் காலச் சிறுகதைப் பரப்பை எண்ணிப் பார்க்கிறபோது ஏராளமான முகங்கள் மாறிமாறித் தென்படுகின்றன. 1950க்கு முன்பு சற்று விரிந்த தளத்தில் கடைக்கால் ஊன்றியவர்கள் எனவும் காலம் இந்த ஐம்பதாண்டுக் காலத்தில் அழித்துவிடாதவர்கள் எனவும் தமிழ்ச் சிறுகதைக்கு ஒரு இயக்கம் கொடுத்தவர்கள் எனவும் நாம் புதுமைப்பித்தன், மௌனி, கு.ப.ரா., கு. அழகிரிசாமி

என இன்றும் பாராட்டுகிறோம். அவர்களில் மௌனி தனது சிறுகதைகளில் மூன்றில் ஒரு பங்கை 1950க்குப் பிறகுதான் எழுதினார் அல்லது வெளியிட்டார் என்றாலும் தொடக்ககாலக் கலைஞர்களில் ஒருவராகவே இன்று கருதப்படுகிறார்.

மேலே குறிப்பிட்ட எழுத்தாளர்கள் சரித்திரமாகி நின்றுவிட்ட பிறகு 1950இன் தொடக்கம் தமிழ்ச் சிறுகதையின் களப்பிரர் காலம் எனக் கணிக்கும் திறனாய்வாளர்கள் உண்டு. இந்தப் 'பொற்காலம்' அல்லது 'இருண்ட காலம்' போன்ற பிரயோகங்கள் தனியாக ஆராயப்பட வேண்டியவை.

ஐம்பதுகளுக்குப் பிறகு ஆவேசமாய் நிகழ்ந்தது ஜெயகாந்தன் பிரவேசம். "ஐம்பது அறுபதுகளில் லட்சக்கணக்கில் வெளியாகும் வெகுஜனப் பத்திரிகைகளில் இலக்கியத் தரமான கதைகள் இல்லை என்கிற வசை என்னால் கழிந்தது" என்றும் "தமிழ்ச் சிறுகதை உலகில் இந்த அரை நூற்றாண்டுக் காலத்தில் உலகின் தரத்துக்கு உகந்த கதைகளை எழுதித் தமிழையும் தங்களையும் உயர்த்திக்கொண்ட ஒரு சில எழுத்தாளர்கள் உண்டு. அவர்களில் நானும் ஒருவன்" என்றும் நம்பியவர் அவர்.

ஆனால் தமிழ்ச் சிறுகதைப்பரப்பில் ஜெயகாந்தன் இடம் எது என்பது இன்று வெகுவாக விவாதத்துக்கு உள்ளாக்கப்பட்டு வருகிறது.

வணிக இதழ்கள் பரபரப்பாகத் தூக்கிப் பிடித்த எழுத்துக்கள் பின்பு சுவடற்றுப் போய்விட்ட வரலாறு நம்முன் கிடக்கிறது. ஆனால் ஜெயகாந்தன் மட்டும் அதிலொரு விதிவிலக்கு என்று சொல்லத் தோன்றுகிறது. வணிக இதழ்களில் குறிப்பிடும்படி எழுதியவர்களைப் பிரதிநிதிப்படுத்துபவர் என்றும் சொல்லலாம்.

சமூகத்துடன் நேரடியான எதிர்கொள்ளலை நிகழ்த்திய சிறுகதையாளர் புதுமைப்பித்தன் என்றால், அந்த வகையில் ஜெயகாந்தனுக்குள்ளும் ஒரு தொடர்ச்சி உண்டு.

தமிழ்ச் சிறுகதையுலகில் வெகுஜன எழுத்து, தீவிர இலக்கிய எழுத்து என்னும் பிரிவு கல்கி – புதுமைப்பித்தனின் தொடர்ச்சியாக, ஐம்பதுகளில் தீவிரப்பட்டுவிட்டது என்பது காணக்கிடைக்கிறது. வணிக எழுத்துக் குவியலில் தேர்ந்தெடுக்கப்பட்ட மாதிரி ஜெயகாந்தன் எனில், அவர் காலகட்டத்திலேயே எழுத வந்த சுத்த இலக்கிய முயற்சிகளுக்கு எடுத்துக்காட்டாகச் சுந்தர ராமசாமி.

தமிழில் சிற்றிதழ்கள் மட்டும்தான் சிறுகதையின் தளம் விரிவாகவும் வேகமாகவும் இயங்கத் தொடர்ந்து வழிவகுத்துத் தந்து கொண்டிருந்தன. கடந்த ஐம்பது ஆண்டுகளில் ஐம்பதுக்குப் பிறகும் சிறுகதை இயக்கத்தை அவமானப்படுத்தவும் குழிதோண்டிப்

புதைக்கவும் வணிக இதழ்கள் தீவிரமாக முனைந்தபோது சிற்றிதழ்கள்தான் இயக்கத்தைக் காப்பாற்றப் போராடியவை.

கொடுமை என்னவெனில் கொண்டாடப்படும் பெயர்பெற்ற எழுத்தாளனே தலைசிறந்த எழுத்தாளன் என்று தமிழன் இன்னும் நம்பிக் கொண்டிருப்பதுதான்.

ஐம்பதுகளுக்குப் பிறகு பொதுவுடைமைத் தத்துவத்தின் தாக்கம் சிறுகதைக்குள்ளும் தீவிரமாக ஊடுருவியது. வறுமை, வேலையில்லாத் திண்டாட்டம், சாதிக் கொடுமை அவற்றின் சகல நிறங்களுடனும் தீட்டப்பட்டன. யதார்த்தவாதம் எனவும் சோசலிச யதார்த்தவாதம் என்றும் முற்போக்கு இலக்கியவாதிகள் என்றும் தத்துவச் சார்புடைய எழுத்துக்கள் என்றும் பீறிட்டுக் கிளம்பின அறுபது எழுபதுகளில். ஒரு பக்கம் புதுமைப்பித்தனின் தொடர்ச்சியான நம்பிக்கை வறட்சி என்னும் பொதுச்சரடும் தனிமனித ஆற்றாமையும் உள்மனச் சிக்கல்களின் தாக்கமும் கொண்டவர்கள். இன்னொரு பக்கம் தமது கொள்கைகளைப் பிரகடனம் செய்துகொண்டு புரட்சியால் உலகைப் புரட்டிவிட முடியும் என நம்பிக்கை கொண்ட முற்போக்குவாதிகள். இருவருமே யதார்த்தவாதத்தைக் கையாண்டார்கள், எனினும் முற்போக்குவாதிகள் அதனைத் தமது மாபெரும் ஆயுதமாகக் கருதிப் படைக்கத் துவங்கினர்.

பொதுவுடைமைச் சாயல் கொண்ட சிறுகதையாசிரியர்களில் யதார்த்தவாதப் பாணி மூலம் சிறுகதையை வலுவாகக் கையாண்டவர்கள் பூமணி, பா. செயப்பிரகாசம் போன்றவர்கள். ஆனால், பொதுவுடைமைச் சார்பு இல்லாமல், அற்புதமான சிறுகதைகள் படைத்த வண்ணநிலவனையும் கிருஷ்ணன் நம்பியையும் இங்குக் கருத்தில் கொள்ளவேண்டும்.

பிரகடனங்கள் ஏதும் செய்து கொள்ளாத யதார்த்தவாதச் சிறுகதைகள் எழுதிய ஜி. நாகராஜன், கி. ராஜநாராயணன் ஆகியோருக்குப் படைப்பையும் தத்துவத்தையும் தனித்தனியாகப் பிரித்துப் பார்க்கத் தெரிந்திருந்தது. தத்துவம் படைப்பை எந்த எல்லைவரைக்கும் பாதிக்கலாம், படைப்பாளி அதை எதுவரை அனுமதிக்கலாம் என்பதையெல்லாம் விரிவாக யோசித்துப் பார்க்கவேண்டும். இராசேந்திர சோழனின் சிறுகதைகளை ஆழமான தத்துவப் பார்வையும் கலை நேர்த்தியும் கொண்ட எழுத்துக்கு எடுத்துக்காட்டாகச் சொல்லலாம்.

தி. ஜானகிராமனைப் போலச் சிறுகதைகளில் நுணுக்கமும் கலையம்சமும் அகவயமான பார்வையும் கொண்ட ஆ. மாதவனின் சிறுகதைகள்கூட ஒரு வகையில் யதார்த்தவாதப் பாணிதான். ஆனால் அவரிடமும் பிரகடனங்கள் ஏதுமில்லை.

யதார்த்தவாதம் கொடிவீசிப் பறந்து கொண்டிருந்த காலத்தில், வண்ணநிலவனுக்கும் பூமணிக்கும் சமகாலத்தவரான வண்ணதாசனுடைய எழுத்துக்களை யதார்த்தவாத எழுத்துக்கள் என்று வரையறைப்படுத்துவதில் எனக்குத் தயக்கம் உண்டு. மனித சோகமும் வறுமை விளைவிக்கும் சோகமும் பூமணியின் சிறுகதைகள் எனில் அன்பு, வண்ணதாசனுடைய பிரச்சனையாயிற்று. அன்பினால் மோசடி செய்கிறவர் என்ற அவர் மீதான விமர்சனக் குற்றச்சாட்டு மிகவும் அதீதமானது; அவருடைய சிறுகதைகளின் அடிப்படையையே தகர்ப்பது; நியாயமற்றது. சிறுகதைகளின் தன்மையைப் பூமணிக்குள்ளும் ஆ. மாதவனுக்குள்ளும் வண்ணநிலவனுக்கு உள்ளும் மாத்திரமே வகைப்படுத்திப் பொருத்திப் போட்டுவிட முடியாது என்பதற்கு வண்ணதாசன் நல்ல எடுத்துக்காட்டு.

முற்போக்குச் சிறுகதைகளின் இலக்கு என்ன என்பதில், சோசலிச யதார்த்தவாத எழுத்துக்களைக் கையாண்டவர்களுக்கு நல்ல தெளிவு இருந்தது உண்மை. யதார்த்தம் அதற்கு மிகவும் பயன்பட்டது. அதனால் முற்போக்குச் சிறுகதை எழுதுபவர்கள், யதார்த்தச் சிறுகதை எழுதுகிறவரெல்லாம் ஒரு குடையின் கீழும் ஒரு கொடியின் கீழும் வரவேண்டும் என்ற எதிர்பார்ப்பு மார்க்சியத் திறனாய்வாளர்களிடம் இருந்தது.

உண்மையான கலைஞன் எப்போதுமே முற்போக்கு வாதியாகவே இருப்பான் என்பதையும், அவன் தன்னை நிரூபித்துக்கொள்ளக் கொடிபிடித்துக் கூச்சல் போட்டுக் கொண்டிருக்க வேண்டியதில்லை என்பதையும் அவர்கள் உணரத் தவறிவிட்டவர்கள். மேலும் தத்துவப் பாதிப்பு இருக்கிறது என்பதனாலேயே படைப்பு உன்னதமாகிவிட முடியும் என்பது இலக்கியத்தில் ஒரு மூடநம்பிக்கை.

படைப்பாளி அனுபவங்கள் சார்ந்து இயங்குகிறவன். அதன்மீது தத்துவச் சாயம் ஏற்றுவது என்பது படைப்பின் இயற்கை ஒளியை மறைப்பதாகும். அனுபவங்கள் சார்ந்து கிடைக்கும் பார்வைகள் முக்கியம் என்று எனக்குத் தோன்றுகிறது. எப்போதுமே கலைப்பார்வை ஒரு முகம் மட்டுமே கொண்டதல்ல. அதற்கு ஒரு முகம் மட்டுமே போதும் என்பதும் அது முற்போக்கு என்று நாம் கற்பிக்கும் முகமாகவே இருக்கவேண்டும் என்பதும் சரியான எதிர்பார்ப்பல்ல.

யதார்த்தத்தில் எழுதினாலும் தத்துவக் கொடியின் கீழே நிழலுக்கு நிற்காமல் நம்பிக்கை இழப்பினை எழுதுகிறவர்களை நச்சு இலக்கியம் படைக்கிறவர்கள், நசிவு இலக்கியம் படைக்கிறவர்கள், அழுமூஞ்சிகள், சமூக விரோதிகள், அராஜகவாதிகள் என்றெல்லாம்

பிரித்து நிறுத்திக் கசையடி கொடுத்த சக படைப்பாளிகள், திறனாய்வாளர்கள் இருந்தார்கள். ஆனால் நச்சு இலக்கியம் என்று முத்திரை குத்தப்பட்டவர்களைக் காலம் அழித்துவிடவும் இல்லை. முற்போக்கு இலக்கியம் எழுதிய பலரைக் காலம் காப்பாற்றிவிடவும் இல்லை.

எம்.வி. வெங்கட்ராமும் லா.ச. ராமாமிர்தமும் அசோகமித்திரனும் சா. கந்தசாமியும் சுந்தர ராமசாமியும் ஆ. மாதவனும் சார்வாகனும் ஜி. நாகராஜனும் ஆதவனும் தி. ஜானகிராமனும் கி. ராஜநாராயணனும் கிருஷ்ணன் நம்பியும் காலத்தின் கொடுங்காற்றில் இன்னும் சருகாகிப் பறந்து போய்விடவில்லை.

ஆனால் கடையனும் கடைத்தேறப் படைக்கப்பட்டு வந்த பொதுவுடைமை யதார்த்தவாத எழுத்துக்கள் திறனாய்வாளர்களின் எதிர்பார்ப்புகளுக்காக எழுதப்படலாயின. வாழ்வின் நெருக்கடிகள், சிக்கல்கள், துயரங்கள், எல்லாம் சிறுகதையின் அமைதி எதையும் பெறாவிட்டாலும்கூடத் தத்துவ தரிசனங்களாயின. எனவே வெளிப்பாடுகள் கலை வறட்சி மிகுந்து செத்துச் செத்து விழுந்தன. சொற்கள் மூலம் ஏழைகளையும் தொழிலாளிகளையும் வித்தை காட்டிவிட முடியும் என்ற நினைப்பு மோசம் போனது. மேலும் யதார்த்தவாதத்தில் சுதந்திரமாய்ச் சுவாசித்த சிறுகதைகள் சோசலிச யதார்த்தவாதத்தில் மூச்சு முட்டிச் செத்தன.

யதார்த்தவாதம் நல்ல சிறுகதையைத் தருவதற்கு முயற்சி செய்துகொண்டிருந்தபோது, திராவிட இயக்கம் கலை இலக்கியத் துறைகளிலும் தனது கரங்களைப் பரத்தியது. மொழியைச் சலவைத்தூள் போட்டுத் துவைத்து நிறம் போக்கி, மணம் போக்கி, திராவிடச் சாயம் ஏற்றிய படைப்புகள் வந்தன. இன்று சொல்லும் தரத்தில் ஒரு சிறுகதையாசிரியன்கூட நினைவுக்கு வரவில்லை என்பது அந்த இயக்கத்தின் இயலாமையைச் சுட்டும் அவலம். வாழ்ந்த மனிதனை அவமரியாதை செய்வதற்காகச் செத்த பிணத்தைச் செருப்பாலடிக்க வேண்டிய அவசியமில்லை. இழவு விசாரிக்கப் போகும்போதுகூடத் தனது அடையாளங்களையும் அரிதாரங்களையும் மறந்துவிடாத அரசியல்வாதிகள் போல, வெறும் மொழி அலங்காரங்களை மட்டுமே நம்பிப் பிழைக்க முயன்று தோற்றுப் போனவை அவை.

யதார்த்தவாதக் கதைகள் தமது தீவிர வேகத்துடன் வந்து கொண்டிருந்தபோதே, அபூர்வமான கலைத்தன்மைகளுடன் அசோகமித்திரனும் சுந்தர ராமசாமியும் சா. கந்தசாமியும் சிறுகதைகள் படைத்தார்கள்.

அசோகமித்திரன் பிரகடனம் செய்துகொள்ளாத நவீனத்துவவாதி. சமகாலத் தனிமனித வாழ்வின் நுட்பமான அவலங்களைக் குரலுயர்த்தாமல் எளிமையான மொழியில் சிறுகதைகளாகப் பெயர்த்தவர். மௌனியின் கையறுநிலை வேறு; அசோகமித்திரனின் அவலம் வேறு.

துர்நாற்றங்களால் வளைக்கப்பட்டுள்ள சூழல் சுந்தர ராமசாமியை மிகவும் பாதித்தது. துர்நாற்றங்களையே ரசித்துத் திளைத்து மேலேயும் பூசிக்கொண்டு தலைமீதும் தெளித்துக் கொள்ளும் மகாஜனம் மீதான நம்பிக்கை இழப்பு, அவர் கதைகளில் தெள்ளத் தெளிவாகக் காணக்கிடைத்தது.

'காடன் கண்டது' என்ற தருமு சிவராமின் சிறுகதை யில் உரைநடை, கவிதைத் தன்மையையும் தாண்டிச் செயல்பட முடியும் என்பது நிரூபணமாகியது.

சா. கந்தசாமியோ, மொழி மூலம் மொழியைத் தாண்ட முயன்றவர். 'அது மொழிக்குள்ளே அடங்கி இருப்பது அல்ல. அதற்குக் காலமும் இடமும் இல்லை என்பது போலவே, மொழியும்கூட இல்லாமற்போய் விடுகிறது. அதாவது மொழியில் எழுதப்படுகிற இலக்கியம் மொழியின் வாயிலாகவே எல்லை களைக் கடந்துவிடுகிறது' என்பது சா. கந்தசாமியின் தன்னிலை மொழிதல். ஆனால் நன்றாக எழுதிக்கொண்டிருந்த சிறுகதையாசிரியர்கள் பலருக்கும் சிறுகதை மொழி கை நழுவிப் போய்விட்டது என்பதும் அதை அவர்கள் அறிந்து கொள்ளக்கூட இல்லை என்பதும் நமது ஏமாற்றங்கள்.

தொடர்ந்து யதார்த்தவாத எழுத்துக்களில் எழுதுபவனுக்கு எண்பதுகளுக்குப் பிறகு சலிப்பு ஏற்பட்டிருக்க வேண்டும். மேலும் மேலைநாடுகளின் நவீனப் பாணிகளின் தொடர்ந்த தாக்கங்களும் அவனுள் படைப்பு மனநிலையில் மாற்றங்களைக் கொண்டுவந்திருக்க வேண்டும். எனவே சிறுகதைகளைப் படைக்கும் பாணியில் மொழியில் கையாளும் விஷயங்களில் புதிய தன்மைகள் புலப்பட்டன.

எந்த இயக்கத்தோடும் நேரடித் தொடர்பற்ற சிறுகதையாசிரியர்களின் தொகை பெருகத் துவங்கியதும் இந்தக் காலகட்டத்தில்தான். உள்ளடக்கத்திற்கு இருந்த முக்கியத்துவம் குறைந்து உருவ நேர்த்திக்கும் புதுமைகளுக்கும் சிறுகதைகள் இடமளித்தன. உள்ளடக்கம் மிக அற்பமான தொன்றாக இருந்தபோதும்கூடச் சிறுகதைகள் சில உருவத்தில் புதுமையாக இருந்தன.

யதார்த்தத்தில் திருப்தி கொள்ளாத மனநிலை, மரபில் இருந்தும் விடுதலை கொள்ளச் செய்தது. நூதனமான தத்துவச்

சிக்கல்களையும் புதிய தலைமுறை எதிர்கொண்டது. உருவம் எது, உள்ளடக்கம் எதுவென்று தீர்மானிக்கச் சிரமமான சிறுகதைகள் எழுதப்பட்டன,கோபிகிருஷ்ணன் போன்றவர்களால்.

ஆனால் அடிப்படையான சில கேள்விகள் எழுவதைத் தவிர்க்க முடியவில்லை.

இன்றும் தேவாலயங்களின் வாசல்களில், கோவில்களின் முன் மண்டபங்களில், பள்ளி வாசல்களின் முன்னால் தொழுநோயாளிகள், கை கால் முடம்பட்டோர், குருடர், சிறுவர் பிச்சை எடுக்கிறார்கள்.

இன்றும் திருமண வீட்டின் விருந்துக் கூடங்களில் நீரிழிவு நோயாளிகளும் இரத்த அழுத்தக்காரர்களும் விள்ளாமல் வைத்து விட்டுப் போகும் இனிப்பு வகைகள் எச்சிற் கூடைக்குப் போய், அங்கிருந்து பொறுக்கப்பட்டுப் பாலிதீன் பைகளில் சேகரிக்கப்பட்டுக் குப்பத்துக் குழந்தைகளுக்கும் முதியோருக்கும் விநியோகம் ஆகின்றன. இன்றும் ரயில் தடங்களில் வீசப்பட்ட எச்சில் பொட்டலங்களில் மிச்சம் தேடுகிறான் மனிதன்.

ஆனால் வாழ்வின் அவலங்களோடும் உள்ளார்ந்த வேதனைகளோடும் தவிப்புகளோடும் படைக்கப்பட்ட சிறுகதைகள் வேறு செய்திகளில் கவனம் கொள்ளலாயின. ஜெயகாந்தன் பாணிக் கதைகளின் தொடர்ச்சி அல்ல நான் கோருவது. தொடக்கத்தில் காணப்பட்ட வண்ணநிலவனின், கந்தர்வனின், பூமணியின், தமிழ்ச்செல்வனின் வீரியங்கள் தொடர்ந்து வரவில்லை. அனுபவ நகல்களும் போலிகளும் ஒருதலைப்பட்சப் பார்வைகளும் பதிவாகிப் புறக்கணிக்கப்படும் நிலையில் துன்புறும் மனிதன் சிறுபான்மை ஆகிப்போய்க் கவனிப்பாரின்றிக் கிடந்தான். தத்துவங்கள் எதுவும் அவனைப் பொருட்படுத்த வேண்டிய நிர்ப்பந்தங்கள் அற்றுப்போய் நின்றன. கலை நேர்த்தி பற்றிப் பேசுகிற எழுத்துக்கள் மனிதனின் உடைவை, சிதிலத்தை, இருண்மையைப் பேசினவே தவிர உதிரிகளை, விளிம்பில் கை சலிக்கத் தொங்கிக் கிடப்பவர்களைப் பேசும் வலுவான சிறுகதைகள் அருகியோ புறக்கணிக்கப்பட்டோ வருகின்றன.

1975 வாக்கில் நான் எழுத வந்தபோது எனக்கு முன்பே எழுதி வெற்றி கண்ட, நான் ஒரு பாமர ரசிகனைப்போல வியந்து பாராட்டி நின்ற சிறுகதையாளர்களின் தீவிரங்கள் எல்லாம் இன்று ஊற்று வற்றிய பாழடைந்த கிணறுகளாகப் போனதேன்? வண்ணதாசனை விட்டுவிடலாம். அவர் அன்பின் நுட்பங்களை இன்னமும் தேடிக்கொண்டு போகிறவர்தான். ஆனால் 'எஸ்தர்', 'பாம்பும் பிடாரனும்' ஆகிய கதைகள் எழுதிய

வண்ணநிலவனுக்கு என்ன ஆயிற்று? அம்பையின் சீற்றம் போய் ஒளிந்துகொண்டதெங்கே? பூமணிக்கு நேர்ந்ததென்ன?

சிறுகதை எழுத்தாளன் தன்னைப் புதுப்பித்துக்கொள்வதுடன், நவீனப்பட்டுக் கொள்வதுடன் அடிப்படைச் சிக்கல்களிலிருந்து அகன்றுவிடவும் கூடாது என்று எனக்குத் தோன்றுகிறது. உலக இலக்கியப் போக்குகளில் தன்னை ஈடுபடுத்திக் கொள்வதுடன் சொந்த மண்ணின் வேரைக் களைந்துவிடவும் கூடாது என்று தோன்றுகிறது.

வறுமையும் வேலையில்லாக் கொடுமையும் புதுமைப்பித்தன் காலத்திலும் ஜி. நாகராஜன் காலத்திலும் பூமணி காலத்திலும் இன்றும் தொடர்ந்துவரும் பிரச்சனைகள்தான் என்றாலும் சிறுகதைப் படைப்பாளர்கள் அலுத்து போய்விட்டனர் போலிருக்கிறது.

யதார்த்தப் பாணியில் அற்புதமான சிறுகதைகள் படைத்த கோணங்கி, இன்று ஆள் நடமாட்டமில்லாத அத்துவானங் களில் அலைந்து திரிந்து கொண்டிருக்கிறார். நவீனத்துவம், அமைப்பியல்வாதம், பின் நவீனத்துவம், மாய யதார்த்தம் எல்லாம் தாண்டிய பெருவெளியில் அவரது அலைவுகள் சம்பவிக்கின்றன. சோ.தர்மனுக்கு யதார்த்தமே இன்னும் போதுமானதாக இருக்கிறது. விமலாதித்த மாமல்லனும் சுரேஷ்குமார இந்திரஜித்தும் மனிதனின் அகமனச் சிக்கல்களை மட்டும் ஆழமாகப் பார்க்கிறார்கள். நோயும் வறுமையும் இயலாமையும் திலீப்குமாருக்கு இன்னும் பிரச்சனைதான். ஆனால் வாசகன் நையாண்டியில் வெகுநேரம் திளைத்துப் போகிறான்.

அமைப்பியல்வாதமும் நவீனத்துவமும் பின்நவீனத்துவமும் மாய யதார்த்தமும் தமது ஆட்சிகளை அதிதீவிரமாகச் செலுத்த ஆரம்பித்த நிலையில் சிறுகதை மையத்தை அறவே துறக்க ஆரம்பித்தது. பல்திசைகளிலும் சிதறி விரியும் தன்மை கொண்டதாக மாறிற்று. துணிச்சலும் எப்பொருளையும் கையாளும் திறனும், மொழியைத் தேர்ந்த சிலம்பு வீச்சுக்காரனைப் போலச் சுழற்றும் ஆற்றலும் கொண்டதாயிற்று. பலநூறு ஆண்டுகளாகக் கட்டப்பட்ட சீலங்களைப் பொழிக்கும் வேகம் கொண்டதாயிற்று.

நேர்மையான கலைஞன் தன்னைக் கட்டுப்படுத்துகிற விஷயங்கள் என்னவென்பதை அறிவான். அதற்கெதிரான கலகக்காரனாக உருவாகும் அதே நேரத்தில் கட்டுப்பாடுகளின் வல்விலங்குகளுக்கு அவன் தணிந்தும் போகிறான்.

யதார்த்தவாதம் சிறுகதைகளில் பேராட்சி செய்து கொண்டிருந்த காலகட்டத்திலேயே அதனின்றும் வெகுதூரத்தில்

விலகிப்போன தளங்களிலும் சிறுகதை இயங்கிக் கொண்டிருந்தது என்பதுதான் உண்மை. இன்று மதிப்பீடு செய்கிற கோணத்தில், எப்படிச் சா. கந்தசாமியையும் அசோகமித்திரனையும் யார்த்தவாத எழுத்தாளர்கள் என்று சொல்ல முடியாதோ, அதே விதத்தில் ந. முத்துசாமி எழுதிய அபூர்வமான கதைகளையும் அவற்றோடு ஒப்பிட முடியாது. நகுலன் முற்றிலும் மாறுபட்ட நனவோடைப் பாட்டையில் தனது கதைப் பயணத்தை நடத்திக் கொண்டிருந்தார்.

தமிழ்ச் சிறுகதைப் பரப்பை ஊன்றிப் பார்த்தோமானால் ஒன்றிலிருந்து ஒன்று கிளைத்தது என்று அறுதியிட்டுக் கூறிவிட முடியாது. ஒன்றைப் புறக்கணித்து ஒன்று கிளைத்தது என்றும் கூறிவிட இயலாது.

அத்தனை வகைகள், அத்தனை பாணிகள்...

நவீனப் படைப்பாளி கடந்த இருபது ஆண்டுகளில் மேலும் தனிமைப்பட்டுப் போய்க்கொண்டிருப்பவன். இந்தக் காலகட்டத்தில் அவன் எதிர்கொள்வது எதிர்வாதம், நம்பிக்கை இழப்பு, இருண்மை. அரசியல் சகல விதங்களிலும் அவனைக் குழப்பிக் கொண்டிருக்கிறது. அவனைக் கட்டுப்படுத்துகிறது. அவனைத் தகர்க்கிறது. இவற்றிலிருந்தெல்லாம் தன்னை விடுவித்துக் கொள்ளும் நோக்கமாகத்தான் அவன் நவீனத்துவத்திற்குள்ளும் புகலிடம் தேட வேண்டியதாயிற்று.

படைப்பினுள் சொல்லொணாச் சுதந்திரத்தை அனுபவிக்க அவனுக்கு வசதி உண்டு. ஆனால் அந்தச் சுதந்திரத்தை அவன் எப்போதும் முழுமையாகப் பயன்படுத்தி வந்தவன் என்று தீர்மானமாகச் சொல்லிவிட முடியாது. படைப்பாளியைக் கட்டுப்படுத்துவது இங்கு அரசியல் மாத்திரமல்ல; பண்பாட்டுக் கட்டளைகள், மரபுத் தளைகள், மொழிப் பீடங்கள், மத இன அச்சுறுத்தல்கள்.

தன் கேள்விகளுக்கான விடைகளைத் தொன்மங்களில் இதிகாசங்களில் தேட வேண்டிய நிர்பந்தத்தைச் சிறுகதையாசிரியனுக்கு ஏற்படுத்தியதும் இந்த நெருக்கடிகள்தான். அதற்கானதோர் சுதந்திரத்தை நவீனத்துவம் படைப்பாளிக்கு வழங்கியது. ஜெயமோகன் புராணங்களின் உள்ளே அலைந்து திரிவதன் காரணம் மேற்சொன்ன கட்டுப்பாடுகளை மீறும் முயற்சிதான். தொன்மங்களின் துணையற்று அவர் கதை சொல்லத் தெரியாதவர் என்பதல்ல. மேலும் பல காலமாய் வழங்கிய புனைகதை நடை, வாசகனைச் சோர்வுறச் செய்தபோது உருவம் உத்தியளவில் மட்டுமல்லாமல் கதாசிரியன் பல பரிசோதனைகளைச் செய்து பார்க்க முனைந்தது எண்பதுகளுக்குப்

பிறகே. மொழியை அரசியல்வாதிகளும் மேடைப்பேச்சாளர்களும் சினிமாக்காரர்களும் வணிக இதழாளர்களும் அடித்துத் துவைத்துக் கந்தலாக்கி வைத்திருந்தார்கள். செத்த பிணம் தூக்கிச் செல்லும் சவ வண்டிக்குக்கூட ஆடம்பரமான பெயர்கள் - அமரர் ஊர்தி, வானவர் ரதம், சொர்க்க வாகனம் என்று சூட்டப்பட்டன. எனவே கந்தலாகிப் போன துணியை விசையும் வலியும் கூட்ட வேண்டி முறுக்கியோ நனைத்து முறுக்கியோ அடிக்க வேண்டியிருந்தது.

ஜெயமோகன் தனது சிறுகதைக்கான சிறப்பான மொழியைத் தேர்ந்தெடுத்துக்கொண்டது இவ்வாறாகத்தான் இருக்கவேண்டும்.

கையாளுவதற்குச் சங்கடம் ஏற்படுத்திய மனத்தடைகள் பலவற்றை நவீனத்துவம் உடைத்தெறிந்தது. நான் சாருநிவேதிதா கதைகளை மனதில் கொண்டு மாத்திரம் இதைச் சொல்லவில்லை. 'உள் நுழைந்த மூஞ்சுறு' எனப் பெருமாள்முருகன் சமீபத்தில் எழுதிய கதை அடங்கலாகத்தான்.

மேலும், இருபதாம் நூற்றாண்டின் இறுதியில், மனித மனம் சில்லுசில்லாய் உடைந்துபோய்க் கொண்டிருந்தது. சாரு நிவேதிதாவின் கதைகள் சிதறுண்டு போன மனித மனங்களின் வெளிப்பாடுகள் என்று சொல்லும்போது பழமைவாதிகள் அதைப் பாலியல் வக்கிரம் என்றார்கள். எதை நேற்று வக்கிரம் என்று நினைத்தோமோ அது இன்று வக்கிரமாக இல்லை. இன்று வக்கிரம் என்று நாம் தள்ளுபவைகூட நாளை அவ்விதமே ஆகிப்போகும். கோவையில் பாலுறவுத் திரைப்படங்கள் திரையிடும் அரங்கிற்கு வரும் மனிதர்களின் சராசரி வயது ஐம்பது என்று காண, எனக்கு ஆச்சரியமாக இருந்தது. ஆழ்மனதில் மனிதன் என்னவாக இருக்கிறான் என்பதைச் சாரு நிவேதிதா தோண்டி வெளியே வீசும்போது, மூக்கைப் பொத்தி என்ன பயன்?

நடந்துபோகும் வழியில் இருக்கும் பாழுங்கிணறு, எட்டிப்பார்த்த 1950இன் சிறுகதையாசிரியனுக்கும் 1970இன் சிறுகதையாசிரியனுக்கும் 1990இன் சிறுகதையாசிரியனுக்கும் தந்த உணர்வுகள் ஒன்றாகவே இருக்கவேண்டும் என்று ஒரு கட்டாயமும் இல்லை.

இன்று தடுக்கப்பட்ட சொற்கள், பிரயோகங்கள் கிடையாது. மொழியை அதிக உரிமையுடன் கையாளும் சொந்தம் தெரிகிறது. சிறுகதைப் பிரதேசங்கள் இவை மட்டுமே என்ற வரையறை இல்லை. எவரும் இன்றைய சிறுகதையாசிரியனிடம் தமிழ் ஆசிரியர் பணி செய்யவும் இயலாது. ஐம்பதுகளுக்கு முந்திய இலக்கியவாதி நேர்கொண்ட சவால்கள் வேறு; இன்றைய இலக்கியவாதி நேர்கொள்ளும் சவால்கள் வேறு.

ஜெயமோகன் சொல்கிறார், "எந்தக் கதாசிரியனும் அடிப்படையில் ஒரு கேளிக்கையாளனும்கூட. கவிஞனில் இருந்தும் தத்துவவாதியிலிருந்தும் விமர்சகனிலிருந்தும் முற்றிலும் வேறுபட்டவன் கதாசிரியன். அவனுடைய தளங்கள் எதுவாக இருப்பினும் சரி, முற்றிலும் கேளிக்கை அம்சமில்லாத கதை நல்ல இலக்கியப் பண்பு அல்ல" என்று.

பல நவீனத்துவ, பின் நவீனத்துவக் கதைகள் இந்தக் கேளிக்கை அம்சத்தைப் பொருட்படுத்துவதில்லை. திலீப்குமாரின் 'கடவு' வாசகனை மறுத்துப் புறம் தள்ளாதபோது ஜீ. முருகனின் 'கன்னி' அல்லது குமார செல்வாவின் 'குறுவெட்டி' புரிதல் பற்றிய சிக்கலைக் கொண்டிராதபோது, எஸ். ராமகிருஷ்ணனிடம் வாசகன் இச்சலுகையை இயல்பாகப் பெற்றுக் கொள்ளும்போது, கோணங்கி எந்தச் சலுகையையும் வாசகனுக்குத் தர மறுக்கிறார். எனக்கு மிகவும் புதிராக இருக்கும் விஷயம் இது. காலம் என்ன சொல்லப் போகிறது என்பதைக் கண்டு தெளிய எனக்குக் காலம் மறுக்கப்பட்டு விடவும் கூடும்.

தேர்ந்த நாட்டியக்காரி தப்பு செய்தாலும் அதுவும் ஒரு அடவு என்றெண்ணி ரசிக மனம் இடம் கொடுப்பதைப் போலப் பின் நவீனத்துவம், மாய யதார்த்தவாதம் எனும் போர்வையில் பிழையான அடவுகள் பலவகையில் வந்து விழுந்து கொண்டிருப்பதையும் வாசகன் கண்டுகொள்ளாமல் இல்லை.

இலக்கியம் என்பது அற்பத் தந்திரங்களும் மோடி வித்தைகளும் அல்ல. சர்க்கஸ் கோமாளி வேஷம் போடுபவன்கூட பல்துறை நிபுணனாக இருப்பான் என்று சொல்வார்கள். எந்தப் புதிய முயற்சிகளிலும் ஈடுபடுபவர்கள், அதை நினைவில் கொள்வது நல்லது.

நகுலன் சொல்கிறார், "*machine has taken over*" என்று. நவீன மனிதனின் சிதைவுகளுக்குக் காரணங்களில் அதுவும் ஒன்று என்று கொண்டால் நவீனச் சிறுகதைகளையும் அது வெகுவாகப் பாதித்து வந்துள்ளதைப் பார்க்கிறோம். மேலும் சுற்றுச் சூழல், இயற்கை மீதான நாட்டம், இயற்கைக்குத் திரும்பிச் செலுத்துதல் ஆகிய புரிதல்களும் நவீனச் சிறுகதைகளுக்குள் பரவிக் கிடக்கின்றன.

பிறமொழிப் பிரதேசங்களில் தலித் மக்களின் எழுச்சி தலித் இலக்கியமாகவும் வளர்ந்தெழுந்ததைப் போலத் தமிழிலும் தலித் இலக்கியம் என்ற பிரகடனத்துடன் சிறுகதைகள் படைக்கப்பட்டன. ஏற்கனவே தலித் பிரச்சனைகளைக் கையாண்ட எழுத்தாளர்கள் முக்கியத்துவம் பெற்றார்கள். ரவிக்குமார் கூறுவதைப்போல, தலித் அல்லாதவருக்குத் தலித்தியம் பேசுவதில் அனுகூலம் இருந்தது. எனவே சில சிறுகதையாளர்கள்

திடீர் தலித் எழுத்தாளர்கள் எனத் தோற்றம் கொண்டார்கள். பின்பு தலித் பிரச்சனையைத் தலித் மட்டுமே சரியான உணர்வுடன் படைக்க முடியும்; பிற எழுத்தாளர்கள் கையாள முடியாது என்றனர். அது மிகச்சரியான வாதம் என்றே தோன்றியது. திறனாய்வில் மார்க்சியப் பார்வை, பின் நவீனத்துவப் பார்வை என்பதுபோல் தலித்தியப் பார்வை என்பதும் வந்தது. ஆனால் சிறுகதை, தலித் சிறுகதையோ பின் நவீனத்துவச் சிறுகதையோ அடிப்படையில் அது இலக்கியமாக இருக்க வேண்டும். வெகுவான ஆதரவு இருந்தும் தலித் சிறுகதைகள் வளமாக இருக்கின்றன என்று சொல்ல முடியவில்லை. பலர் இன்னும் பழைய யதார்த்தப் போக்கையே கையாண்டிருக்கிறார்கள்.

பின்னர் பெண்ணியச் சிறுகதைகள் வந்தன. அவற்றில் பெரும்பான்மை ஆண்களால் எழுதப்பட்டன. தமிழ்ச் சிறுகதையாளர்களில் தேர்ந்த ஒருவரான அம்பையைப் பெண்ணியச் சிறுகதையாளர் என்கிறார்கள். அது முழுமை யான பார்வை அல்ல. பெண்ணியம் அவரிடம் இருக்கலாம். இருக்கிறது. ஆனால் அந்த வரம்புக்குள் மட்டும் கட்டுப்படுகிறவை அல்ல அவரது சிறுகதைகள். 'வீட்டின் மூலையில் ஒரு சமையலறை' ஒரு பெண்ணியக் கதை மட்டுமே அல்ல.

பழைய முற்போக்குவாதிகள் பலருக்கும் கிடைத்த புதிய ஆயுதங்களாயின தலித்தியமும் பெண்ணியமும், பெரியாரியமும் தனித் தமிழியமும். ஆனால் கையாளத் தெரியாதவன் கையில், என்ன ஆயுதம் கிடைத்து என்ன பயன்?

இந்தக் காலக்கட்டத்தில், திறனாய்வுக்குள்ளும் புதிய பார்வைகள் வந்தன தமிழில். படைப்பின் பல இருண்ட பிரதேசங்களில் புதிய ஒளிகள் பாய்ச்சப்பட்டன. தமிழ்ச் சிறுகதைக்குப் புதியதோர் கதி கிடைக்கும் என்ற நம்பிக்கை வளர்ந்தது. ஆனால் திறனாய்வாளர்கள், அகழ்வாராய்ச்சிகள் செய்வதிலும் ஈடுபடலாயினர். குருபீடங்களில் அமர்ந்து கொண்டவர்கள் எழுத்தாளர்களை மறுகண்டுபிடிப்பு செய்து சவங்களைப் புடைப்பதில் ஈடுபட்டனர். இன்றைய மதிப்பீடுகளை வைத்துக்கொண்டு வெளிநாட்டுப் புத்தகங்களின் வெளிச்சத்தில் ஐம்பது ஆண்டுகளுக்கு முந்திய படைப்பை மறு கண்டுபிடிப்போ, மறுபார்வையோ, மீள்பார்வையோ செய்யும் திறனாய்வில் காய்தல் உவத்தல் கொண்டுதான் கருத்துக்கள் வெளிவரும்.

கலைஞன் என்பவன் தனது பிரதேசத்தை, மொழியை, மதத்தை, இனத்தைக் கடந்து செல்ல முயற்சி செய்பவன். திறனாய்வாளனை விடவும் கலைஞனுக்கு உண்மையும்

நேர்மையும் நேயமும் அதிகம். அவனுள் ஓடிக்கொண்டிருக்கும் பல வகையான உணர்வுகளில் இன, மத, உணர்வுகளைப் புறக்கணித்துவிட்டு அல்லது அடக்கி ஆண்டு விட்டுத்தான் கலைப்பயணம் மேற்கொள்கிறான். ஆனால் அவன் சிறுகதையில் கையாண்டதோர் சொல்லை, உரையாடலை, பிரயோகத்தை அதன் முழுமையிலிருந்து தனிமைப்படுத்தி அகழ்ந்தெடுத்து அவனைச் சாதீயச் சேற்றில் புரளும் பன்றி என அடையாளங்காட்டும் பார்வைகள் நம்மிடம் வந்தன.

*1990*க்குப் பிறகு, சிறுகதையில் ஒரு கதாபாத்திரம் இன்னொரு கதாபாத்திரத்தைத் திட்டும்போது எச்சரிக்கை அடைய ஆரம்பித்தது. கு.ப.ரா.வின் 'பறைச் செங்கான்' பல ஆண்டுகளுக்குப் பிறகு 'பண்ணைச் செங்கான்' ஆகிவிட்டான் என்பார்கள். பார்ப்பனச் சாதிப் பெண்ணைத் தவிர வேறெந்தச் சாதிப்பெண்ணும் ஓடவோ சாடவோ செய்யும்போது முலைகள் குலுங்கக்கூடாது. கதாபாத்திரங்களும் கதாசிரியரும்கூட முக்காடு போட்டுக்கொண்டுதான் தேவாலயத்துக்கோ பள்ளிவாசலுக்கோ கோவிலுக்கோ போக இயலும். ஆனால் கள்ளுக்கடைக்கோ வேசி வீட்டுக்கோ முக்காடின்றிப் போகலாம். எனவே பெரும்பாலும் எல்லாச் சிறுகதையாசிரியர்களுமே தன்னைக் காபந்து செய்துகொள்ள ஆரம்பித்தனர்.

இன்று எந்த மனிதனும் அவன் படைப்பாளி ஆனாலும் திறனாய்வாளன் ஆனாலும் போதகன் ஆனாலும் அறிஞனோ தத்துவ ஞானியோ ஆனாலும் முற்றிலும் இனத்தை, மதத்தைத் துறந்தவன் இல்லை. ஆனால் படைப்பாளியை மாத்திரம் முதுகைக் காட்டச் சொல்லித் தோட்டா சுடுவது என்ற வீரம் நம்மிடம் வளர்ந்தது. எனவே சில ஆண்டுகளாகச் சிறுகதை சதுப்பு நிலங்களைத் தவிர்த்து, தாண்டியோ சுற்றிக்கொண்டோ போகிறது.

ஒரு வகையில் நவீனத்துவமும் பின்நவீனத்துவமும் வழங்கிய படைப்புச் சுதந்திரம் இன, மதப் பிரதேசங்களில் பறிக்கப்பட்டு விட்டதெனச் சொல்லலாம்.

திறனாய்வாளர் அல்லது தத்துவவாதி பல்துறை அறிஞனாக இருக்கலாம்; நூல் பல கற்றவனாக இருக்கலாம்; வெளிநாட்டுப் பயணங்கள் மேற்கொண்டு கற்பவனாகவோ கற்பிப்பவனாகவோ இருக்கலாம். ஆனால் அந்த அறிவு என்பதும் தத்துவச் செல்வாக்கு என்பதும் படைப்பை அடக்கி, ஆள்வதற்கோ படைப்பாளியை ஒன்றுமில்லாதவனாகச் செய்வதற்கோ அல்ல. படைப்பு என்றுமே சுதந்திரமானது; கீழடங்க மறுப்பது.

கடந்த பத்தாண்டுச் சிறுகதைகளைச் சற்றுக் கூர்ந்து நோக்கும்போது, தொன்மங்களினுள்ளும் புராணங்களினுள்ளும்

உருவகங்களினுள்ளும் எவரும் எளிதில் புரிந்துகொள்ள இயலாதபடி முறுக்கிக் கட்டப்பட்ட மொழி வேலிகளுக்குள்ளும் சிறுகதைப் படைப்பாளிகள் ஒளிந்து கொள்ள முயல்வதும் தொழில் அரசியல் அல்லது இலக்கிய அரசியல் காரணங்களுக்காகவே என்று எனக்குச் சொல்லத் தோன்றுகிறது.

கடந்த ஐம்பதாண்டுச் சிறுகதைகளை ஒரு பருந்துப் பார்வையாகவும் தேர்ந்தெடுத்தும் மறுபடியும் படிக்க நேர்ந்தபோது இந்தக் கட்டுரையில் இதுவரை குறிப்பிடாத ஏராளமான சிறுகதை ஆசிரியர்கள் – தீவிரமாகவும் தெளிவாகவும் நவீனமாகவும் கையாண்டு கொண்டிருப்பவர்கள் – என் முன்னால் ஊடாடுகின்றனர். கௌதம சித்தார்த்தன், லக்ஷ்மி மணிவண்ணன், சூத்ரதாரி, க.சீ. சிவக்குமார் போன்று.

தமிழ்ச் சிறுகதை உலகத் தரத்தையும் பிற மாநில மொழிச் சிறுகதைகளின் தரத்தையும் ஒப்பீடு செய்யும் விதத்தில் இருக்கிறது என்று பலரும் ஒத்துக் கொள்கிறார்கள். ஆனால் புதுமைப்பித்தனும் மௌனியும் தமிழ்ச் சிறுகதை வரலாற்றில் இன்னும் எவரும் கால் பதித்துத் தாண்ட முடியாத சிகரங்களில் நிற்கிறார்கள் என்றும் சொல்கிறார்கள்.

இந்த ஐம்பது ஆண்டுகாலச் சிறுகதைகளை ஒருசேரப் படிக்கும்போது புதுமைப்பித்தனும் மௌனியும் தாண்டிவிட முடியாத சிகரங்கள் அல்ல என்றும் அவர்கள் போட்ட கோடுகளைத் தாண்டியும் தமிழில் சிறுகதைகள் எழுதப்பட்டிருக் கின்றன என்றும் அந்தத் தரத்தில் தலைக்கு இரண்டு மூன்று சிறுகதைகளாவது எழுதியவர்கள் நம்மில் ஐந்தாறுபேர் இருக்கிறார்கள் என்றும் எனக்குச் சொல்லத் தோன்றுகிறது.

**காலச்சுவடு வெளியிட்டுள்ள 'தமிழ் இனி 2000' என்ற தொகைநூலில் இடம்பெற்றுள்ள கட்டுரை.**

# இருபதாம் நூற்றாண்டுத் தமிழ்ச் சிறுகதைகள்: நெட்டோட்டமான அறிமுகம்

### வீ. அரசு

மரபான கதைசொல்லல் எனும் வாய்மொழி வழக்காற்று முறைமையிலிருந்து வேறுபட்ட கதை எழுதுதல் அச்சுப் பண்பாட்டால் உருவானது. கதை சொல்லல், கதை எழுதுதல் எனும் செயல்கள் அவற்றின் பௌதீகத் தன்மைகளில் எவ்வாறெல்லாம் மாற்றங்களை உள்வாங்கிக்கொண்டன என்பதன் மூலம் கதைகள் உருவான வரலாற்றைக் கட்டமைக்க முடியும். தமிழில் புனைகதை வடிவத்தின் ஒரு பிரிவான சிறுகதை என்பது எவ்வாறு உருப்பெற்று வளர்ந்து வந்துள்ளது என்பது தொடர்பான செய்திகள் இங்கு நமது உரையாடலின் நோக்கமாக அமைகின்றன. இதைப் புரிந்துகொள்ளக் கீழ்க்காணும் வகையில் தொகுத்துக்கொள்வோம்.

- தமிழ் மரபில் கதை சொல்லும் நிகழ்வு எவ்வாறெல்லாம் கட்டமைக்கப்பட்டுச் செயல்பட்டு வந்தது எனும் புரிதல்.

- பிற பண்பாட்டு மரபுகள் தமிழ்க் கதைசொல்லல் மரபோடு எவ்வகையில் தொடர்புடையவையாக உருவாயின எனும் அறிதல்.

- நவீன அச்சுக்கருவி வருகையால், கதைசொல்லல் மரபு பெற்ற புதிய வடிவம் குறித்த விவரணங்களைக் கண்டறிதல்.

சுமார் மூவாயிரம் ஆண்டுக் கால எழுத்து மரபைப் பெற்ற மொழியாகத் தமிழ் வாழ்ந்துகொண்டிருக்கிறது. பேச்சு மரபு, எழுத்து மரபு எனும் இரு மரபுகளையும் நீண்ட காலம் உயிரோட்டமாகக் கொண்டிருக்கும் இம்மொழியில் கதை சொல்லல் மரபிற்கும் நெடிய தொடர்ச்சி இருப்பது இயல்பே. சிறு சிறு நிகழ்வுகளைச் சொல்லும் பாடல்களாகவே சங்கத் தனிப்பாடல்கள் அமைந்துள்ளன. அவற்றில் சிறுகதைக்கூறுகள் உள்ளன. கால வளர்ச்சியில் சிறுகதைகளாக அமைந்தவை, நெடுங்கதைகளாக அமைந்து, கதைப்பாடல்கள் என்னும் தன்மைகொண்ட காவியங்களும் தமிழில் உருப்பெற்றன. எழுத்து மரபு காவியக் கதைகள் என்றால் பேச்சு மரபைக் கதைப்பாடல் கதைகளாகப் புரிந்துகொள்ள முடியும். இவ்விரு தன்மைகளும் கால வளர்ச்சியோடு தமிழில் தொடர்ந்தன. அவை கருவிகள் சார்ந்த இசையோடும் சொல்லப்பட்டன. அரங்க நிகழ்வுகளாகவும் நிகழ்த்தப்பட்டன. கூத்துக் கதைகளை இவ்வகையில் புரிந்து கொள்ளலாம். கதைகூறல் எனும் மரபு இவ்வகையில் பேச்சாகவும் வேறுபட்ட பதிவாகவும் தமிழ் மரபில் செயல்பட்டுவந்ததையும் செயல்படுவதையும் நம்மால் உணர முடிகிறது. இத்தன்மை குறித்து விரிவாகப் பதிவுசெய்ய ஏதுண்டு.

தமிழ்ச் சமூக வரலாற்றில் பல்வேறு காலச் சூழலில் பல்வகையான பண்பாட்டுத் தொடர்புகள் தொடர்ந்து நடைமுறையில் செயல்பட்டு வந்திருப்பதைக் காண்கிறோம். பிராகிருதம், பாலி, சமஸ்கிருத மொழிகள் சார்ந்த பண்பாட்டுத் தொடர்புகள் தொடக்க காலம் முதலே தமிழ்ச் சூழலில் பரவலாக இடம்பெற்றிருப்பதைக் காண்கிறோம். இம்மொழி களில் உள்ள கதைகளைத் தழுவித் தமிழில் காவியங்கள் உருவாக்கப்பட்டிருப்பதைக் காண்கிறோம். பெருங்கதை, சீவக சிந்தாமணி உள்ளிட்ட காவியங்கள் இவ்வகையில் உருவாயின. இத்தன்மையின் உச்சமாகக் கம்பராமாயணம் அமைகிறது. இம்மரபு சார்ந்து தமிழில் இடைக்காலங்களில் உருவான புராணக்கதை மரபிற்கு நீண்ட வரலாறு உண்டு. தமிழ் – வடமொழி கதை மரபுகளின் இணைவு தமிழ்ப் பண்பாட்டுச் சூழலில் ஆழமான தாக்கங்களை உருவாக்கியிருப்பதைக் காண்கிறோம்.

அரேபியப் பண்பாடுகள், ஐரோப்பியப் பண்பாடுகள் ஆகியவை தமிழ்ச் சூழலுக்கு அறிமுகமான பின்னர், பல்வேறு புதிய கதைகளும் தமிழில் இடம்பெற்றன. அரபுக் கதைகள், வேதாள மரபுக் கதைகள், ஈசாப் நீதிக் கதைகள், தக்காணத்துப் பூர்வக் கதைகள், திராவிட மத்திய காலக் கதைகள் எனப் பல்வேறு மரபுகள் சார்ந்த கதைகள் தமிழில் உருவாயின. இவை பெரும்பகுதி வாய்மொழி மரபுக்கும் எழுத்து மரபுக்கும் இடைப்பட்ட தன்மைகளில் தமிழ்ச்

சூழலில் நிலவிவந்தன. இக்கதைகள் நாட்டார் வழக்காற்றுக் கதைகளோடும் ஊடாட்டம் கொண்டன. பஞ்சதந்திரக் கதைகள் இவ்வகையில் இரு மரபுகளிலும் இடம்பெற்றிருப்பதைக் காண்கிறோம். தமிழில் முதன்முதலில் அச்சு வடிவம் பெற்றதில் பஞ்சதந்திரக் கதைகளுக்கு முதன்மையான இடமுண்டு.

மேற்குறித்த வகையில் தமிழில் புழங்கப்பட்டு வரும் கதை மரபு, அச்சுக்கருவி வருகையோடு புதிய உருவாக்கத்தைப் பெறத் தொடங்குகிறது. பேச்சு மரபில் அமைந்த அச்சு மரபு உருவாகிறது. பெரிய எழுத்துப் புத்தகங்கள், அச்சுக் கட்டைகள் வழி உருவங்கள் பொறிக்கப்பட்டு அச்சடிக்கப்பட்ட புத்தகங்கள் ஆகிய பிறவற்றை இவ்வகையில் புரிந்துகொள்ளலாம். இவ்வகை யில் தமிழில் தொடக்ககால அச்சிடல் மரபு என்பது பேச்சு மரபோடு கூடிய மொழியை அச்சில் கொண்டு வருவதாகவே அமைந்தது. கதைகள் என்பவை அடிப்படையில் பேச்சு மரபு சார்ந்தே சொல்லப்படுபவை. தொடக்ககாலக் கதை அச்சிடுதலும் அவ்வகையில்தான் நடைமுறைப்படுத்தப்பட்டது. தமிழ்ச் சூழலில் கதை அச்சிடுதல் எவ்வகையில் மேற்கொள்ளப்பட்டது என்பதைப் பின்வரும் வகையில் தொகுத்துக்கொள்ள முடியும்.

- வாய்மொழி மரபில் சொல்லப்பட்ட சிறிய சிறிய நிகழ்வுகளாக அமையும் கதைகளை அச்சிடும் மரபு.
- பிற பண்பாட்டுச் சூழல் கதைகள் மொழியாக்கம் மற்றும் தழுவல் பாங்கில் தமிழில் அச்சிடும் மரபு.
- இராஜா-ராணி பாணியில் அமையும் வீரதீரச் செயல்கள் மிக்க கதைகளை அச்சிடும் மரபு.

மேற்குறித்த வகைகளில் அமைந்த கதைகள் பத்தொன்பதாம் நூற்றாண்டில் தமிழில் அச்சாகத் தொடங்கின. இவை ஓலைகளிலும் எழுதப்பட்டிருந்தன. அவற்றையும் அச்சிடும் மரபு உருவானது. இவை சிறு சிறு நூல்கள் வடிவிலும் இதழ்களிலும் அச்சிடப்பட்டன. இதழியல் உருவாக்கம் அச்சு மரபால் உருவான புதிய நிகழ்வு. இதழியல் பல்வேறு வகையான அச்சிடும் பொருண்மைகளை வேண்டி நின்றது. எனவே இதழியல் சார்ந்த கதை அச்சிடல் மரபு தமிழில் புதிதாக உருப்பெற்றது. இம்மரபில் தமிழ்ப் புனைகதை உருவாக்கம் புதிதாக எவ்வகையில் உருப்பெற்றது என்பது தொடர்பான உரையாடல் அவசியமாகிறது. இதைப் பின்வரும் வகையில் தொகுக்கலாம்.

- இதழியல் என்பது அடிப்படையில் எழுத்துப் பயிற்சி பெற்றோரின் வாசிப்புப் பழக்கம் சார்ந்து செயல்படுவது. கதை கேட்போர் கதை வாசிக்கத் தொடங்கினர். கேட்ட கதைகளை வாசிக்கும் மரபு உருவாதல்.

- பழங்கால வரலாறுகளை மீண்டும் கேட்க, வாசிக்க மனித மனம் விரும்புகிறது. இதை இதழியலில் பயன்படுத்திப் பழங்கதைகளை எழுதி அச்சிடும் மரபு உருவாதல்.
- மேற்குறித்த தன்மைகளை உள்வாங்காமல், சமகாலத்தில் புதிய மொழியில் புதிய கதைகளை எழுதும் மரபு உருப்பெறல்; இதில் கேட்பு மரபின் தன்மைகள் பெரிதும் இருக்கமாட்டா. வாசிப்பு மரபு சார்ந்து இருக்கும்.

தமிழில் புனைகதை உருவாக்க மரபை மேற்குறித்த பின்புலத்தில் புரிந்துகொள்ள முயலலாம். இதழ்களில் அச்சிடப்பட்டவை அனைத்தும் புனைகதைகளாக அமைய வாய்ப்புண்டா? அவ்வாறு இல்லையெனில், அச்சிடப்பட்டவற்றில் எவை புனைகதை என்னும் நவீன மரபுக்கு உரியவை, எவை கதைசொல்லல் என்னும் வாய்மொழி மரபிலேயே அமைந்திருப்பவை என வேறுபடுத்திக் காணுதல் அவசியம் ஆகும். இவ்விதம் வேறுபடுத்துவதன் மூலம் தமிழ்ப் புனைகதை வரலாற்றை அறிந்துகொள்ள இயலும். வாசிப்பதற்கு இதழியலில் தரப்படும் புனைவுகளில் வாய்மொழி மரபு சார்ந்தவை, புராண மரபு சார்ந்தவை, இராஜா-ராணி மரபு சார்ந்தவை எனப் பலவகைகளில் அமைந்தவை இடம்பெற்றிருக்கும். இவற்றை நவீனப் புனைகதை மரபாகக் கொள்ள இயலாது. ஆனால் சிலர் இவை கதைகள் என்பதாலேயே, நவீனப் புனைவுகளோடு இணைத்துப் பேசுகின்றனர். இதை ஏற்க இயலாது. வாய்மொழி மரபும் எழுத்து மரபும் அடிப்படையில் முரண்பட்டவை. வாய்மொழி மரபிற்குத் தேவைப்படாத பல தன்மைகள் எழுத்து மரபிற்குத் தேவைப்படுகின்றன. எழுத்து மரபு, எழுத்துப் பயிற்சி எனும் செயல்பாட்டை அடிப்படையாகக் கொண்டது. எல்லோரும் எழுத்துப் பயிற்சி பெறுவதை ஒரு காலத்தில் தடைசெய்திருந்தனர். எழுத்துப் பயிற்சி என்பதே அதிகாரமாகச் செயல்பட்டது. அதற்கான மனநிலைகள் உருப்பெற்றிருந்தன. எனவே எழுத்துப் பயிற்சி பெற்ற 'வாசகர்கள்' எனும் புதுப்பிரிவினர் உருவாயினர். புனைகதைகள் இவர்களுக்காக எழுதப்பட்டவை. இவர்கள் உருவாக்கிக்கொண்ட வாசிப்புப் பழக்கத்திற்கும் இதழியலுக்கும் நெருக்கமான தொடர்புண்டு. எனவே அச்சு எனும் நவீனக் கருவி எழுத்துப்பயிற்சி, இதழியல், வாசிப்புப் பழக்கம் எனப் பல்வேறு புதிய தன்மைகளை உருவாக்கியது. இதற்குள் இருந்து புனைகதை என்னும் நவீன வடிவத்தைப் புரிந்துகொள்ள வேண்டும். மாறாகக் கதை என்ற பொதுப் பொருண்மை சார்ந்து புனைகதை என்பதைப் புரிந்துகொள்ளக் கூடாது. அவ்விதம் புரிந்துகொள்ளும் ஆபத்து இருப்பதைக் காண முடிகிறது. கதை என்பதையும் புனைகதை என்பதையும் வேறுபடுத்திப் பார்க்கும்

தன்மையின்றித் தமிழில் புனைகதை வரலாறு எழுதப்படுவதைக் காண்கிறோம். இதனால்தான் தமிழில் 19ஆம் நூற்றாண்டிலேயே நவீனச் சிறுகதை உருவாகிவிட்டதாக எழுதுவதைச் சிலர் பழக்கமாகக் கொண்டுள்ளனர். தவறான புரிதல் சார்ந்து நிகழும் அபத்தமாக இதைக் கருதலாம். வீரமாமுனிவர், பாரதியார், அ. மாதவையா, வ.வே.சு. அய்யர் ஆகிய பிறர் நவீனச் சிறுகதைகளை உருவாக்கியுள்ளனர் எனும் கூற்றை மேற்குறித்த பின்புலத்தில் அணுக வேண்டும். இவர்கள் வெறும் கதைகளை, புராணக் கதை, நிகழ்வுகளை வெறுமனே பதிவுசெய்துள்ளனர். அவை நவீனக் கதைகளாக அல்லது சிறுகதைகளாக அமைய வாய்ப்பில்லை. மிக அதிகமான இராஜா - ராணிக் கதைகளை, வடமொழிக் கதைகளைத் தழுவித் தமிழில் எழுதியவர் வ.வே.சு. அய்யர். 'குளத்தங்கரை அரசமரம்' எனும் கதையும் நாட்டார் மரபைச் சார்ந்தது. அவருடைய கதைகளில் வாசிப்பாளன் எனும் நவீன இதழியல் மனிதனுக்குத் தேவைப்படும் கூறுகளைக் காண இயலாது. புராணிய மரபுகளே கூடுதலாக இடம்பெற்றிருக்கும். அவை வடிவம் பெற இயலாது. அ. மாதவையா கதைகளும் இவ்வகையில் அமைந்தவை. பாரதி மற்றும் வீரமாமுனிவர் கதைகளுக்கும் நவீனச் சிறுகதைகளுக்கும் எவ்விதத் தொடர்பும் இருப்பதாகக் கூற முடியாது. ஆனால் தமிழில் சிறுகதை உருவாக்க மரபு குறித்து இதுவரை பதிவுசெய்துள்ள அனைவரும் வீரமாமுனிவர், பாரதியார், வ.வே.சு. அய்யர், அ. மாதவையா ஆகியோரை நவீனச் சிறுகதை முன்னோடிகள் எனக் கூறுவதை வழக்கமாகக் கொண்டுள்ளனர். இவ்விதம் பதிவுசெய்வோர் அச்சு மரபின் பங்களிப்பைப் புரிந்துகொள்ளாதவர்கள். மேலும் எழுத்துப் பயிற்சி எனும் அதிகாரச் செயல்பாட்டைப் புரியாதவர்கள் ஆவர். வாசிப்புப் பழக்கத்தின் சமூக உளவியல் செயல்பாடுகள் குறித்தும் இவர்கள் கவனத்தில் எடுத்துக்கொள்வதில்லை என்றும் கூறலாம். வ.வே.சு. அய்யர், தமிழ்ச் சிறுகதையின் தொடக்கம் எனும் கூற்று, அடிப்படையில் நவீன மரபுகள் குறித்த புரிதலின்மையைக் காட்டுகிறது.

மேற்குறித்த பின்புலத்தில், தமிழில் நவீனச் சிறுகதைகளை முதன்முதலில் உருவாக்கியவராகப் புதுமைப்பித்தனே அமைகிறார். சிறுகதையை அதன் முழு உருவத்துடன் தமிழில் முதன்முதலில் உருவாக்கியவர் புதுமைப்பித்தன். நவீனத் தமிழ்ச் சிறுகதை வரலாற்றை அவரிடமிருந்துதான் தொடங்க வேண்டும். அதற்குமுன் கதைகள் எழுதப்பட்டன. நவீனத் தமிழ்ச் சிறுகதை எழுதப்படவில்லை என்றே கருத வேண்டும். காவிய மரபில் கதை சொல்லல் என்பது, நவீனச் சிறுகதை மரபாக எவ்விதம் அமைய முடியும்?

புதிய மொழி, புதிய பொருண்மை ஆகியவை புதுமைப்பித்தன் கதைகளில் இடம்பெற்றுள்ளன. அதற்குமுன் எவரும் புனைவிற்குள் கொண்டுவந்திராதவற்றை இவர் புனைவாக்கியுள்ளார். இதழியல், நவீனத்தன்மைகள், கதை எழுதுதல், கதை வாசித்தல் ஆகியவை குறித்த பார்வையைக் கொண்டிருந்தார் புதுமைப்பித்தன். இத்தன்மைகளோடு, உலக நிகழ்வுகள் குறித்த தெளிவான பார்வையுடையவராகவும் இருந்தார். புதுமைப்பித்தனின் நவீனத் தன்மைகளைப் பின்வருமாறு தொகுக்கலாம்.

- இதழியல் எனும் தளத்தில் வாசித்தல் எனும் தன்மைக்கு ஏற்ப நவீனக் கதைகளை உருவாக்கியவர்.
- கதைசொல்லல் எனும் மொழியில் உள்ள பேச்சுக் கூறுகளின்றி, மௌன வாசிப்பிற்கான மொழியைக் கண்டுபிடித்தவர்.
- நவீன காலச் சமூகம் என்பது, சமூக நிகழ்வுகளை இதற்குமுன் இருந்த பார்வைக் கோணத்திலிருந்து மாறுபட்டு, புதிய கோணத்துடன் அணுகும் தன்மையுடையது. புதுமைப்பித்தன் இவ்வகைப் பார்வையுடையவராக இருந்தார்.
- புதிய கதை சொல்லல், புதிய பொருண்மைகள், புதிய வாசிப்பு முறை ஆகிய பல கூறுகள் புதுமைப்பித்தன் கதைகளில்தான் முதன்முதலில் இடம்பெறுகின்றன.

மேற்குறித்த கண்ணோட்டத்தில், புதுமைப்பித்தன் தமிழில் சிறுகதைகள் முழுமையாக நிலைபேறுகொள்ள வழிகண்டவர் எனக் கூறமுடியும். இவர் மரபிலிருந்து தொடங்கும் தமிழ்ச் சிறுகதை வளர்ச்சிப் போக்குகளைப் பின்காணும் வகையில் தொகுத்துக் கொள்ளலாம்.

மேற்குறித்த மரபிலிருந்து வேறுபட்ட இன்னொரு மரபும் தமிழில் வளமாகச் செயல்பட்டது. இம்மரபு புதுமைப்பித்தனின் சமகாலத்தில் உருவாகி, எழுபதுகள் வரை தொடர்ந்து, இன்றும் சிலரிடம் தொடர்ந்து சென்றுகொண்டிருக்கிறது. இம்மரபைப் புரிந்துகொள்ள கீழ்க்காணும் வரையறையை முன்வைக்கலாம்.

- நவீனமாக உருவான இதழியல் எனும் அச்சுத் துறையோடு நேரடித் தொடர்புகொள்ளும் வாய்ப்புப் பெற்றவர்கள். ஆங்கில மொழிவழி வாசித்து அறிந்து அந்தப் பின்புலத்தில் இயங்கியவர்கள்.
- சமூகச் சூழலில் உருவான காந்தியம் மற்றும் அது தொடர்பான சீர்திருத்த மனநிலை உடையவர்கள்.

சாதிய முரண்களைப் பெரிதும் கவனத்தில் கொள்ளாத மனநிலை.

– ஆங்கில மொழிவழி உருப்பெற்றுவரும் நவீனச் சிந்தனை மரபுகளையும் சமஸ்கிருத மொழிவழி பெற்ற அறிவையும் இணைத்துக் காணும் வாய்ப்புப் பெற்றவர்கள்.

மேற்குறித்த பின்புலத்தில் உருவானவர்களே பெரிதும் தமிழ் அச்சு ஊடகத்தில் செயல்பட்டனர்; அது இயல்பான வரலாற்று நிகழ்வும் ஆகும். இவர்கள் உருவாக்கிய படைப்புலகம் தனிமனித மரபுகள் சார்ந்தவை.

– ஐரோப்பிய மற்றும் அமெரிக்கப் பின்புலத்தில் ஆங்கில மொழிவழி வெளிவந்த ஆக்கங்களை வாசித்தவர்களும் அவற்றின் தாக்கத்திற்குட்பட்ட மனநிலையில் படைப்புலகில் செயல்பட்டவர்கள்.

– சோவியத் நாட்டின் செல்வாக்கால், உலகம் முழுவதும் உருவான சோசலிசக் கருத்துநிலை சார்ந்த ஆக்கங்களை உருவாக்கும் மனநிலையில் எழுதியவர்கள்.

– இந்தியா என்ற நிலப்பரப்புக் கட்டப்பட்ட நிலையில், அருகருகே உள்ள மொழிகளான வங்காளம், மராத்தி, மலையாளம், இந்தி ஆகிய பிறமொழி ஆக்கங்களின் தாக்கத்தால் தமிழ்ப் படைப்புலகில் உருவானவர்கள்.

தமிழ்ப் புனைகதை உருவாக்க வரலாற்றில் 1930 – 1960 இடைப்பட்ட காலச் சூழலில் மேற்குறித்த போக்கு சார்ந்தே ஆக்கங்கள் உருவாயின. இதில் புதுமைப்பித்தன் தாக்கம் கணிசமான அளவில் இருந்ததையும் கவனத்தில் கொள்வது அவசியம்.

தமிழ்ச் சிறுகதை உருவாக்க வரலாற்றில் புதுமைப்பித்தனைத் தொடர்ந்து, அவரது மரபில் உருவான அணியினர் வளமான கதைகளை எழுதினர். கு. அழகிரிசாமி, தொ.மு.சி. ரகுநாதன், வல்லிக்கண்ணன், விந்தன், ஜெயகாந்தன், சுந்தர ராமசாமி, கி. ராஜநாராயணன் என்று அந்த மரபு வளமாக உருப்பெற்றது. சுந்தர ராமசாமி எழுபதுகளில் இவ்வகைக் கண்ணோட்டதித்தில் இருந்து வேறுபட்டு எழுதத் தொடங்கினார். இந்த மரபின் வளம் எழுபதுகளில் வேறுபட்ட போக்கில் தமிழில் உருவானது. இந்த மரபு உருவாக்கத்தில் *தாமரை*, *தீபம்*, *கண்ணதாசன்* ஆகிய பிற இதழ்களின் பங்களிப்பு முதன்மையானது. இந்த மரபிலிருந்துதான் தமிழில் மிக அதிகமான சிறுகதை எழுதுவோர் உருவாயினர் எனலாம். இந்த மரபைப் புரிந்துகொள்ளக் கீழ்க்காணும் வரையறையை முன்வைக்கலாம்.

- ஆங்கிலம் போன்ற பிறமொழிப் பரிச்சயமின்றி தமிழ் மட்டுமே தெரிந்த, ஊர்ப்புறம் சார்ந்த படைப்பாளர்கள் உருவாயினர்.
- இடதுசாரிக் கருத்துநிலைச் சார்பை மிக இயல்பாகத் தம்முள் உள்வாங்கி, அந்த நிலைப்பாட்டிலிருந்து கதைகளை எழுதத் தொடங்கினர்.
- நாட்டார் மரபுகள், ஊர்ப்புறங்கள், சாதிய முரண்கள், பொருளதிகார முரண்கள் ஆகிய பிற பொருண்மைகளில் கதைகள் புதிய வளமாக வெளிப்பட்டன. இதில் ஜெயகாந்தன் மற்றும் கி.ராஜநாராயணனின் மரபுத் தாக்கம் சிறப்பாகச் செயல்பட்டது.

மேற்குறித்த வகையில் சிறுகதை எழுதியவர்களாக ஜி.நாகராஜன், அம்பை, பூமணி, வீர. வேலுச்சாமி, கிருஷ்ணன் நம்பி, பா. செயப்பிரகாசம், பிரபஞ்சன், வண்ணநிலவன், வண்ணதாசன், லிங்கன் என்ற நீண்ட பட்டியலைத் தர முடியும். இப்போக்கு 1980களில் ச.தமிழ்ச்செல்வனோடு நிலைபேறு கொள்கிறது.

பிறிதொரு மரபில் ந.பிச்சமூர்த்தி, க.நா. சுப்ரமண்யம், பி.எஸ்.ராமையா, கு.ப. ராஜகோபாலன், சி.சு. செல்லப்பா, தி. ஜானகிராமன் என்ற தொடர்ச்சியைக் காண முடியும். இம்மரபே, பின்னர் *கணையாழி* (1965 – 1980) இதழ் மூலம் முழுமையாகத் தமிழ்ச் சூழலில் வெளிப்பட்டது. அசோகமித்திரனை அதன் உச்ச வளர்ச்சிக்குரியவராகக் கருதலாம். இம்மரபில் கரிச்சான் குஞ்சு, மௌனி, லா.ச.ரா., எம்.வி. வெங்கட்ராம் ஆகிய பிறரை வேறுபட்ட ஆக்கங்களைத் தந்தவர்களாகக் கருத முடியும். வறுமை, சாதி, நாட்டார் மரபுகள் ஆகியவை தொடர்பான பதிவுகள் இவர்களிடம் வேறுபட்ட முறையில் செயல்பட்டதைக் காணமுடியும். இவ்வகை மரபே பின்னர் *கசடதபற*, *யாத்ரா* ஆகிய இதழ்கள்வழிப் பதிவுகள் ஆயின. அடிப்படையில் இடதுசாரிக் கருத்து நிலைப்பாட்டை இம்மரபினர் ஒருபொருட்டாகவே கவனத்தில் கொள்ளவில்லை என்பதன் மூலம், இவர்கள் அனைவரையும் ஒரு குழுசார் மனநிலையினர் என்று கூற முடியும். சமூக இயங்குதளத்திற்கும் ஆக்கங்கள் உருவாக்கம் பெறுவதற்கும் தொடர்பு இருப்பதை இதன்வழி உணர முடியும். இம்மரபில் உருவானவர்களே இந்திய அளவில் பெரிதும் அறியப்பட்டவர்களாயினர். பிறமொழிகளில் இவர்களது ஆக்கங்களே பெரிதும் மொழியாக்கம் செய்யப்பட்டன. 1980களுக்குப் பின் இந்நிலையில் பெரும் மாற்றங்கள் உருவாயிற்று.

மேற்குறித்த இரண்டு போக்குகளும் தம்முள் உள்வாங்கப் பட்டு, ஒரு புதிய போக்கு 1980களில் தமிழில் உருப்பெறத்

தொடங்கியது. இருபதாம் நூற்றாண்டின் தொடக்ககாலக் கருத்துநிலை சார்ந்த செயல்பாடுகள், 1960களில் உருவான பின்காலனிய நிலைப்பாடுகள், 1980களில் உருவான புதிய நிலைப்பாடுகள் என்று இருபதாம் நூற்றாண்டைப் புரிந்துகொள்ள முடியும். இந்த மரபுகள் சார்ந்தே ஆக்கங்களும் உருவாக முடியும். 1980களுக்குப் பின் உருவான ஆக்கங்களைப் பின்காணும் வகையில் வரையறை செய்து கொள்ளலாம்.

– யதார்த்த பாணிக் கதை சொல்லும் மரபை மீறிப் புதுவகையான கதை சொல்லல் மரபு தமிழ்ப் புனைவுலகில் உருவானது. இதில் இலத்தீன் அமெரிக்க ஆக்கங்களின் தாக்கம் குறிப்பிடத்தக்க அளவில் ஏற்பட்டது.

– ஒடுக்கப்பட்ட சமூகப் பிரிவினர், தங்கள் அடையாளங் களை முதன்மைப்படுத்தும் ஆக்க முயற்சிகளில் ஈடுபட்டனர். இவ்வகையில் தலித்தியம், பெண்ணியம் எனும் கருத்துநிலை சார்ந்த ஆக்கங்கள் உருப்பெறத் தொடங்கின.

இருபதாம் நூற்றாண்டின் இறுதிக்காலம் முன்காலங்களைவிட முற்றிலும் மாறுபட்ட மரபுகளை முன்னெடுப்பதாக அமைந்தது. இதற்குமுன் செயல்பட்ட சிலர் இம்மரபை விமர்சனம் செய்தனர். வேறுபலர் வலிமையான அதிகாரச் செயல்பாடான மௌனம் காத்தனர் – காத்துவருகின்றனர். இருபதாம் நூற்றாண்டின் இறுதி நிகழ்வுகள் இருபத்தோராம் நூற்றாண்டிலும் தொடர்வதைக் காண்கிறோம். இவை குறித்த மதிப்பீட்டிற்கு இன்னும் கொஞ்சகாலம் பொறுத்திருக்க வேண்டும். அதனால் இக்காலம் குறித்த வரையறையைத் தவிர்க்கிறேன்.

தமிழ்ச் சிறுகதைகள் உருவான வரலாற்றுப் போக்குகளை நெட்டோட்டமாகப் பதிவு செய்திருக்கிறேன். இதனை மிக விரிவாக எழுதும் தேவையுண்டு.

**வீ. அரசு தொகுத்துள்ள 'இருபதாம் நூற்றாண்டுச் சிறுகதைகள் நூறு' (2012) எனும் தெரிவுசெய்யப்பட்ட தொகைநூலுக்கு எழுதப்பட்ட முன்னுரை.**

# சிறுகதையின் வழிகள்: தமிழ்ச் சிறுகதை நூற்றாண்டு

### ஜெயமோகன்

**1**

'ஒரு பண்பாட்டுச்சூழலில், குறிப்பிட்ட இலக்கிய வடிவம் ஏன் உருவாகிறது?' என்ற வினா, அவ்வடிவத்தில் எழுதப்படும் அனைத்துப் படைப்புகளையும் புரிந்துகொள்வதற்கான முதல் திறவுகோலாக அமைய முடியும். உதாரணமாக, பெரும்பாலான நாட்டுப்புறப் பாடல்கள் ஏதேனும் தொழிலுடன் இணைந்ததாகஉள்ளன. அத்தொழிலின் இயல்புக்கேற்ப அவற்றின் வடிவம் அமைந்துள்ளது. ஆகவே, கணிசமான நாட்டுப்புறப் பாடல்கள் ஒன்றிலிருந்து ஒன்று தொற்றி ஏறுவனவாகவும், எத்தனை நேரம் வேண்டுமென்றாலும் ஒரு குறிப்பிட்ட கருவை நீட்டிக்கொண்டு போகும் தன்மைகொண்டதாகவும் உள்ளன. அவற்றுக்கேற்பச் சுழன்றுவரும்சொல்லாட்சியோ அல்லதுஉரையாடல் அமைப்போ அவற்றுக்குள்ளது.

பின்னர், சங்கப் பாடல்கள் போன்ற செவ்வியல் வடிவங்கள் உருவாகிவந்தபோது, அவை நிகழ்த்துக்கலைகளின் ஒலி வடிவமாக இருந்தன. சங்கப் பாடல்களில் உள்ள செறிவான மொழியமைப்பும், நுட்பமாகக் குறிப்புணர்த்தும்

தன்மையும் ஓர் அரங்கில் பாணனும் விறலியும் நடித்து, தங்கள் கற்பனை மூலம் பலவாறாக விரித்தெடுப்பதற்குரியவை. இன்றுகூடக் கதகளி போன்ற செவ்வியல் கலை வடிவத்தில், அவற்றின் வரிவடிவப் பாடல்கள் மிகச் சுருக்கமானவையாகவும் நடிகனின் மனோதர்மத்தைக் கோரி நிற்பவையாகவும் இருப்பதைக் காணலாம். பின்னர் எழுதி வாசிக்கப்படும் வடிவம் வந்தபோது, நான்கு நான்கு வரிகளாக அமைந்த செய்யுட்கள் உருவாகிவந்தன.

காப்பியம் என்னும் இலக்கிய வடிவம், சமூக உருவாக்கத்தின் ஒரு வளர்ச்சிக் காலகட்டத்தில் உருவாகிவந்தது. ஒரு சமுதாயம் தன்னுடைய பல்வேறு பண்பாட்டுக்கூறுகளை வளர்த்தெடுத்தபின், அவற்றை ஒன்றுடன் ஒன்று பின்னி முடைந்து ஒற்றைப் பெரும் பண்பாட்டு வெளியாக ஆக்கும்போது, அவற்றுக்கு காப்பியம் தேவைப்படுகிறது. பெருங்காப்பியங்கள் என்பவை, முதன்மைக் குணமாக தொகுப்புத்தன்மை கொண்டவை. உதாரணமாக, ‘சிலப்பதிகாரம்’ போன்ற மிகச்சிறிய காப்பியத்திற்குள்ளாகவே ‘வேட்டுவவரி’, ‘கானல்வரி’ போன்ற வெவ்வேறு நிலப் பகுதிகளின் பாடல்களும் அவற்றை இணைக்கும் பொதுவானதொரு கதைப்போக்கும் இருப்பதைக் காணலாம்.

நவீன இலக்கியம் தோன்றியபோது, அதனுடன் இணைந்து உருவாகிவந்த ஒரு வடிவம் சிறுகதை. சிறிய கதைக்கும் சிறுகதைக்கும் அடிப்படையில் உள்ள வேறுபாடு, இலக்கிய வாசகன் அறிந்ததே. பண்பாட்டில் என்றும் இருப்பது சிறிய கதை என்னும் வடிவம். நீதிக்கதை, தேவதைக்கதை எனப் பல வடிவங்கள் அதனுள் உள்ளன. அவை ஒரு மையத்தை வலியுறுத்தும் கதை வடிவுகள். சிறுகதை என்பது அம்மையத்தில் ஒரு திருப்பத்தை, ஒரு முடிச்சை முன்வைக்கும் வடிவமாக உருவாகிவந்தது. எட்கர் ஆலன் போ, ஓ. ஹென்றி போன்ற முன்னோடிகளால் வேடிக்கையும் வியப்பும் ஊட்டும் வாசக அனுபவத்துக்காக உருவாகி வந்த அக்கலை வடிவம், மிகச்சில ஆண்டுகளிலேயே உலகளாவிய செல்வாக்குப் பெற்றது.

‘எந்த ஒரு கலை வடிவமும் அது உருவான முதல் தலைமுறையிலேயே, அதன் மிகச்சிறந்த செவ்வியல் படைப்புகளை அடைந்துவிடும்’ என்று ஒரு கூற்று உண்டு. காவியங்களோ, ஓபராவோ, சிம்பனியோ... அனைத்தும் இதையே காட்டுகின்றன; திரைப்படம்கூட. சிறுகதையும் விதிவிலக்கல்ல. இன்றும் சிறுகதையின் பெரும் படைப்புகளாகக் கருதப்படுபவை செக்காவ், மாப்பசான் போன்ற முன்னோடிகளால், சிறுகதை என்ற வடிவம் உருவான ஆரம்ப காலத்திலேயே உருவாக்கப்பட்ட படைப்புகள்தான்.

சிறுகதை என்னும் வடிவம் ஏன் உருவானது, ஏன் அது உலகளாவ இத்தனை செல்வாக்கு அடைந்து இன்றும் நீடிக்கிறது? அது வியப்புக்கும் வேடிக்கைக்கும் உரிய வடிவமாக முதலில் ஏன் அமைந்தது? முன்னரே இலக்கிய வாசகன் கதை என்னும் வடிவுக்குப் பழகியிருக்கிறான். ஒரு களத்தில் ஒரு நிகழ்வுத் தொடர் ஒரு சில கதாபாத்திரங்களைக்கொண்டு தொடங்கும் என்றால், அது எதைச் சொல்லி எவ்வண்ணம் முடியும் என்று ஒரு கணிப்பு அவனுக்கு இருந்தது. பெரு விருந்துகளுக்குப் பிறகு அரட்டைகளிலும், நூல் வாசிப்பு அரங்குகளிலும் கூடிய பெரும்பாலான வாசகர்கள், அத்தகைய கதைகளை, கூடவே பயணம் செய்து ஆசிரியன் முடிக்கும் முன்பே தாங்கள் முடித்துவிடும் பழக்கம் கொண்டிருந்தனர். அவர்களிடம் ஓர் ஆர்வமூட்டும் விளையாட்டை ஆசிரியன் ஆடத் தொடங்கியபோது, சிறுகதை உருவாகியது. வாசகனின் எதிர்பார்ப்பை, ஊகத்தை முறியடித்து, முற்றிலும் எதிர்பாராத இடத்துக்குக் கதையை ஆசிரியன் கொண்டு செல்லும்போது அவர்கள் திகைத்து, பின் மகிழ்கிறார்கள். கிட்டத்தட்ட மூன்றுசீட்டு விளையாட்டுதான். நீங்கள் கைவைக்கும் இடத்தில் ஆடுதன் இருக்காது, ஏஸ் இருக்கும். இத்தனை சோதனைகளுக்குப் பிறகும் சிறுகதையின் இந்த அடிப்படை வடிவம் மாறவே இல்லை.

வேடிக்கைக்காக உருவாக்கப்பட்ட இந்த வடிவம் இரண்டு அம்சங்கள் கொண்டது. ஒன்று, அதில் ஆசிரியனுக்கும் வாசகனுக்குமான ஓர் உரையாடல் உள்ளது. ஆசிரியன், வாசகனிடம் விளையாடுகிறான். ஆசிரியன் விட்ட இடைவெளியை வாசகன் நிரப்புகிறான். வாசகனின் கற்பனையை ஆசிரியன் தாண்டிச் செல்கிறான். அங்கு ஆசிரியன் நின்றுவிட்ட இடத்தில் இருந்து மீண்டும் வாசகன் மேலே செல்கிறான். சிறுகதையின் அடிப்படை இயல்புகளில் ஒன்று இந்த ஆடல். எவ்வகையிலேனும் இந்த ஆடல் நிகழாத ஒன்று, ஒருபோதும் சிறுகதையாவது இல்லை.

இரண்டாவதாக, சிறுகதை எப்போதும் முரண்பாட்டைச் சொல்கிறது. அதன் இறுதித் திருப்பம் காரணமாகவே, அது ஒரு களத்தில் நிகழக்கூடும் என எவரும் நினைக்காத ஒன்றைப் புதிதாகச் சொன்னது. அனைவரும் நம்பிய ஒன்றை மாற்றியமைத்தது. வழிவழி வந்தவற்றை மறுத்துப் பேசியது. ஆகவே, புனைவு விளையாட்டாகத் தொடங்கிய சிறுகதை வடிவம், மிக விரைவிலேயே சமூகத்தின், வாழ்க்கையின், தத்துவ தரிசனத்தின் அடிப்படை முரண்பாடுகளைச் சொல்வதற்கு உகந்த வடிவம் என்று கண்டடையப்பட்டது. ஆகவேதான், ஒரு கதையாடல் என்னும் இடத்தில் இருந்து, இலக்கியப் பிரதி என்னும் கௌரவத்தை அது அடைந்தது. எட்கர் ஆலன் போவிலும் ஓ. ஹென்றியிலும்

வெறும் கேளிக்கை வடிவமாக இருந்த சிறுகதை, செக்காவிலும் மாப்பசானிலும் இலக்கியத் தகுதி கொள்வது, முரண்பாடுகளைச் சொல்லும் கலை வடிவமாக ஆனதினால்தான்.

சிறுகதை உலகளாவப் பெற்ற பெரும் வரவேற்புக்குக் காரணமும் இவ்விரண்டும்தான். பதினேழாம் நூற்றாண்டின் இறுதியிலும் பதினெட்டாம் நூற்றாண்டின் தொடக்கத்திலும் காலனி ஆதிக்கம் வழியாக, நவீனமயமாதல் உலகமெங்கும் சென்று சேர்ந்தது. அதன் மூன்று அடிப்படைகள் இவை. அனைவருக்குமான பொதுக்கல்வி, பொதுப்போக்குவரத்து, கூட்டு உற்பத்தி அமைப்புகள். இவை ஜனநாயகத்தை உருவாக்கும் அடிப்படைகளாக அமைந்தன. இவை ஒன்றுடன் ஒன்று இணைந்து புதிய வாசகன் ஒருவனையும் உருவாக்கின. அவன் தனது பாரம்பரியமான தொழிலிலிருந்து வெளியே வந்தவன். நவீனக் கூட்டு உழைப்பின் ஒரு சிறு பகுதியாகத் தன்னை ஆக்கி, படைப்பாளி என்ற இடத்தில் இருந்து உழைப்பாளி என்று தன்னைச் சுருக்கிக்கொண்டவன். ஆகவே, அன்னியமானவன். தன்னை நிறைவுபடுத்திக்கொள்ள கேளிக்கைகளை மேலும் மேலும் தேடும் நிலையில் இருப்பவன். பொதுக்கல்வி முறையால் சராசரியான அடிப்படைக் கல்வியை அடைந்தவன். அக்கல்வி அனைவருக்குமான ஒன்று என்பதனால், பரவலாக அவனைப் போன்ற ஒரு வாசகச் சமூகமே உருவாகியது. அச்சுக்கலையின் வளர்ச்சியும் கூடவே போக்குவரத்து விரிவாக்கமும், எழுத்தையும் வாசிப்பையும் ஒரு சமூக இயக்கமாக மாற்றின. சென்னையில் அச்சிடப்படும் ஒரு பக்கம், ஓரிரு நாட்களில் மதுரையையோ நாகர்கோவிலையோ சென்றடைய முடியும் என்றாகியது. இதன் ஒட்டுமொத்த விளைவாக உருவாகிவந்த நவீன வாசகன்தான் சிறுகதையின் இலக்கு.

இந்த நவீன வாசகனுக்கு முந்தைய காலகட்டத்து வாசகன், மிகக்குறைவாகவே வாசித்திருந்தான். அன்று ஒருவர் வாசித்த நூலைப் பிறிதொருவர் வாசித்திருக்கும் வாய்ப்பு மிகக் குறைவாக இருந்தது. நவீன வாசகர் அனைவருக்குமே இருந்த ஒட்டுமொத்தமான வாசிப்பும் பொதுவானது. அத்தகைய ஒரு வாசகன் முன்னால் வந்து அமர்ந்த ஆசிரியனால் எழுதப்பட்டது சிறுகதை. அவனே வாசகனுடன் உரையாடவும் விளையாடவும் தொடங்கினான். அவன் சமகால வாழ்க்கையின் முரண்பாடுகளைப் பற்றிப் பேசலானான்.

அந்த முரண்பாடுகள் உருவாவதற்கு முக்கியமான காரணம், அக்காலகட்டம்தான். அதற்கு முந்தைய நிலப்பிரபுத்துவ காலகட்டம் பல நூற்றாண்டுகளாக உறைந்து நின்ற ஒன்று. அதன் ஆசாரங்களும் நம்பிக்கைகளும் சிறுசிறு வட்டங்களுக்குள்

நிலைத்துவிட்டவை. நவீன காலகட்டம் அதை முழுக்க நிராகரித்தது. மனிதன் வட்டாரங்களில் இருந்து வெளிவந்து உலகம் என உணரத் தொடங்கினான். முந்தைய காலகட்டத்தின் நம்பிக்கைகளையும் ஆசாரங்களையும் மறுபரிசீலனை செய்தான்; கடந்து சென்றான். அந்த மீறலே நவீன இலக்கியத்தில் முரண்பாடுகளாக வெளிப்பட்டது. அதற்கான வடிவமாகச் சிறுகதை அமைந்தது.

## 2

தமிழில் சிறுகதையின் தொடக்கப்புள்ளி என்று வ.வே.சு. அய்யரையும் சுப்பிரமணிய பாரதியையும் சொல்வது வழக்கம். வங்காளத்தில் எழுதப்பட்ட சிறுகதைகளை மொழிபெயர்த்துச் சிறுகதை என்னும் வடிவை தமிழுக்கு வ.வே.சு. அறிமுகம் செய்தார். வங்க மொழிச் சிறுகதைகளைத் தழுவிப் பாரதியும் வ.வே.சு. அய்யரும் அவ்வடிவை முன்னெடுத்தனர். அவர்களே வலுவான சிறுகதைகளை எழுதினார்கள். பாரதியின் சிறுகதைகள், பெரும்பாலும் கதை என்ற வடிவுக்குள்ளேயே நிற்கின்றன. வ.வே.சு. அய்யரின் 'மங்கையர்க்கரசியின் காதல்' என்னும் தொகுப்பிலுள்ள 'குளத்தங்கரை அரசமரம்' சரியான சிறுகதை வடிவம் கொண்டதென்று சொல்வார்கள்.

தமிழ்ச் சிறுகதை அதன் முழு அடையாளத்தை அடைவது, புதுமைப்பித்தனிடம்தான். ஒரு மொழியின் ஒரு குறிப்பிட்ட கலை வடிவத்தில், பிற்காலத்தில் உருவாகும் அனைத்திற்கும் விதைநிலமாக அமைந்திருக்கும் தன்மை கொண்ட படைப்புக் களைச் 'செவ்வியல்' என்கிறோம். அதைப் புதுமைப்பித்தனிடம் காண முடியும். தமிழில் உருவான அனைத்துச் சிறுகதை வடிவங்களுக்கும் முன்னோடி வடிவங்கள் புதுமைப்பித்தனிடம் உண்டு. தமிழில் எழுந்துவந்த யதார்த்தவாதச் சிறுகதை இயக்கத்துக்கு புதுமைப்பித்தனின் 'செல்லம்மாள்,' 'மனித யந்திரம்,' 'பொன்னகரம்' போன்ற கதைகள் முன்னுதாரணமாக அமைந்தன. முறையே, யதார்த்தவாதத்தின் மூன்று வெவ்வேறு போக்குகளை அவை பிரதிபலிக்கின்றன. 'செல்லம்மாள்' அழகியல் சமநிலை கொண்ட யதார்த்தவாதத்தைச் சுட்டுகிறது. அசோகமித்திரனின் படைப்புக்கு முன்னோடி வடிவம் என்று அதை எளிதில் சொல்ல முடியும். 'பொன்னகரம்' இங்கு உருவான முற்போக்குப் படைப்புகளுக்கான முன்னோடி வடிவம். 'மனித யந்திரம்' கு. அழகிரிசாமி, சுந்தர ராமசாமி போன்றவர்களால் உருவாக்கப் பட்ட விமர்சன யதார்த்தவாதத்தின் முன்னோடி வடிவம்.

செவ்வியல் மரபுகளை மறு ஆக்கம் செய்யும் மரபிற்கு, புதுமைப்பித்தனின் 'அகலிகை,' 'சாபவிமோசனம்' போன்ற கதைகளை உதாரணமாகச் சொல்லலாம். அங்கத நோக்கம்

கொண்ட உருவகக் கதைகளுக்கு, 'எப்போதும் முடிவிலே இன்பம்' போன்ற கதைகள். நனவோடை முறையென்றால், முன்னோடிக்கதையாக 'கயிற்றரவை'ச் சொல்ல முடியும். மிகு கற்பனைக் கதை என்றால், 'காஞ்சனை,' 'கபாடபுரம்' போன்ற கதைகளைச் சொல்லலாம். 'காஞ்சனை'யை மாய யதார்த்தக் கதையென்றும், 'கபாடபுர'த்தைக் கட்டற்ற கற்பனை விரியும் கதை என்றும் சொல்லலாம்.

மிகக் குறுகிய காலகட்டத்திற்குள் கதையின் அனைத்து வகைமைகளையும் தொட்டுச் சென்ற புதுமைப்பித்தன், தமிழ் உருவாக்கிய மேதைகளில் ஒருவர். இன்றைய வணிக இலக்கியத்திற்கும் ஒரு வகையில் புதுமைப்பித்தனே முன்னோடி. வணிக இலக்கியத்தில் பின்னால் உருவாகிவந்த அனைத்து மரபுகளையும் அங்குக் காணலாம். மு.வ., கு.ராஜவேலு போன்றவர்கள் எழுதிய தனித்தமிழ் உரைநடைக் கதைகளுக்கு முன்னோடியாக, 'இந்தப் பாவி' போன்ற கதைகளை, மனவக்கிரத்தை வெளிப்படுத்தும் 'விபரீத ஆசை' போன்ற கதைகளை, அச்சுறுத்தும் 'செவ்வாய்தோஷம்' போன்ற பேய்க் கதைகளை, இனிய நகைச்சுவைக் கதையான 'பூசணிக்காய் அம்பி' போன்ற கதைகளைப் புதுமைப்பித்தனின் உலகில் பார்க்கும்போது, இனி எழுந்து வரவிருக்கும் கதைகளையும் அவர் ஏற்கெனவே எழுதியுள்ளாரா என்ற வியப்பேற்படுகிறது. அத்துடன் சிறுகதைக்குரிய சரியான வடிவை அவர் உருவாக்கி முன்வைத்தார். மலையாளம், கன்னடம், வங்காளம் போன்ற நவீன இலக்கியம் வளர்ந்த மொழிகளில்கூட, சிறுகதை என்னும் வடிவம் 60களில்தான் சரியான வடிவை வந்தடைகிறது என்னும்போது, 40களில் புதுமைப்பித்தன் அடைந்த பாய்ச்சல் மிக முக்கியமானது. இவ்வாழ்க்கை, முரண்பாடுகளாலேயே புரிந்துகொள்ளத்தக்கது என்றோ, அல்லது இவ்வாழ்வின் முரண்பாடுகளே மேலும் முக்கியமானவை என்றோ, அல்லது இப்பெரும் பெருக்கு முரண் இயக்கமாகவே முன் செல்கிறது என்றோ, ஒரு பார்வை சிறுகதைக்குப் பின்னால் உள்ளது. அது நவீன இலக்கியம் என்னும் இயக்கத்திற்கே பொதுவான பார்வை. ஆகவேதான் அது நீதியை உருவாக்குவது இல்லை; விமர்சனத்தை உருவாக்குகிறது. அமைப்புகளை எழுப்ப முயல்வது இல்லை; உடைத்துப் பிரிக்க விழைகிறது. விடைகளைச் சொல்வது இல்லை; வினாக்களை முன்வைக்கிறது.

நவீன இலக்கியம் எங்குப் பண்டைய இலக்கியத்திலிருந்து மாறுபடுகிறது என்றால், பண்டைய இலக்கியம் ஒரு சான்றோனின் தரப்பாக, ஒரு மூதாதையரின் குரலாக ஒலிக்கிறது. நவீன இலக்கியம் திரும்பி நின்றுபேசும் ஓர் இளைஞனின் குரலாக, ஒரு

கலகக்காரனின் குரலாக ஒலிக்கிறது. நவீன இலக்கியத்திலிருந்து 'துடுக்கு' என்று சொல்லத்தக்க இந்த அம்சத்தை விலக்கினால், அது பொருளிழந்து போய்விடும். திரும்பத் திரும்பப் பண்டைய இலக்கியத்தின் வாசகர்கள் நவீன இலக்கியத்தில் அடையும் அதிர்ச்சி, நவீன இலக்கியத்தில் இருக்கும் இந்த அடங்காமை அல்லது துடுக்குதான். புதுமைப்பித்தனின் கதைகளின் சாரமே அவரது துடுக்குதான். புதுமைப்பித்தன் கதைகளை வாசித்து, 'இவர் இப்படியெல்லாம் எழுத யார் அதிகாரம் கொடுத்தது?' என்று ராஜாஜி முகம் சுளித்தார் என்பார்கள். நவீன இலக்கியம், பழமையின் மனத்தைச் சந்திப்பதற்கான மிகச் சரியான புள்ளி இது. ராஜாஜியின் 'திக்கற்ற பார்வதி' என்ற கதைத் தொகுதியைப் படிக்கும்போது, சிறுகதைக்கும் கதைக்குமான வேறுபாட்டை மிகத் துல்லியமாக உணர்ந்துகொள்ள முடியும்.

புதுமைப்பித்தனின் சமகாலத்தவர்களில், அவருக்கு இணையான புனைகதை ஆசிரியர்களாகச் சொல்லப்படும் கு.ப. ராஜகோபாலன், மௌனி, ந. பிச்சமூர்த்தி ஆகிய மூவரும் ஒருவகையில் புதுமைப்பித்தனின் சில இடைவெளிகளை நிரப்பும் படைப்பாளிகள் என்றே சொல்ல வேண்டும். புதுமைப்பித்தன், அவருடைய இயல்பான துடுக்குத்தனம் மற்றும் அத்துமீறல் காரணமாகவே, ஆழ்ந்த நீதி உணர்வின் குரலை வெளிப்படுத்தத் தவறுகிறார் என்று சொல்லலாம். அந்த இடத்தை நிரப்பும் படைப்பாளி ந. பிச்சமூர்த்தி. அவருடைய 'காவல்' போன்ற கதைகளை உதாரணமாகச் சொல்லலாம்.

புதுமைப்பித்தன் தன் புறவயநோக்கு காரணமாகவே, பாலுறவின் நுட்பமான தளங்களை அவர் அலட்சியமாகக் கடந்துசெல்கிறார். அவரில் எப்போதும் இருக்கும் கிண்டல், பாலுறவின் நுண் சிடுக்குகளைத் தொட்டெடுக்கும் பொறுமையை அவருக்கு அளிப்பது இல்லை. அவ்விடைவெளியை நிரப்புபவராகக் கு.ப.ரா., எழுதுகிறார். 'ஆற்றாமை', 'சிறிது வெளிச்சம்' போன்ற கதைகள் உதாரணம். புதுமைப்பித்தன் அவரது அடிப்படையான உலகியல் பார்வை காரணமாகவே, உயர்கவித்துவத்தை அடைவது இல்லை. மௌனி, 'அழியாச்சுடர்', 'எங்கிருந்தோ வந்தான்' போன்ற கதைகளின் வழியாக அந்தப் புள்ளியை மட்டும் தொட்டவர்.

தமிழில் புதுமைப்பித்தனுக்குப் பிந்திய தலைமுறையில், ஒவ்வொரு படைப்பாளியும் எந்த முன்னோடியைத் தொடக்கப் புள்ளியாகக்கொண்டிருக்கிறார் என்பதை வைத்து அவர்களை மதிப்பிட முடியும். உதாரணமாக தி. ஜானகிராமன், கு.ப.ரா., வழிவந்தவர். அடிப்படையில் ஆண் – பெண் உறவைப் பற்றியே அவரும் பேசுகிறார். கு.ப.ரா., மிகச் சில புள்ளிகளை மட்டும்

தொட்டு நுட்பமாகச் சொல்லி நிறுத்திய இடங்களை, அழகிய மொழியில் உணர்வுத் தீவிரத்துடன் விரித்தெடுக்கும் நாவல்கள், சிறுகதைகள் தி.ஜா—வுடையவை. அவரது சிறுகதைகளில் மேலதிகமான அற உணர்வு வெளிப்படும் 'பரதேசி வந்தான்', 'கடன் தீர்ந்தது' போன்ற கதைகள் மேலும் முக்கியமானவை.

கு. அழகிரிசாமியை, ந. பிச்சமூர்த்தியின் தொடர்ச்சியாளர் என்று சொல்லலாம். உதாரணம், 'ராஜா வந்திருக்கிறார்', 'அன்பளிப்பு' போன்ற சிறுகதைகள். மனித மனங்கள் உறவுகொள்ளும் நுட்பமான உரசல்களை, அவை எழுப்பும் அறப் பிரச்னைகளை அவர் பேசுகிறார். லா.ச.ரா. ஒரு வகையில் மௌனியிலிருந்து தொடர்பவர். மௌனி குறிப்புணர்த்திய வற்றை விரித்துரைத்தவர் என்று அவரை அடையாளப்படுத்த முடியும். 'பாற்கடல்', 'இதழ்கள்', 'பச்சைக்கனவு' போன்ற கதைகள் உதாரணம்.

புதுமைப்பித்தனிலிருந்து தொடங்கிய யதார்த்தவாதத்தின் இரு போக்குகள் என்று சுந்தர ராமசாமியையும் ஜெயகாந்தனை யும் குறிப்பிடலாம். தமிழக முற்போக்கு இலக்கியத்தின் முன்னோடி யான ஜெயகாந்தன், புதுமைப்பித்தனின் 'பொன்னகரம்' என்ற கதையைத் தன் முதலூற்றாகக் கொண்டிருக்கிறார் என்று எண்ண முடியும். ஜெயகாந்தனின் இந்திய முற்போக்கு அழகியல், சமூகப் பிரச்னைகளுக்குப் பொருளியல் காரணங்களை எளிதில் சுட்டும் மார்க்சியச் சட்டகத்திலிருந்து மீறி, மனிதனின் அடிப்படையான ஆன்மிகத்தேடல்களையும் விவரிக்கிறது. 'விழுதுகள்' முதன்மையான உதாரணம்.

முற்போக்கு முகாமில் தொடங்கி, அங்கிருந்து நவீனத்துவப் படைப்புகளை நோக்கி வந்தவர் சுந்தர ராமசாமி. மானுட உறவு களின் அழகுகளையும் ஒடுக்குமுறைகளையும் பேசும் 'பிரசாதம்', 'வாழ்வும் வசந்தமும்' போன்ற கதைகளை முதற்பகுதியில் உருவாக்கினார். பின்பு, 'ரத்னாபாயின் ஆங்கிலம்' போன்ற கதைகளின் வழியாக, மேலும் நுட்பமான வாழ்க்கைச் சித்திரிப்புகளை நோக்கி வந்தார். இன்று வாசிக்கையில் அவற்றுக்கு நிகராகவே அவர் எழுதிய 'லவ்வு' போன்ற அங்கதமும் மானுட விருப்பும் வெளிப்படும் கதைகள் முக்கியமானவை என்று தோன்றுகிறது.

சுந்தர ராமசாமிக்குப் பின் சற்றே பிந்தி இலக்கியத்துக்குள் நுழைந்த கி. ராஜநாராயணன், தமிழிலக்கியத்தில் நாட்டுப்புற அழகியலின் உணர்வு நிலைகளைக் கொண்டுவந்தவர். கி.ரா.வின் சிறுகதைகள் பெரும்பாலும் நாட்டுப்புற வாழ்வின் நேரடிச் சித்திரங்கள். பல கதைகள் சிறுகதைக்குரிய முரண்பாட்டையோ,

உச்சத்தையோ கொண்டிருப்பது இல்லை. அவை வாழ்க்கைப் பதிவுகளாகவே நின்றுவிடுகின்றன. என்றாலும், 'பேதை' போன்ற சில கதைகள் வழியாக நம் கிராமிய வாழ்விலிருந்து எழுந்த உக்கிரமான சில தரிசனங்களை அவர் முன்வைத்திருக்கிறார்.

உளவியல் பிரச்சனைகளை நகர்ப்புறச் சித்திரங்களிலிருந்து எழுதிய இந்திரா பார்த்தசாரதி, ஆதவன் போன்றவர்கள், விரைவாக நகர்மயமாகி வந்த தமிழக வாழ்க்கையை ஃபிராய்டிய கோணத்தில் முன்வைத்தவர்கள். சா. கந்தசாமி மிகையற்ற வெறும் சித்தரிப்பையே கதை என எழுதியவர். வாழ்க்கையின் ஒரு துண்டே சிறுகதை ஆகிவிடும் என வாதிட்டவர். 'தக்கையின் மீது நான்கு கண்கள்', 'இரணிய வதம்' போன்ற கதைகள் உதாரணம். ஆனால், ஒட்டுமொத்தமாக இத்தலைமுறையின் முதன்மைப் படைப்பாளி என்பவர், அசோகமித்திரன்தான். தன்னை வெளிப்படுத்திக்கொள்ளாத குரலில், மிகையற்ற சொல்லாட்சிகளின் வழியாக, பழுத்த யதார்த்தவாத நோக்கில் அன்றாட வாழ்க்கையை மட்டுமே சொன்ன அசோகமித்திரன், சொல்லப்படாதநுட்பங்களின் வழியாக இருபதாம் நூற்றாண்டின் தேவையையும் கனவையும் தோல்வியையும் வெளிப்படுத்திய பெருங்கலைஞர். அவருடைய புனைகதை உலகில் வெவ்வேறு படிமங்கள் வியப்பூட்டுபவை. மிகக் குரூரமான சித்திரங்கள் கொண்ட படைப்புகள், மிக மென்மையான எளிய விஷயங்களுடன் நின்றுவிடும் படைப்புகள் என்று அவை பலவகைப் பட்டவை. 'புலிக்கலைஞன்', 'காந்தி', 'வாழ்விலே ஒருமுறை', 'விமோசனம்', 'ஐந்நூறு கோப்பை தட்டுகள்' போன்று அவற்றின் பட்டியல் பெரிது. அசோகமித்திரனின் புனைவுலகத்தில்தான் புதுமைப்பித்தனுக்குப் பின்னர், சிறுகதை என்னும் வடிவம் அளிக்கும் முரண்பாடு என்னும் அம்சம் ஆழ்ந்த பொருளுடன் வெளிப்படுகிறது. அவரது பெரும்பாலான கதைகள் வலுவான இறுதித் திருப்பம் அமைந்தவை.

அசோகமித்திரனின் யதார்த்தவாதம் மெல்லத் தவிர்த்து விட்டுச் செல்லும் ஓர் உலகம், அடித்தள மக்களின் ஆங்காரம் நேரடியாக வெளிப்படும் வாழ்க்கைச் சூழல். அந்தத் தளத்தைச் சேர்ந்தவை ஆ.மாதவனின் படைப்புகள். திருவனந்தபுரம் சாலைத்தெருவின் கதைகளை மட்டுமே எழுதிய மாதவன், 'கோமதி', 'நாயனம்' போன்ற கதைகளினூடாக அவ்வாழ்க்கையின் அடிப்படை முரண்களை வெளிப்படுத்தியவர்.

## 3

தமிழ்ச் சிறுகதை அதன் தொடக்கத்திலேயே புதுமைப்பித்தன் போன்ற ஒரு மேதை வழியாக, எளிதில் அதன் உச்சங்களைத்

தொட்டது. அடுத்த தலைமுறையில் அச்சாதனைகள் மேலும் வீச்சுடன் தொடர்ந்தன. அதற்கடுத்த தலைமுறை அந்தத் தரத்தைப் பெரும்பாலும் தொடர்ந்து தக்கவைத்தது. தி. ஜானகிராமனின் தொடர்ச்சி எனச் சொல்லத்தக்க வண்ணதாசன், மெல்லிய உணர்வு சார்ந்த மொழியில் ஆண் – பெண் உறவையும் அடுக்குகளையும் மானுடத்தின் அந்தரங்கத் தனிமையையும் எழுதியவர். 'தனுமை', 'நிலை' போன்ற கதைகள் உதாரணம். தி. ஜானகிராமனின் மரபையும் கு. அழகிரிசாமியின் மரபையும் சேர்ந்தவர் என்று வண்ணநிலவனைச் சொல்லலாம். 'எஸ்தர்' போன்ற கதைகள் உதாரணம். சுந்தர ராமசாமி மற்றும் கி. ராஜநாராயணனின் அழகியல் போக்கின் நீட்சி என்று சொல்லத்தக்க நாஞ்சில் நாடன், அங்கதமும் விமர்சனமும் கலந்த யதார்த்தச் சித்திரங்களை உருவாக்கியவர். 'கால்நடையும் கனகதண்டியும்', 'யாம் உண்பேம்' போன்ற கதைகள் உதாரணம். அசோகமித்திரனின் பரபரப்பற்ற யதார்த்தச் சித்திரத்தின் தொடர்ச்சி எனத் தமிழில் திலீப்குமார் குறிப்பிடத்தக்கவர். 'கடிதம்', 'மூங்கில் குருத்து', 'தீர்வு' போன்ற படைப்புகள். கந்தர்வனையும் ஒருவகையில் கு.அழகிரிசாமியின் வழிவந்தவர் என்று சொல்லலாம். அவரது 'சாசனம்', 'காளிப்புள்ளே' போன்ற சிறுகதைகள் நாடகத்தனம் அற்ற நுண்ணிய சமூக விமர்சனத்தன்மை கொண்டவை.

தமிழின் இயல்புவாத எழுத்தின் சாதனையாளரான பூமணி, வெறும் புறவயத்தகவல்களினூடாக முன்வைத்த வாழ்க்கைச் சித்தரிப்பு ஒரு தனித்த அழகியலை உருவாக்கியது. பின்னாளில் இமையம் போன்றவர்கள் பின்பற்றிய அழகியல் அது. பூமணியின் 'ரீதி' போன்ற சிறுகதைகள் உதாரணம். பெண்ணிய நோக்கில் பிரச்சார வீச்சுள்ள கதைகளை அம்பை எழுதினார்.

ஈழ இலக்கியத்தில் வ.அ.ராசரத்தினம், தெளிவத்தை ஜோசப் போன்றவர்களின் வழியாக யதார்த்தவாதச் சிறுகதைகள் உருவாகிவந்தன. ஈழச் சிறுகதையின் முதன்மையான தொடக்கப்புள்ளி மு.தளையசிங்கம்தான். அவரது 'தொழுகை', 'கோட்டை' முதலிய கதைகளைக் குறிப்பிட்டுச் சொல்ல வேண்டும். அதன்பின் சற்றுப் பிந்தைய வயதில் அ. முத்துலிங்கம் ஈழத்தின் முதன்மையான சிறுகதையாசிரியராக உருவாகிவந்தார்.

## 4

தமிழ்ச் சிறுகதைகளின் முற்றிலும் புதிய முகம் 80களில் தொடங்கியது. யதார்த்தச் சித்திரிப்பென்பது அதுவரையில் சிறுகதையில் தவிர்க்க முடியாத அம்சமாக இருந்தது. சிறுகதை என்பதே அன்றாட வாழ்க்கையின் ஒரு துண்டு என்பது

அவ்வாசகர்களுடைய புரிதல். ஐம்பதாண்டுகளாக அவர்கள் அதற்குப் பழக்கப்படுத்தப்பட்டு இருந்தார்கள். உண்மையில் அது ஒரு விந்தை. கதை என்பதே அன்றாட வாழ்க்கைக்கு அப்பால் இருக்கும் ஒன்று என்ற எண்ணம் ஆயிரம் ஆண்டுக் காலமாக நம் பண்பாட்டில் உள்ளது. ஆகவே, புதுமைப்பித்தன் போன்றவர்களுக்கு யதார்த்தத்தை இலக்கியத்தில் சொல்வது என்பது ஓர் அறைகூவலாகவும் அதற்கான கூறுமுறைகளைத் தாங்களே கண்டுபிடிக்க வேண்டியதாகவும் இருந்தது. அக்கதைகள் அன்றைய வாசகர்களுக்கு அதிர்ச்சியையும் பரபரப்பையும் ஊட்டின. 'பட்டி விக்கிரமாதித்தன்' கதைகளைப் புரிந்து கொண்டவர்கள், புதுமைப்பித்தனின் 'செல்லம்மாள்' போன்ற கதைகளின் உள்ளடக்கம் தெரியாது தவித்தனர். ஆனால், மூன்றாவது தலைமுறை வரும்போது தமிழகத்தில் வணிக எழுத்து மிகப் பரவலாகியது. தங்கள் வாழ்க்கையையே பகல் கனவு கலந்து, திரும்ப எழுத்தில் வாசிக்கும் மனநிலை வாசகர்களிடம் வேரூன்றியது. ஆகவே, தங்கள் வாழ்க்கையுடன் நேரடியான சாயல் இல்லாத எதையும் வாசிக்க முடியாதவர்களாகி விட்டனர். எந்த ஒரு படைப்பும் தாங்கள் அறிந்த வாழ்க்கையின் இன்னொரு வடிவமாக இருக்க வேண்டுமென்ற எண்ணம் வாசகர்களிடம் இருந்தது. அது இலக்கியத்தின் ஒரு நிபந்தனையாக ஆனபோது, இயல்பாக அது ஒரு தளையாக ஆனது.

யதார்த்தத்தை உதறி, உள்ளுணர்வுகளை மட்டுமே பின்தொடரும் எழுத்து முறை மேற்கில் எழுந்து புகழ் பெற்றிருந்தது. குறிப்பாக, லத்தீன் அமெரிக்காவின் மாய யதார்த்தவாதம் ஐரோப்பாவில் உருவான மீயதார்த்தவாதம் போன்றவை. யதார்த்தவாதம் வாழ்க்கையின் ஒரு பகுதியைச் சித்திரிப்பது. அதன் உட்பொருளை அது சித்திரிப்பில் தொக்கி நிற்கச்செய்கிறது. அந்த உட்பொருளை மட்டும் எடுத்துக்கொண்டு அதை விரிவாக்கம் செய்யத் தடையாக இருப்பது, அந்த யதார்த்தச் சித்திரிப்புதான் என்னும் எண்ணம் அடுத்த தலைமுறையில் உருவாகியது. இலக்கியம் அன்றாட வாழ்க்கையை அல்ல, அவ்வாழ்க்கைக்கு அப்பால் இருப்பவற்றையே சொல்ல வேண்டுமென்று அவர்கள் வாதிட்டனர். அவ்வாறு உருவாகி வந்த புதிய தலைமுறைச் சிறுகதை ஆசிரியர்களில் கோணங்கி முதன்மையானவர். 'கொல்லனின் ஆறு பெண்மக்கள்', 'பொம்மைகள் உடைபடும் நகரம்', 'கருப்பன் போன பாதை', 'மாயாண்டிக்கூத்தனின் ரசமட்டம்' போன்ற கதைகளில் அன்றாட வாழ்க்கையிலிருந்து உருவான கனவை மட்டுமே அவர் தன் மொழியில் எழுத முயன்றார். வரலாற்றிலும் நாட்டார் மரபிலும் உள்ள தொன்மங்களையும் கனவுகளையும் மறு ஆக்கம் செய்வதன் மூலம், ஒரு புதுப் புனைவு உலகை உருவாக்கினார்.

எஸ். ராமகிருஷ்ணன், யுவன் சந்திரசேகர் போன்றவர்கள் தங்களுக்கென யதார்த்தத்தைக் கடந்துசெல்லும் கூறுமுறையை உருவாக்கினார்கள். எஸ். ராமகிருஷ்ணன், அசோகமித்திரன் பாணியிலான புறவய எழுத்து நடையையும் வண்ணதாசன் போன்றோர் எழுதும் நெகிழ்வான உணர்வுகளையும் கலந்து மாயத்தன்மைகொண்ட யதார்த்தத்தை உருவாக்க முயன்றார். வெவ்வேறு வகையான கதைகளுக்கு நடுவே ஊடாடும் பொதுப்புள்ளியைத் தேடும் ஒரு கதை வடிவை யுவன் சந்திரசேகர் தன் புனைவுகளில் உருவாக்கினார். மாற்று, மெய்ம்மை என்று அவர் குறிப்பிடும் யதார்த்தத்தை மீறிய உளநிகழ்வுகளை எழுதுவதற்கான தளமாகச் சிறுகதையை அவர் கண்டார்.

சுரேஷ்குமார இந்திரஜித், அன்றாட வாழ்க்கைச் சித்திரிப்புக்குரிய மொழிநடையில் குறைவாகச் சொல்லும் ஒரு கதை வடிவை உருவாக்கி, அதற்குள் மீறிச் செல்லும் சில தருணங்களைக் கண்டடைந்தார். மொழியின் கட்டற்ற பெருக்காகக் கதையை அமைக்க முயன்றவர் என்று பா. வெங்கடேசனைச் சொல்லலாம். சாரு நிவேதிதா நேர்க்கோடற்ற முறையில் அமைந்த சிறுகதை வடிவில், விவரணைகளற்ற நேர்ப்பேச்சு நடையில் சிறுகதைகளை எழுதினார்.

இதே காலகட்டத்தில் பாவண்ணன், சுப்ரபாரதிமணியன், பெருமாள்முருகன் போன்றவர்கள் தமிழில் அழுத்தமான யதார்த்தவாதச் சிறுகதைகளைத் தொடர்ந்து எழுதிவந்தனர். ஈழ இலக்கியத்தில் சட்டநாதன், ரஞ்சகுமார் போன்ற அழுத்தமான சிறுகதையாசிரியர்கள் எழுத வந்தாலும் தொடரவில்லை. ஷோபா சக்தியே இன்றைய தலைமுறையின் முதன்மையான சிறுகதையாசிரியர். அங்கதமும் வரலாற்று விமர்சனமும்கொண்ட அவரது கதைகள், தமிழிலக்கியத்தின் முக்கியமான சாதனைகள்.

## 5

90களுக்குப் பிறகு உலகெங்கிலும் சிறுகதைகளில் ஒரு பெருந்தேக்கம் நிலவுவதைக் காண முடிகிறது. நான் அமெரிக்கா வின் பிரமாண்டமான புத்தக அரங்குகளில் சிறுகதைக்கான பகுதி மிகக் குறைவாக உள்ளதைக் கண்டிருக்கிறேன். சிறுகதை களைப் பிரசுரிக்கும் ஊடகங்கள்கூட மேற்கே மிகக் குறைந்து விட்டன. நாவல்கள், வாழ்க்கை வரலாறு, பல்வேறு வகையான நுண் வரலாற்றுச் சித்திரிப்புகள், இதழியல் சார்ந்த நூல்கள் ஆகியவையே வாசகர்களால் பெரிதும் விரும்பிப் படிக்கப்படுகின்றன. சிறுகதைகளிலேகூட அறிவியல் புனைகதைகளுக்கு இருக்கும் முக்கியத்துவம் பிறவற்றுக்கு இல்லை. இப்போக்கு இந்தியா முழுக்கப் பிரதிபலிக்கிறது. தமிழிலும் அதைக் காண முடிகிறது.

சிறுகதையின் தேக்கத்துக்கான காரணங்களில் முதன்மையானது, அதன் வடிவம்தான் என்று தோன்றுகிறது. நாவல், நெகிழ்வான வடிவம் கொண்டது. ஆகவே, அது பலவகையான வடிவச் சோதனைகளுக்கு இடமளித்து ஏராளமான வெற்றிகரமான புதுமைகளை நிகழ்த்தியது. சிறுகதை வடிவம் அதன் இறுதி முடிச்சு அல்லது உச்சம் என்னும் வடிவத்தால் வரையறுக்கப்பட்டிருக்கிறது. அந்தக் கச்சிதமே அதன் அழகு. அது புகழ்பெற்றது அதனால்தான். அதுவே அதன் எல்லையும்கூட.

சிறுகதையில் பலவகையான வடிவ மீறல்கள், சோதனைகள் நிகழ்ந்தன. ஒவ்வொன்றும் அவ்வடிவை இல்லாமலாக்கும் வகையிலேயே முடிந்தன. அவை மீண்டும் கவித்துவக் குறிப்பு, குறுங்கதை ஆகிய பழைய வடிவங்களையே சென்று சேர்ந்தன. வாசிப்பில் அவை பெரிய அளவில் ஈர்க்கவும் இல்லை. உலக அளவில் இன்று சிறுகதையில் பெரிய வடிவச் சோதனைகள் ஏதும் நிகழவில்லை. மீண்டும் செவ்வியல் சிறுகதை வடிவமே புகழுடன் இருக்கிறது. மேலும், அறிவியல் புனைகதைகளுக்கு அவற்றுக்குரிய திகைப்பூட்டும் உச்சத்தை அளிக்கும் வடிவமாகச் சிறுகதை உள்ளது.

இன்னொன்று, பின்நவீனத்துவ எழுத்து முறைக்குச் சிறுகதை உகந்ததாக இல்லை என்பது. சிறுகதை, முரண்பாட்டை முன்வைப்பது. ஆகவே, அது எதிரீடுகளை முதன்மையாகக் கவனிக்கிறது. பின்நவீனத்துவம் எதிரீடுகளை நிராகரிக்கிறது. ஊடுபாவுகளின் சிடுக்குகளை, விளையாட்டை முன்வைக்கிறது. நாவல் அந்நோக்குக்கு மிக உகந்ததாக இருந்தது. சிறுகதை அதற்கு உதவவில்லை. ஆகவே, நவீன இலக்கியத்தில் சிறுகதையின் இடம் குறைந்தது.

தமிழின் இன்றைய சிறுகதை எழுத்தாளர்களில் பலர், முன்னரே எழுதப்பட்ட சிறுகதை முறைமைகளை உடைத்தும் மறுஆக்கம் செய்தும் எழுத முயன்றனர். முந்தைய சிறுகதை ஆசிரியர்களால் அழகியல் நோக்குடனும் ஒழுக்க நோக்குடனும் சற்று மங்கலாக எழுதப்பட்ட வன்முறை, பாலியல் போன்றவை, வீரியத்துடன் விரித்தெழுதும் முறை தமிழில் உருவாகியது. எஸ். செந்தில்குமார், கே.என்.செந்தில், ஜே.பி. சாணக்யா, லக்ஷ்மி சரவணக்குமார் போன்றவர்களின் சிறுகதைகள் இத்தகையவை. கே.என். செந்தில், எஸ். செந்தில்குமார் போன்றவர்கள் யதார்த்தமான கதைக்கூறு முறைக்குள் பாலியல், வன்முறை சார்ந்த உளநுட்பங்களைச் சொல்கிறார்கள். ஜே.பி. சாணக்யா அவற்றைச் சற்றே கவித்துவத்துடன் எழுதுபவர். இவ்வகை எழுத்துக்கான முன்னோடியாக, ஓரிரு சிறுகதைகளை லக்ஷ்மி மணிவண்ணன் எழுதியிருக்கிறார். இவ்வகை எழுத்து தமிழில் உருவாவதற்கான சமூக உளவியல் காரணங்கள் பல. பொதுவாக,

சென்ற கால எழுத்தைக் கொந்தளிக்கச் செய்த அடிப்படையான தத்துவ, அரசியல் வினாக்கள் மறைந்து, அந்த வெற்றிடத்தைப் பாலியல் சிடுக்குகள் எடுத்துக்கொள்கின்றனவா என்னும் ஐயம் எனக்கு உண்டு.

இன்றைய சிறுகதைகளின் மிக முக்கியமான இன்னோர் அம்சம், எழுதும் ஊடகத்தில் உருவாகியுள்ள மாற்றம். இன்று வார இதழ்கள் தொடர்ச்சியாகச் சிறுகதைகளை வெளியிட்டுக் கொண்டிருந்தாலும்கூட, இணைய ஊடகம் மிக முக்கியமான பங்கை வகிக்கிறது. இணையம் உரைநடையில் அடிப்படையான மாற்றத்தை உருவாக்குகிறது. ஒன்று, அது கைப்பேசியில் விரல்களால் தொட்டுத் தட்டச்சு செய்யும் பழக்கத்தை உருவாக்கியது. முகநூலில் மிகச் சுருக்கமான பதிவுகளைப் போட்டு வாசிப்பையும் எதிர்வினைகளையும் பெறக்கூடும் பழக்கம் உருவாகியது. விளைவாக, குறுகிய சொற்றொடர்களும் சிறிய சித்திரிப்புகளும் வர்ணனைகள் அற்ற விவரணைகளும் கொண்ட ஒரு கூறுமுறை பிறந்தது.

ஓர் உலகத்தை உருவாக்கி அதற்குள் வாசகனைப் பயணம் செய்ய வைப்பதற்குப் பதிலாக, அவன் உடனடிக் கவனத்தைக் கோரி, அவன் பிரக்ஞையின் ஒரு பகுதியைச் சுண்டிவிட்டுச் செல்லும் ஓர் எழுத்துமுறை வந்தது. அவ்வெழுத்து முறையில் வெற்றிகரமாகச் செயல்படுபவர் என்று போகன் சங்கரைச் சொல்லலாம். பரவலாகப் படிக்கப்படும் அராத்து போன்றவர்களின் கதைகளும் இத்தகையவே. சிறுகதைகளில் இன்று வாசிக்கக் கிடைக்கும் புதிய போக்கு என்று இதைச் சொல்லலாம். இதைச் சிறுகதை என்று சொல்வதைவிடக் 'குறுஞ்சித்திரிப்பு' என்றே சொல்ல முடியும். அவர்கள் இதை, 'குறுங்கதைகள்' என்னும் வடிவமாகச் சொல்கிறார்கள். இது ஒருவகையில் நவீனக் கவிதையில் இன்று உருவாகியிருக்கும் நுண்சித்திரிப்பு என்னும் முறையின் இன்னொரு வடிவமாகவும் படுகிறது.

சிறுகதை என்னும் வடிவிலிருந்து முக்கியமான இளைய படைப்பாளிகள் நாவல் நோக்கிச் செல்வதையே காண முடிகிறது; இந்தியாவின் எல்லா மொழிகளிலும் இதுவே நிகழ்கிறது. எதிர்காலத்தில் சிறுகதை, குறுங்கதை என்னும் வடிவிலிருந்து மேலே செல்லுமா, நீண்ட சிக்கலான கதைகளாகத் தன்னை உருமாற்றிக்கொள்ளுமா என்பதெல்லாம் முக்கியமான கேள்விகள். இலக்கியத்தில் என்ன நிகழுமென முன்னரே சொல்லிவிட முடியாதென்பதே அதன் வசீகரம்.

*தடம், ஜூன் 2016 இதழில் வெளிவந்த கட்டுரை.*

# அண்மைக்காலச் சிறுகதைகள்

## இமையம்

மொழி என்ற தொடர்புச் சாதனம் உருவான போதே, கதை சொல்வது என்ற செயலும் உருவாகியிருக்க வேண்டும். மனிதனால் எவ்வாறு பேசாமல் இருக்க முடியாதோ, அவ்வாறே கதை சொல்லாமலும் இருக்க முடியாது. கதை சொல்லும் முறை கற்பனையை உருவாக்கிற்றா, கற்பனை என்பது கதையை உருவாக்கிற்றா என்றால் இரண்டும் ஒரே சமயத்தில் உருவாகியிருக்க வேண்டும். மனிதச் சமூகம் பல்வேறு நிலைகளைக் கடந்து படிப்படியாகப் பல வளர்ச்சிகளைப் பெற்று இன்றும் நம்பிக்கையுடன் பூமியில் காலூன்றி நிற்பதற்குக் கற்பனையும் கதைசொல்லும் முறையும் பெரும் பங்காற்றி இருக்கின்றன. கதையில்லை என்றால் கற்பனை இல்லை; கற்பனை இல்லை என்றால் வாழ்க்கை இல்லை. வாழ்க்கைக்கு உயிர்ச்சத்தாக இருப்பது கற்பனையும் கதையும்தான்.

ஒவ்வொரு தேசத்திலும், ஒவ்வொரு காலகட்டத்திலும் ஒவ்வொரு விதமான கதைகள் உருவாகியிருக்கின்றன; பல கதைகள் தேச எல்லைகள் கடந்து உலகப் பொதுக் கதையாகவும் பேசப்படுகின்றன. எழுத்து மரபில் பேசப்பட்ட கதைகளைவிட வாய்மொழி மரபில் பரவிய கதைகளே இன்றும் பெரும்பான்மை மக்களால் பேசப்படுவதாக இருக்கிறது; வாழ்க்கை நெறியாக மேற்கொள்ளப்படுகிறது. வாய்மொழி மரபுக் கதைகளை விஞ்சும் வகையில் எழுத்தில் கதைகள்

உருவாக்கப்படவில்லை என்பது கவனத்திற்குரியது. தமிழ் மரபு காவியங்களை அடிப்படையாகக் கொண்டது. அதுவும் பதினாறாம் நூற்றாண்டோடு முடிந்துவிட்டது. 20ஆம் நூற்றாண்டின் தொடக்கத்தில்தான் தமிழில் உரைநடை இலக்கியம் அறிமுகமாகிறது. குறிப்பாகச் சிறுகதை வடிவம். அதற்குமுன் தமிழில் சிறுகதை வடிவமே இல்லையா என்றால் இருந்தது. அதுவும் சிறந்த வகையில் இருந்தது. 'ஒரு ஊருல ஒரு நரி, கதை அதோட சரி', 'ஒரு ஊருல ஒரு சிங்கம், அந்தக் கதைய சொன்னா அசிங்கம்', 'ஒரு ஊருல ஒரு பரி, கதை அதோட சரி' என்று ஒரே ஒரு வாக்கியத்திலேயே கதை சொன்னது தமிழ் மரபு.

வாய்மொழி மரபையும் ஆங்கில இலக்கியத்தின் வழியாகப் பெறப்பட்ட வடிவத்தையும் கொண்டு உருவானதுதான் நவீனச் சிறுகதை வடிவம். கடந்த ஒரு நூற்றாண்டுக் காலத்தில் சிறுகதை என்ற வடிவம் பெற்றுள்ள மாற்றம், செழுமை, வளர்ச்சி, வடிவச்சோதனைகள், பரிசோதனை முயற்சிகள் போன்றவை பெரும் பாய்ச்சலை நிகழ்த்தியுள்ளன. தமிழில் இவ்வடிவத்தின் முன்னோடியாக வ.வே.சு.ஐயரைக்குறிப்பிடலாம். அவரைத் தொடர்ந்து பி.எஸ். ராமையா, கு.ப. ராஜகோபாலன், ந.பிச்சமூர்த்தி, புதுமைப்பித்தன், சி.சு.செல்லப்பா, பி.எம்.கண்ணன், இளங்கோவன், சிதம்பர சுப்ரமணியன், மௌனி போன்றவர்கள் சிறுகதை வடிவத்தைப் பயன்படுத்திப் பல்வேறு ஆக்கங்களை உருவாக்கினார்கள். சிறுகதை வடிவம் தமிழில் பரவலாகவும், ஆழமாகவும் வேர் ஊன்றச் செய்ததோடு பல முன்மாதிரிகளையும் உருவாக்கிக் காட்டினார்கள். இவர்களையடுத்து வந்த கு. அழகிரிசாமி, தி. ஜானகிராமன், லா.ச. ராமாமிர்தம், த. ஜெயகாந்தன், சுந்தர ராமசாமி போன்றவர்கள் தமிழ்ச் சிறுகதையை அடுத்த கட்டத்திற்கு நகர்த்தினார்கள். உருவம், உள்ளடக்கம், மொழி, செய்நேர்த்தி போன்றவற்றில் இவர்கள் கூடுதல் கவனம் செலுத்தினார்கள். இவர்களுடைய எழுத்து அகவுலகத் தேடல் எனலாம். இவர்கள்தாம் தனிமனித வாழ்க்கையின் வழியே, தனிமனிதச் சிக்கல்களினூடே சமூகத்தை உற்று நோக்கியவர்கள். இவர்களையடுத்தும் இவர்களோடு சேர்ந்தும் வந்த அசோகமித்திரன், ந.முத்துசாமி, கி. ராஜநாராயணன், நாஞ்சில்நாடன், சா. கந்தசாமி, பிரபஞ்சன், வண்ணநிலவன், வண்ணதாசன், அம்பை, பூமணி, தோப்பில் முகமது மீரான் போன்றவர்கள் தமிழ்ச் சிறுகதைக்கு மறுமலர்ச்சியை உருவாக்கித் தந்தார்கள். இந்த மறுமலர்ச்சியை வளர்த்தெடுக்கும் விதமாகத் தற்காலத்தில் எழுதிக்கொண்டிருப்பவர்கள் திலீப்குமார், ஜெயமோகன், எஸ். ராமகிருஷ்ணன், கோணங்கி, பெருமாள் முருகன், தேவிபாரதி, சு. வேணுகோபால், பாவண்ணன், சுப்ரபாரதிமணியன், பிரேம் – ரமேஷ், சோ. தர்மன், கௌதம

சித்தார்த்தன், எம்.ஜி. சுரேஷ், ச. தமிழ்ச்செல்வன், கண்மணி குணசேகரன், பாமா, சிவகாமி, அழகியபெரியவன், ஆதவன் தீட்சண்யா, யுவன்சந்திரசேகர், அன்பாதவன், விழி.பா. இதயவேந்தன், ஜீ. முருகன், காலபைரவன், சு. தமிழ்ச்செல்வி, சல்மா, உமா மகேஸ்வரி, அ.வெண்ணிலா, புகழ், ஜே.பி.சாணக்யா, எஸ். செந்தில்குமார், கே.என். செந்தில்... என்று இன்னும் பலர் தமிழ்ச்சிறுகதைக்குத் தங்களுடைய பங்களிப்பின் வழியே வளம் சேர்த்து வருகின்றனர்.

1980-90களுக்குப் பிறகு படைப்புச் சார்ந்தும், படைப்பு மொழி சார்ந்தும் தமிழ்ச் சிறுகதையில் பெரிய மாற்றம் நிகழ்ந்தது. அடித்தட்டு மக்களும், விளிம்புநிலை மக்களும், அவர்களுடைய மொழியும் இலக்கியமாக்கப்பட்டது. இக்காலகட்டத்தில்தான் சமூகத்தின் பலதரப்பு வாழ்க்கை முறையும் இலக்கியமாயின. பழைய எழுத்தாளர்களிடம் காணப்பட்ட உத்தி சார்ந்த மயக்கங்கள், பிரமைகள் உதிர்ந்துபோயின. கதைப் பரப்பும், அனுபவமும் விரிந்த தளத்தில் இருந்தது. புதிய புதிய கதைக் களன்களைத் தேடி எழுத்தாளர்கள் நகர்ந்தவாறே இருக்கின்றனர். வாய்மொழி மரபும், வட்டார வழக்கும், இனக்குழு வரலாறுகளும் கூடுதல் கவனம் பெற்றதோடு அதிகமாக எழுதவும் படுகின்றன. எல்லாவற்றுக்கும் மேலாகத் தலித்தியம், பெண்ணியம் என்ற கோட்பாடுகளால் எழுச்சிபெற்று எழுந்த இலக்கியங்கள் தமிழ்ச் சிறுகதைக்குப் புதிய முகத்தைக் கொடுத்துள்ளன. தற்காலத்தில் தமிழ்ச் சிறுகதை வடிவம் காட்டாற்று வெள்ளம்போலப் பெருக்கெடுத்து ஓடுகிறது. அவ்வாறு ஓடுகிற வெள்ளத்தில் ஒரு கையளவு நீரை மட்டுமே அள்ளி உதாரணம் காட்ட முடியும். அதுவும் கடந்த பத்தாண்டுகளில் வந்த சிறுகதையின் வழியே. இதன் மூலம் மொத்தத் தமிழ்ச் சிறுகதைகளைப் பற்றிய சித்திரத்தை அறியமுடியும்.

தற்காலத்தில் தமிழில் எழுதப்படும் சிறுகதைகளை ஐந்து வகையாகப் பிரிக்கலாம். 1. பொதுவான சிறுகதைகள், 2. புதுவகைச் சிறுகதைகள், 3. தலித்தியச் சிறுகதைகள், 4. பெண்ணியச் சிறுகதைகள், 5. வாய்மொழி மரபுச் சிறுகதைகள்.

## பொதுவான கதைகள்

ஒரு மனிதனைப் பற்றிய 'வெள்ளை அறிக்கை' (உயிர்மை; பிப்.2010) என்ற பிரபஞ்சனின் சிறுகதை, பல விதங்களில் முக்கியமானது. கதை, எலிகளைப் பற்றிப் பேசுகிறது. உண்மையில் எலிகளைப் பற்றி அல்ல, மனிதர்களைப் பற்றித்தான் பேசுகிறது. எலிகளுக்கும் மனிதர்களுக்குமான உறவு என்ன, ஏன் அவர்களுக்கிடையே ஓயாமல் போராட்டம் நிகழ்கிறது.

அந்தப் போராட்டத்தில் வெற்றி பெறுவது யார், மனிதர்களால் அழிக்கப்பட்ட, அழிக்கப்பட்டுவரும் உயிரினங்களின் எண்ணிக்கை எவ்வளவு என்று சூசகமாகப் பல ஆழமான கேள்விகளைக் கேட்கிறது கதை. அப்படிக் கேட்கப்படுகிற கேள்விகளில் ஒன்று மனிதர் சங்கதியும், எலிகளின் சங்கதியும் ஒன்றா என்ன?

"பொதுவாக என்மீது ஒரு புகார் இருக்கிறது. ஏதாவது ஒன்றைச் சொல்ல ஆரம்பித்துவிட்டு எங்கெங்கோ அலைந்து திரிய ஆரம்பித்துவிடுகிறேன். இந்தமுறை அந்தத் தவறு நடக்காமல் பார்த்துக்கொள்ளப்போகிறேன்" என்று ஆரம்பிக்கிற யுவன் சந்திரசேகரனின், 'சொன்னால் நம்ப மாட்டீர்கள்' (*உயிர்எழுத்து; டிச.2009*) என்ற கதை ரயில் பயணத்தில் தொடங்குகிறது. பயணம் முடியும்போது கதையும் முடிந்துவிடுகிறது. கதையை எழுதுகிற எழுத்தாளருடைய நண்பரைப் பற்றிய கதை. கதையில் வரும் நாயகனும் எழுத்தாளரே. அதிகப் பிரபலமில்லாத, அதிகம் எழுதாத எழுத்தாளர். காரணமின்றிப் பலருக்கு வாழ்க்கை தொடர்ந்து நெருக்கடிகளையும் சங்கடங்களையும் தந்துகொண்டிருக்கிறது. ஓயாமல் நெருக்கடிக்குள்ளாகிற மனிதனைப் பற்றி விவரிக்கிறது, 'சொன்னால் நம்ப மாட்டீர்கள்' கதை. ஒவ்வோர் எழுத்தாளரும் தன்னையே உணரலாம் இக்கதையில். தன்னுடைய அனுபவத்தை வாசக அனுபவமாக மாற்றம் செய்வதுதானே கலைப்படைப்பின் நோக்கம்.

ஜீ.முருகனின் 'கள்ளத் துப்பாக்கிகளின் கதை' (*அடவி; பிப்.2010*) என்ற கதை, சுப்பிரமணியன் என்ற மனிதனுடைய மொத்த வாழ்க்கையையுமே சொல்கிறது. தர்மாபுரத்தில் வசிக்கிற ஆசாரியின் இரண்டாம் தாரத்து மகன் சுப்பிரமணியன். முதல் தாரத்து நான்கு மகன்களாலும் ஓயாமல் விரட்டப்படுகிற சுப்பிரமணியன், ஒரு கட்டத்தில் ஊரைவிட்டே போகிறான். பல ஆண்டுகள் கழித்து ஒரு பெண்ணுடன் ஊருக்கு வந்து ஊரின் ஒதுக்குப்புறமாக வாழ்கிறான். பறவைகளை வேட்டையாடுவது அவனது தொழிலாகிறது. அவனைக் காவல்துறை தேடுகிறது. பிறந்தது முதல் இறக்கும்வரை அவன் எப்படி ஓடிக்கொண்டே இருக்கிறான் என்பதை மிகுந்த வலியுடன் சொல்கிறது கதை. கதாநாயகன் இறந்தாலும் அவன் உருவாக்கிய துப்பாக்கிகள் சாகவில்லை என்பதைக் கதையின் கடைசி வரிகள் காட்டுகின்றன. "கள்ளத் துப்பாக்கிகளோ அவன் பெயரை உச்சரித்தபடி இன்னும் காடுகளுக்குள் இரைச்சலிட்டுக் கொண்டேயிருக்கின்றன."

எஸ். ராமகிருஷ்ணனின் 'பி. விஜயலட்சுமியின் சிகிச்சைக் குறிப்புகள்' (*உயிர்மை; ஆக.2005*) என்ற சிறுகதை, திருமணமான குறைந்த காலத்திலேயே சித்திரவதைக்குட்பட்டு மனச்சிதைவுக்கு உள்ளான பெண்ணினுடைய வாழ்வைச் சொல்கிறது. மொத்தக்

குடும்பமே ஓர் இளம் பெண்ணின்மீது துவேசத்தைக் கக்குகிறது, சிறு தவறு செய்தாலும் அடிக்கிறது. கணவனே மனைவியை வன்புணர்ச்சி செய்கிறான். இச்செயல் தொடர் நிகழ்வாக நடக்கிறது. வேலைக்குச் செல்வதற்கும், மேல்படிப்புப் படிப்பதற்கும் மற்றவர்களோடு சேர்ந்துகொண்டு கணவனும் எதிர்க்கிறான். சான்றிதழ்களைக் கிழித்தெறிகிறான். இப்படியான ஒரு சூழலில் ஒரு பெண்ணுக்கு மனச்சிதைவு ஏற்படாமல் இருந்தால்தான் ஆச்சரியப்பட வேண்டும். ஆனால், விஜயலட்சுமியின் மனச்சிதைவுக்கு அவளுடைய கணவனும், மாமனார் மாமியாரும் கூறும் காரணங்கள் விநோதமானவை.

"மூளக்கோளாறு ரொம்ப நாளாகவே இருந்திருக்கணும். நம்ம தலையில் கெட்டி வச்சிட்டாங்க. இனிமே இவ செத்தாலும், பிழைச்சாலும் நமக்கென்ன ? விடு."

பெருமாள்முருகனின் 'வெள்ளிமீன்' *(காலச்சுவடு; அக்.2007)* என்ற கதை, ஆடு திருடனைப் பற்றியது. ஆடு திருடப்போய் மாட்டிக்கொண்டு ஓர் இரவு முழுவதும் மோசமான புதருக்குள் மாட்டிக்கொண்டு அவஸ்தைப்படுகிற பூபதி என்கிற திருடனுடைய மன உளைச்சலையும், அவன் படுகிற துன்பத்தையும் விவரிக்கிறது. மற்றவர்களுக்கு வேண்டுமானால் அவன் திருடனாக இருக்கலாம். அவனுக்கு வயிற்றுப் பிழைப்புக்கான வழி அது. ஒரு மனிதனைச் சாப்பிடாமல் இரு என்று எப்படிச் சொல்வது? பிறருக்குக் கஷ்டம்தான். திருட்டு அவனுக்குச் சோற்றுக்கான வழி. அதைச் செய்யாதே என்று எப்பபடிச் சொல்வது என்று மிக அழகாகக் கேட்கிறது இக்கதை.

"பூபதிக்கு ஆடு திருடுவதைப் பழக்கிவிட்டவர் அவன் அப்பன்தான். அவரோடு ஒப்பிட்டால் தன் திருட்டு ஒன்றுமே இல்லை என்று படும். அவர் ஒருநாளும் இப்படி மாட்டிக்கொண்டது இல்லை. அவரை அழைத்துப்போக ஓராள் வண்டியில் காத்திருந்ததில்லை. எவ்வளவு தூரமானாலும் தோள்மீது போட்ட ஆடு சிறு சத்தமும் இல்லாமல் வரும். ஆடு திருடத் தோதான நேரத்தை அவர்தான் அவனுக்குச் சொல்லித் தந்தார்."

'ஊமைச் செந்நாய்' *(உயிர்மை; நவ.2008)* என்ற ஜெயமோகனின் கதை, சென்ற நூற்றாண்டில் நடக்கிறது. ஒரு வெள்ளைக்காரத் துரைக்கும் நாய் மாதிரி நடத்தப்படுகிற இந்தியனுக்கும் இடையே நடக்கிற கதை. துரைக்கு வேட்டையாடுதல்தான் பொழுதுபோக்கு. வேட்டைக்கு உதவியாளாக, வழிகாட்டியாக இருக்கிறவனின் மன உளைச்சல் என்ன என்பதையும் அவன் படுகிற அவஸ்தைகளையும் தத்ரூபமாக விவரிக்கிறது. அவன் துரையினுடைய தொல்லை தாங்க முடியாமல் கடைசியில் மலையிலிருந்து விழுந்து சாவதையும் உயிரோட்டமாக விவரிக்கிறது கதை.

## பெண்ணியச் சிறுகதைகள்

1980களுக்குப் பிறகு தமிழில் ஏற்பட்ட பெண்ணியச் சிந்தனையால் ஊக்கம் பெற்றுப் பலர் மரபார்ந்த முறைக்கு எதிரான சிந்தனையோடும், புதிய எழுச்சியோடும், பெண்மொழி, பெண் உடல்மொழி, பெண் புழங்கும் வெளி என்ற முழக்கங்களோடும் புரிதலோடும் எழுதினர். அச்சு ஊடகம் ஒரு ஜனநாயகத் தன்மையை உருவாக்கிற்று. யார் வேண்டுமானாலும் தன்னை வெளிப்படுத்திக் கொள்வதற்கான சுதந்திரத்தையும் ஊக்கத்தையும் அது அளித்தது. அதன் அடிப்படையில் எங்களுக்கும் சொல்வதற்குக் கதை உண்டு, மொழி உண்டு, அனுபவம் உண்டு என்று எழுத ஆரம்பித்தனர். உக்கிரமான மொழியில் பெண்கள் தங்களை வெளிப்படுத்தினர். சென்ற நூற்றாண்டில் வை.மு.கோதைநாயகி அம்மாள், மூவலூர் ராமாமிர்தம் அம்மாள், ஆர். சூடாமணி, ராஜம் கிருஷ்ணன் என்று ஆரம்பித்த பட்டியல் சிவகாமி, ஆண்டாள் பிரியதர்ஷினி, பாமா, தமயந்தி, திலகவதி, உமா மகேஸ்வரி, அ. வெண்ணிலா, சு. தமிழ்ச்செல்வி, அம்பை, கிருஷாங்கினி, சல்மா என்று நீள்கிறது.

அம்பையின் 'வற்றும் ஏரியின் மீன்கள்' (பனிக்குடம்; ஏப்–ஜூன் 2007) கதை முக்கியமானது. இளம் வயதிலேயே தாயை இழந்து, தங்குவதற்காக - வாழ்வதற்காகப் பாதுகாப்பான இடம்தேடி மாறிமாறி இடம் பெயர்கிறாள் ஓர் இளம்பெண். இடம் பெயர்ந்ததால் ஏற்படுகிற மன உளைச்சல்களை, நெருக்கடி களை மிகுந்த வலியோடு சொல்கிறது இக்கதை. பெண்ணியம் என்பதை அதன் உண்மையான பொருளில் புரிந்துகொண்டவர் அம்பை. அதற்குச் சிறந்த எடுத்துக்காட்டாக இருக்கிறது இக்கதை.

இந்த வரிகளே கதை என்ன என்பதை வாசகருக்குக் கூறும். "பயணங்கள் அவளுடைய வாழ்க்கையின் குறியீடாகிவிட்டன. இலக்குள்ள பயணங்கள், இலக்கில்லாப் பயணங்கள், அர்த்தமுள்ள பயணங்கள், நிர்ப்பந்தப் பயணங்கள், திட்டமிட்டு உருவாக்காத பயணங்கள், திட்டங்களை உடைத்த பயணங்கள், சடங்காகிப்போன பயணங்கள்."

"இந்தக் குட்டிப் பாப்பாவை நன்றாகத் தேய்த்து வெள்ளை ஆக்குங்கள், வெள்ளை ஆக்குங்கள், என் சின்னப் பாப்பாவைச் சுத்தமாகக் கழுவி வாசனையாக்குங்கள், வாசனையாக்குங்கள்" என்று உமா மகேஸ்வரி 'ரணகள்ளி' ('மரப்பாச்சி' தொகுப்பு, 2002) என்ற சிறுகதையில் எழுதுகிறார். போற்றி வளர்க்கப்படுகிற பெண் குழந்தை பிற்காலத்தில் என்னவாக மாறுகிறாள், பெண்கள் ஏன் ஓயாமல் ஏக்கத்துடனேயே வாழ்கிறார்கள் என்பதை மிக

அழகாகச் சொல்லும் கதை இது. பெண், வீடு இதுதான் இவருடைய எழுத்துலகம். இவருடைய எழுத்தில் வரும் பெண்கள் நாம் தினந்தோறும் சந்திக்கிற பெண்கள்தாம்.

அ. வெண்ணிலாவின் கதைகள் மிகவும் எளிமையானவை. நேரடியாகப் பேசுபவை. சமூகத்தின் மொத்தக் குரலாகவும் ஒலிப்பவை. இதற்குச் சிறந்த எடுத்துக்காட்டாக இருப்பது, அவருடைய 'பூமிக்குச் சற்றுமேலே' (ஆனந்த விகடன்; 22-02-2002) என்ற கதை. இந்த உரையாடல் கதையின் மொத்த சாரத்தையும் சமூகத்தின் மனப்போக்கையும் அப்படியே காட்டுகிறது.

"இவளக் கட்டிக்கிட்டுப் போனா குடும்பத்துக்குச் சரிப்படாது. எம்புள்ளயக் கையில போட்டுக்குவா."

"காலப்பாரு வீச்சு வீச்சா, சொழட்டிப் போட்டுருவா எல்லாத்தையும்."

"ஆம்பள காலுள்ளவ, வாத்தியார் மாதிரிதான் இருப்பா, வணக்கமே இல்லாம."

"வரன்கள் நிராகரித்தன. அம்மாவுக்குச் சிரிப்பு தொலைந்து போயிற்று."

சு. தமிழ்ச்செல்வி, சாமுண்டி ('சாமுண்டி' தொகுப்பு, 2006) என்ற கதையில் விவரிக்கிற உலகம் மண் சார்ந்தது. கிராமப்புறங்களில் வாழ்கிற மக்களுடைய நம்பிக்கைகள், நம்மை வியப்பிலாழ்த்துகின்றன. கனகம் என்ற பெண்ணின் உடம்புக்குள் சாமுண்டி என்ற பாம்பு குடி புகுந்துள்ளது. அதனால் அப்பெண் படுகிறதுன்பம் சொல்லி மாளாது. ஆனால் கனகம் அதை மரியாதையாக, கௌரவமாகக் கருதுகிறாள். அவள் அப்படித்தான் வளர்க்கப்பட்டிருக்கிறாள். நம்முடைய சமூகத்தினுடைய விருப்பமும் அதுதான். பல நேரங்களில் நாம், வாழ்வை - வாழ்க்கையின் வழியாகவேதான் பார்க்க வேண்டும். விஞ்ஞானத்தின் வழியாக அல்ல என்று சொல்கிறது சாமுண்டி கதை.

"கனகத்தின் உடம்புக்குள் புகுந்திருந்த சாமுண்டிப் பாம்பு, தன் சட்டையை உரிக்க ஆரம்பித்தது."

"என் இருப்பை நீ உணராததுபோல் இருந்தாலும், உன் உணர்வுகளில் என் இருப்புப் பதியப்பட்டுள்ளது புரிகிறது. எனது இருப்பை அங்கீகரிக்கும் உனது செயல்பாடுகள்தான் என்னை உன்னுடனான இந்த வாழ்க்கையில் நிலைபெறச் செய்கிறது. இருப்பை அங்கீகரிப்பது வாழ்க்கையில் கிடைக்கப்பெறும் ஏற்பு ஆகிவிடுமா" ('நெற்குஞ்சம்' தொகுதி, 2009) என்று கேட்கிற

தேன்மொழி, அதே 'கடல்கோள்' என்ற கதையில், "எல்லாம் விடுதலைக்கான இசைபோல் ஒலிக்கிறது. யாருக்கான விடுதலை, யாருக்கு வேண்டிய விடுதலை?" என்று கேட்கிறார். இக்கேள்விகள் கதையிலிருந்தும் உருவாகவில்லை; வாழ்க்கையிலிருந்தும் உருவாகவில்லை. கேள்விகள் கதையாவதில்லை; வாழ்க்கைதான் கதையாகும்; கேள்வியாகும். மிகச்சிறந்த கதை மதிப்பு வாய்ந்த கேள்விகளை எழுப்பும்.

கிருஷாங்கினியின் 'வெள்ளை யானையும் குளிர்சாதனப் பெட்டியும்' என்ற கதை, ஆண்டாள் பிரியதர்ஷினியின் 'கழிவு', தமயந்தியின் 'மழையும் தொலைவும்', சந்திராவின் 'பூனைகள் இல்லாத வீடு' போன்ற கதைகள் மதிப்பு வாய்ந்தவை.

## தலித் சிறுகதைகள்

அம்பேத்கர் நூற்றாண்டை ஒட்டி எழுந்த தலித் அரசியல் என்ற செயல்பாட்டால் இலக்கியத்திலும் தலித் இலக்கியம் என்ற ஒருவகை உருவாயிற்று. 1980களுக்குப் பிறகு தமிழ் இலக்கியத்தின் முகம் தலித் இலக்கியத்தின் முகமாகத்தான் இருக்கிறது. இதை உருவாக்கியவர்கள் பூமணி, சிவகாமி, பாமா, அழகிய பெரியவன், ஆதவன் தீட்சண்யா, சோ. தர்மன், ஸ்ரீதரகணேசன், அபிமானி, ஜே.பி. சாணக்யா, புதிய மாதவி, அன்பாதவன், விழி.பா. இதயவேந்தன், பாப்லோ அறிவுக்குயில், என்.டி. ராஜ்குமார், வெ. வெங்கடாசலம், பிரதிபா ஜெயச்சந்திரன், சந்ரு, ரவிக்குமார் என்று பலரையும் சொல்லலாம். இவர்கள் இல்லையென்றால் தமிழில் தலித் இலக்கியம் இல்லை. ஒடுக்கப்பட்ட மக்கள் சந்தித்த, நாள்தோறும் சந்தித்துவரும் சாதியக் கொடுமைகளுக்கு, இழிவுகளுக்கு, புறக்கணிப்புகளுக்கு எதிர்ச்செயலாகத் தலித் சிறுகதைகள் எழுதப்படுகின்றன. சூழலைப் பிரதிபலிக்கக்கூடிய நடைமுறை வாழ்க்கையை, உண்மையை, வாழ்வின் முரண்களைச் செறிவான மொழியில் எழுதுவதைவிடக் கதையே முக்கியம்; கதையின் மையமே முக்கியம் என்று எழுதுவதுதான் இவர்களுடைய கொள்கை. இலக்கியம் வாழ்க்கையிலிருந்து மட்டுமே உருவாக்கப்பட முடியும்; கற்பனையிலிருந்து அல்ல. அவ்வாறு உருவாக்கப்படுவது இலக்கியம் அல்ல. பரிதாப உணர்வு இலக்கியமாகாது.

தமிழ்நாட்டில் தலித்துகளுக்கென்று உள்ளாட்சி நிர்வாகத்தில் இடஒதுக்கீடு தந்தாலும், அதில் போட்டியிட முடியாத நிலையையே இன்றும் காண்கிறோம். பாப்பாப்பட்டி, கீரிப்பட்டியில் நடந்த மோதல்களை நாம் அறிவோம். அதேமாதிரி லிங்கம்பட்டி என்ற கிராமத்தில் பொதுத்தொகுதியில் தலித் ஒருவர் வேட்புமனு செய்ததால் கலவரம் ஏற்படுகிறது. அந்தக்

கலவரத்தை 'எகத்தாளம்' (வல்லினம்; மே–ஜூன், 2002) என்ற பெயரில் கதையாக்கியிருக்கிறார் பாமா. கதையில் வரக்கூடிய இந்த வரிகளே கதையின் முக்கியத்துவத்தை உணர்த்தும்.

"அங்கங்க தனித்தொகுதிக்குள்ளேயே இவஞ்சாதிக்காரனுங்க நிக்க முடியாம கெடக்கயிலெ... இவனுங்களுக்கு எம்புட்டுக் கொழுப்புன்னா பொதுத்தொகுதியில, அதுவும் நம்பளுக்குப் போட்டியா நிப்பானுங்க."

விழி.பா. இதயவேந்தனுடைய சிறுகதை 'பறை', (புதிய கோடாங்கி; ஆக. 2002). "சாவு வீட்டில் ஒரே களேபரமாக இருந்தது. அழுகையும் கூச்சலுமாக இருந்தது. அதிகாலையில் இறந்துபோன நாட்டாமைக்குச் சுற்றுவட்டாரம் முழுக்கப் போய்த் தகவல் சொல்லிவரக் கோல்காரனை அனுப்பியிருந்தார்கள்" என்று ஆரம்பிக்கிற கதை, ஒரு சாவின் வழியே, சாவு நிகழ்ந்த இடம், அங்குள்ள மக்கள், அவர்களுடைய வாழ்க்கை முறை, சடங்குகள் என்று விரிகிறது. சாவைப் பற்றிச் சொல்வதைவிட அங்குள்ள மக்களின் வாழ்க்கையைப் பற்றியே அதிகம் சொல்கிறது 'பறை' கதை.

கெ. ஹ்ரிகிருஷ்ணன் எழுதிய 'பாதரவு' (மணல்வீடு; ஜன.– பிப். 2009) என்ற சிறுகதை, தெருக்கூத்துக் கலைஞர்களின் அன்றாட வாழ்வைச் சித்திரிப்பது. இவருடைய எழுத்து வாய்மொழி மரபுக் கதை சொல்லும் முறையைப் பின்பற்றுவது. இவருடைய எல்லாக் கதைகளுமே இந்த அடிப்படையில் ஏழுதப்பட்டுள்ளன. வட்டார வழக்கும், பேச்சு வழக்கும் எந்தப் பிசிறுமின்றி அப்படியே இவருடைய கதைகளில் பதிவாகின்றன.

"ஈனச்சாதிப் பயலே – திருட்டு அயோக்கிய ராஸ்கல். எவ்வளவு தைரியமிருந்தா, ரெட்டியார் லாரி டிப்போவுக்குள்ளார நுழைவே" என்று 'நாளும் தொடரும்' என்ற கதையில் ப. சிவகாமி எழுதியிருக்கிறார். அந்த நிலைதான் இன்றும் தொடர்கிறது. சமூகத்தில் மாற்றம் இல்லை என்று இக்கதை சொல்கிறது. அது உண்மையா? சிறுவன் ஒருவன் ரெட்டியார் வீட்டு லாரி நிறுத்துகிற இடத்தில் நுழைந்ததற்காக அடித்துத் துரத்தப்படுகின்றான். லாரி நிற்கிற இடத்திற்கு மனிதன் மட்டுமல்ல, குழந்தைகள்கூடப் போக முடியாத நிலைதான் தீட்டு என்ற பெயரில் இன்றும் நம் சமூகத்தில் இருக்கிறது.

அழகிய பெரியவனின் 'களி', அபிமானியின் 'முரண்', சோ.தர்மனின் 'தழும்பு', அன்பாதவனின் 'சர்டிபிகேட்', ஆதவன் தீட்சண்யாவின் 'கதையின் தலைப்பு கடைசியில் இருக்கக்கூடும்' போன்றவை தலித் சிறுகதைகளில் மிகச்சிறந்த கதைகளாக மதிக்கப்படுகின்றன.

## வாய்மொழி மரபுச் சிறுகதைகள்

எழுத்துவடிவச் சிறுகதைக்கு வாய்மொழி மரபுச் சிறுகதைகள்தான் முன்னோடி. அந்த மரபு தற்போது தமிழில் குறைந்துவிட்டது. ஆனால் புகழ், அமலநாயகம், மு. ஹரிகிருஷ்ணன், கண்மணி குணசேகரன் போன்ற சிலர் வாய்மொழி மரபுச் சிறுகதைகளையே இன்றும் எழுதி வருகின்றனர்.

'முக்தி', 'மாங்கொட்டசாமி' என்ற இரண்டு சிறுகதைத் தொகுப்புகளிலுமே புகழ் வாய்மொழி மரபுச் சிறுகதைகளைத்தான் எழுதியுள்ளார். இந்த முறையைப் பின்பற்றி எழுதுகிற ஒரே எழுத்தாளரும் இவர்தான். 'உறமுறை' ('மாங்கொட்டசாமி' தொகுப்பு, 2009) என்ற கதையில் வாய்மொழி மரபுச் சிறுகதையின் உச்சபட்ச எல்லையைத் தொட்டிருப்பதைக் காணமுடியும். "உழுத காடு வெள்ளாம போட ஆளில்லாமக் கெடக்குது. தெரிஞ்சு வாரத்துக்கொருக்க வர்ற பய தெனம் வந்து நின்னுப் பாக்க ஆரம்பிச்சிட்டான். லேசா சாடமாடயா ஆரம்பிச்ச பேச்சுப் பழக்கம் காலப்போக்குல ஆளு இல்லாத நேரம் பாத்து வூட்டுக்குள்ளேயே போயிப் புழங்குற அளவுக்கு வந்துடுச்சி."

அமலநாயகத்தின் 'ஓட்ட மண்டயன்' ('பழஞ்சோறு' தொகுப்பு, 2008) என்ற சிறுகதை வாசகர் கவனத்திற்குரியது. அதிகம் அறியப்படாதவர். ஆனால் அறியப்பட வேண்டியவர் என்பதை, 'ஓட்ட மண்டயன்' சிறுகதையில் வரக்கூடிய இந்த வரிகளே காட்டும்.

"ஊருல எப்ப எந்தப் பொருள் திருட்டுப் போனாலும் மொதல்ல சனங்க சந்தேகப்படுகிறது ஓட்ட மண்டயனத்தான். ஏன்னா, அவன் அந்த மாதிரி ஆளு. ஏதோ நகயக் காணும், நட்டக் காணும்ன்னா அவன நெனக்க மாட்டாங்க, அண்டாவக் காணும், குண்டானக் காணுமின்னா அவன் பேருதான் மொதல்ல வரும்."

கண்மணி குணசேகரன் வாய்மொழி மரபுக் கதை சொல் முறையையும், எழுத்து மரபையும் இணைத்து எழுதக் கூடியவர். எழுத்துவடிவத்திற்கும், வாய்மொழி மரபுக்குமான இடைவெளியை அவர் அறிந்தால் நல்லது. பேச்சுவழக்கு இவருடைய எழுத்தின் பலம் என்பதற்கு, அவருடைய 'சாட்டை' (மணல் வீடு; செப். – அக். 2008) கதையே உதாரணம்.

## புதிய வகைச் சிறுகதைகள்

இவ்வகையான சிறுகதைகள் கிட்டத்தட்ட கவிதை நடையிலேயே பொருளில்லாமல் எழுதப்படுகின்றன. கதையை

நேரடியாகச் சொல்லாமல் புதிய அதே நேரத்தில் குழப்பமான முறையில் சொல்வது, ஒருவகையில் புரியாத மொழியில், அடுக்கடுக்கான வாக்கியங்களைக் கொண்டு சொல்லப்படுவது ஒரு புதிய போக்காக இருக்கிறது. இவ்வகையான எழுத்துக்கு ஆங்கில வழிப் படிப்பும், வெளிநாடுகளில் பின்பற்றப்படும் முறையை அப்படியே பின்பற்றுவதும்தான் காரணம். இந்தவகை எழுத்துதான் தற்போது தமிழ்ச் சிறுகதை உலகில் புகழ்பெற்றுள்ளது. இதற்கு வித்திட்டவர்கள் மௌனி, கோணங்கி. இவர்களைத் தொடர்ந்து பா. வெங்கடேசன், ச. முருகபூபதி, க.சீ. சிவக்குமார், பிரேம் – ரமேஷ், ஜே.பி. சாணக்யா, தேவி பாரதி, சுரேஷ்குமார் இந்திரஜித், அரவிந்தன் போன்ற எழுத்தாளர்களும் இந்தப் போக்கில் எழுதிவருகின்றனர். இவர்களுடைய நோக்கமே சிடுக்குகள் உள்ள மொழியில் எழுதுவது. இவர்களுக்குக் கதை முக்கியமல்ல; வாசகன் முக்கியமல்ல; அலங்காரமான வார்த்தைகளே முக்கியம். கதையைவிட மொழியே முக்கியம்; அதுவும் தெளிவில்லாத குழப்பமான மொழி.

'பிறகொரு இரவு' (காலச்சுவடு; ஜன. 2008) என்ற கதையை எழுதியுள்ள தேவிபாரதி, வரலாற்றைக் கதையின் வழியே மீட்டுருவாக்கம் செய்து காந்தியைப் பற்றிப் புதிய சித்திரத்தை வாசகருக்குத் தந்துள்ளார். இந்தக் கதையில் நாம் இதுவரை அறியாத காந்தியைச் சந்திக்கிறோம். கடந்த காலம் நிகழ்கால அரசியலுடன் இணைத்துப் பார்க்கப்படுகிறது. காந்தியை நாம் எவ்வாறு புரிந்துகொள்வது, அவருடைய ஆளுமை என்ன, நாம் தெரிந்து வைத்திருக்கிற காந்தி என்பவர் யார் என்று பல அரிய கேள்விகளை இக்கதை வாசகனுக்குள் எழுப்புகிறது. அதற்கு இந்த வரிகளே உதாரணம்.

"தங்களுக்கு என்றுமே மரணமில்லை பாபுஜீ, இந்தத் தேசத்தின் எதிர்காலம் கருணை மிகுந்த தங்கள் கரங்களில் பத்திரமாக ஒப்படைக்கப்பட்டிருக்கிறது."

கோணங்கியின் 'நாடோடி ரயில் கள்ளன் சேக்கு' (கல்குதிரை; ஜன. 2010) என்ற கதை எங்குத் தொடங்குகிறது, எங்கு முடிகிறது? கதை நிகழும் காலம் எது? பரசுராமன் என்பவரின் வழியாக விரிகிறது கதை. எல்லைகள் கடந்து கதைக்குள் பழைய காலம் பதியப்படுகிறது. புதியகாலம் பதியப்படுகிறது. கோணங்கியின் மனம் பின்னோக்கி மட்டுமே பாய்ந்து ஓடிக்கொண்டிருக்கிறது. பழைய காலம் குறித்த சித்திரங்கள் அடுக்கடுக்காகக் கொட்டப்படுகின்றன. பல வாழ்க்கை முறைகள் இந்தக் கதையின் வழியே காட்சிப்படுத்தப்படுகின்றன. கதாசிரியர் கடக்கிற தூரம் நம்பத் தகுந்ததாக இல்லை. கதை தொடர்ந்து நமக்குப் பல செய்திகளைச் சொல்லிக்கொண்டேயிருக்கின்றது. அவை

தகவல்களாக மட்டுமே இருக்கின்றன என்பதற்கு இந்த வரிகளே சான்று.

"தையல்காரர்கள் கையில் வறுமையும் கிழிந்த வாழ்வைத் தைக்கவும் இருட்டைக் கீறி மூட்டுகிறார்கள். துவைத்தெடுத்த கல்லில் அடிபட்டுச் சாயம்போன பழைய துணி. இறந்து ஒடியும் ஆடைகள் மூச்சுவிடும் கனவு."

தலித்தியச் சிறுகதைகள், பெண்ணிய, நவீன, வாய்மொழி மரபுச் சிறுகதைகள் என்று பல பெயர்களில், பல அடையாளங்களில் எழுதப்பட்டாலும் எல்லாக் கதைகளுமே தமிழ் வாழ்வைத்தான் எழுதுகின்றன. மற்றக் காலங்களைவிட இக்காலத்தில்தான் சிறுகதைக்கான கூறுகள், வடிவம், மொழி, உள்ளடக்கம், எல்லை, கதாசிரியரின் நிலை குறித்த தெளிவு ஏற்பட்டுள்ளது. புதியவகை முயற்சிகள் இப்போது கூடுதலாக ஏற்பட்டுள்ளன. எல்லாவற்றுக்கும் மேலாகப் பலதரப்பினரும் பலதரப்பு வாழ்க்கை குறித்தும் எழுதுகின்றனர். சமூகத்தால் புறக்கணிக்கப்பட்ட மக்களுடைய வாழ்க்கையும், பெண்களுடைய வாழ்க்கையும் அக்கறையுடன் எழுதப்படுகின்றன. இதுவரை சமூகம் அறியாத பல வாழ்க்கை முறைகள் இப்போதுதான் கதைகளாகின்றன. சிடுக்குகள் நிறைந்த மொழியில் எழுதப்படுகிற முறையும், எளிய சொற்களில், எளிய மொழியில் எழுதப்படுகிற முறையும் தற்போது உள்ளன. இதற்கு மேற்குறிப்பிட்ட பல கதைகளே மாதிரிகள். தமிழ்ச் சிறுகதைகள் என்ற பெரிய கடலில் 'அண்மைக்காலச் சிறுகதைகள் ஒரு பார்வை' என்பது – ஒரு கைப்பிடி அளவு நீர்தான். அந்தக் கைப்பிடி அளவு நீரும் உண்மையாக மட்டுமல்ல, காலத்தின் கண்ணாடியாகவும் இருக்கிறது. இதன் வழியே, மொத்தத் தமிழ்ச் சிறுகதையின் செழுமையையும் பலவீனத்தையும் உணர முடியும். இன்றைய கதைகள் நாளைய கதைகளுக்கு வாசல்களைத் திறந்துவிடும்.

**'உலகத் தமிழ்ச் செம்மொழி மாநாடு – சிறப்பு மலரில்' (2010) இடம்பெற்றுள்ள கட்டுரை.**

# தமிழில் தலித் சிறுகதைகள்

### இரா. கந்தசாமி

தமிழ்ச் சிறுகதை வரலாற்றில், தலித் சிறுகதைகள் தொண்ணூறுகளில் குவிமையம் பெறுகின்றன. இந்திய அளவிலான தலித் சிந்தனை எழுச்சிப் போக்குகள் தமிழகத்திலும் தாக்கம்பெற்றன. இந்நிலையில், அம்பேத்கர் நூற்றாண்டு விழாக் கொண்டாட்டங்கள், மண்டல் குழுப் பரிந்துரை சார்ந்த கருத்துநிலை எழுச்சிகள் ஆகியவற்றின் விளைவால் தமிழில் தலித் இலக்கியம் தனக்கான அரசியல் புரிதல்களுடன் தோற்றம் பெற்றது. சாதி ஒழிப்பு, தலித் பண்பாட்டுக் கட்டமைப்பு எனும் இருபெரும் நோக்கங்களில், இந்தியாவின் பிற மாநிலங்களில் தலித் இலக்கியம் செயற்பட்டது. அதைப் போலவே, தமிழகத்திலும் தலித் இலக்கியம் தோற்றம் பெற்றது. என்றாலும் சமூகம், அரசியல், அறிவுப்புலச் செயற்பாடுகள், பொதுவான இலக்கிய வளர்ச்சியின் போக்குகளுக்கு ஊடாகவும் தமிழில் தலித் இலக்கியங்கள், தலித் சிறுகதைகளின் தோற்றம், வளர்ச்சி குறித்த போக்குகளையும் காண வேண்டியுள்ளது.[1]

## சிறுகதை என்னும் இலக்கிய வகைமையின் தனித்தன்மை

இன்றைய நிலையில் அச்சு ஊடகங்களின் பெருவளர்ச்சி, சிற்றிதழ்களின் பெருக்கம், விரிந்த

அளவிலான வாசகர் வட்டம் ஆகியவற்றால் 'சிறுகதை' என்னும் இலக்கிய வகைமையானது, பல்வேறு நிலைகளில் வளர்ச்சி கண்டுள்ளது. பொருளமைதி நோக்கில் சிறுகதையில் வெளிப்படும் காலப்பிரக்ஞை, அதன் சமகாலத் தன்மை என்பவை, அந்த இலக்கிய வகைமையின் தனித்தன்மைகளாக அமைகின்றன என்று க.மோகனரங்கன் குறிப்பிடுவது கவனிக்கத்தக்கதாகும்.[2] அதனால்தான், ஒரு சிறுகதையின் உருவாக்கம் என்பது எப்போதும் அதன் சமகாலக் கோட்பாடுகளோடும் அறிவுத்துறைகளோடும் நெருக்கமான உறவு கொண்டதாகவும் புதிய போக்குகளைப் பரிசீலிப்பதாகவும் அமைகிறது என்று அவர் குறிப்பிடுகிறார்.

அவ்வகையில் தலித் சிறுகதைகள், ஒட்டுமொத்த இந்தியச் சூழலில் சாதியத்திற்கெதிரான இலக்கிய வெளிப்பாடுகள் என அமைவதைப் போலவே, அச்சிறுகதைகள் எழும் மண்ணின் தனித்த கூறுகளையும் கொண்டிலங்குகின்றன. தலித் இலக்கியத்தைப் பொறுத்தவரை, வருண அமைப்பிற்கு எதிரான கலகக்குரல் வெளிப்பாடு என்னும் நிலையில் நீண்ட நெடிய வரலாற்றுச் சூழலையும், இந்தியா என்னும் பரந்த இடப் பரப்பையும் உள்ளடக்கியதாக அமைகிறது. எனவே, தலித் இலக்கியத்தின் பொருண்மை என்பது ஒரேநேரத்தில் நெடிய வரலாற்றின் கூறாகவும், சமகாலத்தன்மையின் புதிய வடிவமாகவும் அமைந்துவிடுகிறது. அதைப்போலவே, தலித் இலக்கியம் எழுகின்ற மண்ணின் தனிமனித அனுபவங்களாகவும், ஒட்டுமொத்த நிலையில் வருணத்தால், சாதியத்தால் ஒடுக்கப்பட்ட இந்தியமக்கள் அனைவருக்குமான அனுபவமாகவும் அமைந்துவிடுகிறது. இவ்வகையில், தமிழில் வெளிவந்துள்ள தலித் சிறுகதைகள் இந்திய அளவிலான பொதுத்தன்மைகளுடன், அச்சிறுகதைகள் எழுகின்ற மண்ணின் தனித்த கூறுகளையும், சமகாலத் தன்மையின் சிக்கலான பின்னல்களையும் படைப்பாளியின் சொந்த அனுவங்களையும், எடுத்துரைப்பியல் உத்திகளையும் கைக்கொள்கின்றன. இந்த அடிப்படைகளில், தமிழில் தலித் சிறுகதைகள் தோற்றம் பெற்று வளர்ந்த நிலைகளைத் தொட்டுக்காட்ட முயல்வதாய் இக்கட்டுரை அமைகிறது.

## தமிழில் தலித் சிறுகதை வளர்ச்சிக்கான பின்னணிகள்

தமிழில் தலித் சிறுகதைகளின் காலமாகத் தொண்ணூறுகளைக் குறிப்பிட வேண்டும். 1980க்கு முற்பட்ட காலக்கட்டங்களில் ஐரோப்பியப் புத்தொளி மரபுகளுடன், தமிழ் மண் சார்ந்த கருத்து நிலைகள், இடதுசாரி இயக்கம், திராவிட இயக்கம், தேசிய இயக்கம் ஆகியன சார்ந்த கருத்து நிலைகள் அக்கால இலக்கிய வளர்ச்சிப் போக்குகளில் தாக்கம் செலுத்தின. உடன்,

வட்டார எழுத்துக்களும் தங்களுக்கான தனித்தன்மைகளுடன் வளர்ச்சி பெற்றன. இக்காலகட்டத்திற்கு அடுத்த எண்பது, தொண்ணூறுகள் எனும் இருபதாண்டுக் காலகட்டம் தமிழகத்தைப் பொறுத்தவரை தலித் அரசியல், தலித் பண்பாட்டுக் கட்டமைவுகள் ஆகியவை எழுச்சி பெற்ற காலகட்டம் ஆகும். இக்காலங்களில் தலித் எழுத்துக்கள் புதிய உத்வேகத்துடன் வெளிவந்தன. படித்த புதிய தலைமுறை இளைஞர்களால் தலித் எழுத்துக்கள் பல்கிப் பெருகின. ஒருநிலையில் தலித் இலக்கியங்களும் தொண்ணூறுகளில் மிகுதியாகப் படைக்கப்பட்டன. இத்துடன், பின்நவீனத்துவம் பற்றிய அறிதல்களின் விளைவால், வடிவம், பாடுபொருள் சார்ந்த புதிய முயற்சிகளாலான இலக்கியங்கள் தோன்றின. எனவேதான், வீ. அரசு பெண்ணியம், தலித்தியம், பின்நவீனத்துவம் எனும் விளிம்புநிலை எழுத்துக்களின் காலமாக 1980க்குப் பிறகான காலகட்டத்தைக் குறிப்பிடுகிறார்.[3]

அவ்வகையில் 1980–2010 வரையிலான காலகட்டம் என்பது பேச்சுவழக்கு, நாட்டார் பண்பாடு ஆகியவற்றை முன்னிறுத்தும் வட்டார இலக்கியங்கள், ஆணாதிக்கத்தின் பிடியிலிருந்து விடுபட்ட பெண்ணிய எழுத்துக்கள், சாதிய ஒடுக்குமுறைகளுக்கு எதிராகத் திரளும் தலித்திய எழுத்துக்கள், பழங்குடியினர் குறித்த இனவரைவியல் இலக்கியங்கள், அரவாணிகள், பாலியல் தொழிலாளர்கள் குறித்த இலக்கியப் பதிவுகள், குற்றப் பரம்பரையினர் வரலாறுகள், அதிகாரத்தை மறுதலித்து விளிம்புகளைப் பேசும் பின்நவீனத்துவ எழுத்துக்கள் என்று எல்லாமே ஏதோ ஒருவகையில் ஒடுக்கப்பட்டோர் சார்பை முன்னிறுத்துவதைக் கவனிக்க வேண்டும். எனவே, இந்த அண்மைக்காலச் சூழலை ஒடுக்கப்பட்ட விளிம்புநிலை எழுத்துக்களுக்கான காலம் என்று கூறலாம். இவ்வகைப்பட்ட எழுத்துக்கள் ஒவ்வொன்றின் இடையேயும் சன்னமான உள்முரண்கள் தென்படலாம். ஆனால் பொதுநிலையில், அண்மைக் காலத்தின் இலக்கியப் போக்குகள் பெரும்பான்மையும் ஒன்றை ஒன்று சார்வனவே அன்றி மறுதலிப்பவை அல்ல. இவை ஒன்றிணையும் சூழலில்தான் சனாதன இந்துத்துவத்தை, மேட்டிமைச் சாதி மனோபாவத்தை முன்னிறுத்தும் நவீனப் படைப்பாளிகள் சிலர் கடுமையான சாடல்களுக்கு ஆளாகின்றனர். இந்தப் பின்னணியிலிருந்து காணும்போது தமிழ்ச் சூழலில் தலித் சிறுகதைகள் தனக்கென்று தனித்ததோர் இடத்தைத் தக்கவைத்துக் கொண்டுள்ளதை உணர முடியும். இந்தப் பின்னணியில் இருந்துதான் ராஜ்கௌதமன் தலித்தியம், பெண்ணியம், பின்நவீனத்துவம் ஆகியன ஒன்றிலிருந்து ஒன்று பயன்பெற முடியும் என்று எழுதுகிறார். இத்தகைய

பன்மைத்துவப் படைப்புவெளிகளில் தனித்து ஒலிக்கும் கலகக் குரலாக, தலித் விடுதலை அரசியலின் இலக்கியப் போக்காகத் தலித் சிறுகதைகள் தமிழில் பெருகி வளர்ந்துள்ளன.

இந்தியா போன்ற மூன்றாம் உலக நாடுகளின் அசலான இலக்கியம் என்று தலித் இலக்கியம் கருதப்படுவதும், இன்றைய இலக்கியம் என்பது தலித் இலக்கியமே என்று கருதப்படுவதும் மேற்குறித்த பின்னணிகளில் அமைவனவே ஆகும்.

## தமிழில் தலித் சிறுகதைப் படைப்பாளிகளும் அவர்தம் படைப்புகளும்

தமிழ்ச் சூழலில் தலித் சிறுகதைப் படைப்பாளிகளை வகைப்படுத்தி விளக்குதல் என்பது கடினமான பணியாகும். என்றாலும், இவர்களைத் தலித் விடுதலையை நோக்கமாகக் கொண்ட சிறுகதைகளைப் படைப்பவர்கள், தலித் வாழ்வின் பண்பாட்டு அடையாளங்களைப் பதிவு செய்பவர்கள், வர்க்கச் சார்புடன் தலித் வாழ்க்கைப் பிரச்சனைகளை அணுகுபவர்கள், புதிய சோதனை முயற்சிகளில் தலித் சொல்லாடலைக் கட்டமைப்பவர்கள், தலித் பெண்களின் வாழ்க்கைப் பிரச்சனைகள், போராட்ட வடிவங்களை முன்னெடுத்து மொழிபவர்கள், புதிய நாகரிக வாழ்க்கை ஓட்டங்களில் தலித்துக்கள் எதிர்கொள்ளும் புதிய புதிய சவால்களைக் கவனப்படுத்துபவர்கள் என்று வகைப்படுத்தலாம். என்றாலும், இவ்வகைப்பாட்டில் ஒன்று இன்னொன்றைச் சார்ந்து அமைவதும் உண்டு. எனவே, ஓரளவு காலநிரல் அடிப்படையில் தலித் சிறுகதைப் படைப்பாளிகளையும் அவர்களின் படைப்புப் போக்குகளையும் தொட்டுக்காட்டுவதாகப் பின்வரும் பகுதி அமைகிறது.

தமிழில் முன்னோடி தலித் படைப்பாளியாக விளங்குபவர் பூமணி. என்றாலும், இவர் தன்னைத் தலித் படைப்பாளி என்று அடையாளப்படுத்திக் கொள்வதில்லை. தலைசிறந்த நாவலாசிரியர்களுள் ஒருவராகிய இவர் 'வயிறுகள்' (1975), 'ரீதி' (1979), 'நொறுங்கல்' (1990), 'அம்பாரம்' (2007) ஆகிய சிறுகதைத் தொகுதிகளை வழங்கியுள்ளார். தமிழில் தலித்தியச் சிந்தனைகள் பரவலாகும் முன்பே, அறுபதுகளின் இடைப்பகுதியில் இருந்தே எழுதி வருகிறார். மூத்த தலைமுறைப் படைப்பாளியாகிய இவர் தொடர்ந்து எழுதிக் கொண்டிருக்கிறார். இவருடைய நாவல்களும் சிறுகதைகளும் எண்பதுகளுக்குப் பிறகான தலித் விமர்சன, படைப்புத் தளங்களில் மிகுந்த கவனத்துக்கு உள்ளாயின. தலித் வாழ்க்கையின் அனைத்துத் தரப்பு மக்களின் பிரச்சனைகளையும் கவனப்படுத்தும் இவரது சிறுகதைகள், பேச்சுப் பண்பும், எளிமையும், தனித்தன்மையும் நிறைந்தவை. 'விடுதலை', 'விளைச்சல்', 'கலங்கல்', 'நாக்கு' முதலான சிறந்த சிறுகதைகளை எழுதியுள்ளார். இவருடைய

'நாக்கு' என்னும் சிறுகதை, எந்த உயிர்க்கும் தீங்கு செய்யாத ஒரு மனிதன் பொய்வழக்கில் காவல் நிலையம் சென்று நாக்கு அறுபட்டு வந்தபின் கொடுமைக்காரனாக மாறிப்போகிறான் என்பதைப் பதிவு செய்கிறது.

தன்னை ஒரு தலித் படைப்பாளியாக அடையாளப்படுத்திக் கொள்ளும் அபிமானி, எண்பதுகளில் இருந்து எழுதிவருகிறார். இவரின் 'நோக்காடு' (1993), 'பனைமுனை' (1998), 'ஊர்ச்சோறு' (2003) ஆகிய சிறுகதைத் தொகுதிகள் வெளிவந்துள்ளன. தலித் விடுதலைக்கான கலகக் குரல் என்பதோடு, ஆதிக்கச் சாதியரால் தலித் மக்கள் எதிர்கொள்ளும் வன்கொடுமைகள், அவலங்கள் ஆகியவை இவர் கதைகளில் மிகுதியும் பதிவாகியுள்ளன. மேலும், தலித் மக்களின் வாழ்வியல் பதிவுகள், தலித் உட்சாதி முரண்கள், சாதியம் கடந்த பாலியல் உறவுகள், பெண்கள், குழந்தைகளின் நிலைகள் ஆகியனவும் இவர் கதைகளில் பொருண்மைகளாகின்றன. கால்களில் ஆணி வந்து நடக்க முடியாமல் சிரமப்படும் தன் தந்தைக்கு ஒரு மகன் செருப்பு வாங்கித் தருகிறான். அவர் மேல்குலத்தார் தெருக்களில் செருப்பு அணிந்து நடக்க முடிவதில்லை. அடிக்கடி செருப்பைக் கழற்றிக் கக்கத்தில் மறைத்துக்கொள்ள வேண்டிய தொந்தரவால், அவர் செருப்பே வேண்டாம் என்று முடிவெடுத்து, ஆணி கிளம்பிய வெற்றுக் கால்களுடனேயே நடக்கிறார் என்கிறது 'புற்று' எனும் சிறுகதை. இவருடைய 'நோக்காடு', 'மட்டம்', 'விலக்கம்', 'விலகல்', 'தேர்', 'பேர் போனவர்கள்', 'ஊர்ச்சோறு' முதலான சிறுகதைகள் குறிப்பிடத் தக்கவையாக உள்ளன.

*மனுசங்க* இதழின் ஆசிரியராகவும், தலித் அரசியல் களச் செயல்பாட்டாளராகவும் விளங்கிய உஞ்சைராசன் சாதியத்திற்கெதிரான தம் கோபக்குரலைப் படைப்புகளில் வெளிப்படுத்தி வருகிறார். 1980களில் இருந்து இவர் எழுதிய சிறுகதைகள் 'எகிரு' (1996) என்னும் தொகுப்பாய் வெளிவந்துள்ளன. இவருடைய சிறுகதைகளின் அடிநாதமாக, சாதியத்திற்கெதிரான போர்க்குரல் அமைகிறது. படித்த தலித் இளைஞர்கள் தலித் உரிமைக்காகப் போராட வேண்டும் என்று கூறுகிறார் (துணிவு). தலித் பெண்ணைக் காதலித்து, உடலுறவு கொண்ட ஆதிக்கச் சாதி ஆடவனைத் தலித் பஞ்சாயத்தில் கட்டிவைத்து நியாயம் கேட்கின்றனர். அவனும் காதலித்தவளையே திருமணம் செய்துகொள்வதாக வாக்களிக்கிறான். ஆதிக்கச் சாதியார் அதிர்ச்சி அடைகின்றனர். சாதி கெட்டவன் என்பதால், அவனைக் கொன்றுவிட்டு, தற்கொலை செய்துகொண்டான் என்று சொல்லிவிடுகின்றனர் (சாதி கெட்டவன்). இவ்வாறு, இவருடைய சிறுகதைகளில் தலித் வாழ்வின் அவலங்களின்

ஊடாக ஒடுக்கப்பட்ட மக்களின் எழுச்சிக்கான போர்க்குரல்கள் மிகுதியாகத் தென்படுகின்றன.

பூமணி போன்றே, தன்னை ஒரு தலித் படைப்பாளியாக அறிவித்துக்கொள்ள விரும்பாதவரான சோ. தர்மன், தலித் வாழ்க்கைச் சித்திரங்களைப் படைப்புகளாக்கி வருகிறார். கோவில்பட்டி வட்டார தலித் மக்களின் வாழ்க்கைப்பாடுகளை, நாவல்களாகவும் சிறுகதைகளாகவும் பதிவு செய்துகொண்டு வரும் சோ.தர்மன், இடதுசாரி இயக்கப் பின்னணி கொண்டவர். இலக்கியத்தின், கதைசொல்லல் முறையின் அழகியலே முக்கியமானது, பிரச்சாரம் அல்ல என்னும் கருத்துடைய சோ. தர்மனின் சிறுகதைகள் தலித் மக்கள் தீப்பெட்டித் தொழிற்சாலைகள், பட்டாசுத் தொழிற்சாலைகளில் கூலிகளாய் வேலை செய்யும் அவலங்கள், சாதியம் கடந்த மனிதநேயங்கள், பாலியல் உறவுகள் ஆகியவற்றைப் பதிவுசெய்கின்றன. இவருடைய 'நீர்ப்பழி' என்னும் சிறுகதை, தாமிரவருணிப் படுகொலையை மையமிட்டுப் புதிய கதைசொல்லல் பாணியில் அமைந்ததாகும். இவருடைய 'நசுக்கம்', '(அ)ஹிம்சை', 'விருவு' முதலான சிறுகதைகள் தலித் எழுச்சிக்கான குறியீடுகளாகும். தலித், தலித் அல்லாதோரிடம் நிலவும் மனிதநேயப் பார்வைகளுக்கு முக்கியத்துவம் அளிக்கும் இவர் சிறுகதைகளில் தலித் அரசியல் கூறுகள் குறைவு எனும் விமர்சனம் உண்டு. என்றாலும், தலித் மக்களின் உளவியல் பண்பமைதிகள், விடுதலைக்கூறுகள், பண்பாட்டு அடையாளங்கள் ஆகியன இவருடைய சிறுகதைகளில் பரவலாகப் பதிவு செய்யப்பட்டுள்ளன. 'வனகுமாரன்', 'சோகவனம்' ஆகிய இவருடைய சிறுகதைத் தொகுதிகள் ஒட்டுமொத்தமாகத் தொகுக்கப்பட்டு 'சோ. தர்மன் கதைகள்' (2010) எனும் பெருந்தொகுப்பாக வெளிவந்துள்ளது.

'கருக்கு' என்னும் தன்வரலாற்று நாவல் மூலம் பரவலான வாசகர் கவனம் பெற்ற பாமா, தலித் கிறித்துவக் கதை சொல்லிகளில் குறிப்பிடத்தக்கவராக அமைகிறார். இயல்பிலேயே, பெண்ணிய நிலைப்பாடு கொண்ட இவருடைய எழுத்துக்கள், தலித் பெண்கள், சிறுவர்கள் பற்றி மிகுதியும் பேசுகின்றன. தலித் வாழ்க்கைச் சூழல்களில் தலித் ஆடவர்களாலும், ஆதிக்கச் சாதி ஆடவர்களாலும் ஒடுக்குதலுக்கு உள்ளாகும் தலித் பெண்களின் சோகங்கள், உரிமைக் குரல்கள், பிரச்சனைகளை எதிர்கொண்டு சமாளிக்கும் திறமைகள், பேச்சு என்பதை ஓர் ஆயுதமாகக் கொள்ளும் அறிவுத் திறன்கள் ஆகியன இவர் சிறுகதைகளில் பெரும்பான்மை இடத்தைப் பெறுகின்றன. பேச்சு வழக்கில் நக்கலும் நையாண்டியும் கலந்த தொனியிலான இவரது சிறுகதைகளில் ஒட்டுமொத்தமாக, தலித் விடுதலைக் கருத்தியல்கள்

வெளிப்பட்டு நிற்கின்றன. இவர்தம் சிறுகதைகளில் பச்சையம்மாள் (மொளகாப்பொடி), பொன்னுத்தாயி (பொன்னுத்தாயி) ஆகியோர் தலித் பெண்களுக்கேயுரிய வீரமும், துணிச்சலும் பேச்சுவன்மையும் உடையவர்களாக உள்ளனர். இவர்களின் வாயிலாக, பாமா தலித் பெண் விடுதலைக்கான சாத்தியக் கூறுகளைச் சிறுகதைகளில் காட்டிச் செல்கிறார். இவருடைய கதைகள் 'ஒரு தாத்தாவும் எருமையும்' *(2010)* எனும் தொகுப்பாக வெளிவந்துள்ளன. அண்மையில் 'கொண்டாட்டம்' என்னும் சிறுகதைத் தொகுப்பும் வெளிவந்துள்ளது. இவருடைய நாவல்களில் வெளிப்படுவது போன்று தலித் பெண்கள் மட்டுமல்லாமல், தலித் சிறுவர்கள், உழைப்பாளிகள், கிசும்புத்தனம் கொண்ட மனிதர்களும் இவருடைய சிறுகதைகளில் வெளிப்படுகின்றனர்.

தலித் எழுத்து என்னும் தலித் அரசியல் கூறுகளில் ஒன்றைத் தனது ஆயுதமாகக் கொண்டு தொடர்ந்து இயங்கிவரும் படைப்பாளி விழி.பா. இதயவேந்தன் ஆவார். 'நந்தனார் தெரு' *(1991)*, 'வதைபடும் வாழ்வு' *(1994)*, 'தாய்மண்' *(1996)*, 'சிநேகிதன்' *(1999)*, 'உயிரிழை' *(2000)*, 'அம்மாவின் நிழல்' *(2001)*, 'இருள் தீ' *(2003)*, 'மலரினும் மெல்லிது' *(2004)*, 'அப்பாவின் புகைப்படம்' *(2005)*, 'புதைந்து எழும் சுவடுகள்' *(2007)* எனும் தொகுப்புகளின் வழி, தொடர்ந்து இயங்கிவரும் சிறுகதைப் படைப்பாளியாக அமைகிறார். மேலும், தலித் சிறுகதைத் தளத்தில் மிகுதியான சிறுகதைத் தொகுப்புகளை வெளியிட்டவராகவும் இவர் விளங்குகிறார். தொடர்ச்சியாக, தமிழ் தலித் இலக்கியப் போக்குகள் குறித்துக் கவனம் செலுத்திவரும் இவருடைய சிறுகதைகள் எளிமையானவை. நேர்க்கோட்டுப் பாங்கில் அமைந்த வடிவில் சிறிய சிறுகதைகளை எழுதிவருகிறார். இவருடைய சிறுகதைகள் பொதுவான வாசகர்களை நேரடியாகச் சென்றடையும் வகையில் அமைபவை. பெரிய சோதனை முயற்சிகளோ, வடிவ வேறுபாடுகளோ இன்றி இயங்கும் இவருடைய சிறுகதைகளில், அரசாங்க அலுவலகங்களில் தலித்துகள் எதிர்கொள்ளும் அவலங்கள் பதிவாகியுள்ளன. இவருடைய 'நந்தனார் தெரு' குறிப்பிடத்தக்க வகையில் வாசகர் கவனத்தைப் பெற்றுள்ளது. ரிக்‌ஷா தொழிலாளி, பழங்குடியினர், அருந்ததியினர் ஆகியோரையும் விழி.பா.இதயவேந்தன் தம் சிறுகதைகளில் பதிவு செய்துள்ளார்.

'ஆனந்தாயி', 'பழையன கழிதலும்' என்னும் நாவல்கள் மூலம் கவனம் பெற்ற படைப்பாளி சிவகாமி ஆவார். தலித்தின் படைப்புகள் எதைக் குறித்து இருப்பினும் அது தலித் இலக்கியமே எனும் கருத்துடைய சிவகாமி, தலித் இலக்கியம் குறித்த பார்முலாக் கதைகளில் தனக்கு நாட்டமில்லை என்கிறார். 'சிவகாமி கதைகள்' என்னும் இவருடைய சிறுகதைத் தொகுப்பு

வெளிவந்துள்ளது. பெண்ணியக் களத்துக்குள் நின்று, ஆகக்கீழாக ஒடுக்கப்படும் தலித் பெண்களின் பாடுகளையும் போராட்ட முறைகளையும் படைப்பாக்கும் சிவகாமி, தலித் பெண்ணியக் கருத்தியல் நிலைப்பாடு கொண்டவர். மேலும், தலித் வாழ்வின் அவலங்கள், போராட்டச் செயற்பாடுகள் ஆகியனவும் இவருடைய கதைக்களங்கள் ஆகியுள்ளன. மலைவாழ் மக்களின் பிரச்சனைகளைப் பேசக்கூடிய 'கடைசிக் காடு', மலைவாழ் மக்கள் தேயிலைத் தோட்டத் தொழிலில் சுரண்டப்படும் நிலைகளை விளக்கும் 'அவள் மோகினியாகிப் போனாள்' என்னும் கதைகளும், பாலியல் சுரண்டலுக்கு எதிராகப் பொங்கி எழும் பெண்ணின் நிலையைக் கூறும் 'அம்முகுட்டி என்றொரு பெண்' என்னும் கதையும் குறிக்கத்தகுந்தவை.

மிக இளைய வயதிலேயே எழுதவந்தவர் என்னும் பெருமை உடையவர் பாப்லோ அறிவுக்குயில் ஆவார். "என்னுள் ஆழமாய்ப் பதிந்துள்ள நிகழ்ச்சிகள், கிராமத்தில் இன்னும் நடைமுறையில் இருந்துவரும் சாதியக் கட்டுமானங்கள் இவற்றை மீற முயற்சித்தபோதெல்லாம் ரத்தம் சிந்திய எம் மக்களின் வாழ்க்கை, திரும்பத் திரும்ப இவையே என் கதைகள் பிறக்கக் காரணமாய் இருந்துள்ளன" என்று கூறும் பாப்லோ அறிவுக்குயில், முழுக்க முழுக்கச் சிறுகதைத் தளத்திலேயே இயங்கிவரும் தலித் படைப்பாளி ஆவார். 'கிளுக்கி' (1995) என்னும் இவருடைய சிறுகதைத் தொகுப்பு குறிப்பிடத்தக்க ஒன்றாகும். புதிய நாகரிக மாற்றங்கள், நகர்மயமாதல் முதலிய நவீன மாற்றங்கள் தலித் மக்களைச் சுரண்டும் நிலைகளைப் படைப்பாக்குவதில் தேர்ந்தவராக இவர் விளங்குகிறார். இவருடைய 'கிராமம் நகரம்' எனும் நெடுங்கதை, கிராமத்திலிருந்து பிழைப்புக்காக நகரம் பெயர்ந்த தலித் இளைஞன் ஒருவன் எதிர்கொள்ளும் பொருளாதார, சாதியச் சிக்கல்களை விளக்கமாகப் பதிவு செய்கிறது. இவருடைய 'வலி' என்னும் சிறுகதை, பேருந்து வராத கிராமத்துக்குள் பேருந்து வரவேண்டி, தலித்துகள் போராட்டங்களை மேற்கொள்ள, பேருந்து வரக்கூடாதென ஆதிக்கச் சாதியினர் சூழ்ச்சி செய்கின்றனர் என்பதைப் பதிவு செய்கிறது. மேலும், இவருடைய சிறுகதைகள், விவசாயக் கூலிகள், ஆடுமாடு மேய்ப்பவர்கள், பன்றி மேய்ப்பவர்கள், வேட்டைக்காரர்கள், பண்ணை வேலை பார்ப்பவர்களின் சிக்கல்களையும் பேசுகின்றன.

தனித்த வகையிலான எழுத்துமுறைக்காகப் பாராட்டுதல் களையும், எதிர்மறையான விமர்சனங்களையும் ஒருசேரப் பெற்றவராக விளங்குபவர், இமையம் ஆவார். தன்னைத் தலித் படைப்பாளி என்று அடையாளப்படுத்திக் கொள்ள விரும்பாதவர்களில் இவரும் ஒருவர். தலித்துகளின் உள்

முரண்பாடுகளைப் பேசியவர் என்னும் நிலையில் தலித் விமர்சகர்களால் பெரிதும் விமர்சிக்கப்பட்டுள்ளார். தலித்து களுக்கும் கீழான புதிரை வண்ணார்கள், பறையர் குலத்தின் கூத்தாடிப் பிரிவினர் போன்றோரை அவர்தம் வாழ்வியல் சூழல்களோடு இவர் பதிவு செய்துள்ளார். இவருடைய சிறுகதைகளில் பெண்கள், குழந்தைகள் ஆகியோர் பெரிதும் மையப்படுத்தப்படுகின்றனர் என்று இன்னொருவகையில் கண்டுரைப்பர். தாய் – மகன் உறவும் இவர்தம் சிறுகதைகளில் வெளிப்பட்டு நிற்கின்றது. இதற்கு, இவருடைய 'அம்மா' எனும் சிறுகதை எடுத்துக்காட்டு. இவருடைய 'வீடியோ மாரியம்மன்' என்னும் சிறுகதை, திருவிழாக் காலங்களில் தெருக்கூத்துக்குப் பதில் வீடியோ போடும், மாற்றுச் சூழ்நிலையின் பின்னணிகளைப் பதிவு செய்கிறது. பள்ளி ஆசிரியராக வரும் ஒருவர், அந்த ஊரின் ஆதிக்கச் சாதிப் பெண்ணைக் காதலித்தமைக்காக, கட்டிவைத்து அடிக்கப்படுகிறார். அவருடைய நல்ல பண்புகளை அறிந்துள்ள அந்த ஊரின் மாணவர்கள் பதைத்துப் போகிறார்கள். கடைசியில் ஆசிரியர் விடுவிக்கப்பட்டாலும் அவமானம் தாங்காமல் தற்கொலை செய்து கொள்கிறார் என்பதை, 'நல்ல சாவு' என்னும் சிறுகதை சித்திரிக்கிறது. இவருடைய கதைகளில் தலித் அரசியல் சார்ந்த புரட்சிகரக் கருத்துக்கள் இல்லாமல் தலித் வாழ்க்கையின் கூறுகள் ஒரு துயர்மிக்க நடையில் சொல்லப்படுகின்றன. 'மண்பாரம்' (2004), 'வீடியோ மாரியம்மன்' (2008) ஆகியவை இவருடைய சிறுகதைத் தொகுதிகள் ஆகும்.

சமகால அரசியல் தெளிவுகளுடன், தலித் இலக்கியத்தை அடுத்த கட்ட வளர்ச்சியை நோக்கிச் செயற்படுத்தும் இன்றைய படைப்பாளிகளில் குறிப்பிடத்தக்கவராக அழகிய பெரியவன் விளங்குகிறார். தலித்துகளின் சமூகப் பிரச்சினைகள், வலிகள், போராட்டங்கள், உட்சாதி முரண்கள், தலித் பெண்களின் நிலை முதலானவற்றை மற்றவர்களைப் போலவே, அழகிய பெரியவன் தன் சிறுகதைகளில் வெளிப்படுத்துகிறார் என்றாலும், செறிவும் நுணுக்கமும் கொண்ட இவரது கதை சொல்லல் பாணி தனித்துவம் மிக்கதாய் உள்ளது. சிறந்த நாவலாசிரியர், கட்டுரை ஆசிரியராகவும் விளங்கும் இவரிடமிருந்து 'தீட்டு', 'நெரிக்கட்டு', 'கிளியம்மாவின் இளஞ்சிவப்புக் காலை', 'அழகிய பெரியவன் கதைகள்' (2007) ஆகிய சிறுகதைத் தொகுப்புகள் வெளிவந்துள்ளன. இவருடைய 'தீட்டு', 'பூவரசம் பீப்பி', 'திசையெட்டும் சுவர்கள் கொண்ட கிராமம்', 'தண்ணிக்காட்டு நாள்' ஆகியவை குறிப்பிடத்தக்க சிறுகதைகள் ஆகும். 'கண்கொத்தி இரவு' என்னும் சிறுகதை, அருந்ததிய இளைஞனை மணந்த பறையர் இனப் பெண்ணை அவள் பெற்றோரே விலக்கிவிடுவதைப் பற்றியதாகும். அந்த வகையில், தலித்துகளுக்கிடையே நிலவும் தீண்டாமைகளையும் அழகிய

பெரியவன் பதிவு செய்கிறார். இவருடைய 'தீட்டு' சிறுகதை, கணவனை இழந்த பெண் பாலியல் வன்கொடுமைகளுக்கு உள்ளாகி, இறுதியல் பாலியல் தொழிலாளியாக மாற்றப்படுவதைச் சித்திரிக்கிறது. இச்சிறுகதை வாசகர் தளத்தில் பல்வேறு அதிர்வுகளையும் ஏற்படுத்தக்கூடியதாய் அமைகிறது. தலித் மக்களின் பேச்சு வழக்கில் செறிவான முறையில் கதை சொல்வது, இவருடைய பாணியாக உள்ளது.

வர்க்கப்பார்வையும் தலித் விடுதலைச் சிந்தனையும் ஒருங்கிணைந்த கருத்தியல் தளத்தில் தூத்துக்குடி வட்டார தலித் மக்களின் வாழ்வியலை எழுதுபவராக ஸ்ரீதரகணேசன் அமைகிறார். இடதுசாரிச் சிந்தனை ஓட்டத்தின் ஊடாகத் தலித் மக்களின் சிக்கல்களை நாவல்களாகவும் சிறுகதைகளாவும் படைத்துவரும் இவர், உப்பளத் தொழிலாளர்களாகத் தலித்துகள் படுகின்ற பாடுகளையும், கிறித்தவச் சமயத்தில் நிலவும் சாதிப்பிளவுகளை யும், அருந்ததியர்களைப் பற்றியும், பெண்கள் நிலைகளையும் தம் சிறுகதைகளில் வெளிப்படுத்தியுள்ளார். தூத்துக்குடி வட்டாரப் பேச்சுவழக்கு, இவர் கதைகளில் சிறப்பாக வெளிப்படுகிறது. 'மீசை' (2007) என்னும் இவருடைய சிறுகதைத் தொகுதி வெளிவந்துள்ளது. தலித்துக்களின் வாழ்வை அப்படியே பிரதிபலிப்பதைவிட, தலித் போராட்ட வழிமுறைகளை வகுக்கும் நோக்கம் கொண்டவையாக இவருடைய சிறுகதைகள் அமைந்துள்ளன. 'போ', 'இது', 'ஊர்க்காளி', 'சக்கிலிச்சி', 'நெருப்புக்குமிழிகள்', 'களவு' ஆகியன இவருடைய சிறுகதைகளில் குறிப்பிட்டுச் சொல்லத்தகுந்தவை. இவருடைய 'கணக்கு' என்னும் சிறுகதை, ரெட்டியார் வீட்டில் பண்ணை வேலை செய்யும் தாழ்த்தப்பட்டவரின் மகன் வெளியூர் சென்று மருத்துவப் படிப்புப் படித்துவிட்டு ஊர் திரும்புவதைப் பற்றியது. தலித் மக்கள் படித்துப் பட்டம் பெறுவதை விரும்பாத ஆதிக்கச் சாதி மனோபாவமும், படித்த தலித் இளைஞர்களின் ஓங்கிய குரலும் இச்சிறுகதையில் பதிவாகியுள்ளன. அவ்வகையில், ஸ்ரீதரகணேசனின் கதைகள், மாற்றத்தை, சமத்துவத்தைக் கோருபவையாக உள்ளன.

இரண்டாம் தலைமுறைப் படைப்பாளிகளில், தலித் இலக்கியம் என்பதைப் புதியதொரு தளத்திற்குக் கொண்டு செல்பவராக ஆதவன் தீட்சண்யா அறியப்படுகிறார். தலித் இலக்கியம் பற்றிய கவனம் மிகுந்த ஆதவன் தீட்சண்யாவின் படைப்புகள், தலித் மக்களின் யதார்த்த வாழ்வியலைப் பதிவுசெய்வதில்லை. மாறாக, விளிம்புநிலைப் பார்வைகளின் அடிப்படையில் ஒடுக்கப்பட்ட தலித் மக்களின் பக்கம் நின்று, புதிய பொருளாதாரக் கொள்கைகள், அரசியல் நடைமுறைகள்,

உலகமயத்தின் விளைவுகள், அறிவியல் தொழில்நுட்பங்களினால் வரும் கேடுகள் ஆகியவற்றை, தமக்கே உரித்தான பாணியில் கிண்டலும், நையாண்டியும் செய்யும் வகையில் அமைகின்றன. இவருடைய 'கதையின் தலைப்பு கடைசியில் இருக்கக்கூடும்' என்னும் சிறுகதை, இந்த நூற்றாண்டின் மிகச்சிறந்த கதைகள் பத்துப் பதினைந்தினுள் ஒன்றாக வைக்கப்படக்கூடியது என்பதாகப் பிரபஞ்சன் கூறுகிறார். இவர் சிறுகதைகளில் வெளிப்படும் கக்கா நாடு, கோணக் கழுத்தர்களின் தேசம், காசு நாதன், வட்டியப்பன், லிபரல் பாளையம் எனும் பெயர்களே இவர் கதைகளின் புதுமைப் போக்கை அடையாளப்படுத்தவல்லவை. நகைச்சுவைக்குள் பொதிந்திருக்கும் தார்மீகக் கோபத்தின் வெளிப்பாடுகளாக, இவருடைய சிறுகதைகளைச் சொல்ல முடியும். 'சொல்லவே முடியாத கதைகளின் கதை', 'லிபரல் பாளையத்துக் கதைகள்', 'சாவும் சாவு சார்ந்த குறிப்புகளும்' முதலான சிறுகதைத் தொகுப்புகள் வெளிவந்துள்ளன. தலித் சிறுகதைகள் யதார்த்தத்தைப் பதிவு செய்வதாக மட்டுமே குறுகிவிடுகின்றன எனும் குற்றச்சாட்டிலிருந்து மீட்டெடுக்கும் வண்ணம் ஆதவன் தீட்சண்யா இயங்கி வருகிறார் எனலாம்.

மூன்றாம் தலைமுறைப் படைப்பாளிகளில் குறிப்பிடத் தகுந்தவர் ஜே.பி. சாணக்யா. ஆனால், இவருடைய சிறுகதைகள் தலித் அரசியல் களத்துக்கு வெளியே நிற்பவை. ஆதிக்கச் சாதிக்கும் தலித்துகளுக்கும் இடையேயான முரண்பாடுகளில் நின்று பேசவென்று தலித்துகளுக்கான அரசியல், பண்பாடு, இடம், மொழிப்பொதுமை, தனித்துவங்கள் ஆகியன உண்டு. ஆனால், நகரத்தில் ப்ளாக் டிக்கெட் விற்போர், பாலியல் தொழிலாளிகள், முரண்பட்ட பாலுறவு கொண்டவர்கள், பிறழ் மனநிலை கொண்டவர்கள் என்று சமூகத்தின் பல தளங்களிலிருந்தும் விளிம்புக்குத் தள்ளப்பட்ட, சாதி ஒடுக்குமுறைக்கு ஆளான, தலித்துகள் அல்லாத உதிரி மனிதர்களின் வாழ்க்கைச் சிக்கல் களைக் குறித்தவையாக ஜே.பி. சாணக்யாவின் சிறுகதைகள் அமைந்துள்ளன. எனவே, இவருடைய சிறுகதைகளை, தலித் சிறுகதைகள் என்பதைவிட, நாகரிக உலகின் விளிம்புநிலை மக்களைக் குறித்த கதைகள் என்பது பொருந்தும். தலித் சமூகத்தைச் சேர்ந்த படைப்பாளியாகிய ஜே.பி. சாணக்யா, தலித்துகளுக்கும் கீழாகப் புறந்தள்ளப்பட்ட மக்களின் வாழ்க்கைப் பாடுகளைப் பதிவு செய்பவராக அமைகிறார்.

'என் வீட்டின் வரைபடம்' (2002), 'கனவுப்புத்தகம்' (2005) ஆகிய இவருடைய இரண்டு சிறுகதைத் தொகுதிகள் வெளிவந்துள்ளன. இவருடைய 'பிளாக் டிக்கெட்', 'ரிஷப வீதி', 'உடைந்த புல்லாங்குழல்', 'உருவங்களின் ரகசியம்' முதலான சிறுகதைகள் குறிப்பிடத்தக்கவை.

நகர்மயத்தின் புதிய தொழில் சூழல்களில், விளிம்புநிலை மக்களைக் காட்சிப்படுத்தும் ஜே.பி. சாணக்யாவின் படைப்புலகும், கிராமம் விட்டு நகரம் பெயரும் தலித்தின் வாழ்க்கையைப் பதிவு செய்யும் பாப்லோ அறிவுக்குயிலின் படைப்புலகமும் வெவ்வேறானவை. ஜே.பி. சாணக்யா படைத்தளிக்கின்ற பெண்களின் உலகமும் வெவ்வேறானவை. மொத்தத்தில் வாழ்க்கையிழந்த, மனம் திரிந்து வக்கிரமாகிப் போன, பாலியல் பிறழ்வு மனம்கொண்ட மனிதர்களின் வாழ்க்கையைப் பதிவு செய்பவராக ஜே.பி. சாணக்யா திகழ்கிறார் எனலாம்.

இவ்வாறாகத் தமிழ்ச் சூழலில் தலித் படைப்பாளிகள் பல்வேறு நிலைகளில் சிறுகதைகளை எழுதிவருகின்றனர். இவர்களன்றியும் ம. மதிவண்ணன், யாக்கன், தய்.கந்தசாமி, ரவிக்குமார், என்.டி. ராஜ்குமார், இந்திரன் போன்றோரும் குறிப்பிடத்தக்க சிறுகதைகளை எழுதியுள்ளனர். *தாய்மண், புதிய கோடாங்கி, கவிதாசரண், சுபமங்களா* முதலான இதழ்கள், இவ்வாறு பலரும் சிறுகதைகள் எழுதக் காரணமாயின. இதன்றியும் புதுச்சேரியில் பாரதி வசந்தன் குறிப்பிடத்தக்க தலித் படைப்பாளியாக உள்ளார். இவருடைய 'தம்பலா' என்னும் சிறுகதை, பாரதியார் புதுச்சேரியில் வாழ்ந்த காலத்துப் பாரதிக்கும், தம்பலா என்னும் தோட்டிச் சமூகத் தலைவனுக்கும் இடையே நிகழ்ந்த சந்திப்பு எனும் உண்மைச் சம்பவத்தின் அடிப்படையில் எழுதப்பட்டுள்ளது. இவ்வாறு தமிழகமும் புதுவையும் தலித் சிறுகதை வளர்ச்சிக்குப் பெரிதும் துணைபுரிந்துள்ளன.

## புத்தாயிரத்தின் சூழ்நிலையில் தலித் சிறுகதைகள் சில விவாதங்கள்

புத்தாயிரத்தின் முதல் பத்தாண்டுகளில் தலித் சிறுகதைகள் தேங்கிவிட்டன. தலித் அரசியல் எழுச்சிக்கான புதிய தடங்களை அவை காட்டவில்லை. தலித் அரசியல் செயற்பாடுகளில் இடதுசாரி இயக்கங்களைப் புறம் ஒதுக்கிய தன்மை, பெரியாரைக் கேள்விக்குட்படுத்தியது, தனக்கான அரசியல் தெளிவுகளற்று ஆளும் கட்சிகளுடன் இணைந்துகொண்டது, புதிய உலகமயச் சூழலில் தனக்கான அடையாளத்தைத் தேர்ந்துகொள்ளத் தவறியது எனப் பற்பல குறைபாடுகள் இன்று சுட்டப்படுகின்றன. இக்குறைபாடுகளின் விளைவாகத் தலித் இலக்கியம் தனக்கான இலக்கை, செயல்தளத்தைக் கண்டடையவில்லை எனக் கூறுகின்றனர்.

எண்பது, தொண்ணூறுகளில் தமிழகம் முழுக்கத் தலித் எழுச்சிச் செயற்பாடுகள் அரசியல், சமூக விழிப்பு நிலைகளில் மிகுந்திருந்தன. இக்கால கட்டங்களில் விடியல், விளிம்பு டிரஸ்ட்,

கோவை தலித் கலைவிழாக்குழு, மதுரை தலித் ஆதார மையம், நெய்வேலி தலித் சாகித்திய அகாதெமி, தலித் பண்பாட்டுப் பேரவை முதலான அமைப்புகள், தொண்ணூறுகளின் தலித் எழுச்சிக்குத் துணைபுரிந்தன. *தலித் முரசு*, கலகம், 'துடி' பாரதி பிரபு, சமத்துவப் பாசறை, ஆதித்தமிழர் பேரவை போன்றவையும் இவற்றுள் அடங்கும். தலித் பொருண்மை சார்ந்த நூல்கள் பெரிதும் தமிழகத்திற்கு அறிமுகமாயின. திராவிட இயக்கமும் சிறிது இதற்குத் துணை நின்றது. அம்பேத்கர் சிந்தனைகள், மராட்டிய, கன்னட தலித் இலக்கியச் செயற்பாடுகள் தமிழுக்கு அறிமுகமாயின. ரவிக்குமார், ராஜ்கௌதமன், அ. மார்க்ஸ் போன்ற தலித் சிந்தனையாளர்களின் செயல்பாடுகளும் இருபதாம் நூற்றாண்டின் இறுதி இருபதாண்டுகளில் தலித் இலக்கியங்கள் பல்கிப் பெருகக் காரணமாயின. இக்காலக் கட்டங்களில் சமூகம், அரசியல், அறிவுப்புலம் ஆகியவற்றில் எழுந்த ஒரு வீச்சு, இலக்கிய ஆக்கத்திலும் தாக்கம் செலுத்தியது. புதிய இளைஞர்கள் உத்வேகத்துடன் எழுத வந்தனர்.

புத்தாயிரத்தின் தொடக்கத்தில் பன்முகப்பட்ட இந்த எழுச்சி இல்லை. தொண்ணூறுகளின் வீச்சு, புத்தாயிரத்தில் இல்லாத காரணத்தினால், அலையடங்கிய கடல்போலத் தமிழ் தலித் இலக்கியம் பெருமுனைப்புகளுடன் வெளிவரவில்லைதான். ஆயினும், இக்காலகட்டத்தில் இரண்டாம் தலைமுறைப் படைப்பாளிகள் தொடர்ந்து சிறுகதைகளைப் படைத்து வருகின்றனர். சோ. தர்மன், இமையம், பாமா ஆகியோரும் தொடர்ந்து சிறுகதைகளைப் படைத்து வருகின்றனர். மேலும், புத்தாயிரம் வாசகர்கள், புதிய விமர்சன முறைகள் ஆகியவற்றைப் பெற்றுள்ளதால், முன்பெழுதிய பலரின் சிறுகதைகள், நாவல்கள் தொகுப்புகளாக வெளிவருகின்றன. புத்தாயிரத்தின் குறிக்கத்தக்க சிறுகதைப் படைப்பாளிகளாக ஆதவன் தீட்சண்யா, ஜே.பி. சாணக்யா, அழகிய பெரியவன் ஆகியோர் அமைகின்றனர். இவர்களின் கதை சொல்லும் பாணிக்ள், தத்தமக்கென்ற தனித்த தன்மைகளுடன் செறிவும், நுட்பமும், புதுமையும் கொண்டு விளங்குகின்றன. இதுகாறும், தமிழகத் தலித் ஆக்கங்கள் வளர்ந்து வந்துள்ள போக்குகள் குறித்துச் சென்னைப் பல்கலைக்கழகம் கருத்தரங்குகள் நிகழ்த்தித் தொகுதிகள் வெளியிடுகிறது. புத்தாயிரத்தில் தலித் ஆக்கங்கள் பற்றிய பல்கலைக்கழக ஆய்வுகள் பெருகியுள்ளன. எனவே தலித் இலக்கியம், தலித் சிறுகதைகளைப் பொறுத்தவரை புத்தாயிரம் என்பது விமர்சகர்களின், திறனாய்வாளர்களின் காலமாக உள்ளது.

தலித் இலக்கியங்கள், சிறுகதைகள் ஆகியவை பார்முலாப் பாணியில் சொன்னதையே திருப்பிச் சொல்கின்றன; தலித் உட்சாதி

முரண்களைப் பேசுவதில் தெளிவற்றுக் காணப்படுகின்றன. படைப்பாளிகளில் பலர் தலித் பெண்கள் பற்றிய பிரக்ஞையின்றி ஆண் ஆதிக்கக் கருத்தியல்களைக் கொண்டவர்களாக உள்ளனர். புதிய வடிவங்கள், முயற்சிகள் எட்டப்படவில்லை. பொருண்மைக்கு முக்கியத்துவம் கொடுத்து எழுதப்படுபவை வடிவத்துக்கு முக்கியத்துவம் தரப்படுவதில்லை என்பன போன்ற பல்வேறு குறைபாடுகளும் தலித் சிறுகதைப் படைப்பாளிகள் மீது வைக்கப்படுகின்றன. சோ. தர்மனிடம் சாதியம் கடந்த மனிதநேயம் வெளிப்படுவது தலித் எழுச்சிக்கு உதவாது என்கின்றனர். ஆனால் அவருடைய முதல் சிறுகதையான 'விருவு' என்பதே, தலித் ஓர்மை உடையதுதான். படைப்பாளிகளை இப்படித்தான் எழுத வேண்டும் என்று கட்டாயப்படுத்த முடியாது. ஒரு தலித் தன்னைத் தலித் படைப்பாளி என்று கூறவேண்டியது இல்லை என நினைப்பது அவர் உரிமை. ஆனால், தலித்தின் இலக்கியப் பதிவுகளில் ஒடுக்கப்பட்டோர் வாழ்வும், மீட்சிக்கான குரலும் கட்டாயம் வெளிப்படவே செய்யும். மேலும், சாதியம் கடந்த மனித நேயம், தலித் உட்சாதி முரண், வடிவ ஓர்மை அற்ற சிறுகதைகள், பெண் சித்திரிப்புப் பற்றிய போதாமைகள், அழகியலைப் பேசித் தலித்தியத்தை மறுக்கும் குரல்கள் என வேறுபாடுகள் உள்ளன என்றால் அவற்றை வேறுபாடுகளாகப் பாவித்து, அவற்றின் பன்மைத்துவத்திலிருந்து தலித் விடுதலைக் கான எடுகோள்களைத் தேட வேண்டியது விமர்சகர்களின் பணி. இந்தப் பன்மைத்துவ வெளிப்பாடுகள் கொண்டாடப்பட வேண்டியவையே. ஏனெனில், தலித் இலக்கியத்தைப் பொறுத்த வரை எழுதப்பட்ட இலக்கியம் என்பதைவிட, இலக்கியம் எழுதப்படுதல் என்பதே கொண்டாடப்பட வேண்டியது. பலகாலம் எழுத்து மறுக்கப்பட்ட தலித்துகள் புதிதாக எழுதும்போது, அந்த எழுத்தியக்கமே ஓர் அதிர்வைத் தருகிறது. அவ்வாறு பலரும் பலப்பல நிலைப்பாடுகளில் தலித் வாழ்வை, அவல மீட்சியைப் பதிவு செய்யவேண்டியது அவசியமாகிறது. எனவே, புத்தாயிரத்தைத் தமிழ்ச் சிறுகதைகளின் புதிய போக்குகளுக் கான காத்திருப்பு என்று கூறுவதைப் போலவே, இந்தப் பன்முக ஆளுமைகளை ஒருங்கிணைக்கும் விமர்சகர்களின், திறனாய்வாளர்களின் காலம் என்றும் கருதலாம்.

## அடிக்குறிப்புகள்

1. இக்கட்டுரையில் பிறப்பால் தலித்துகளாக உள்ள தலித் படைப்பாளிகள் மட்டும் எடுத்துக் கொள்ளப்படுகின்றனர். மேலும் ஈழத்துத் தலித் சிறுகதைப் போக்குகளையும் இக்கட்டுரை தவிர்த்துள்ளது.

இரா. கந்தசாமி

2. க.மோகனரங்கன், சிறுகதைகள், திசைகளும் சவால்களும் (கட்டுரை), காலச்சுவடு, ஜனவரி 2010, ப.81.

3. வீ. அரசு, தமிழில் சிறுகதை உருவாக்கத்தின் போக்குகள் பரிணாமங்கள் (கட்டுரை), *மாற்றுவெளி*, ஜூன் 2010, ப.13.

4. ராஜ்கௌதமன், குடும்பம், பெண்ணியம், பின்னை நவீனத்துவமும் தலித் சிந்தனைகளும், தலித் விமர்சனக் கட்டுரைகள், காலச்சுவடு பதிப்பகம், பதி. 2003.

5. தலித் சிறுகதைப் படைப்பாளிகள் குறித்த இப்பகுதியின் மேலதிகக் குறிப்புகளுக்குப் பயன்பட்ட நூல் 'வெட்சி – தமிழகத் தலித் ஆக்கங்கள்', பரிசல், சென்னை. பதி.2009.

6. க. காசிமாரியப்பன், தலித் இலக்கியம் – விளிம்பின் சரிவும் மையத்தின் எழுச்சியும் (கட்டுரை), காலச்சுவடு, ஜனவரி 2010.

7. டி. தர்மராஜ், தலித் எழுத்து அரசியல் – நவீனத் தமிழ்ச் சூழலில் (கட்டுரை), விடை (காலாண்டிதழ்), ஜூலை, பக்.33.

**'தமிழ்ச் சிறுகதைகளின் சமகாலச் செல்நெறிகள்' (2012) என்ற தொகைநூலில் இடம்பெற்றுள்ள கட்டுரை.**

# தற்காலப் பெண் சிறுகதைகள்

## சுப்பிரமணி இரமேஷ்

தமிழின் செழுமையான சிறுகதை மரபு புதுமைப்பித்தனிலிருந்துதான் தொடங்குகிறது என்ற மதிப்பீட்டைக் கோ.கேசவன்,என்.ஆர்.தாசன், எம். வேதசகாயகுமார், சுந்தர ராமசாமி, வீ. அரசு எனப் பலரும் முன்வைத்துள்ளனர். முதல் சிறுகதை குறித்து விவாதிக்கப்படும்போதெல்லாம் வ.வே.சு. ஐயர்,பாரதியார், அ,மாதவையா போன்றவர்களின் பெயர்களும் அடிபடுகின்றன. இப்படி ஒரு விவாதம் பெண் எழுத்துக்கு இதுவரை நடந்ததில்லை. ஆனால் சிறுகதைவரலாறுஎழுதியபலரும்புதுமைப்பித்தனின் இடத்தை அம்பைக்குக் கொடுக்கின்றனர். சிறுகதைநுட்பங்களை உள்வாங்கிக்கொண்ட பெண் எழுத்தின் தொடக்கம் அம்பையிலிருந்துதான்; ராஜம் கிருஷ்ணன், சூடாமணி, அநுத்தமா போன்ற இன்னபிற எழுத்தாளர்களெல்லாம் வ.வே.சு. ஐயர், பாரதியார், அ.மாதவையா போன்றோரின் இடத்தை இயல்பாகவே அடைந்து விடுகின்றனர்.

ஐம்பதுகளுக்குப் பிறகுதான் பெண்கள் சிறுகதையை வடிவ உணர்வுடன் எழுதத் தொடங்கினர்; இது எழுபதுகளில் அம்பையின் எழுத்தில் தீவிரமடைந்தது. 'உருவத்திலும் உள்ளடக்கத்திலும் புதிய நோக்கில் இன்றைய வாழ்க்கையின் புதிய அம்சங்களையும் சிக்கல்களை யும் கையாள முயன்றிருக்கிறார்' (1989:280) என்று அம்பையின் எழுத்துக்கள் பற்றிச் சிட்டி எழுதியிருக்கிறார். 'தமிழ்ச் சிறுகதையாளர்களில்

தேர்ந்த ஒருவரான அம்பையைப் பெண்ணியச் சிறுகதையாளர் என்கிறார்கள். அது முழுமையான பார்வை அல்ல. பெண்ணியம் அவரிடம் இருக்கலாம். ஆனால் அந்த வரம்புக்குள் மட்டும் கட்டுப்படுகிறவை அல்ல அவரது சிறுகதைகள்' என்று நாஞ்சில் நாடன் எழுதியிருக்கிறார். இது அம்பைக்கு வேறொரு இடத்தை உருவாக்கித் தருகிறது. இவர்தான் பெண் சிறுகதைக்கென்று ஒரு மொழியையும் வெளியையும் உருவாக்கினார். இந்த மொழி தன்னை வெளிப்படுத்தும் சுதந்திரத்தைப் பெண்களுக்கு அளித்தது. எண்பதுகளுக்குப் பிறகு பல பெண் எழுத்தாளர்கள் இந்த மொழியை நிலம் சார்ந்ததாகவும் அரசியல் சார்ந்ததாகவும் கட்டமைத்தனர். இவ்வெழுத்தின்மீது திட்டமிட்டு உருவாக்கப் பட்ட எதிர்மறையான விமர்சனங்கள் இவர்கள் எழுதுவதற்கு மறைமுகமாக ஊக்கமளித்தது. இரண்டாயிரத்திற்குப் பிறகு அதிக அளவில் பெண்கள் சிறுகதைகளை எழுதத் தொடங்கினர். இந்தக் காலகட்டத்தில் ஒவ்வொருவரும் தங்களுக்கென்று ஒரு மொழியைப் புனைவில் சாத்தியப்படுத்தினர். அத்தகைய பெண் சிறுகதையாளர்கள் குறித்த கட்டுரையாகத்தான் இது அமைகிறது.

## 1

நவீனக் கதைமொழியைத் தொடக்கத்திலேயே கண்டடைந்தவர் உமா மகேஸ்வரி. அம்பையைப் போன்று புனைவின் மேலதிகச் சாத்தியங்களைத் தொடர்ந்து எழுதி வருபவர். கவிதை, நாவல் என்று எழுதினாலும் சிறுகதைகள்தாம் இவரது அடையாளம். கதையின் ஒவ்வொரு வார்த்தையையும் நழுவவிடாமல் வாசிக்கும் வாசகனுக்குத்தான் உமா மகேஸ்வரியின் கதைகள் பிடிபடும். ஒரே கதையை மீண்டும் வாசிக்கும்போது அது வேறு சாளரத்தைத் திறந்து காட்டுவதையும் வாசிப்பவர்கள் அவதானிக்கலாம். உமா மகேஸ்வரி தேர்ந்தெடுக்கும் கதைகள் ஒவ்வொரு வீட்டிலும் இருப்பதுதான்; யாருக்கும் நடக்கக் கூடியதுதான். ஆனால் அதனைத் தன் அசாத்திய மொழியால் எழுதும்போதுதான் அவை தனித்துவம் பெறுகின்றன.

இயல்புநிலைக்குத் திரும்பமுடியாத குற்றவுணர்வைத் 'தொலைகடல்' கதையும் விடுதலையைக் 'கற்கிளிகள்' கதையும் அளிக்கின்றன. வலியை வாசிப்பவருக்கும் கடத்திவிடும் பிரக்ஞைபூர்வமான மொழிதான் இவர் கதைகளுக்கு மதிப்பளிக் கிறது. இரு கதையும் அரவமெனக் கொத்தக் காத்திருக்கும் காமத்தின் சலனங்களையே பேசுகின்றன. ஆனால் அதனை உமா மகேஸ்வரி அணுகியிருக்கும் முறையில்தான் தனித்துத் தெரிகிறார். பிரதிகளுக்கு இடையிலான மௌனங்களை வாசிப்பாக மாற்றுகிறார். 'அரளி வனம்', 'வடு' போன்ற கதைகள்

உமா மகேஸ்வரிக்குச் சொந்தமான வெளியில் இயங்குகின்றன. பெண்களின் விழைவுகள், பாலியல் பிறழ்வுகள், குடும்பம் மற்றும் சமூகத்தில் பெண்களின் இடம், பெண்களுக்குக் கட்டப்பட்டுள்ள மதிப்பீடுகளைத் தகர்த்தல் என உமா மகேஸ்வரியின் கதைகள் விரிந்தாலும் எதிலும் பிரச்சார நெடியில்லை; ஏன் இப்படி நடக்கிறது என்ற குமுறல் இல்லை. இது எல்லாமும்தான் வாழ்க்கை. இதுதான் இவரது கதைகள்.

'எப்பொழுதும் எனக்குச் சிறுகதையைவிட நாவல் என்கிற வடிவமே பிடித்தமானதாயிருக்கிறது' என்று சொல்லும் இந்திராவின் சிறுகதைத் தொகுப்பு 'ஒற்றை வாசனை'. கிராமம் சார்ந்த கதைகளே இவரது அடையாளம். கிராமத்து மனிதர்களின் சித்திரங்களை எளிமையும் நுட்பமுமான மொழியில் சொல்வதுதான் இவரது கதைகள். பாலின அடையாளத்தை இவரது கதைகள் நிராகரிக்கின்றன. இந்திராவின் கதையில் வருபவர்கள் உங்களுக்குத் தெரிந்தவர்களாக இருப்பார்கள்; எப்போதாவது அவர்களை நீங்கள் எதிர்கொண்டிருப்பீர்கள். இந்திரா தொடர்ந்து கதை எழுதவில்லை. அவரிடம் கிராமத்துப் பெண்களின் மென்னுணர்வுகள் சார்ந்த கதைகள் நிறைய இருக்கின்றன. எளிமைதான் இந்திராவின் கதைகளுக்கு அழகைக் கொடுக்கிறது. 'அப்பா', 'சலூன்', 'தூண்டில்' 'தொலைந்து போனவள்' போன்ற கதைகள் முக்கியமானவை.

எண்பதுகளில் இருந்து சிறுகதை எழுதி வருபவர் கிருஷாங்கினி. 'கிருஷாங்கினி கதைகள்' என்று மொத்தக் கதைகளும் தொகுக்கப்பட்டுள்ளன. 'நான் பெண்ணியம் சார்ந்த எழுத்துக்கள் மட்டுமே எழுதுவேன் என்று என்னை ஒரு கட்டுக்குள் அடைப்பது கிடையாது' என்ற கொள்கை உடையவர். தன் வாழ்க்கையில் ஊடாடிய சம்பவங்களைச் சிறிய சிறிய கதைகளாக எழுதிப் பார்த்திருக்கிறார். இருபது வருடக் கதைக்குள் இரண்டு தலைமுறை வாழ்க்கை இருக்கிறது.

தம் உடலில் ஏற்படும் மாற்றங்கள் குறித்த புரிதல் இல்லாத பெண்கள்; அவற்றை மகளுக்கு வெளிப்படையாக விளக்க முடியாத அம்மா என அக்காலகட்டப் பெண் உணர்வுகளைப் பின்னோக்கிப் பார்த்திருக்கிறார். நிகழ்காலத்தின் வெறுமையையும் கடந்த காலத்தின் ஏக்கத்தையும் வெளிப்படுத்தும் மென்மையான விசும்பலை இவர் கதைகளில் காணலாம். கதைகளைக் காட்சிப்படுத்துவதில் போதிய கவனத்தைக் கிருஷாங்கினி செலுத்தவில்லை; வாழ்க்கைமீது எவ்வித விமர்சனமும் இல்லை. வாழ்க்கை அதன் போக்கில் போய்க்கொண்டிருக்கிறது; ஆண்கள் எப்போதும் ஆண்களாகத்தான் இருப்பார்கள் என்ற பார்வை

இவருடையது. இவர் கதைகளின்மீது வெளிச்சம் விழுந்திருக்க வேண்டும். 'தண்ணீர்க் கொலை' குறிப்பிடவேண்டிய கதை.

எண்பதுகளில் இருந்து சிறுகதைகளை எழுதிவரும் மற்றொரு எழுத்தாளர் எம்.ஏ. சுசீலா. இவர் கதைகளின் உருவமும் உள்ளடக்கமும் வெகுசனத் தன்மையானவை. மரபிலக்கியங்களின் போதாமையைச் சுட்டிக்காட்டி (தேவந்தி, தடுத்தாட்கொண்ட புராணம் – பாகம் இரண்டு) மறுமதிப்பீடுகளைத் தம் கதைகளினூடாக உருவாக்கி வருகிறார். இவர் கதைகளின் அடையாளமாக இதனைக் கருதலாம். 'தேவந்தி' என்ற சிறுகதை கண்ணகியின் தோழியைப் பற்றியது. தன் கணவனான பாசண்ட சாத்தன்மீது தேவந்தி வைக்கும் விமர்சனம்தான் இக்கதை. பிரச்சாரத் தொனி பலவீனத்தை வெளிப்படுத்தி விடுகிறது.

குடும்பம் மற்றும் சமூக வன்முறைகளில் நசுங்கிக் கொண்டிருக்கும் பெண்களின் துயரம் கசியும் வாழ்க்கையைக் குற்றவுணர்வற்றுப் புனைவாக்கியவர் தமயந்தி. வாழ்க்கையை அதன் கசப்புகளுடன் ஏற்று வாழும் கதாபாத்திரங்களைத் தொடர்ந்து தம் படைப்புகள்வழி உருவாக்குபவர். நகைச்சுவை கலந்த மொழி இவருக்குக் கைக்கூடி வந்திருக்கிறது. பெண்ணியம் சார்ந்த கதைகளுடன் தம் அரசியல் பார்வையை முன்வைத்தும் கதைகளை எழுதியிருக்கிறார். நீண்ட நாட்களுக்குப் பிறகு வாங்கும் செருப்பு எப்படிப் பெண்ணுக்கு மனரீதியான உற்சாகத்தையும் சமூக அங்கீகாரத்தையும் தருகிறது என்ற ஒரு கண்ணியைப் பிடித்துச் 'செருப்பு' என்ற கதையை எழுதியிருக்கிறார்.

பெண்கள் மீதான கரிசனமும் ஆண்கள் மீதான கசப்பும்தான் இவர் எழுத்தை வழிநடத்துகின்றன. இதற்கிடையில் கிடைக்கும் மகிழ்ச்சியான தருணங்களையும் எழுத்தில் கொண்டுவருகிறார். அறம் சார்ந்து இவர் உருவாக்கும் பெண்கள் துடுக்குத்தனம் நிறைந்தவர்களாகவும், வாழ்க்கையைத் துணிவாக எதிர் கொள்பவர்களாகவும் இருக்கிறார்கள் என்பதுதான் இவரது அடையாளம். இவரது கதைகளும் ஆண்கள் மீதான கசப்பைத் தொடர்ந்து வெளிப்படுத்திப் பொதுவில் கலந்துவிடுகின்றன. வெகுசனத்திற்கும் காத்திரத்திற்கும் இடைப்பட்ட மொழி தமயந்தியுடையது.

'எழுத்தாளருக்குச் சமூகப்பொறுப்பு இருக்கிறது' என்ற கரிசனத்தின் வெளிப்பாடாகத் தாமரையின் கதைகள் உருக்கொண்டுள்ளன. சமூக அக்கறையுடன் எழுதும் எழுத்தாளரின் எழுதுகோலைப் புறச்சூழல்தான் நகர்த்துகிறது. தாமரையின் கதைகளும் அவர் கண்ட புறச்சூழலின் எதிர்வினைகளே. ஆனால் இது அசலான எழுத்தாக உருமாறுவதில் சிக்கல் இருக்கிறது.

திரைப் பாடல்களில் வெகுசன உணர்வுகளைக் கலையாக்கிய தாமரையால் சிறுகதையின் நுண்ணுணர்வுகளைப் புரிந்துகொள்ள முடியவில்லை. வெறும் சம்பவங்களாக இவரது கதைகள் தேங்கி விடுகின்றன. 'சில பதற்றங்களும் பாறாங்கற்களும்' என்ற கதை உருப்பெறுவதற்கான நேரத்தை ஆசிரியர் அளிக்காததால், ஒரு சம்பவமாகவே இது பதிவாகியிருக்கிறது. சமூகக் கோபம்தான் இவரது புனைவில் தொக்கி நிற்கிறது. 'முள்', 'ராட்சசி' போன்ற பல கதைகளில் உருவமும் புனைவிற்கான மொழியும் கைக்கூடவில்லை.

கவிஞர் திலகபாமா இரண்டு சிறுகதைத் தொகுதிகளை வெளியிட்டிருக்கிறார். 'வெளிச்சம் பழகட்டும் கண்களுக்கு' கதை, திருமணத்திற்குப்பின் ஒரு பெண்ணுக்கு வேறொருவனுடன் காதல் வருவது குறித்து விவாதிக்கிறது. உலக அளவில் திரும்பத் திரும்ப எழுதப்படும் கதைக்கரு என்றாலும், திலகபாமாவின் மொழியில் கதை ஓர் உணர்வுநிலையை அடைகிறது. இவரது கதைகள் பெண்களின் வாழ்க்கைச் சிக்கல், அவலம், ஆணாதிக்கதிற்கெதிராகப் பெண்கள் காட்டும் எதிர்ப்பு என ஒரு வட்டத்திற்குள்தான் சுழல்கின்றன. கதைசொல்லும் முறையில் நவீனத்தை அடைந்திருந்தாலும் மொழி பலவீனமாகவே இருக்கிறது. ஆங்கிலம் கலந்துவிடக்கூடாது என்று எழுதுவதும் இதற்குக் காரணமாக இருக்கலாம்.

'கருக்கு' நாவல்தான் பாமாவின் முதல் அடையாளம். தன்வரலாற்றுக் கதையாடல் என்ற வடிவத்தைப் புனைகதைகளில் கொண்டுவந்தவர் பாமா; அதில் வெற்றியும் பெற்றிருக்கிறார். வாசகர்களின் மனதில் இரக்கத்தை ஏற்படுத்தும் கதைகளாகத்தான் இவரது தொடக்க காலக் கதைகள் இருந்தன. சாதிய முரண்பாடு களையும் அதன் எதிர்வினைகளையும் தம் கதைகளில் அழுத்த மாகப் பதிவுசெய்கிறார். ஒடுக்கப்பட்டவர்களின் குரலாகப் பாமாவின் கதைகள் இருந்தாலும் மேல்சாதி கிறித்தவர்களுக்கும் தலித் கிறித்தவர்களுக்கும் இடையேயுள்ள வர்க்க முரண்களையும் சாதிய மனோபாவத்தையும் கூர்மைப்படுத்துவதில்தான் புனைவுகள் தனித்துத் தெரிகின்றன.

தலித்துகளுக்கு எதிரான சாதிய வன்முறைகளை எழுதிக் கொண்டிருந்த பாமா, தற்காலக் கதைகளின் வழியே பெண்ணிய எழுத்தாளராகத் தம்மைத் தகவமைத்துக்கொண்டு அடுத்த கட்டத்திற்குச் செல்வதைக் காணமுடிகிறது. தனது அதிகார மையமாக இருந்த பிறந்த வீடு, தம்பிக்குத் திருமணமானவுடன் அந்நியமாகிப்போவதை அக்கா உணரும் தருணங்களை 'அம்மாவுக்குத் தெரிந்தது' கதையில் எழுதியிருக்கிறார். உள்ளடுக்குகளற்ற நேரடியான கதைசொல்லும் தன்மையில் இவர் கதைகள் உள்ளன.

மும்பையைக் களமாகக்கொண்டு கதை எழுதுபவர் புதிய மாதவி. இந்தியப் பெண்களின் வெவ்வேறு வண்ணம்பூசிய கதைகளை எழுதி வருகிறார். தமிழ் நிலத்தைக் கடந்த பெண்களின் துயரமும் கசப்பும் இவரது கதைகளில் பதிவாகின்றன. பெண்ணியம் சார்ந்து எழுதினாலும் பிரச்சாரநெடி இல்லை. இவர் கதைகள் கட்டமைக்கும் நிலப்பரப்புப் பெரியது. ஹரியானா மாநிலக் கிராமம் ஒன்றில் வழக்கத்தில் இருக்கும் நவயுகத் திரௌபதிகள் குறித்த தொன்மத்தைப் 'புதிய ஆரம்பங்கள்' என்ற கதையில் எழுதியிருக்கிறார். இச்சமூகம் பெண்களுக்கு எதிராக உருவாக்கி வைத்திருக்கும் தொன்மம் சார்ந்த குறியீடுகளை மீட்டுருவாக்கம் செய்யும் தேவையை இக்கதை கிளப்புகிறது. பெண்களின் இயக்கங்களையும் அதிலிருந்து உருவாகும் ஏக்கங்களையும் சுதந்திரமாக எழுதுகிறார். இவர் எழுத்தில் வெளிப்படுவது கட்டற்ற ஒரு மொழி. ஆனாலும் அருவமற்ற ஒன்று இவர் கதைகளைப் பின்னுக்கிழுக்கிறது.

அ. வெண்ணிலா கவிதைகளுடன் சிறுகதைகளையும் எழுதுபவர். பெண்களின் வெவ்வேறு மனநிலைகள், பெண்கள் எதிர்கொள்ளும் பிரச்சனைகள், நிராசைகள் என விரிகின்றன கதைகள். வெண்ணிலாவின் கதைகளில் குறிப்பிட வேண்டியது மொழி. இதுவரை பெரிய அளவில் இலக்கியங்களில் பதிவாகாத திருவண்ணாமலை மாவட்டம் சார்ந்த பேச்சுத்தமிழில் கதைகளைச் சொல்லியிருக்கிறார். நெசவுத்தொழில் செய்யும் பெண்கள்தாம் இவரின் கதைக்களம். குறிப்பாகச் சிறுமிகள். ஆனால் ஒவ்வொரு கதையும் திட்டமிட்டு உருவாக்கப்பட்டது என்ற தோற்றத்தைத் தருவதைத் தவிர்த்திருக்கலாம்.

வைகைச் செல்வியின் சிறுகதைத் தொகுப்பு 'கறிவேப்பிலைச் செடிகளும் நெட்டிலிங்க மரங்களும்'. சுற்றுச்சூழல் சார்ந்த பணிகளில் கூடுதல் கவனம் செலுத்திய இவர், சிறுகதைகளுடன் தொடர்ந்து பயணிக்கவில்லை. பெண்கள் சார்ந்த பிரச்சனைகளும் அவர்களின் சமூகம் சார்ந்த எதிர்வினைகளும் ஏமாற்றங்களும் இவரது கதைகளில் இடம்பெற்றுள்ளன. சூழலியலுக்கும் பெண்களுக்குமான தொடர்பிழைகளைப் பிடித்துக்கொண்டு நகர்பவை இவரது கதைகள். இதனைப் பிரச்சாரமாகவும் முன்னெடுத்துள்ளார்.

## 2

சிறுகதைகளில் தனக்கெனத் தனித்த அடையாளத்தைச் சந்திரா உருவாக்கியிருக்கிறார். பால்யகாலத்தின் நினைவோடைகளாக இவரின் கதைகள் உள்ளன. எல்லாக் கதைகளிலும் இவரின் பால்யகாலம் ஒரு கதாபாத்திரமாக வருகிறது. இவருடைய ஊர்,

மண், மண்ணில் இவரோடு புழங்கிய யதார்த்தமான மனிதர்கள் எனக் கதை முழுவதும் இவரின் புழுதிமண் படிந்த இளமைக்காலம் உயிரோட்டமாக உலா வருகிறது. ஒவ்வொரு கதையிலும் ஒரு கதாபாத்திரம் அக்கதையினை நகர்த்திச் செல்லும் மையமாக விளங்குகிறது. அந்தப் பாத்திரத்தைச் சுற்றியே பிற பாத்திரங்கள் அந்தப் புனைவுக்கு வலுச்சேர்க்கின்றன. ஆனால் கதை முடிவு ஏதோ ஒரு சோகத்தை, வாழ்வின் இயலாமையை வாசிப்பவரின்மீது பூசுகிறது.

'கட் சொன்ன பின்னும் கேமரா ஓடிக்கொண்டிருக்கிறது' என்ற கதை, திரைத்துறை குறித்த மிகச்சிறந்த கதை. சந்திராவின் புனைவுமொழியை வேறோர் இடத்திற்கு இக்கதை கொண்டுசெல்கிறது. இந்தப் பக்கங்கள் அசோகமித்திரனுக்கு அடுத்துச் சந்திராவின் புனைவுகளால் வெளிச்சப்படுகின்றன. சந்திராவின் கதைகள் வெளிப்படையாகப் பெண்ணியம் பேசவில்லை; கதை ஓட்டத்திலேயே பெண் சார்ந்த, பெண் வாழ்க்கைசார்ந்த, பெண் மொழிசார்ந்த விஷயங்களைப் பேசுகிறது. மேலோட்டமாக வாசிக்கும்போது இக்கதைகள் சாதாரணமாகத் தெரிந்தாலும் சிறுகதையின் இடைவெளிகளை இட்டுநிரப்பும் முயற்சியைச் செய்திருக்கின்றன.

நாவல்தான் சு. தமிழ்ச்செல்வியின் அடையாளம். சிறுகதை எழுதும் கால அளவிற்குள் ஒரு நாவல் எழுதிவிடும் ஆற்றல் பெற்றவர். தாம் வாழும் கடலூர் பகுதி பெண்களின் கசப்புகளையும் அப்பகுதி சிறுதெய்வங்கள் குறித்த தொன்மக் கதைகளையும் தொடர்ந்து தம் எழுத்தில் பதிவு செய்துவருகிறார். நகரத்தைவிடக் கிராமத்தில்தான் பெண்ணின் இருப்பு ஆழமாக உள்ளது. அந்தப் பெண்ணைச் சுற்றித்தான் அவளது குடும்பமும் இயங்குகிறது. இந்தப் பகுதியைத்தான் இவரது கதைகள் வெளிச்சப்படுத்துகின்றன. வட்டார மொழியை அருமையாகத் தம் புனைவில் கொண்டுவருகிறார். நிலமொழி இவருக்கு நன்கு கைவரப்பெற்றுள்ளது.

எந்தத் துயரத்திலும் மனம் சோர்ந்துவிடாத கிராமத்தின் கடைநிலைப் பெண்களின் வியர்வை நிரம்பிய கதைகள்தாம் இவர் எழுத்து. சிறுகதைகளில் நாட்டுப்புறக் கதைகளின் தாக்கம் அதிகம். 'இருசி', 'சாமுண்டி', 'கன்னியாயி' எனப் பெரும்பாலான கதைகள் அப்பகுதி சிறுதெய்வங்களின் தொன்மக் கதைகளைத்தான் பேசுகின்றன. இத்தன்மை அதிகரிக்கும்போது நாட்டுப்புறக் கதைத் தொகுப்பு என்ற இடத்தைச் சிறுகதைகள் அடைந்துவிடும் அபாயமும் இருக்கிறது. இதனை விமர்சனமாக முன்வைக்கும் இடத்தையும் பிரதி உருவாக்கிக் கொடுக்கிறது.

கவிதைக்கும் புனைகதைக்குமான மொழியின் வேறுபாட்டைக் களையும் கதைகளைத் தொடர்ந்து எழுதிக் கொண்டிருப்பவர் தேன்மொழி. இதனைத் தம் எழுத்தின் அடையாளமாகவும் நிறுவ முயல்பவர். நினைவிலிருக்கும் அக வடிவத்தைப் புற வடிவமாக்குகின்றன இவரது கதைகள். கவிஞரான தேன்மொழி, கவிதை மொழியைக் கதைகளில் மோதவிடுகிறார். தனிமொழி என்ற வடிவத்திற்குள் இவரது கதைகளைச் சேர்க்கலாம். இந்த வடிவத்தில் தொடர்ந்து வெற்றியும் பெற்றிருக்கிறார். மனதின் அலையைத்தான் இவரது கதைகள் வார்த்தைகளாக்குகின்றன; ஏக்கமும் பரிதவிப்பும் கழிவிரக்கமும் பண்பாட்டுக் கோபமும் அதில் சுழல்கின்றன.

'நாகாபரணம்' என்ற கதை நிறைவேறாத காதலின் வலியைச் சூர்ப்பனகை என்ற தொன்மத்தைக் கொண்டு கட்டமைத்திருக்கிறது. காதல் என்பதும் காமம் என்பதும் அனைவருக்கும் பொதுவானதுதானே, அதில் அரக்கிக்கும் அரசனுக்கும் என்ன வேறுபாடு இருக்க முடியும் என்ற கேள்வியை இக்கதை எழுப்புகிறது. சூர்ப்பனகை குறித்த எதிர்மறையான தொன்மத்தை இச்சிறுகதை அசைத்துப் பார்த்திருக்கிறது. இது வித்தியாசமான முயற்சி. எவ்வளவு நாளைக்குச் சீதை குறித்தும் அகலிகை குறித்தும் எழுதிக்கொண்டிருப்பது. இதிகாசங்கள் புறக்கணித்த உதிரிகளை முதன்மைப்படுத்துவதும் முக்கியம். இதனைத் தேன்மொழி செய்திருக்கிறார். பெண் சிறுகதை வரலாற்றில் தேன்மொழியின் இடம், அகத்தின் மௌனங்களை மொழியின் சாத்தியங்களுடன் உருவமாக்குவதுதான்.

### 3

பி. உஷா தேவியின் தாய்மொழி மலையாளம். தமிழ், மலையாளம் என இரண்டு மொழிகளிலும் சிறுகதைகளை எழுதி வருகிறார். நகரமயமாக்கம், அதனைப் பற்றிய புரிதல் இல்லாத மனிதர்களை எப்படிப் பாதிக்கிறது என்ற சித்திரத்தை 'வீடு பள்ளத்தில் இருக்கிறது' கதை விவரிக்கிறது. வளர்ச்சி, உறவுகளுக்குள் ஏற்படுத்தும் நுட்பமான விரிசலையும் அதனை எதிர்கொள்ள முடியாத ஆண்களின் இயலாமையையும் செறிவாக எழுதியிருக்கிறார். பி. உஷா தேவியின் மொழி எளிமையானது; சோகத்தின் சாற்றைப் பருகியது. கவிமொழியை இவரது கதைகளில் காண்பதரிது. நடுத்தரக் குடும்பத்தின் பெண் உணர்வுகளை எழுதும் இவரது கதைகளுக்கு ஆண்கள் அவசியமற்றவர்கள். சில கதைகள் முடிந்தபின்னும் நீள்கின்றன. வெகுசனத்தன்மையை இவரது அலைவுறும் மொழிதான் கடக்க உதவுகிறது. நிலம் சார்ந்த படிமம் இவரது கதைகளில் இன்னும் கூர்மைபெறவில்லை.

அடுத்தடுத்துச் சிறுகதைத் தொகுப்புகளை வெளியிட்டுத் தனகானதோர் இடத்தைப் புனைவில் உருவாக்கிக்கொண்டவர் கலைச்செல்வி. 'இரவு' என்ற சிறுகதை இவர் எழுதியதில் முக்கியமானது. தன் மகளின் முதலிரவில் தன் இளமையை அசைபோட்டுப் பார்க்கும் ஒரு பெண்ணின் அக உலகை இக்கதை விவரிக்கிறது. எழுதமுடியாத அனுபவத்தைப் புனைவாக்குவதில் வெற்றி பெற்றிருக்கிறார் கலைச்செல்வி. இவரின் சிறுகதைகள் தனித்துவமானவை. தனக்குத் தெரிந்த உலகிலிருந்து தன் கதைகளை உருவாக்குகிறார். 'பிரியாணி' 'சூரியின் அம்மா' போன்ற கதைகள் முக்கியமானவை. விதவிதமான அம்மாக்களைப் பற்றி அதிகம் எழுதியவர் இவர் என்பது என் கணிப்பு. 'சித்ராவுக்கு ஆங்கிலம் தெரியாது', 'மீட்சி' போன்ற கதைகளை இவர் விலகல் மனநிலையில் இருந்து உருவாக்கியிருப்பதாகச் சொல்லலாம். புறக்கணிக்க முடியாத வேகமுடையது இவரது மொழி. மெல்லிய பகடியையும் கதைகளில் கையாள்கிறார். பெண் எழுத்துக்களில் இந்த அம்சம் முக்கியமானது. வாசகருக்கான இடத்தையும் இவரது கதைகள் உருவாக்கிக் கொடுக்கின்றன. கிராமமும் நகரமும் சந்திக்கும் இடங்களில் இருந்துதான் இக்கதைகள் உருப்பெறுகின்றன.

அம்பாசமுத்திரத்தைச் சார்ந்தவர் கவிதா சொர்ணவல்லி. 'நான் அவன் அது' என்ற சிறுகதை 2012இல் ஆனந்த விகடனில் வெளிவந்தபோது கவனம் பெற்றவர். நெல்லைத் தமிழ் எழுத்தாளர் பட்டியலில் கவிதாவும் சேர்கிறார். பதின்பருவ நினைவுகளை மீட்டெடுத்தலும் அதன்மீதான காத்திரமான விமர்சனமுமே இவரது புனைவுகளின் குறுக்குவெட்டுத் தோற்றம். இளமைப்பருவத்தில் தன்மீது அன்புகொண்ட ஓர் ஆணை விரும்பும் பெண்ணின் பாசாங்கற்ற மனதைச் சித்திரித்திருக்கிறது 'நான் அவன் அது' என்ற சிறுகதை. 'அண்ணா என்னைக் கல்யாணம் பண்ணிக்கிறியா? உன்னோடவே வெச்சுக்கிறியா என்னய?' என்ற கேள்வி நேரடியான வாசிப்பில் அதிர்ச்சியாக இருந்தாலும், இதற்குப் பின்னால் இயங்கக்கூடிய பெண்ணின் உலகம் எவ்வளவு அந்நியத்தன்மையுடன் இருக்கிறது என்ற புரிதலை நோக்கியும் அது நகர்கிறது. 'அம்மாவின் பெயர்' கவனிக்க வேண்டிய கதை. கவிதாவின் கதைகள் உருவாக்கும் நிலமும் மொழியும் உண்மைக்கு நெருக்கமானவை; நம்பிக்கை அளிப்பவை. உற்சாகம் தரக்கூடிய வட்டார மொழியைக் கையாள்வதில் தேர்ந்தவராக இருக்கிறார்.

கவின்மலர் எழுதிய 'இரவில் கரையும் நிழல்கள்' என்ற கதை, சுடர்மொழி – கயல்விழி என்ற இருவரின் திருமணத்திற்கு முந்தைய பிந்தைய வாழ்க்கையினை விவரிக்கிறது. திருமணத்திற்குப் பிறகு சுயத்தைத் தொலைத்துவிட்டு ஏங்கும் வாழ்க்கைதான்

பெண்களுக்கு வாய்க்கிறது என்பதை யதார்த்தமான உரையாடல்களினூடாக எழுதிச் செல்கிறார் கவின்மலர். பெண்கள்மீது கட்டப்பட்ட விழுமியங்களை உடைக்க முயற்சி செய்திருக்கிறார். எல்லாவற்றையும் விவரிக்கத் துடிக்கும் பேரார்வம், இவரது கதைகளில் தூக்கலாகத் தெரிகிறது. உரையாடல்வழிக் கதையை நகர்த்தும் தன்மையும் இவரது கதைகளில் அதிகம்; இடைவெளி குறைவு. உ.ம் ‘மீனுக்குட்டி’.

பெண்களின் புறக்கணிக்கப்பட்ட வெளியைப் பேசுபவை குட்டிரேவதியின் சிறுகதைகள். பெண்கள்தாம் பெரும்பாலும் கதைகளை நகர்த்துகிறார்கள். சிறுகதை வடிவத்தைக் கலைத்துப்போட்டுத் தனக்கென வடிவம் தேடும் முயற்சிகளாகக் குட்டிரேவதியின் கதைகள் இருக்கின்றன. உரையாடல்கள் குறைவு. ‘பிங்க் வோட்கா’ விதிவிலக்கு. இதனால் சில கதைகள் கட்டுரை மற்றும் பயணக் குறிப்புகளின் உருவங்களாக மாறிவிடுகின்றன. சுதந்திரத்தை எல்லா வகையிலும் தேடும் பெண்களே இவரது நாயகிகள். ‘கட்டுவிரியன்’ கதையில் வரும் காயாம்பூ ஒடுக்கப்பட்டவளாக இருந்தாலும் அவளுக்கான சுதந்திரத்தைப் பெறுவதில் அவள் சமரசம் செய்துகொள்வதில்லை. ஆண்களினும் தனித்துவமான பெண்களே இவரது கதைகளில் நிரம்பியிருக்கிறார்கள்.

ஒவ்வொரு கதையையும் வெவ்வேறு உருவத்தில் காமம்தான் இயக்குகிறது. குட்டிரேவதியின் மொழி தனித்துவமானது. கவிதையின் சரடுகளுடன் தொடர்ந்துசெல்லும் நீரூற்றைப்போல மொழியைக் கையாள்கிறார். அடுத்தடுத்த வாசிப்புகளிலும் மிச்சமிருக்கும் நுட்பம் இவரது கதைகளில் வெளிப்படுகிறது. நுட்பமாகப் புரிந்துகொள்ளும் வெளியை ஒவ்வொரு கதையும் உருவாக்கிச் செல்கிறது. அனுபவக்குறிப்புகளாகப் புனைவுகள் தேங்கிப்போவதை இவர் திட்டமிட்டு உருவாக்கும் மொழி உடைக்கிறது; இதனால் சிறுகதை வரலாற்றில் தனித்துத் தெரியும் புனைவுகள் குட்டிரேவதிக்குச் சொந்தமானதாக இருக்கும்.

அதிர்ச்சி மதிப்பீடுகளை உருவாக்காத பெண்களின் மௌனங்களை எழுதுபவர் சல்மா. இஸ்லாமியச் சமூகத்திலுள்ள ஒரு பெண்ணின் நினைவுகளாகவும் இச்சிறுகதைகளை வாசிக்கலாம். இவரது கதைகள் முடிவுகளை நோக்கி நகரவில்லை. மௌனத்தை உருவாக்கிவிட்டு அந்த இடத்திலேயே கதையை நிறுத்திவிடுகிறார். ஆனால் மதச்சாயமற்ற எல்லாப் பெண்களுக்கான வலிகளின் மொழிபெயர்ப்பாக இக்கதைகளை எடுத்துக்கொள்ளலாம். இக்கதைகள் உருவாக்கும் இடைவெளிகளுக்கு ஆயிரம் அர்த்தங்களைக் கற்பிக்க முடியும். பெண்களின் மெல்லிய துயரங்களைச் சல்மா எழுதியிருந்தாலும்

முடிவில் அடைவது ஒரு சலிப்பைத்தான். 'அக்கா என்னைக் கைப்பேசியில் அழைத்துக்கொண்டிருந்தாள்' என்ற வெறுமையில்தான் 'சலனம்' கதை முடிகிறது. இப்படித்தான் இக்கதையை முடிக்க முடியும்; வேறு எப்படி முடிந்திருந்தாலும் அதில் ஆசிரியரின் குறுக்கீடு இருப்பதாகத்தான் புரிந்து கொள்ளப்படும். தொடர்வாசிப்பினூடாக இவரின் கதை நகர்வு குறித்துச் சில படிமங்களை ஆழ்மனம் உருவாக்கினாலும், அதைமீறிச் செல்லும் போக்கைத்தான் புனைவில் பார்க்க முடிகிறது.

மனதின் உள்வெளிகளுக்குள் எழும் போராட்டங்களையும் அது வெளிப்படும் தருணங்களையும் எழுதியிருக்கிறார். ஒரு நிகழ்வு; அதிலிருந்து மேலெழும் ஆர்வம்; அதில் ஆண் – பெண்ணுக்குரிய இடம்; இதுதான் இவரின் கதைகள். ஆண்களுட னான இரயில் பயணம், குழந்தைப்பேறு இல்லையென மருத்துவத்தால் கைவிடப்பட்ட பெண்ணின் மனவோட்டங்கள், கணவன் இல்லையென உணர்ந்து இரவில் ஒலிக்கும் தொலைபேசி ஏற்படுத்தும் சலனங்கள் எனத் தொகுப்பின் பதினொரு கதைகளுக்கும் சேர்த்து ஒரு கண்ணியை உருவாக்கினால் அதன் முடிவில் தெரிவது பெண்களின் கண்ணீர்தான்.

## 4

கே. பாரதியின் சிறுகதைத் தொகுப்பு 'சொந்தச் சகோதரிகள்'. கடந்த இருபதாண்டுகளில் பல்வேறு இதழ்களில் எழுதிய கதைகளின் தொகுப்பு. சமூகத்தில் பெரிதும் பேசப்படாத பெண்களின் மன அசைவுகள் மற்றும் குடும்ப அமைப்புகளில் நடைபெறும் பெண்களுக்கு எதிரான ஒடுக்குமுறைகள் குறித்த விமர்சனத்தை இவரது கதைகள் எழுதிச் செல்கின்றன. கணவர் இறந்துவிட்டார்; மனைவிக்கு அவர் இறந்ததில் பெரியதுக்கமில்லை. நடிக்க வேண்டிய சூழலிலும் இயல்பாக இருக்கிறாள். அழவில்லை; சுயத்துடன் நடந்து கொள்கிறாள். இதுதான் 'சுயம்' கதை. வெகுசன எழுத்தின் தொடர்ச்சிதான் இவரது கதையும் மொழியும்.

அமரந்தாவின் 'பால்கட்டு' என்ற சிறுகதை பெண்களின் வலியைச் சொல்வதில் கவனம் செலுத்தியிருக்கிறது. பெண் எழுத்தின் தேவை இது போன்ற இடங்களில்தான் அவசியமாகிறது. எல்லாப் பெண்களும் எதிர்கொள்ளும் இப்பிரச்சனையை ஆண்கள் அணுகும்விதம் அருவருப்பாக இருக்கிறது. பெரிதாகக் கண்டுகொள்ளாத பெண்களின் வலிகளையும் அவர்களுக்கும் குடும்பத்துக்குமான உறவுகளையும் இவரது கதைகள் பேசுகின்றன. நகரம்தான் இவரது கதைக்களம். 'பூப்பு' கதையும் பெண்ணின் நுட்பமான உணர்வுகளை முன்னெடுக்கிறது. குடும்பத்தின் முதல்மகள் பூப்பெய்துவதற்கும் அடுத்தடுத்தவர்கள்

பூப்பெய்துவதற்கும் இடையிலான மனநிலை முக்கியமானது. சடங்கு சம்பிரதாயமாகும்போது ஏற்படும் பெண்ணின் வலி உணரமுடியாதது. இதற்குப் பின்னிருக்கும் அந்தக் குடும்பத்தின் சுயகௌரவமும் காக்கப்பட வேண்டும் என்பதாகக் கதை நீள்கிறது. 'வருவான் ஒரு ராஜகுமாரன்' கதையினூடாக வெளிப்படும் விமர்சனம் பொருட்படுத்தத்தக்கது. இக்கதை ஒரு திரைப்படத்தை நினைவுபடுத்தினாலும் சொன்ன விதத்தில் தனித்துத் தெரிகிறது. பல வருடங்களுக்குமுன் எழுதப்பட்டவை தற்போதுதான் தொகுக்கப்பட்டிருக்கின்றன.

முகநூல் வழியாகச் சிறுகதை எழுத்தாளராக அறியப் பட்டவர் அருணா ராஜ். 'கருப்பி' என்ற கதைத்தொகுப்பை வெளியிட்டுள்ளார். அண்மைகாலக் குடும்பம் மற்றும் நகரத்தின் புழுக்கங்களையும் அதற்குள் ஒளிந்திருக்கும் வாழ்க்கையின் மகிழ்ச்சியான தருணங்களையும் எளிமையாக எழுதிக்கொண்டிருப்பவர். நடுத்தரக் குடும்பங்களின் கதைகள்தாம் இவர் எழுத்தை வழிநடத்துகின்றன. ஆண்-பெண் என இருவரையும் கதைசொல்லிகளாக முன்னிறுத்தினாலும், வெவ்வேறு நிறம்கொண்ட பெண்களின் உணர்வுகளே கதைகளில் நிரம்பியிருக்கின்றன.

காதலித்துத் திருமணம் செய்துகொண்டவன், மணத்திற்குப் பிறகு கணவனுக்குரிய தன்மைகளை அடையும் கணங்களை 'டியர்' என்ற கதையில் எழுதியிருக்கிறார். இயல்பான உரையாடல்களை வெளிப்படுத்த மறுப்பதினூடாகவும் கணவனிடம் தன் எதிர்ப்பைக் காட்டமுடியும் என்ற தன்மை இக்கதைக்குள் இருக்கிறது. பருவமடைதலுக்குப்பின் பெண்ணின் உடல் வெளிப்படுத்தும் ஈர்ப்பைக் 'கருப்பி' கதை வெளிப்படுத்துகிறது. நிறம் பெண்களுக்குப் பொருட்டல்ல; இயல்பாகவே பெண் உடல்மீது ஆணுக்கு ஈர்ப்பு இருக்கிறது எனும் புள்ளியையும் கதை தொட்டிருக்கிறது. ஆண்களின் அபத்தமான காதல் வெளிப்பாடுகளையும் கதை நகைக்கிறது. பெரிதாக அலட்டிக்கொள்ளாத மொழிதான் அருணா ராஜ் கதைகளின் அடையாளம். ஆங்கிலமும் தமிழும் கலந்த மொழியைத் தம் புனைவுகளுக்குள் ஊடாடவிடுகிறார். இத்தன்மை கதைகளுக்கு மேட்டிமைச் சாயத்தைப் பூசும் அபாயமும் இருக்கிறது.

பெண் எழுத்துக்களில் நம்பிக்கைதரும் படைப்பாளியாக உருவாகியிருப்பவர் லைலா எக்ஸ். 'பிரதியின் நிர்வாணம்' என்ற தொகுப்பு வெளியாகியுள்ளது. இவரைப் பற்றிய எந்தக் குறிப்பும் தொகுப்பில் இல்லை. சாருவின் கருவும் பிரேம்-ரமேஷின் உருவும்தான் இவரது கதைகள் என்ற அடையாளத்தைக் கடக்க இவர் முயற்சிக்க வேண்டும். உடல்தான் இவரது எழுத்து என்ற

ஒற்றைக்கோணத்தை இத்தொகுப்பின்மீது வைக்கமுடியாது. ‘முத்தி’ என்றொரு கதை. இது ‘வாழ்வெனும் பெருங்கனவு’ என்ற பெயரில் ஆனந்த விகடனில் வெளிவந்தது. லைலா எக்ஸ் தொடரவேண்டிய பகுதி இதுதான் என்பது என் அவதானிப்பு. பள்ளியொன்றில் கழிவறைகளைத் சுத்தம் செய்யும் பெண், தன் மகளையாவது இந்த ஒடுக்குதல்களில் இருந்து விடுவிக்க வேண்டும் என்ற முன்னெடுப்புதான் இக்கதை. ஆண் அணுகலில் இக்கருவில் பல புனைவுகள் எழுதப்பட்டிருந்தாலும், ஒரு பெண்ணின் பார்வையில் இக்கதை பல முடிச்சுகளை அவிழ்க்கிறது. எந்த இடத்திலும் இது புனைவு என்ற சந்தேகத்தை இவரது மொழி எழுப்பவில்லை.

‘வன்மம்’ என்ற சிறுகதை காதல் என்பது வெறும் உடல்தான்; உடலைத் தாண்டி ஒன்றுமில்லை என்கிறது. இக்கதையில் வரும் மாலா ஆண்களைக் கொண்டு இதனைப் பரிசோதித்துக்கொண்டே இருக்கிறாள். இதற்குப் பின்னிருப்பது காமம் சார்ந்த ஒரு குறுகுறுப்பும் குடும்பத்தின் மீதான வெறுப்பும்தான் என்பதைப் பிரதி முன்னெடுக்கிறது. ‘பிரதியின் நிர்வாணம்’ சிறுகதையும் ஆண் உடல்மீது பெண்ணுக்குள்ள ஈர்ப்புதான். இறுதியில் அவள் கண்டடைவது ஆணின் நிர்வாணம் ஒரு பாலைவனம் என்பதைத்தான். இதை இக்கதை, மொழியின் சாத்தியங்களைப் பயன்படுத்திக்கொண்டு ஆராய்கிறது. யதார்த்தத்தைத்தான் இவரது புனைவுகள் பிரக்ஞைபூர்வமாக அணுகுகின்றன. ஒட்டுமொத்தமாகத் தொகுப்பை வாசிக்கையில் பெண் சுதந்திரம், எல்லைகளைத் தகர்த்தல், எதிர்ப்பாலின ஈர்ப்பு எனப் பிரதிமீது கவனம் குவிகிறது.

## 5

‘எஞ்சோட்டுப் பெண்’ என்ற கவிதைத் தொகுப்பினூடாக இலக்கிய உலகில் அறிமுகமானவர் தமிழச்சி தங்கபாண்டியன். கவிதை, கட்டுரை, மொழிபெயர்ப்பு, நாடகம் என்று குறுகிய காலத்தில் பல ஆக்கங்களைத் தமிழுக்குக் கொடுத்தவர். ‘முட்டு வீடு’ என்ற சிறுகதைத் தொகுப்பு அண்மையில் வெளியாகியுள்ளது. விரைவில் சிறுகதைகளையும் எழுதுவார் என்பதற்கான அடையாளங்கள் இவரது கவிதைகளிலேயே பார்க்க முடிந்தது. தான் பிறந்த கிராமத்தை நினைவுகளில் சுமந்துகொண்டிருப்பவர் தமிழச்சி. சந்தர்ப்பம் கிடைக்கும்போதெல்லாம் அதனை அசைபோடுகிறார். அது கவிதையாகவும் கதையாகவும் வெளிப்படுகிறது.‘காற்றுக்குப் படிக்கத் தெரியாது’ என்று ஒருகதை இத்தொகுப்பில் இடம்பெற்றுள்ளது. தன்னுடைய நிஜப்பெயரான சுமதியாகவே இக்கதையில் தமிழச்சி இடம்பெறுகிறார். இவரது

தந்தை காலத்திலிருந்து நட்புடன் இருக்கும் கண்ணன் என்பவர் இறந்துபோகிறார். வாஞ்சையுடன் அக்கா என்று அழைக்கும் கண்ணனின் அன்பை நினைவுகூர்வதுதான் இக்கதை.

இறப்பு நிகழ்ந்த வீட்டையும் குழந்தை பிறந்த வீட்டையும் 'முட்டு வீடு' என்று அழைக்கின்றனர். தீட்டின் காரணமாக ஒருமாதம் வரை இந்த வீடுகளில் ஏதும் தொடமாட்டேன் என்றவளின் கர்வம் ஒருநாள் உடைந்துபோவதுதான் இக்கதை. தான் சார்ந்த பகுதி மக்களின் பண்பாட்டு எச்சங்களுடன் அவர்களின் ஈரமான அன்பையும் இக்கதையில் எழுதியிருக்கிறார். கிராமத்து மனிதர்களின் மனங்களில் இன்றும் பதுங்கியிருக்கும் அன்பையும் சக உயிர்கள் மீதுள்ள அவர்களின் கருணையையும் வெளிப்படுத்துவதுதான் இவரது கதைகளின் மையம். பெண்களுக்கான இருப்பையும் கதைகளினூடாகச் சொல்லி விடுகிறார். "புருசன் ஒதுக்கிவச்ச, இஷ்டப்படாமக்கட்டிக்கிட்டவள ஆதரவா அணைக்காமக் கொடுமைப்படுத்தினா, பூச்சி மருந்து குடிக்கணும்ங்கிறதில்ல, இன்னொரு புள்ளயும் பெத்துக்கலாம்" என்பதுதான் இப்புனைவில் வெளிப்படும் பெண்ணிய அரசியல்.

திருச்சியைச் சார்ந்தவர் கமலதேவி. இவரது சிறுகதைத் தொகுப்பு 'சக்யை.' 'என் கதைகள் நான் என் சக மனிதர்களுடன் பகிர்ந்துகொள்ள விழையும் என்னைப் பாதித்த சகமனிதர்களின், சக உயிர்களின் வாழ்க்கை. அவை வெறும் புனைவும் அல்ல, நிகழ்வும் அல்ல' என்று தம் கதைகள் பற்றி எழுதியிருக்கிறார். தன்னுடன் ஏதோ ஒருவகையில் தொடர்புள்ள பெண்களின் வெவ்வேறு மனநிலைகளைப் புனைவாக எழுதியிருக்கிறார். 'நெடுஞ்சாலைப் பறவை' என்ற கதை, பாதுகாப்பற்ற முறையில் தன்னுடைய கூட்டை அமைத்துக்கொண்டிருக்கும் பறவையின் வாழ்க்கையுடன் ஜென்ஸி என்ற பெண்ணின் வாழ்க்கையை ஒப்பிட்டுப் பார்த்துள்ளார். ஜென்ஸிக்குக் குடும்ப அமைப்பின்மீது நம்பிக்கையில்லை. ஒரு கிறித்தவப் பள்ளியில் ஆசிரியராகப் பணிபுரிந்து ஓய்வு பெறுகிறார். இனி தனக்கான கூடு எது? என்பதுதான் இக்கதை. தனிமையில் வாழும் ஒருபெண் தன்னுடைய முதுமை காலத்தை நிம்மதியுடன் கழிக்கும் அளவிற்கு இச்சமூகம் பண்பட்டுள்ளதா? என்ற கேள்வியை இச்சிறுகதை முன்வைக்கிறது. 'நான் எதையும் துறக்க முடியாது. தள்ளி வைக்கத்தான் முடியும்' என்பதுதான் இவரது பெண்ணியப் பார்வை. 'சொல் பேச்சு கேட்காத கரங்கள்' என்ற சிறுகதை, தொடுகைக்கான ஏக்கத்தையும் தயக்கத்தையும் நுட்பமாக விவரிக்கிறது. 'தெருவில் அவளின் நடமாட்டம்' என்ற கதையும், உருவ அமைப்பில் சிறப்பாக வந்திருக்கிறது. மரபிலக்கியத்தையும் தம் கதைகளுக்குக் கருவாகப் பயன்படுத்தியிருக்கிறார். புறவயமான கதைகளைக்கூட

அகவயமாக எழுதியிருக்கிறார். தனக்குத்தானே சில கதைகளைச் சொல்லிக்கொள்கிறார். 'சிதை', 'சக்யை' போன்ற கதைகளுக்கு மொழி ஒத்துழைக்கவில்லை.

தஞ்சை எழுத்தாளர் கிருஷ்ணப்ரியா. வெகுசன எழுத்தாளர் வரிசையில் இடம்பெற வேண்டியவர். பொதுத்தளத்தில் இருக்கும் சமூகப் பிரச்சனைகளைக் கதைகளாக எழுதி இருக்கிறார். மொழிக்கூர்மை கைக்கூடவில்லை. சக எழுத்தாளர் களின் ஆக்கங்களை இவர் வாசிப்பதில்லை என்பது இவரது கதைகளைப் படிக்கும்போதே புரிந்துவிடுகிறது. உணர்ச்சி வேகத்தில் எழுதவந்தவர். அம்மாவை முதியோர் இல்லத்தில் சேர்க்கக்கூடாது; ஆசிரியர்கள் குழந்தைகளை அடிக்கக்கூடாது என்பதுபோன்ற நீதிமொழிகளைக் 'கானல் நீரல்ல கருணை', 'மாயா டீச்சர்' போன்ற கதைகளில் காணலாம். முதல்முறையாகச் சிறுகதை படிப்பவர்களுக்கு இவரது கதைகள் எளிமையின் காரணமாக உவப்பைத் தரலாம். தொடர் வாசிப்பிலும் எழுத்திலும் இவர் சிறந்த கதைகளை எழுதமுடியும்.

இரண்டாயிரத்திற்குப் பிறகுதான், கவிதையெழுதிய பெண்கள் பலர் கதையெழுதத் தொடங்கியிருக்கிறார்கள். நம்பிக்கை தரும் பல படைப்பாளிகள், இக்காலகட்டத்தில் உருவாகியிருக்கிறார்கள். அதில் ஒருவர் ஜா. தீபா. 'நீலம் பூக்கும் திருமடம்' இவரது முதல் சிறுகதைத் தொகுப்பு. மொழியைக் கூர்மையாகப் பயன்படுத்துகிறார். ஒவ்வொரு கதைக்கும் உருவாக நேரம் அளித்திருக்கிறார். திரும்பத் திரும்ப வாசித்துக் கதைகளைச் செம்மைப்படுத்தியிருக்கிறார். இந்த உழைப்பு ஒவ்வொரு கதையிலும் தெரிகிறது.

வாழ்க்கையின்மீது நம்பிக்கை கொண்ட பெண்கள், இத்தொகுப்பிலுள்ள அனைத்துக் கதைகளையும் இணைக்கும் கண்ணியாக இருக்கிறார்கள். புராணக் காலம் முதல் தற்காலம் வரையுள்ள வெவ்வேறு மனநிலைகளுடன் வாழும் பெண்களின் அகத்தைத்தான் புனைவுகளாக எழுதியிருக்கிறார். தீபாவின் கதைகள் பெண்ணியம் பேசவில்லை; அவர்கள் காலந்தோறும் எதிர்கொள்ளும் நெருக்கடிகளைப் பேசுகிறது. பெண்களை இச்சமூகம் எப்படி அணுகியிருக்கிறது என்ற உரையாடலைக் கதைகளினூடாக நிகழ்த்துகிறார். மகாபாரதம் நிறைய எழுதுவதற்கு இடமளிக்கும் நெகிழ்வுத்தன்மையுள்ள பிரதி. தங்களின் சுய கௌரவத்தை நிலைநாட்டுவதற்காக ஆண்கள் பெண்களைப் பகடைகளாக உருட்டினார்கள். அதில் காந்தாரி சகுனியின் பகடை. பார்வையற்ற திருதராஷ்டிரனுக்குத் தன் தங்கையைக் கொடுக்க அவன் கொஞ்சமும் தயக்கம் காட்ட வில்லை. துரியோதனின் கௌரவத்தை நிலைநிறுத்துவதற்காகக்

காலத்தின் கறைபட்ட பழிகளைத் தேடிக்கொள்கிறாள் காந்தாரி. காந்தாரி தன்னுடைய தேசத்தில் சுபலாவாக இருந்தபோது எவ்வளவு மென்மையுடையவளாக இருந்தாள்; சக உயிர்கள்மீது எவ்வளவு கருணை கொண்டிருந்தாள். அவளது இருப்பு திருமணத்திற்குப் பிறகு என்னவானது? இப்படி ஒவ்வொரு பெண்ணுக்குமுள்ள கதைகள்தாம் இத்தொகுப்பு.

கவிஞர் ச. விஜயலட்சுமி இப்போது சிறுகதை ஆசிரியர். 'காளி' என்ற பெயரில் ஒரு தொகுப்பு வெளிவந்துள்ளது. ஏற்கனவே அனுராதா, 'காளீ' என்ற பெயரில் ஒரு தொகுப்பை வெளியிட்டுள்ளார். இவரும் கம்யூனிசத்துடன் தொடர்பில் இருப்பவர். சென்னை நகரத்தின் பிளாட்பாரத்தில் வசிக்கும் காளி என்ற பெண்ணின் போராட்டமான வாழ்க்கைதான் கதை. நகரத்தில் வீடுகளற்று உதிரிகளாக வாழும் ஒவ்வொருவரிடமும் ஏராளமான கதைகள் இருக்கும். ஜெயகாந்தன் தம்முடைய கதைகளில் இவர்களது வாழ்க்கையை அடையாளப்படுத்தினார். அதே பாணியில் இவரும் இந்தக் கதையை எழுதியிருக்கிறார். வெகுசனத்துடன் கலந்திருக்க வேண்டிய கதைகளை, இவரது மொழி இழுத்துப் பிடித்திருக்கிறது. உதிரிகளின் மொழியைக் கஷ்டப்பட்டு எழுதியிருக்கிறார். மாணவர்களின் உளவியல் பிரச்சனை, பொதுவெளியில் பெண்கள் எதிர்கொள்ளும் சிக்கல்கள் என இவரது கதைகள் நீள்கின்றன.

## 6

லதா ராமகிருஷ்ணன் 'அநாமிகா' என்ற புனைபெயரில் சிறுகதைகளை எழுதியிருக்கிறார். சென்னை நகரத்தின் புற உலகத்தைச் சொல்லும் 'போகவேண்டிய தூரம்' குறிப்பிடத்தக்க சிறுகதை. வெவ்வேறு வடிவங்களில் பயணம் செய்கிறார். கிராமப் பெண்களின் கலைக்க முடியாத துயரங்களையும் அவர்கள்மீது ஆண்கள் நிகழ்த்தும் வன்முறைகளையும் தம் கதைகளில் எழுதி வருபவர் மு. அம்சா. 'ஒரு பெண்ணும் இரண்டு தாலியும்', 'ராசம்மா' போன்ற கதைகள் குறிப்பிட வேண்டியவை. வால்பாறையின் பச்சைநிற நினைவுகளையும் தேயிலைத் தோட்டத்தில் பணிபுரியும் பெண்களின் மென்மையான உணர்வுகளையும் இளம்பருவத்து ஈர்ப்புகளையும் புனைவுகளாக எழுதி வருபவர் நாச்சியாள் சுகந்தி; 'கற்பனைக் கடவுள்' என்ற தொகுப்பு இவருடையது. 'அப்பாவின் காதலி' உணர்வுபூர்வமான கதை.

ஒடுக்கப்பட்ட பெண்களின் இருப்பையும் குரலையும் அழுத்தமாக வெளிப்படுத்துபவை சிவகாமியின் சிறுகதைகள். 'இப்படிக்கு உங்கள் யதார்த்தமுள்ள' (1986) என்ற முதல் தொகுப்பை, 'நித்யா' என்ற புனைபெயரில் வெளியிட்டுள்ளார். 'காளி'

சிலையைத் தன் மனைவியாக உணரும் ஓர் ஆணின் பதற்றங்களைக் கச்சிதமான புனைவாக மாற்றிய அனுராதாவின் சிறுகதைகளும் வாசிக்க வேண்டியவை. தெலுங்கு மொழிப் படைப்புகளைத் தொடர்ந்து தமிழில் மொழிபெயர்த்து வருபவர் சாந்தா தத். ஆந்திரா தெலுங்கானா பிரிவினையின் பதற்றங்களையும் ஆண், பெண் உறவின் சிடுக்குகளையும் கதைகளினூடாக ஆராய்ந்தவர். எழுத்தின் எல்லா வடிவங்களிலும் எழுதிவருபவர் ஆண்டாள் பிரியதர்ஷினி. இவருடைய கதைகள் பொதுத்தளத்தில் இயங்குபவை. தன்னைச் சுற்றியுள்ள மனிதர்களின் வாழ்வை எழுதிவிட்ட நிம்மதி இவர் கதைகளில் தெரிகிறது. புதுச்சேரியைச் சார்ந்த உமா மோகனின் சிறுதைத்தொகுப்பு ‘ராஜகுமாரி வீடு வழியில் இருந்தது’. குடும்ப உறவுச் சிக்கல்களையும் உறவுகளுக்குள் இருக்கும் இடைவெளிகளையும் இவரது கதைகள் பேசுகின்றன. குடும்பக் கதைகளையே தொடர்ந்து எழுதுவதால் ஏற்படும் தொய்வையும் இவர் கதைகள் சந்திக்கின்றன.

வாழ்க்கையின் யதார்த்தங்களில் இருந்து உருவாகும் கதைகளுக்குக் கோட்பாட்டு வண்ணம் தீட்டாமல் எளிமையாகச் சிறுகதைகளை எழுதியவர் சதாரா மாலதி. ‘அநாமதேயக் கரைகள்’ என்ற தொகுப்பு குறிப்பிடத்தக்கது. மிகையுடைத்து நினைவுகளை மீட்டு நகைச்சுவையுடன் கதை எழுதும் கோமதி, மனித மனங்களின் மென்மையான அசைவுகளை விவரணை மொழியில் எழுதிவரும் பவித்ரா நந்தகுமார், குடும்பத்துக்குள் சுழலும் பெண்களின் அன்பையும் கருணையையும் எழுதும் அகிலா, ஆண்களால் அணுகவியலாத பெண்களின் வலிகளைச் சொல்லும் கலாராணி, பெண் மனங்களின் ஆற்றாமைகளையும் இளம்பருவத்து நினைவுகளையும் எழுதும் தேனம்மை லெஷ்மணன், மனித மனங்களின் உணர்வுகளைப் பால்பேதமற்றுப் புனையும் ராமலட்சுமி, தஞ்சை மாவட்ட விளிம்புநிலை மக்களையும் விவசாயக் கூலிகளையும் வெகுசன மொழியில் கதைகளாக எழுதிவரும் கமலா இந்திரஜித் எனப் பலரும் நம்பிக்கையளிக்கும் கதைகளை எழுதியிருக்கிறார்கள்.

## 7

உலகில், தொண்ணூறுகளுக்குப் பிறகு அடையாளம் மறுக்கப்பட்டவர்களின் எழுத்துக்கள் ஆவண மதிப்புடன் படைப்பிலக்கியங்களாக உருப்பெற்று வருகின்றன. இதனால் புனைவில் பதிவு செய்யப்படாத புதிய களங்கள் முதன்முறையாக வெளிச்சத்திற்கு வரத்தொடங்கின. தமிழிலும் இப்போக்குத் தீவிரமும் எழுச்சியும் பெற்றது. இக்காலகட்டத்தில் ஐம்பதிற்கும் மேற்பட்ட காத்திரமான பெண் படைப்பாளிகள் தமிழ்ச்

சிறுகதைக்குப் பங்களித்துள்ளனர். ஆண் எழுத்துக்கான வெளியாக அறியப்பட்டிருந்த தமிழ்ச் சிறுகதை வரலாற்றின்மீது இப்பெண் எழுத்தாளர்கள் தீவிரமான குறுக்கீடுகளை நிகழ்த்தி உள்ளனர். இதனால் தமிழ்ச் சிறுகதையின் வளமும் எல்லையும் அதிகரித்துள்ளது என்பதை மறுப்பதற்கில்லை. எதிர்காலத் தமிழ்ச் சிறுகதையை அடுத்த கட்டத்திற்கு நகர்த்தக்கூடிய பல பெண் சிறுகதையாளர்கள், இரண்டாயிரத்திற்குப் பிறகு உருவாகியிருக்கிறார்கள். மரபின் தொடர்ச்சியும் மொழியின் ஆற்றலும் இவர்கள் புனைவுகளில் ஒன்று சேர்ந்துள்ளன. சிறுகதை எழுதக்கூடிய பலர் கவிஞர்களாகவும் இருப்பதுதான் இதற்குக் காரணம்.

## பின்னிணைப்பு

1. **அகிலா**, மிளகாய் மெட்டி, படி வெளியீடு, மு.ப.2016

2. **அம்சா, மு.,** ராசம்மா, காவ்யா, மு.ப.2005

    ,,   புதிய பாஞ்சாலி, மருதா, மு.ப. 2006

    ,,   பொன்னி, காவ்யா, மு.ப.2007

3. **அநாமிகா**, நினைப்புக்கும் நடப்புக்கும் நடுவே, ஸ்நேகா, மு.ப.2000

    ,,   அநாமிகா கதைகள், ராஜராஜன் பதிப்பகம், மு.ப. 2002

    ,,   அருங்காட்சியகம், அநாமிகா ஆல்ஃபபெட்ஸ் பதிப்பகம், மு.ப.2017

4. **அமரந்தா**, வலி, சந்தியா பதிப்பகம், மு.ப. 2017

5. **அருணா ராஜ்**, கருப்பி, வாசகசாலை, மு.ப. 2017

6. **அனுராதா**, மணற் பொதிகள், கங்கை புத்தக நிலையம், மு.ப. 1997

    ,,   காளீ, வைகை வெளியீடு, மு.ப. 2002

7. **ஆண்டாள் பிரியதர்ஷினி**, சுருதி பிசகாத வீணை, ஆண்டாள் பதிப்பகம், மு.ப.1987

    ,,   ரிஷியும் மனுஷியும், கங்கை புத்தக நிலையம், மு.ப. 1999

    ,,   வானவில் வாழ்க்கை, கங்கை புத்தக நிலையம், மு.ப. 1999

    ,,   தோஷம், ஏகம் பதிப்பகம், மு.ப. 2000

    ,,   தலைமுறைத் தாகம், திருவரசு புத்தக நிலையம், மு.ப. 2004

    ,,   பெருமூச்சின் நீளம், ஏகம் பதிப்பகம், மு.ப. 2004

8. **இடைமருதூர் கி.மஞ்சுளா**, நிம்மதி, கலைஞன் பதிப்பகம், மு.ப.2014

9. **இந்திரா**, ஒற்றை வாசனை, சந்தியா பதிப்பகம், மு.ப. 2004

10. **உமா பார்வதி**, நாம் ஏன் அந்தத் தேநீரைப் பருகவில்லை?, யாவரும் பப்ளிஷர்ஸ், மு.ப. 2018

11. **உமா மகேஸ்வரி**, மரப்பாச்சி, தமிழினி, மு.ப. 2002

    ,,    தொலைகடல், தமிழினி, மு.ப. 2004

    ,,    அரளி வனம், எனி இந்தியன் பதிப்பகம், மு.ப. 2008

    ,,    வயலட் ஜன்னல், டிஸ்கவரி, மு.ப.2018

12. **உமா மோகன்**, ராஜகுமாரி வீடு வழியில் இருந்தது, டிஸ்கவரி, மு.ப.2018

13. **உஷா தேவி, பி.**, வீடு பள்ளத்தில் இருக்கிறது, அகநி வெளியீடு, மு.ப. 2015

    ,,    ஊதா வண்ண இலைகளின் பாடல், அகநி வெளியீடு, மு.ப. 2017

14. **உமா ஜானகிராமன்**, பூவாகி காயாகி, காவ்யா, மு.ப.2015

15. **கமலதேவி**, சக்யை, வாசகசாலை, மு.ப.2019

16. **கமலா இந்திரஜித்**, மூடு பல்லக்கு, காவ்யா, மு.ப. 2013

17. **கலாராணி**, மௌனப் போராளி, என்.சி.பி.எச்., மு.ப.2016

18. **கலைச்செல்வி**, வலி, காவ்யா, மு.ப. 2014

    ,,    இரவு, என்.சி.பி.எச்., மு.ப. 2017

    ,,    சித்ராவுக்கு ஆங்கிலம் தெரியாது, வாசகசாலை, மு.ப. 2017

    ,,    மாயநதி, யாவரும் பதிப்பகம், மு.ப. 2018

19. **கவிதா சொர்ணவல்லி**, பொசல், நிலமிசை பதிப்பகம், மு.ப. 2014

20. **கவின் மலர்**, நீளும் கனவு, கயல் கவின், மு.ப. 2014

21. **கறுப்பி சுமதி**, உங்களில் யாராவது முதல் கல்லை எறியட்டும், கறுப்புப் பிரதிகள், மு.ப. 2019

22. **கிருஷ்ணப்ரியா**, நானும் என்னைப் போன்ற அவளும், பூவரசி வெளியீடு, மு.ப.2016

23. **கிருஷாங்கினி**, சமகாலப் புள்ளிகள், அருள் பதிப்பகம், மு.ப. 1998

„ கிருஷாங்கினி கதைகள், சதுரம் பதிப்பகம், மு.ப. 2003

24. **குட்டி ரேவதி**, நிறைய அறைகள் உள்ள வீடு, பாதரசம் வெளியீடு, மு.ப. 2013

„ விரல்கள், நற்றிணை பதிப்பகம், மு.ப. 2018

25. **கோமதி**, யதாஸ்தானம், சந்தியா பதிப்பகம், மு.ப. 2004

„ சின்னஞ்சிறு கிளியே, அநாமிகா ஆல்ஃபபெட்ஸ், மு.ப.2014

26. **சங்கரி, அ.**, ஒற்றைக் காளை, காவ்யா, மு.ப.2012

27. **சதாரா மாலதி**, அநாமதேயக் கரைகள், சந்தியா பதிப்பகம், மு.ப.2004

28. **சந்திரா**, பூனைகள் இல்லாத வீடு, உயிர்மை, மு.ப. 2007

„ காட்டின் பெருங்கனவு, உயிர் எழுத்து, மு.ப. 2009

„ அழகம்மா, உயிர் எழுத்து, மு.ப. 2011

29. **சல்மா**, சாபம், காலச்சுவடு, மு.ப.2013

30. **சாதனா**, தொலைந்துபோன சிறிய அளவிலான கறுப்பு நிற பைபிள், எழுத்து பிரசுரம், மு.ப.2018

31. **சாந்தா தத்**, எல்லைகள், அருள் புத்தக நிலையம், மு.ப. 2003

„ வாழ்க்கைக் காடு, திண்ணை வெளியீடு, மு.ப. 2015

32. **சிவகாமி**, கடைசி மாந்தர், தமிழ்ப் புத்தகாலயம், மு.ப. 1997

„ கதைகள், மித்ர வெளியீடு, மு.ப. 2003

„ சிவகாமி கதைகள், அடையாளம், மு.ப. 2014

33. **சுசீலா, எம்.ஏ.**, பருவங்கள் மாறும், நர்மதா, மு.ப. 1985

„ புதிய பிரவேசங்கள், தழல் வெளியீடு, மு.ப. 1994

„ தடை ஓட்டங்கள், மீனாட்சி புத்தக நிலையம் மு.ப.2001

„ தேவந்தி, வடக்குவாசல் வெளியீடு, மு.ப. 2011

34. **தமயந்தி**, தமயந்தியின் சிறுகதைகள், ஞானச்சேரி பதிப்பகம், மு.ப. 1989

„ சாம்பல் கிண்ணம், போதி, மு.ப. 2001

„ அக்கக்கா குருவிகள், போதி, இ.ப. 2002

„ வாக்குமூலம், போதி, மு.ப. 2010

„ வண்ணத்துப்பூச்சியும் சில மார்புகளும், கருப்புப் பிரதிகள், மு.ப. 2013

„ கொன்றோம் அரசியை, பனிக்குடம், மு.ப. 2017

35. **தமிழ்ச்செல்வி**, சு., சாமுண்டி, மருதா, மு.ப. 2006

„ சு.தமிழ்ச்செல்வி கதைகள், உயிர் எழுத்து, மு.ப. 2010

36. **தமிழச்சி தங்கபாண்டியன்**, முட்டு வீடு, உயிர்மை, மு.ப.2018

37. **தாமரை**, சந்திர கற்கள், பல்கலை பதிப்பகம், மு.ப. 1998

„ என் நாட்குறிப்பின் நடுவிலிருந்து சில பக்கங்கள், குமரன், மு.ப. 2003

38. **திலகபாமா**, நனைந்த நதி, காவ்யா, மு.ப. 2004

„ மறைவாள் வீச்சு, காவ்யா, மு.ப. 2009

39. **தீபா, ஜா**., நீலம் பூக்கும் திருமடம், யாவரும் பப்ளிஷர்ஸ், மு.ப.2018

40. **தேன்மொழி**, நெற்குஞ்சம், மணற்கேணி, மு.ப. 2009

„ கூனல் பிறை, மணற்கேணி, மு.ப. 2014

41. **தேனம்மை லெஷ்மணன்**, சிவப்பு பட்டுக் கயிறு, டிஸ்கவரி, மு.ப.2016

42. **நாச்சியாள் சுகந்தி**, கற்பனை கடவுள், யாவரும் பப்ளிஷர்ஸ், மு.ப. 2017

43. **நித்யா பாலாஜி**, பட்டாம்பூச்சி மனசு, அன்னம், மு.ப.2016

44. **நித்யா மூர்த்தி**, இது குழந்தைகள் ஆண்டாமே?, பூங்கொடி பதிப்பகம், மு.ப.1991

45. **பவித்ரா நந்தகுமார்**, பிடிக்குள் அடங்கா மௌனம், பட்டாம்பூச்சி பதிப்பகம், மு.ப.2015

46. **பாமா**, கிசும்புக்காரன், முகில் வெளியீடு, மு.ப. 1996

„ ஒரு தாத்தாவும் எருமையும், விடியல், மு.ப. 2003

„ கொண்டாட்டம், ஆழி – பனிக்குடம், மு.ப. 2009

„ தவுட்டுக் குருவி, விடியல், மு.ப.2015

47. **பாரதி, கே.,** சொந்தச் சகோதரிகள், கவிதா, மு.ப. 2017
48. **பானுமதி,** நிழலைத் தின்றவன், வாசகசாலை, மு.ப.2019
49. **பிரியசகி,** நான் ஏன் பிறந்தேன்?, மேன்மை வெளியீடு, மு.ப.2018
50. **புதிய மாதவி,** மின்சார வண்டிகள், மருதா, மு.ப. 2005
    ,, புதிய ஆரம்பங்கள், மருதா, மு.ப. 2007
    ,, தனியறை, மருதா, மு.ப. 2007
    ,, பெண் வழிபாடு, இருவாட்சி, மு.ப. 2013
51. **ராமலட்சுமி,** அடைமழை, அகநாழிகை, மு.ப. 2014
52. **மீனாட்சி, ஜி.,** கிராமத்து ராட்டினம், என்.சி.பி.எச்., மு.ப. 2012
    ,, பூ மலரும் காலம், என்.சி.பி.எச்., மு.ப. 2013
    ,, நினைவுகள் நிறைந்த வெற்றிடம், என்.சி.பி.எச்., மு.ப. 2015
53. **லைலா எக்ஸ்,** பிரதியின் நிர்வாணம், மணல்வீடு, மு.ப. 2017
54. **வத்ஸலா, ஆர்.,** சின்னச் சின்ன இழை, பாரதி புத்தகாலயம், மு.ப. 2018
55. **வாஸந்தி,** மீட்சி, கவிதா, மு.ப.2001
56. **விசயலட்சுமி, ச.,** காளி, பாரதி புத்தகாலயம், மு.ப.2018
57. **விந்தியகௌரி, பொ.,** இப்படியும் சில மனிதர்கள், என்.சி.பி.எச்., மு.ப.2018
58. **வெண்ணிலா, அ.,** பட்டுப்பூச்சிகளைத் தொலைத்த ஒரு பொழுதில், மதிநிலையம், மு.ப. 2003
    ,, பிருந்தாவும் இளம் பருவத்து ஆண்களும், விகடன், மு.ப. 2014
59. **வைகைச் செல்வி,** கறிவேப்பிலைச் செடியும் நெட்டிலிங்க மரங்களும், காவ்யா, மு.ப. 2004
60. **ஜெயரதி,** பூமணம், ஜெயா பப்ளிகேஷன்ஸ், மு.ப. 2002
    ,, எண்ணங்கள் ஓய்வதில்லை, என்.சி.பி.எச்., மு.ப. 2012
    ,, வண்ணங்கள் மாறுவதில்லை, என்.சி.பி.எச்., மு.ப. 2016

'தற்காலப் பெண் சிறுகதைகள்' (2018) என்ற சிறுநூலின் விரிவாக்கப்பட்ட வடிவம்.

# பெயரடைவு

அகிலன் 13, 31, 62, 67, 104, 120 – 121

அகிலா 228, 229

அசோகமித்திரன் 95, 111, 133 – 134, 153, 179, 182, 186, 244

அண்ணாதுரை, சி.என்., 35

அநாமிகா, 227, 229

அநுத்தமா, 212

அனுராதா, 227, 229

அன்பாதவன், 187, 192

அபிமானி, 192, 201

அமரந்தா, 222, 229

அமலநாயகம், 194

அமுதசுரபி, 31

அம்சா, மு. 227, 229

அம்பர்ட்டோ எக்கோ, 138

அம்பை, 108–109, 117, 134, 153, 169, 180, 186, 190, 212–213

அரசு.வீ, 27, 162, 170, 199, 211 – 212, 246

அராத்து, 184

அருணா ராஜ், 223, 229

அழகிய பெரியவன், 192–193, 205, 209

அழகிரிசாமி, கு., 13, 31, 70 – 72, 77, 91, 131, 132, 148, 168, 175, 178, 180, 186

ஆண்டாள் பிரியதர்ஷினி, 190, 192, 228, 229

ஆதவன், 41, 179

ஆதவன் தீட்சண்யா, 187, 192–193, 206 – 207, 209

ஆனந்த விகடன், 31, 33, 35, 38, 41–43, 47, 104, 191

இண்டியன் ஹொரைஜன்ஸ், 101

இதயவேந்தன், விழி.பா., 187, 192–193, 203

இதாலோ கால்வினோ, 138

இந்திரன், 208

இந்திரா, 79, 214, 230

இந்திரா பார்த்தசாரதி, 179

இந்துமதி, 104

இமையம், 20, 180, 185, 204, 209, 247

இராசேந்திரசோழன், 150

இராமாமிர்தம், மூவலூர்., 190

இளங்கோவன், 75, 186

உஞ்சைராசன், 201

உமா மகேஸ்வரி, 187, 190, 213–214, 230

உமா மோகன், 228, 230

உஷா தேவி, 219, 230

ஊழியன், 33, 57

எட்கார் ஆலன் போ, 63

எல்லார்வி, 67

எழுத்து, 72, 80, 88, 90, 94, 98

கசடதபற, 98, 112, 169

கணையாழி, 98, 169

கண்ணதாசன், 98, 122, 168

கண்ணன், தி., 139, 141

கண்ணன், பி.எம்., 75, 186

கண்மணி குணசேகரன், 187, 194

கதாமணி, 31

கந்தசாமி, இரா., 197, 247

கந்தசாமி, தய்., 208

கந்தர்வன், 154, 180

கமலதேவி, 225, 230

கமலா இந்திரஜித், 228, 230

கரிச்சான் குஞ்சு, 56, 60, 129, 169

கலாமோகினி, 31, 33, 76

கலாராணி, 228, 230

கலைச்செல்வி, 220, 230

கலைமகள், 30 – 31, 33 – 34, 47, 48, 57

கல்கி, 13, 19, 31–32, 35, 38 – 39, 40 – 45, 60, 62, 67, 104, 119, 121, 129, 131, 149

கவிதாசரண், 208

கவிதா சொர்ணவல்லி, 220, 230

கவின்மலர், 220, 221, 230

காந்தி, 31, 33, 74, 75

காப்கா, 64, 90

கர்ட் வானேகட், 138

கார்ல் மார்க்ஸ், 142

கால பைரவன், 187

கிராம ஊழியன், 31, 33, 76, 98, 122

கிருஷாங்கினி, 190, 214, 231

கிருஷ்ணன் நம்பி, 89, 93, 132, 150, 152, 169, 245

கிருஷ்ணப்ரியா, 226, 230

கிருஷ்ணமூர்த்தி, நா., 111

கிருஷ்ணமூர்த்தி, ரா., 19, 32, 39,

குங்குமம், 104

குட்டிரேவதி, 221, 231

குணபோதினி, 43

குப்புசாமி ஐயர், வி., 32

குமார செல்வா, 158

குமார விகடன், 31

குமாரஸ்வாமி, த.நா., 70, 72, 129

கூகி வாங் தியாங்கோ, 138

கேசவன், கோ., 102, 124, 212, 244

கைலாசபதி, க., 38, 49, 53, 61

கொர்த்தஸாா், 138

கோணங்கி, 139, 141, 155, 158, 181, 186, 195

கோதைநாயகி, வை.மு., 190

கோபி கிருஷ்ணன், 154

கோபி சந்த் நாரங்கால், 147

கோமதி, 228, 231

கௌதம சித்தார்த்தன், 139, 145, 161, 186

சக்தி, 31

சங்கரராம், 70, 72

சட்டநாதன், 182

சதங்கை, 122

சதாரா மாலதி, 228, 231

சந்திரா, 217, 231

சந்திரோதயம், 33, 57, 76

சந்ரு, 192

சமரச போதினி, 33

சமரன், 122

சரஸ்வதி, 74, 98, 122, 124

சர்ரியலிஸம், 145

சல்மா, 187, 190, 221, 231

சல்மான் ருஷ்தி, 147

சாணக்யா, ஜே.பி., 183, 187, 192, 195, 207 – 209

சாந்தா தத், 228, 231

சாந்தி, 98, 122

சாமிநாதய்யர், 62, 66

சாரு நிவேதிதா 139, 141 – 143, 157, 182

சார்வாகன், 135, 152

சாவி, 104

சிதம்பர சுப்ரமணியன், ந., 30, 33, 47, 49, 51 – 52, 61, 69, 72, 75, 89, 129, 186

சில்வியா, 139

சிவகாமி, 187, 190, 192 – 193, 203 – 204, 231

சிவக்குமார், க.சீ., 161, 195

சிவசங்கரி, 104

சிவபாத சுந்தரம், சோ., 15 – 17, 23, 26, 30, 42, 44, 47–48, 50–51, 53–54

சீனிவாசன், கே., 33

சுசீலா, எம்.ஏ., 215, 231

சுஜாதா, 20, 104, 107, 121, 124

சுதந்திரச் சங்கு 31, 33, 47, 74, 122

சுதந்திரன், 33

சுதேசமித்திரன், 31

சுந்தரராஜன், பெ.கோ., 23, 26, 30, 32, 36, 38, 39, 42, 44, 47, 48, 50 – 52, 54, 61

சுந்தர ராமசாமி, 9, 13, 71–72, 89, 92, 108–109, 123, 125, 149, 168, 175, 178, 180, 186, 212, 245

சுந்தா, 69

சுபமங்களா, 208

சுப்பிரமணிய ஐயர், வ.வே., 29–32, 37–39, 60, 64, 166, 212

சுப்ரபாரதிமணியன், 182, 186

சுப்ரமணியம், க.நா., 33, 47, 77, 169

சுரேஷ், எம்.ஜி., 137, 139, 145, 187, 245

சுரேஷ்குமார் இந்திரஜித் 135, 155, 182, 195

சுவாமிநாத ஆத்ரேயன், 89, 92

சூடாமணி, ஆர்., 13, 129, 190, 212

சூத்ரதாரி, 161

சூரிய தீபன், 114–115, 117, 118

சூறாவளி, 31, 33, 57, 76, 122, 242

செக்காவ், 64, 172

செந்தில் குமார், எஸ்., 183, 187

செந்தில்கே, என்., 183, 187

செந்தில் நாதன், ச., 16, 26, 30, 40, 47 – 48, 54, 61

செயப்பிரகாசம், பா., 13, 113, 150, 169

செல்லப்பா, சி.சு., 16, 30, 33, 36, 38, 42, 46–47, 49, 51–53, 61, 69, 72, 75, 77, 81, 89, 90, 92, 98, 129, 169, 186, 245

செல்வக்கேசவராய முதலியார், 30

சொக்கலிங்கம், டி.எஸ்., 33, 75, 76

சோரண்டினோ, 138

ஞானரதம், 98, 122

டொனால்ட் பார்த்தல்மே, 138

தமயந்தி, 190, 215, 231

தமிழச்சி தங்கபாண்டியன், 224, 232

தமிழவன், 138 – 139, 145

தமிழ்ச்செல்வன், ச., 26, 145, 154, 187

தமிழ்ச்செல்வி, சு., 187, 190 – 191, 218, 232

தமிழ்நாடு, 33

தருமு சிவராமு, 135

தர்மன், சோ., 186, 192, 202, 209

தலித் முரசு, 209

தளையசிங்கம், மு., 135, 180

தாகூர், 36, 64, 65

தாண்டவராய முதலியார், 32

தாமரை, 98, 122, 168, 215–216, 232

தாமரைமணாளன், 104

தாமஸ் பிஞ்சன், 138

தாய்மண், 203, 208

தினத்தந்தி, 14, 106

தினமணி, 57, 75

தினமணிக் கதிர், 31, 104

திராவிட நாடு, 34

திரு.வி.க., 40

திலகபாமா, 216, 232

திலகவதி, 13, 190

திலீப்குமார், 135, 180, 186

தீபம், 98, 168

தீபா, ஜா., 226, 232

துமிலன், 31, 41, 43

தூரன், 62

தெலூஸ் ஸாத், 143

தெளிவத்தை ஜோசப், 180

தேசிகன், ர.ஸ்ரீ., 81

தேனம்மை லெஷ்மணன், 228, 232

தேனீ, 31, 34, 76

தேன்மொழி, 192, 219, 232

தேவிபாரதி, 186, 195

தோப்பில் முகமது மீரான், 186

நகுலன், 9, 18 – 19, 89, 94, 100, 135, 156, 158, 243, 244

நஞ்சுண்டோர்க்கினியன், 145

நடராசன், இரா., 146

நடை, 98

நவசக்தி, 32, 33, 40

நாகராஜன், ஜி., 150, 155, 169, 245

நாகார்ஜுனன், 138

நாச்சியாள் சுகந்தி, 227, 232

நாஞ்சில் நாடன், 9, 113, 134, 148, 180, 213, 245

நித்யா பாலாஜி, 232

நீலக்குயில், 122

நீல. பத்மநாபன், 13, 129

நெக்ரோபைல், 144

நோயல் ஜோஸப் இருதயராஜ், 138

பஞ்சாமிர்தம், 31, 38

பன்முகம், 139, 145, 245

பவித்ரா நந்தகுமார், 228, 232

பாப்லோ அறிவுக்குயில், 192, 204, 208

பாமா, 187, 190, 192 – 193, 202 – 203, 209, 216, 232

பாம்பே ஸ்டாண்டர்ட், 75

பாரத தேவி, 31

பாரதி, கே., 222, 233

பாரதியார், 12, 30 – 32, 36, 39, 45, 61, 65, 166, 208, 212, 244

பாரதி வசந்தன், 208

பாலகுமாரன், 104, 106–107, 123

பாலபாரதி, 31

பாவண்ணன், 182, 186

பிச்சமூர்த்தி, ந., 30, 33, 46, 48, 54, 69, 71 – 72, 75, 77, 89, 91, 126, 128, 169, 177, 178, 186

பிரசண்ட விகடன், 33

பிரதிபா ஜெயச்சந்திரன், 192

பிரபஞ்சன், 111, 123, 134, 169, 186, 207

பிரபஞ்சமித்ரன், 33

பிரியசகி, 233

புகழ், 187, 194

புதிய கோடாங்கி, 193, 208

புதிய மாதவி, 192, 217, 233

புதுமைப்பித்தன், 13, 17, 19, 30, 33, 37, 44, 46 – 49, 51, 57 – 62, 68, 70, 72, 74 – 76, 80 – 81, 89,

239

96, 104, 116, 118, 121 – 122, 124, 126 – 127, 131 – 132, 148 – 149, 155, 166 – 168, 176 – 177, 179, 181, 186, 246

புஷ்பாதங்கதுரை, 104

பூமணி, 113, 123, 134, 150, 155, 169, 180, 186, 192, 200, 202

பூர்ணச் சந்திரன், க., 138

பெருமாள்முருகன், 23, 157, 182, 186

பொன்னி, 34

பொன்னுசாமி, 113 – 114

போகன் சங்கர், 184

போர்ஹே, 138

மணிக்கொடி, 12 – 14, 16, 19, 30 – 33, 36, 38 – 40, 42, 44, 49, 51 – 53, 56, 57, 59 – 61, 67 – 71, 73 – 78, 122, 124, 126 – 127, 129

மணியன், 104

மன ஓசை, 122

மனிதன், 122

மனுசங்க, 201

மர்க்கி தெ ஸாத், 142

மாதவன், ஆ., 133, 150 – 52, 179

மாதவையா, அ., 30 – 32, 34 – 43, 61 – 62, 65–66, 121, 126, 166, 212, 242

மாயாவி, 67

மார்க்வெஸ், 138

மார்க்ஸ், அ., 138, 209

மாலன், 123

மிலோராட் பவிக், 138

மீனாட்சி, ஜி., 233

முத்தாரம், 34

முத்துக்குமாரசாமி, எம்.டி., 139

முத்துசாமி, ந., 133, 156, 186

முத்துலிங்கம், அ., 180

முருகன், ஜீ., 145, 158, 187–188

முருகபூபதி, ச., 195

முல்லை, 34

மௌனி, 19, 33, 39, 47 – 51, 53 – 55, 59, 62, 68 – 70, 72, 75, 80 – 84, 86 – 87, 89 – 90, 93, 117 – 119, 123, 148 – 149, 169, 177 – 178, 186, 195

யாத்ரா, 169

யுவன் சந்திரசேகர், 182, 188

ரகுநாதன், தொ.மு.சி., 30, 33–34, 51, 54, 59, 61, 74, 168

ரங்கநாதன், தி.ஜ., 13, 70, 72, 102

ரங்கராஜன், ரா.கி., 13, 67

ரமேஷ்–பிரேம், 139, 141 – 146, 186, 195

ரவிக்குமார், 158, 192, 208–209

ரஸவாதி, 67

ராகவன், 145

ராசரத்தினம், வ.அ., 180

ராமகிருஷ்ணன், எஸ்., 26, 141–142, 158, 182, 186, 188

ராமச்சந்திரன், கி., 47

ராமலட்சுமி, 228, 233

ராமஸ்வாமி, ப., 76

ராமசாமி, வ., 33

ராமானுஜலு நாயுடு, 30

ராமாமிர்தம், லா.ச., 13, 33, 52–55, 70, 72, 81–82, 84–88, 91, 108–109, 119, 123, 152, 169, 178, 186

றாலி, 31, 41

லூக் தெரிதா, 137

லூக் லக்கான், 137

வெங்கடேசன், பா., 145–146, 182, 195

வெங்கட்ராம், எம்.வி., 13, 33–34, 47, 69, 129, 169

வெண்ணிலா, அ., 233, 187, 190, 191, 217

வேணுகோபால், சு., 26, 186

வேதசகாயகுமார், எம்., 15, 16–17, 21, 23, 26, 212

வேலுச்சாமி, வீர., 113, 169

வைகைச் செல்வி, 217, 233

ஜகந்நாதன், கி.வா., 13, 62, 67

ஜானகிராமன், தி., 13, 31, 33, 56, 62, 70, 72, 89, 92, 131, 169, 177, 186

ஜான் பார்த், 138

ஜூலியா கிறிஸ்தேவா, 137

ஜெயகாந்தன், 13, 71–72, 89, 93, 96–97, 113, 117–118, 123, 131–132, 149, 154, 168–169, 178, 186, 227

ஜெயமோகன், 10, 20, 26, 141, 156–158, 171, 186, 246

ஜெயரதி, 233

ஷேக்ஸ்பியர், 63, 79

ஷோபா சக்தி, 182

ஸ்டெந்தால், 80

ஸ்ரீதரகணேசன், 192, 206

ஹநுமான், 31

ஹரிகிருஷ்ணன், மு., 193–194

ஹருகி முரகாமி, 147

ஹெமிங்வே, 64, 66, 79, 139–140

## கட்டுரையாளர்களின் குறிப்பு

### ராஜ் கௌதமன் (பி. 1950)

விமர்சகர்; நாவலாசிரியர்; பழந்தமிழ்ப் பண்பாட்டு வரலாறு சார்ந்து முன்னோடியான ஆய்வுகளைச் செய்தவர்; தலித் சிந்தனையாளர்; அ. மாதவையா படைப்புகளை ஆய்ந்து முனைவர் பட்டம் பெற்றவர். புதுவை அரசு கலைக் கல்லூரிகளில் தமிழ்ப் பேராசிரியராகப் பணியாற்றி ஓய்வு பெற்றவர். 'க. அயோத்திதாசர் ஆய்வுகள்', 'பாட்டும் தொகையும் தொல்காப்பியமும் தமிழ்ச் சமூக உருவாக்கமும்', 'ஆகோள் பூசலும் பெருங்கற்கால நாகரிகமும்', 'தலித் பார்வையில் தமிழ்ப் பண்பாடு', 'அறம் அதிகாரம்', 'தலித்திய விமர்சனக் கட்டுரைகள்', 'கண்மூடி வழக்கமெல்லாம் மண்மூடிப்போக', 'கலித்தொகை – பரிபாடல்: ஒரு விளிம்புநிலை நோக்கு', 'சுந்தர ராமசாமி கருத்தும் கலையும்' போன்ற ஆய்வு நூல்களும் 'சிலுவைராஜ் சரித்திரம்', 'காலச்சுமை', 'லண்டனில் சிலுவைராஜ்' போன்ற புனைவுகளும் குறிப்பிடத் தகுந்தவை. சார்லஸ் டார்வினின் 'உயிரினங்களின் தோற்றம்', ஸி.எச். தானியின் 'கதைக் கருவூலம் (சமணக் கதைகள்)', புராதன வட இந்தியக் கதைகளான 'கிளிக் கதைகள் எழுபது' போன்ற மொழிபெயர்ப்புகளும் இவரின் பங்களிப்பாகும்.

### க.நா. சுப்ரமண்யம் (பி. 1912–1988)

உலக இலக்கியத்திற்கு இணையாகத் தமிழ் இலக்கியம் வளர வேண்டும் என்ற எண்ணம் கொண்டவர். அதனைச் சாத்தியப்படுத்த எல்லா இலக்கிய வடிவங்களிலும் எழுதியவர். உலகத்தின் சிறந்த இலக்கிய ஆக்கங்களைத் தமிழில் மொழிபெயர்த்துள்ளார். 'மயன்' என்ற பெயரில் கவிதைகளை எழுதியுள்ளார். ராமபாணம், இலக்கிய வட்டம், சூறாவளி போன்ற சிற்றிதழ்களை நடத்தினார். 'பொய்த்தேவு' இவரது புகழ்பெற்ற நாவல். 1986ஆம் ஆண்டு 'இலக்கியத்துக்கு ஒரு இயக்கம்' என்ற திறனாய்வு நூலுக்குச் சாகித்ய அகாதெமி விருது

பெற்றார். நூற்றுக்கும் மேற்பட்ட சிறுகதைகளை எழுதியுள்ளார். 'பசி', 'ஒருநாள்', 'அசுரகணம்', 'சர்மாவின் உயில்', 'பித்தப்பூ', 'கோதை சிரித்தாள்', 'ஆட்கொல்லி' போன்ற நாவல்களையும் 'இலக்கிய விசாரம்', 'உலகத்துச் சிறந்த நாவல்கள்', 'முதல் ஐந்து தமிழ் நாவல்கள்', 'படித்திருக்கிறீர்களா', 'விமர்சனக் கலை', 'கலை நுட்பங்கள்', 'இலக்கியச் சாதனையாளர்கள்' போன்ற திறனாய்வு நூல்களும் குறிப்பிடத்தகுந்தவை.

## கா. சிவத்தம்பி (பி. 1932–2011)

தமிழ் இலக்கிய விமர்சகர், திறனாய்வாளர், சமூகச் சிந்தனையாளர். யாழ்ப்பாணப் பல்கலைக்கழகத்தில் பணியாற்றி ஓய்வுபெற்றவர். இந்தியா, இங்கிலாந்து, ஜெர்மனி போன்ற நாடுகளிலுள்ள பல்கலைக்கழகங்களில் வருகைதரு பேராசிரியர். தமிழ், சமயம், சமூகவியல், மானிடவியல், அரசியல், வரலாறு, கலைகள் என்று பல்வேறு துறைகளிலும் இவரது எழுத்து கவனம் செலுத்தியது. மார்க்சியச் சிந்தனைப் போக்குடையவர். 'தமிழில் இலக்கிய வரலாறு', 'இலக்கணமும் சமூக உறவுகளும்', 'பண்டைய தமிழ்ச் சமூகத்தில் நாடகம்', 'மதமும் கவிதையும்', 'தமிழ் கற்பித்தலில் உன்னதம்', 'திராவிட இயக்கக் கருத்துநிலையின் இன்றைய பொருத்தப்பாடு', 'தமிழ்ப் பண்பாட்டில் சினிமா', 'நாவலும் வாழ்க்கையும்', 'தமிழில் சிறுகதையின் தோற்றமும் வளர்ச்சியும்' போன்ற நூல்கள் குறிப்பிடத்தக்கவை.

## பிரமிள் (பி. 1939-1997)

பிரமிள் என்ற பெயரில் எழுதியவர் தருமு சிவராம். இலங்கையில் பிறந்தவர்; தமிழ்நாட்டில் வாழ்ந்தவர். கவிஞர், விமர்சகர், சிறுகதையாசிரியர், ஓவியர் எனப் பன்முக அடையாளம் மிக்கவர். இவர் பானுச்சந்திரன், அரூப் சீவராம், பிரமிள் போன்ற பல புனைபெயர்களில் எழுதினார். அடிக்கடி தம் பெயரைப் புதுப்பித்துக் கொண்டேயிருந்தவர். 'கண்ணாடியுள்ளிருந்து', 'கைப்பிடியளவு கடல்', 'மேல்நோக்கிய பயணம்' போன்ற கவிதை நூல்களும் 'லங்காபுரி ராஜா' என்ற சிறுகதைத் தொகுப்பும் 'நட்சத்திரவாசி' என்ற நாடக நூலும் இவருடையவை. கால சுப்ரமணியம் ஆறு தொகுதிகளாகப் பிரமிளின் மொத்தப் படைப்புகளையும் பதிப்பித்துள்ளார்.

## நகுலன் (பி. 1921–2007)

டி.கே. துரைசாமி என்ற இயற்பெயர் கொண்டவர் நகுலன். கும்பகோணத்தில் பிறந்து இறுதிவரை திருவனந்தபுரத்தில் வாழ்ந்தவர். தமிழிலும் ஆங்கிலத்திலும் முதுகலைப் பட்டம் பெற்றவர். திருவனந்தபுரம் இவானியர் கல்லூரியில் ஆங்கிலப்

பேராசிரியராகப் பணியாற்றி ஓய்வு பெற்றவர். தமிழ்ப் புனைகதைகளில் பரிசோதனைகள் செய்தவர். பழந்தமிழ் இலக்கியத்திலும் நவீன ஆங்கில இலக்கியத்திலும் மிகுந்த ஈடுபாடு கொண்டவர். தமிழிலும் ஆங்கிலத்திலும் எழுதியவர். இவர் தொகுத்த 'குருக்ஷேத்திரம்' இலக்கியத் தொகுப்பு, தமிழில் மிக முக்கியமானதாகக் கருதப்படு கிறது. கவிதைகள், புனைகதைகள், கட்டுரைகள் என எழுதினாலும் நகுலன் கவிஞர் என்றே அடையாளப்படுத்தப்படுகிறார். 'நிழல்கள்', 'நினைவுப்பாதை', 'நாய்கள்', 'நவீனன் டயரி', 'சில அத்தியாயங்கள்', 'இவர்கள்', 'வாக்குமூலம்', 'அந்த மஞ்சள் நிறப் பூனைக்குட்டி' போன்ற நாவல்களும் 'கோட் ஸ்டாண்ட் கவிதைகள்', 'சுருதி', 'மூன்று, ஐந்து' போன்ற கவிதைத் தொகுப்புகளும் இவருடையவை.

## அசோகமித்திரன் (பி. 1931–2017)

அசோகமித்திரனின் இயற்பெயர் தியாகராஜன். ஆந்திரப் பிரதேசத்தின் செகந்திராபாத் நகரத்தில் பிறந்தவர். தந்தையின் மறைவிற்குப் பிறகு சென்னையில் குடியேறியவர். எளிமையும் மெல்லிய நகைச்சுவையும் கொண்டது இவரது எழுத்து. தமிழ் இலக்கியத்துக்கு உலக அளவில் அங்கீகாரம் பெற்றுத் தந்தவை இவரது கதைகள். 1996இல் 'அப்பாவின் சிநேகிதர்' என்ற சிறுகதைத் தொகுப்புக்காகச் சாகித்ய அகாதெமி விருது பெற்றார். 'வாழ்விலே ஒருமுறை', 'காலமும் ஐந்து குழந்தைகளும்', 'நாடகத்தின் முடிவு' போன்ற சிறுகதைத் தொகுப்புகளும் 'கரைந்த நிழல்கள்', 'பதினெட்டாவது அட்சக்கோடு', 'தண்ணீர்', 'ஆகாயத் தாமரை', 'ஒற்றன்', 'மானசரோவர்' போன்ற நாவல்களும் 'இருட்டிலிருந்து வெளிச்சம்', 'படைப்பாளிகள் உலகம்', 'எரியாத நினைவுகள்', 'இந்திய முதல் நாவல்கள்' போன்ற கட்டுரை நூல்களும் முக்கியமானவை.

## கோ. கேசவன் (பி. 1946–1998)

விமர்சகர்; மார்க்சிய ஆய்வாளர்; தமிழ்ப் பேராசிரியர். 'சி. சுப்பிரமணிய பாரதியார் படைப்புகளில் அரசியல் பின்னணி' என்னும் தலைப்பில் ஆய்வு மேற்கொண்டு முனைவர் பட்டம் பெற்றவர். 'சோசலிசக் கருத்துக்களும் பாரதியாரும்', 'சமூக விடுதலையும் தாழ்த்தப்பட்டோரும்', 'மண்ணும் மனித உறவுகளும்', 'பள்ளு இலக்கியம்: ஒரு சமூகவியல் பார்வை', 'இலக்கிய விமர்சனம்: ஒரு மார்க்சியப் பார்வை', 'பொதுவுடைமை இயக்கமும் சிங்காரவேலரும்', 'திராவிட இயக்கமும் மொழிக் கொள்கையும்', 'பாரதி முதல் கைலாசபதி வரை', 'சாதியம்', 'இந்தியத் தேசியத்தின் தோற்றம்', 'மார்க்சியத் திறனாய்வுச் சிக்கல்கள்', 'தலித் அரசியல்', 'தமிழ்ச் சிறுகதைகளில் உருவம்' போன்ற முப்பதுக்கும் மேற்பட்ட நூல்களை எழுதியுள்ளார். ஜார்ஜ் தாம்சனின் 'மனித சமூக சாரம்' என்ற நூலை மொழிபெயர்த்துள்ளார்.

## சுந்தர ராமசாமி (பி. 1931–2005)

நவீனத் தமிழ் இலக்கியத்தின் முகம். மொழியைக் கூர்மையாகப் பயன்படுத்தியவர். நாவல், சிறுகதை, கவிதை, விமர்சனம், மொழிபெயர்ப்பு, பத்திரிகை என அனைத்துத் தளங்களிலும் சிரத்தையாக இயங்கியவர். 'பசுவய்யா' என்ற புனைபெயரில் கவிதைகள் எழுதினார். தமிழ், மலையாளம், ஆங்கிலம் என மும்மொழிப்புலமை உடையவர். 1951இல் 'தோட்டியின் மகன்' என்ற தகழியின் நாவலை மொழிபெயர்த்து இலக்கியப் பணியைத் தொடங்கினார். தொ.மு.சி. ரகுநாதனின் *சாந்தி* இதழில் சிறுகதைகளை எழுதினார். 'ஒரு புளியமரத்தின் கதை', 'ஜே.ஜே.: சில குறிப்புகள்', 'குழந்தைகள் பெண்கள் ஆண்கள்' என்ற மூன்று நாவல்களையும் எழுபதுக்கும் மேற்பட்ட சிறுகதைகளையும் எழுதியுள்ளார். 'காற்றில் கலந்த பேரோசை', 'விரிவும் ஆழமும் தேடி' போன்ற கட்டுரைத் தொகுதிகளும் முக்கியமானவை. தகழியின் 'செம்மீன்' என்ற நாவலையும் மொழிபெயர்த்துள்ளார். காலச்சுவடு என்ற இலக்கிய இதழிழைத் தொடங்கியவர். க.நா.சு., சி.சு. செல்லப்பா, கிருஷ்ணன் நம்பி, ஜீவா, பிரமிள், ஜி.நாகராஜன் உள்ளிட்டோர் குறித்த நினைவோடைகளும் இவரது பங்களிப்பாகும்.

## எம்.ஜி. சுரேஷ் (பி. 1953–2017)

தமிழின் பின்நவீனத்துவப் படைப்பாளிகளில் குறிப்பிடத்தக்கவர். நவீனத்துவக் கோட்பாடுகள் குறித்துத் தொடர்ந்து எழுதிவந்தவர். 'அட்லாண்டிஸ் மனிதன் மற்றும் சிலருடன்', 'அலெக்சாண்டரும் ஒரு கோப்பைத் தேநீரும்', 'யுரேகா என்றொரு நகரம்', 'சிலந்தி', '37' ஆகிய நாவல்களும் 'தாஜ்மகாலுக்குள் சில எலும்புக்கூடுகள்', 'கனவுலகவாசியின் நனவுலகக் குறிப்புகள்' போன்ற சிறுகதைத் தொகுதிகளும் வெளிவந்துள்ளன. 'பின் நவீனத்துவம் என்றால் என்ன?', 'இஸங்கள் ஆயிரம்' போன்ற கோட்பாட்டு அறிமுக நூல்களும் 'தெரிதா', 'ஃபூக்கோ', 'பார்த்', 'லக்கான்' போன்ற சிந்தனையாளர் அறிமுக நூல்களும் அவருக்குப் புகழைத் தேடித் தந்தன. *பன்முகம்* (2001-2005) என்ற இதழையும் நடத்தினார்.

## நாஞ்சில் நாடன் (பி. 1947)

நவீனத் தமிழ் இலக்கியத்தின் முக்கியப் படைப்பாளர்களில் ஒருவர். இவரது இயற்பெயர் க. சுப்பிரமணியம். வேலையின் காரணமாகப் பல ஆண்டுகள் மும்பையில் வாழ்ந்தார். நகைச்சுவையும் சமூகவிமர்சனமும் இழையோடும் படைப்புகளுக்காகப் புகழ்பெற்றவர். தமிழ் மரபிலக்கியத்தில் தேர்ச்சி பெற்றவர். 'தலைகீழ் விகிதங்கள்', 'என்பிலதனை வெயில் காயும்', 'மாமிசப்படைப்பு', 'மிதவை', 'சதுரங்கக் குதிரை' 'எட்டுத் திக்கும் மதயானை' போன்ற நாவல்களும்

‘தெய்வங்கள் ஆடுகள் ஓநாய்கள்’, ‘வாக்குப் பொறுக்கிகள்’ உள்ளிட்ட சிறுகதை நூல்களும் வெளிவந்துள்ளன. ‘சூடிய பூ சூடற்க’ என்ற சிறுகதை நூலுக்காக 2010ஆம் ஆண்டு சாகித்ய அகாடமி விருது பெற்றார். ‘நாஞ்சில் நாட்டு வெள்ளாளர் வாழ்க்கை’, ‘நஞ்சென்றும் அமுதென்றும் ஒன்று’, ‘நதியின் பிழையன்று நறும்புனல் இன்மை’ போன்ற கட்டுரை நூல்களும் முக்கியமானவை.

## வீ. அரசு (பி. 1954)

கல்விப்புலத்தில் இருந்து சிரத்தையான ஆய்வுகளை மேற்கொள்பவர். ஆசிரியப் பணியில் 30 ஆண்டு அனுபவம் மிக்கவர். சென்னைப் பல்கலைக்கழகத் தமிழ் இலக்கியத்துறையின் தலைவராகப் பணியாற்றி ஓய்வுபெற்றவர். அச்சு ஊடகங்களை ஆவணப்படுத்துவதில் கவனம் செலுத்தி வருகிறார். ‘வ.உ.சி. நூல் திரட்டு’, ‘புதுமைப்பித்தன் கதைகள்’, ‘இருபதாம் நூற்றாண்டுத் தமிழ்ச் சிறுகதைகள் நூறு’, ‘மயிலை. சீனி. வேங்கடசாமி நூற்களஞ்சியம்’, ‘அத்திப்பாக்கம் அ. வெங்கடாசலனார் ஆக்கங்கள் திரட்டு’ உள்ளிட்ட இவரது பதிப்புகள் முக்கியமானவை. ‘புனைவின் வரலாறும் வாசிப்பின் அரசியலும்’, ‘ஆக்டோபசும் கறிக்கோழிகளும்’ உள்ளிட்ட கட்டுரைத் தொகுப்புகளும் ‘மயிலை சீனி. வேங்கடசாமி’ குறித்த நூலும் குறிப்பிடத்தக்கவை. ‘சிறுபத்திரிகை அரசியல்’, ‘தமிழியல் கல்வி குறித்த உரையாடல்’, ‘தமிழ்ச் செந்நெறிப் பிரதிகளைச் சைவமரபு எதிர்கொண்ட கதை’ உள்ளிட்ட சிறுநூல் வரிசை நூல்கள் பல எழுதியுள்ளார். *மாற்றுவெளி* இதழின் ஆசிரியராகவும் உள்ளார்.

## ஜெயமோகன் (பி. 1962)

தமிழகத்தின் குறிப்பிடத்தக்க எழுத்தாளர்களில் ஒருவர். மிகப் பரவலான கவனத்தை ஈர்த்த கலைஞர். நாவல், சிறுகதை, ஆன்மீகம், அரசியல், வரலாறு, விமர்சனம், நாடகம், மொழிபெயர்ப்பு என இலக்கியத்தின் அனைத்து வடிவங்களிலும் எழுதி வருபவர். ‘ரப்பர்’ என்ற முதல் நாவலை அடுத்து, இவர் எழுதிய ‘விஷ்ணுபுரம்’ என்ற நாவல்தான் இவரது அடையாளம். தொடர்ந்து, ‘பின்தொடரும் நிழலின் குரல்’, ‘கன்னியாகுமரி’, ‘காடு’, ‘ஏழாம் உலகம்’, ‘வெள்ளை யானை’ எனப் பல நாவல்களும் ‘திசைகளின் நடுவே’, ‘மண்’, ‘ஆயிரங்கால் மண்டபம்’, ‘கூந்தல்’ ‘அறம்’, ‘ஊமைச் செந்நாய்’ உள்ளிட்ட சிறுகதைத் தொகுப்புகளும் வெளிவந்துள்ளன. ‘சங்கச் சித்திரங்கள்’, ‘நாவல்’, ‘நவீனத் தமிழ் இலக்கிய அறிமுகம்’ போன்ற நூல்களும் குறிப்பிடவேண்டியவை. ‘வெண்முரசு’ என்ற பெயரில் மகாபாரதம் பற்றித் தொடர்நாவல் எழுதிவருகிறார். திரைத்துறையிலும் பங்களித்து வருகிறார்.

## இமையம் (பி. 1964)

இமையத்தின் இயற்பெயர் வெ. அண்ணாமலை. பள்ளி ஆசிரியர். 'கோவேறு கழுதைகள்' என்ற முதல் நாவல், இவருக்கு ஓர் இலக்கிய அடையாளத்தைப் பெற்றுத் தந்தது. ஒடுக்கப்பட்ட மக்களின் பொருளாதார, சமூகப் பண்பாட்டுத் தளங்களில் நிலவும் முரண்பாடுகளையும் ஆதிக்கத்தின் குரூரங்களையும் எழுதி வருகிறார். 'ஆறுமுகம்', 'செடல்', 'எங் கதெ', 'செல்லாத பணம்' ஆகிய நாவல்களும் 'மண்பாரம்', 'வீடியோ மாரியம்மன்', 'கொலைச் சேவல்', 'சாவு சோறு', 'நறுமணம்', 'நன்மாறன் கோட்டைக்கதை' ஆகிய சிறுகதைத் தொகுப்புகளும் பிரசுரமாகியுள்ளன.

## இரா. கந்தசாமி (பி. 1975)

புதுச்சேரி மத்தியப் பல்கலைக்கழகத்தில், 'தமிழ் – கன்னட தலித் புனைகதைகள் – ஒப்பீடு' எனும் தலைப்பில் ஆய்வுசெய்து முனைவர் பட்டம் பெற்றவர். சென்னை, திருத்தங்கல் நாடார் கல்லூரியில் உதவிப் பேராசிரியராகப் பணியாற்றுகிறார். தமிழ்ப் படைப்பிலக்கிய ஆய்வுகளில் தொடர்ந்து ஈடுபட்டு வருகிறார். தலித்தியம், பெண்ணியம், ஒப்பிலக்கியம் ஆகிய துறைகளில் ஈடுபாடு உடையவர். 'கபாடபுரம்' எனும் கவிதைத் தொகுப்பினை 1999இல் வெளியிட்டுள்ளார். இந்நூல் புதுச்சேரி அரசின் 'கம்பன் புகழ் இலக்கியப் பரிசை' 2000ஆம் ஆண்டு பெற்றது

## சுப்பிரமணி இரமேஷ் (பி. 1980)

இந்நூலின் தொகுப்பாசிரியர். நவீன இலக்கியங்கள் குறித்த விமர்சனக் கட்டுரைகளை எழுதி வருகிறார். சென்னை, இந்துக் கல்லூரியில் உதவிப் பேராசிரியராகப் பணியாற்றி வருகிறார். 'எதிர்க்கதையாடல் நிகழ்த்தும் பிரதிகள்', 'தொடக்க காலத் தமிழ் நாவல்கள்' ஆகிய கட்டுரை நூல்களும் 'ஆண் காக்கை' என்ற கவிதைத் தொகுப்பும் வெளிவந்துள்ளன. 'தற்காலப் பெண் சிறுகதைகள்' என்ற சிறுநூல் ஒன்றும் பிரசுரமாகியுள்ளது. சாகித்திய அகாதெமி வெளியீடாக 'காலவெளிக் கதைஞர்கள்' என்ற தொகைநூல் வெளிவர உள்ளது.